AF758835

മാധവിക്കുട്ടി

സ്നേഹത്തിന്റെ കൊടിയടയാളം

മാധവിക്കുട്ടിയുടെ കഥകൾ ഒരു പഠനം

madhavikutty snehathinte kodiyadayalam
(padanam)

•

dr. m rajeevkumar

•

first chintha edition
april 2019

•

published
chintha publishers, thiruvananthapuram

•

typesetting
star communications, thiruvananthapuram

•

printed
akshara offset, thiruvananthapuram

•

cover
vinod

•

price
rupees two hundred and seventy only

വിതരണം

ദേശാഭിമാനി ബുക്ക് ഹൗസ്

H O തിരുവനന്തപുരം-695 035
phone: 0471-2303026, 6063026
www.chinthapublishers.com
chinthapublishers@gmail.com

ബ്രാഞ്ചുകൾ

ഹെഡ്ഡാഫീസ് ബ്രാഞ്ച് കുന്നുകുഴി • സ്റ്റാച്യു തിരുവനന്തപുരം • കെ എസ് ആർ ടി സി ബസ് സ്റ്റേഷൻ ആലപ്പുഴ • കെ എസ് ആർ ടി സി ബസ് സ്റ്റേഷൻ എറണാകുളം • മച്ചിങ്ങൽ ലെയ്ൻ തൃശൂർ • ഐ ജി റോഡ് കോഴിക്കോട് • മാവൂർ റോഡ് കോഴിക്കോട് • എൻ ജി ഒ യൂണിയൻ ബിൽഡിങ് കണ്ണൂർ • സെൻട്രൽ ബസ് ടെർമിനൽ കോംപ്ലക്സ് താവക്കര കണ്ണൂർ

CO - 2779 / 4999
ISBN - 978-93-88485-43-2

മാധവിക്കുട്ടി
സ്നേഹത്തിന്റെ കൊടിയടയാളം

മാധവിക്കുട്ടിയുടെ കഥകൾ ഒരു പഠനം

ഡോ. എം രാജീവ്കുമാർ

ചിന്ത പബ്ലിഷേഴ്സ്
തിരുവനന്തപുരം-695 035
വില : ₹ 270

ഡോ. എം രാജീവ് കുമാർ

1958 നവംബർ 6 ന് തിരുവനന്തപുരത്ത് ജനനം. ബാല്യവും വിദ്യാഭ്യാസവും തിരുവനന്തപുരത്ത്. ഗവ. മോഡൽ സ്കൂൾ, ആർട്സ് കോളേജ്, യൂണിവേഴ്സിറ്റി കോളേജ്, 1983 മുതൽ മാധവിക്കുട്ടിയുടെ ചെറുകഥകളെക്കുറിച്ച് മലയാള വിഭാഗത്തിൽ ഗവേഷണം നടത്തി ഡോക്ടറേറ്റ് നേടി. കേരള യൂണിവേഴ്സിറ്റി റിസർച്ച് സ്ക്കോളേഴ്സ് യൂണിയന്റെ ആദ്യ ചെയർമാൻ. 1986 മുതൽ മുപ്പത്തിരണ്ട് വർഷം ഇന്ത്യയിലെ വിവിധ ആകാശവാണി നിലയങ്ങളിൽ ജോലി ചെയ്തു.
1973 മുതൽ വിവിധ ആനുകാലികങ്ങളിൽ സാഹിത്യ നിരൂപണങ്ങളും (കണ്ണട-പംക്തി) കഥകളുമെഴുതി വരുന്നു. *കലണ്ടർ, പിണിയാൾ, കാവടിക്കടവ്, അപർണ്ണയുടെ കാമുകൻ, ഒറ്റസൂചിയിലോടുന്ന വാച്ച്, വിഭ്രമാകാശ്രം, ധനുഷ്കോടി, നീലിമയുടെ ചന്ദ്രശേഖരൻ, സൈബ്രോഗ്, അഭ്യമൃഗം, ഗാണ്ഡൂൾ, പായൽജലം, പാലക്കാട് നിലമ്പൂർ പാസഞ്ചർ, 100 മിനിക്കഥകൾ, എം രാജീവ് കുമാറിന്റെ ലഘു നോവലുകൾ, തീവിഴുങ്ങിപ്പക്ഷി, ഹൈറേഞ്ച് കഥകൾ, 1001 പ്രണയ കഥകൾ* തുടങ്ങി 19 സമാഹാരങ്ങൾ. മറ്റ് കൃതികൾ: *മാധവിക്കുട്ടി: സംഭാഷണങ്ങൾ, എം രാജീവ്കുമാറിന്റെ കഥകൾ, എം രാജീവ് കുമാറിന്റെ ലഘുനോവലുകൾ* എന്നിവ പ്രധാന കൃതികൾ. എസ് ബി ടി സാഹിത്യ പുരസ്കാരം, കാക്കനാടൻ പുരസ്കാരം എന്നിവ ലഭിച്ചു.

ഭാര്യ : ബീന
വിലാസം : കമലാലയം, അമ്പലംമുക്ക്
കവടിയാർ പി ഒ
തിരുവനന്തപുരം– 695 003
ഫോൺ : 9895686526

ഉള്ളടക്കം

മാധവിക്കുട്ടിയുടെ കഥകളെപ്പറ്റി ഗവേഷണമോ?
എന്ന് നെറ്റിചുളിച്ച സർവ്വകലാശാല പണ്ഡിതന്മാർക്കിടയിൽ
എൺപതുകളുടെ ആദ്യപകുതിയിൽ
സന്തോഷത്തോടെ എനിക്ക് മാർഗ്ഗനിർദ്ദേശം നല്കിയ
ഡോ. പി വി വേലായുധൻപിള്ള സാറിന്...

മാധവിക്കുട്ടിയും ഗ്രന്ഥകാരനും

1992 വരെയുള്ള കാര്യങ്ങളാണ് ഇതിലെ ഉള്ളടക്കം.
മാധവിക്കുട്ടിയുടെ കഥകളെ അധികരിച്ചുള്ള ഈ പഠനത്തിൽ
17 വർഷത്തെ അവരുടെ രചനകളുടെ ചരിത്രരേഖയില്ല.
അത് പൂരിപ്പിക്കാതെ വിട്ടുകളയുന്നു.
കഥയുടെ വസന്തം അന്നേ അസ്തമിച്ചുകഴിഞ്ഞുവല്ലോ.
2009 ൽ കഥാകാരി അന്തരിച്ചശേഷം
ഒരു തിരുത്തലുംകൂടാതെയാണ്
പുസ്തകം പ്രസിദ്ധപ്പെടുത്തുന്നത്.

പ്രസാധകക്കുറിപ്പ്

സാഹിത്യലോകം കണ്ട മൗലിക പ്രതിഭകളിൽ പ്രമുഖയായിരുന്നു മാധവിക്കുട്ടി. കഥകൾ നോവലുകൾ, ആത്മകഥാഖ്യാനങ്ങൾ, കവിതകൾ, അഭിമുഖങ്ങൾ തുടങ്ങി എഴുത്തിന്റെ എല്ലാ മണ്ഡലങ്ങളിലും അവരുടെ കൈമുദ്രകൾ പതിഞ്ഞിട്ടുണ്ട്. നമ്മുടെ മാധവിക്കുട്ടി ലോകത്തിന്റെ കമലാദാസ് ആയിരുന്നു. മാധവിക്കുട്ടിയിൽനിന്നും കമലാദാസിലേക്കും കമലാ സുരയ്യയിലേക്കുമുള്ള വളർച്ച ഏറെ സ്വാഭാവികമായിരുന്നു. താൻ ജീവിച്ച കാലത്തോട് മാധവിക്കുട്ടി നിരന്തരം കലഹിച്ചു. അടുത്തെത്തിയവരെയെല്ലാം സ്നേഹത്തൂവലിനാൽ തലോടി. നാട്യങ്ങളില്ലാതെ സ്നേഹമൊഴികളുതിർത്തു. യാഥാസ്ഥിതികത്വത്തിന്റെ മുഖത്തേക്കു കാർക്കിച്ചു തുപ്പി. മലയാളത്തിൽ മാധവിക്കുട്ടിയുടെ സംഭാവനകൾ പരിശോധിച്ചാൽ കഥകൾക്കാവും ഈട്. നെയ്പ്പായസം, പക്ഷിയുടെ മണം, നുണകൾ, ദൃക്സാക്ഷി, മൂടിക്കെട്ടിയ സായാഹ്നം, സ്ത്രീ, സനാകൻ ചൗധരിയുടെ ഭാര്യ, മലഞ്ചെരുവുകളിൽ.. അങ്ങനെ എത്രയെത്ര കഥകൾ. മാധവിക്കുട്ടിയുടെ കഥകളുടെ ആത്മാവു തേടുകയാണീ കൃതിയിലൂടെ ഡോ. എം രാജീവ്കുമാർ. മാധവിക്കുട്ടിയുടെ കഥകളുടെ ആഴവും പരപ്പും തേടുന്ന ഏതൊരന്വേഷിയുടെയും മുന്നിൽ ഈ പുസ്തകം തുറന്നുവയ്ക്കുന്നു.

ചിന്ത പബ്ലിഷേഴ്സ്

മലയാളകഥയുടെ പരിണാമം മാധവിക്കുട്ടി വരെ

നൂറുവർഷങ്ങൾക്കു മുൻപ്

ഏതാണ്ട് നൂറുവർഷം പ്രായമേ മലയാള ചെറുകഥയ്ക്കുള്ളൂ. പാശ്ചാത്യവിദ്യാഭ്യാസം ലഭിച്ച ചിലരായിരുന്നു അന്ന് ചെറുകഥയെഴുത്തുകാരായി പ്രസിദ്ധരായത്. അവരാകട്ടെ തങ്ങൾക്കു കിട്ടിയ പാശ്ചാത്യ മാതൃകകളെ തങ്ങളുടെ കഥാരചനയിൽ പ്രയോജനപ്പെടുത്തുകയും ചെയ്തു. രൂപഭാവങ്ങളിൽ ലാഘവം, സാരള്യം എന്നിവയായിരുന്നു അവരുടെ മുദ്രാവാക്യം. "കഥാകഥന സമ്പ്രദായമാണെങ്കിൽ ഒരു ന്യൂസ് റിപ്പോർട്ടു പോലെയായിരുന്നു. തുടങ്ങേണ്ടിടത്തു തുടങ്ങി കാലപരിണാമമനുസരിച്ച് കഥ വളർന്ന് ഒരു പരിണാമ ഗുപ്തിയിലവസാനിക്കും. തൊലിപ്പുറമേയുള്ള ചില വികാരങ്ങൾ കൊണ്ട് ഒരു പുറംപൂച്ച് നല്കുകയല്ലാതെ വികാരപരമോ മാനസികമോ ആയ ഗഹനപ്രശ്നങ്ങൾ കഥയിൽ വരാറുണ്ടായിരുന്നില്ല. ഭാവനയുണ്ടായിരുന്നു; പക്ഷേ, അസംഭവ്യമായ ചില കൂട്ടിമുട്ടലുകൾ സൃഷ്ടിക്കുന്നതിൽ മാത്രം."[1]

ആദ്യകഥ

മലയാളത്തിൽ ആരാണ് ആദ്യത്തെ കഥയെഴുതിയത്? തർക്കമുള്ള കാര്യമാണ് അത്. 1876 ൽ കേരളവർമ്മ വലിയകോയിത്തമ്പുരാൻ പ്രസിദ്ധപ്പെടുത്തിയ രണ്ടാം പാഠാവലിയിലും മൂന്നാം പാഠാവലിയിലും ചേർത്തിട്ടുള്ള കഥകളാണ് മലയാള ചെറുകഥയുടെ ആദ്യരൂപം എന്നു ചിലർ വാദിക്കുന്നു.[2] 1868 ൽ കേരളവർമ്മ പ്രസിദ്ധപ്പെടുത്തിയ *വിജ്ഞാനമഞ്ജരി*യിലെ രണ്ടു യാചകരുടെ കഥയാണ് ആദ്യകഥയെന്ന് മറ്റു ചിലർ അഭിപ്രായപ്പെടുന്നു.[3] *മലയാളത്തിലെ ചെറുകഥകൾ* എന്ന പേരിൽ ആദ്യമായി എഴുതപ്പെട്ട ചെറുകഥാനിരൂപണത്തിൽ[4] കേരളവർമ്മ ടെക്സ്റ്റുബുക്ക്

കമ്മിറ്റി പ്രസിഡന്റായ ശേഷമാണ് മലയാളത്തിൽ ചെറുകഥകൾ പ്രചരിച്ചതെന്ന് രേഖപ്പെടുത്തിക്കാണുന്നു. മലയാള ചെറുകഥയുടെ ആദ്യാങ്കുരം *ഒരു കല്ലൻ* എന്ന പേരിൽ വിദ്യാവിലാസിനിയിൽ പ്രസിദ്ധപ്പെടുത്തിയ കൃതിയാണെന്ന് വാദിക്കുന്നവരുമുണ്ട്.[5] ഇതൊന്നുമല്ല 1824 ൽ സി എം എസ് പ്രസ്സിൽ അച്ചടിച്ച *ചെറുപൈതങ്ങൾക്ക് ഉപകാരാർത്ഥം ഇംഗ്ലീഷിൽ പരിഭാഷപ്പെടുത്തിയ കഥകൾ* ആണ് മലയാളത്തിലെ ആദ്യകാലകഥകൾ എന്ന് ചിലർ വിശ്വസിക്കുന്നു.[6]

1891 ൽ *വിദ്യാവിനോദിനി*യിൽ വന്ന 'വാസനാവികൃതി' എന്ന കഥയാണ് ഇതുവരെ കണ്ടുകിട്ടിയിട്ടുള്ളതിൽ ആദ്യത്തേത്. വേങ്ങയിൽ കുഞ്ഞിരാമൻ നായനാരാണ് അത് എഴുതിയത്.[7] ആദ്യകാലത്ത് പല ഉപന്യാസങ്ങൾക്കും ഏതാണ്ട് കഥകളുടെ സ്വഭാവമുണ്ടായിരുന്നു എന്നു പറയാം. പൊങ്ങച്ചം പറച്ചിലും വെടിപറച്ചിലുമായിരുന്നല്ലോ അന്ന് ഉപന്യാസത്തിൽ പ്രത്യക്ഷപ്പെട്ടത്. അന്ന് ഉപന്യാസവും കഥയുമായുള്ള അതിർവരമ്പ് അവ്യക്തമായിരുന്നു. *ഭാഷാപോഷിണി മാസിക* തുടങ്ങിയ കാലം മുതൽ അതിൽ 'ചെറുകഥകൾ' പ്രസിദ്ധപ്പെടുത്തിയതായി കാണാം. എന്നാൽ നല്ല കഥകൾ മാത്രമേ പ്രസിദ്ധപ്പെടുത്തൂ എന്ന നിഷ്കർഷ *രസികരഞ്ജിനി*യിലാണ് ഇദംപ്രഥമമായിക്കാണുന്നത്.[8] 1891 മുതൽ പ്രത്യക്ഷപ്പെട്ടു തുടങ്ങിയ കഥകളുടെ ഇതിവൃത്തത്തിലും ബാഹ്യഘടനയിലും പുലർത്തുന്ന പ്രത്യേകതകൾ കൂടി പരിശോധിച്ചാൽ ഇന്നത്തേതിൽ നിന്നും അവ വളരെ ഭിന്നമാണെന്ന് മനസ്സിലാവും.

മാമൂൽപ്രിയത

തങ്ങളുടെ അനുഭവങ്ങളും വിശ്വാസങ്ങളും ഒക്കെത്തന്നെയാണ് പ്രാരംഭകരായ കഥാകാരന്മാർ കൈകാര്യം ചെയ്തത്. അതുകൊണ്ട് അവരുടെ പ്രമേയങ്ങളിൽ വൈവിദ്ധ്യവും വൈചിത്ര്യവും കാണാം. തറവാടിത്തമുള്ള കഥാപാത്രങ്ങളും കുടുംബബന്ധങ്ങളുടെ സുബദ്ധതയും കേരളീയ ജീവിതത്തിലെ ആഢ്യത്വം വിട്ടുമാറാത്ത ഫ്യൂഡൽ ചിന്താഗതിയും അന്ന് കഥകൾക്കുണ്ടായിരുന്നു. ഈ ചിന്താഗതിക്ക് തുണയായി ജ്യോതിഷത്തിൽ അവർക്കുണ്ടായിരുന്ന വിശ്വാസവും എടുത്തു കാട്ടാം.

ഒടുവിൽ കുഞ്ഞികൃഷ്ണ മേനോന്റെ[9] 'കേളുണ്ണി മൂപ്പിൽ നായർ' പറയുന്നു:

> നാനിക്കുട്ടിയുടെ ജാതകത്തിൽ രാഹു വളരെ മോശമാണ്. രാഹുദശയുടെ സ്വാപഹാരത്തിലാണിതെല്ലാം സംഭവിക്കുന്നത്. ഇനിയും രണ്ടു മൂന്നു കൊല്ലം ആ ദശ നില്ക്കുമെങ്കിലും വ്യാഴം വളരെ ബലനാകയാൽ വരാൻ പോകുന്ന വ്യാഴദശയുടെ ശക്തി ഇപ്പോൾത്തന്നെ വ്യാപിച്ചു തുടങ്ങിയതുകൊണ്ടാണ് കഷ്ടപ്പാടു തീർന്നു പൂർവ്വസ്ഥാനത്തെ പ്രാപിച്ചത്.

അപവാദശങ്കമൂലം താൻ തിരസ്കരിച്ച കാമുകിയെയും സന്താന

ത്തെയും വർഷങ്ങൾക്കുശേഷം കൊള്ളസംഘത്തിന്റെ പിടിയിൽനിന്ന് മോചിപ്പിച്ച് വിസ്മയത്തോടെ തിരിച്ചറിയുന്ന കേളുണ്ണിമൂപ്പിൽ നായർ ജ്യോതിഷത്തെ കൂട്ടുപിടിക്കുന്നതു സ്വാഭാവികം മാത്രം. ജ്യോതിഷ വിശ്വാസവും മാമൂലും ഭക്തിയും ഇടകലർന്ന ജീവിതപ്രമാണം അംഗീകരിക്കുന്ന സമൂഹത്തിൽ പിറക്കുന്ന കൃതിയിൽ അവയുടെ പ്രതിഫലനം സ്വാഭാവികമാണല്ലോ.

യുവജനങ്ങൾ

മിക്ക കഥാകാരന്മാരും യുവജനങ്ങളെയാണ് മുഖ്യകഥാപാത്രങ്ങളായി സ്വീകരിക്കുന്നത്. കഥാനായികയ്ക്ക് പതിനഞ്ചു മുതൽ ഇരുപതുവരെയും കഥാനായകന് ഇരുപതു മുതൽ മുപ്പതുവരെയും വയസ്സുണ്ടാകും. ഇതിന്റെ കാരണമെന്ത്?

> യുവാക്കന്മാരുടെ സ്വഭാവം ഇനിയും യാഥാസ്ഥിതികമായിട്ടില്ല. എത്രയും വിഷമകരമായ ഒരു സന്ധിയിലാണ് അവർ സ്ഥിതി ചെയ്യുന്നത്. അവരുടെ ഗതി ഇങ്ങോട്ടോ അങ്ങോട്ടോ നന്മയിലേക്കോ തിന്മയിലേക്കോ സാഹസികതയിലേക്കോ എന്നു ശങ്കിക്കേണ്ടതായ ഒരു കാലമാണ് അത്.....യുവാക്കളുടെ വിലോഭനീയമായ സൗന്ദര്യം അവരുടെ ആകർഷകത്വത്തെ വർദ്ധിപ്പിക്കുന്നുണ്ടെന്നുള്ളത് ശരി തന്നെ. പക്ഷേ, കഥാകാരന്മാർ മുഖ്യമായി ശ്രദ്ധ പതിപ്പിക്കുന്നത് അവരുടെ സ്വഭാവത്തിന്റെ സന്ദിഗ്ദ്ധാവസ്ഥയിലാണ്.[10]

വ്യവഹാര തല്പരത

വ്യവഹാരകാര്യങ്ങളിലുള്ള ആഢ്യത്വത്തിന്റെ ഉത്സാഹവും ശ്രദ്ധയും നിയമത്തിന്റെ പഴുതന്വേഷണത്തിലൂടെയാണ് വികാസം പ്രാപിച്ചത്. പഴയ കഥാകാരന്മാരിൽ പലരും കോടതിയും നിയമകാര്യങ്ങളും വിഷയമാക്കിയിട്ടുള്ളത് ഇവിടെ സ്മരിക്കാം. ചെപ്പടിവിദ്യക്കാരനെപ്പോലെ യാഥാർത്ഥ്യബോധമില്ലാത്ത കോടതിക്കഥകളും സി എസ് ഗോപാലപ്പണിക്കരെപ്പോലുള്ളവർ എഴുതിയിരുന്നു. 'നീളം കുറഞ്ഞ കത്ത്'[11] എന്ന കഥ ഒരു കള്ളക്കേസിൽ വാദി കാണിച്ച കുടിലകൗശലം പ്രതിഭാഗം വക്കീൽ ബുദ്ധിപൂർവ്വം തെളിയിക്കുന്നതാണ്.

'പൂവള്ളിപ്പറമ്പും പത്തായപ്പുരയും
തുണ്ടു പറമ്പോടുകൂടി ആയിരത്തി
തൊള്ളായിരം ഉറുപ്പികയായി അന്നു
തീർച്ചയാക്കിയതല്ലെ.'

ഇതിൽ ആദ്യത്തെ രണ്ടുവരി മടക്കിയ കടലാസിന്റെ ഇടത്തെ വശത്ത് ഒടുവിലത്തെ വരികളായിരുന്നു. അതു മടക്കി കീറിക്കളഞ്ഞാൽ 1900 രൂപ വെറും 900 രൂപയാകും. ഇതാണ് കഥയിലെ ചെപ്പടി വിദ്യ.

സാമാന്യ യുക്തിക്ക് നിരക്കാത്തതാണെങ്കിലും ഉൽക്കണ്ഠ നില നിർത്തുന്ന ഇത്തരം വിദ്യകൾ അവർക്ക് കരുത്തേകി.

കുറ്റാന്വേഷണകൗതുകം

കുറ്റാന്വേഷണപരമായി നിഗൂഢതയും കാല്പനികാന്തരീക്ഷവും നിറഞ്ഞ കഥകൾ അക്കാലത്തെ ചില കാഥികന്മാർ എഴുതിയിട്ടുണ്ട്. ഉദ്ദേശ്യം നിലനിർത്തി കഥ വായിക്കാൻ പ്രേരിപ്പിക്കുന്ന ഒരു തന്ത്രമാണ് പ്രമേയത്തിന്റെ കുറ്റാന്വേഷണ ഭാവത്തിലൂടെ അവർ കണ്ടെത്തിയത്. വായിക്കാൻ പ്രേരിപ്പിക്കുന്ന ഒരു ഘടകം കഥയിൽ ഒളിപ്പിച്ചു വയ്ക്കുന്ന ഗൂഢരചനാപാടവം എക്കാലത്തെ കഥയ്ക്കുമുണ്ട്. എന്നാൽ കാര്യമില്ലാത്ത മുതലെടുപ്പായി അത് പലപ്പോഴും മാറി.

തേലപ്പുറത്ത് നാരായണ നമ്പിയുടെ കുറ്റാന്വേഷണ സ്വഭാവമുള്ള 'കഠിനകൃത്യം'[12] 'ഒരു അസാധാരണ പരസ്യം'[13] 'ഒടുക്കത്തെ സന്തോഷം'[14] 'വലിച്ചാൽ നീളുന്ന പെട്ടി'[15] എന്നീ കഥകൾ എടുത്തു പറയാവുന്നതാണ്. പൊലീസും മജിസ്ട്രേറ്റും ഇല്ലാത്ത കാലത്ത് നടക്കുന്ന അമ്പാടി നാരായണപ്പൊതുവാളിന്റെ 'ഉളിപിടിച്ച കൈ'[16] കുറ്റാന്വേഷണ മാതൃകയ്ക്ക് തിളക്കമേകുന്ന രചനയാണ്. കോവിലകം പണിയുന്ന മൂത്താശാരിയായ പറങ്ങോടന്റെ പണിപ്പുരയ്ക്കു തീപിടിച്ചു. പറങ്ങോടന്റെ കത്തിയെരിഞ്ഞ ജഡം കിട്ടി. പുര കത്തുന്നതിനു മുൻപ് രാത്രി കോപ്പനാണ് മൂത്താശാരിയുടെ വീട്ടിൽ നിന്നിറങ്ങിപ്പോന്നിട്ടുള്ളത്. കോപ്പൻ കുറ്റവാളിയെന്ന് കൊത്തുവാൾ മമ്മതുഖാൻ തീർച്ചയാക്കി. എന്നാൽ ഇക്കണ്ടക്കുറുപ്പ് സംഭവസ്ഥലത്ത് പ്രാഥമികാന്വേഷണം നടത്തിയപ്പോൾ വിധി കോപ്പന് പ്രതികൂലം. മമ്മതു ഖാൻ പിറ്റേന്ന് സ്ഥലപരിശോധന നടത്തിയപ്പോൾ ആശാരിയുടെ താമസപ്പുരയിലെ മുറിയിൽ വാതിൽപ്പടിയുടെ മുകളിൽനിന്ന് ചോരപുരണ്ട ഉളി കിട്ടി. കോപ്പനെതിരെ മാരകമായ തെളിവ്. പക്ഷേ, ഉളി തലേന്ന് കുറുപ്പിന്റെ പരിശോധനയിൽ മമ്മതു ഖാൻ പറഞ്ഞ സ്ഥലത്തില്ലായിരുന്നു. കുറുപ്പ് വീണ്ടും സ്ഥലപരിശോധന നടത്തി. സംശയങ്ങൾ തീർന്നു. എല്ലാവരേയും കൂട്ടി മൂത്താശാരിപ്പുരയ്ക്കൽ വന്നു. കുറുപ്പ് പുരയ്ക്കുള്ളിൽ വയ്ക്കോലിട്ടു തീപിടിപ്പിച്ചു. "പുര കത്തുന്നേ" എന്ന് എല്ലാവരും ആർത്തുവിളിച്ചു. മൂത്താശാരിയുടെ ഭാര്യയെക്കൊണ്ട് പ്രത്യേകം വിളിച്ചു കരയിപ്പിച്ചു. പെട്ടെന്ന് ചുവരിന്റെ ഒരു ഭാഗം പിളർന്നു. മരിച്ച പറങ്ങോടൻ പുറത്തു വന്നു. മമ്മതു ഖാനും മറ്റുള്ളവരും വിസ്മയിച്ചു. കുറുപ്പ് തന്റെ പിഴയ്ക്കാത്ത നിഗമനങ്ങൾ വിവരിച്ചു. ആദ്യദിവസം ഇല്ലായിരുന്ന ഉളി പിറ്റേന്നു സംഭവസ്ഥലത്തു വന്നതുകൊണ്ട് കള്ളൻ സ്ഥലത്തുണ്ടെന്നൂഹിക്കാം. ഉളിപ്പിടിയിൽ പതിഞ്ഞ കൈയിൽ ആറുവിരലുണ്ട്. കോപ്പന്റെ വലതുകൈയിൽ ആറുവിരലുള്ളത് ശ്രദ്ധിച്ച കുറ്റവാളി ചെയ്ത കൃത്രിമപ്പണിയാണത്. പക്ഷേ, കോപ്പന്റെ ഇടതുകൈയാണ് സ്വാധീനം. അവനാണ് കുറ്റവാളിയെങ്കിൽ സ്വാധീനമില്ലാത്ത വലതു കൈയല്ലേ കുത്താനുപയോഗിക്കുക. പുരയു

ടേയും മുറികളുടേയും ദീർഘവിസ്താരങ്ങൾ അളന്നതിൽ ഒരു മുറിയുടെ വീതിയിൽ ഒരു കോൽ കുറവു കണ്ടതുകൊണ്ട് ഇടഭിത്തിക്കുള്ളിൽ ഒളിക്കാനുള്ള അറയുണ്ടെന്നൂഹിച്ചു. ഇതാണ് കഥയിലെ കുറ്റാന്വേഷണബുദ്ധി. പൊതുവാളിന്റെ 'ഉളിപിടിച്ച കൈ' എന്ന കഥ കോനൺഡോയ്‌ലിന്റെ ഷെർലക്ഹോം കഥാപരമ്പരയിലെ 'നോർവ്വുഡ് ബിൽഡർ'എന്ന കഥയ്ക്കു നല്കിയ കേരളീയ രൂപമാണെന്ന പക്ഷവുമുണ്ട്.[17]

ത്രികോണപ്രേമം

പ്രണയത്തിന്റെ ഗതിവ്യത്യാസവും പ്രണയികളുടെ സ്വഭാവവ്യത്യാസവും അനുസരിച്ച് ക്രോധം, മോഹം, മാത്സര്യം, അസൂയ, പ്രതിക്രിയേച്ഛ മുതലായ വികാരങ്ങളും ഉദാരത, നിസ്വാർത്ഥത, ആത്മത്യാഗം, ക്ലേശസഹിഷ്ണുത തുടങ്ങിയ ശ്രേഷ്ഠ ഗുണങ്ങളും കഥയിൽ പ്രകടമാണ്. പെണ്ണും ആണും തമ്മിലുള്ള ആകർഷണത്തിന്റെ കഥകളായിരുന്നു അവയിൽ മിക്കതും. "രണ്ടു പുരുഷന്മാരും ഒരു സ്ത്രീയും അല്ലെങ്കിൽ രണ്ടു സ്ത്രീകളും ഒരു പുരുഷനും ഉള്ള കാലത്തോളം ചെറുകഥയ്ക്ക് ഒരു ക്ഷാമവുമുണ്ടാകില്ല. ഈ ഇനത്തിലുള്ള കഥാപ്രേരകങ്ങളെ ത്രികോണ ബീജം എന്നു നാമകരണം ചെയ്യാം."[18]

ഒടുവിൽ കുഞ്ഞുകൃഷ്ണ മേനോന്റെ 'ജാനു' എന്ന കഥ അക്കാലത്തെ ത്രികോണപ്രേമ കഥകളുടെ പൊതുസ്വഭാവം വ്യക്തമാക്കുന്നു. അഭ്യാസിയായ കുറുപ്പ് കൊള്ളക്കാരായ മാപ്പിളമാരിൽ നിന്നു ജാനുവിനെ രക്ഷിച്ചു. ഓപ്പയുടെ ചങ്ങാതിയാണ് തന്നെ രക്ഷിച്ചതെന്നറിഞ്ഞ് ജാനു സന്തോഷിച്ചു. എന്നാൽ അവളെ വീട്ടിലേക്കു കൊണ്ടു ചെല്ലുമ്പോൾ കൊള്ളക്കാരനാണെന്ന ധാരണയിൽ അവളുടെ ഓപ്പ കുറുപ്പിനെ വെടിവെച്ചു വീഴ്ത്തി. ചികിത്സിക്കാൻ കൊണ്ടു പോകുമ്പോൾ മാപ്പിളമാർ കുറുപ്പിനെ തട്ടിക്കൊണ്ടുപോയി. അയാൾ മരിച്ചെന്നറിഞ്ഞ് ഇരു കുടുംബങ്ങളും ദുഃഖിച്ചു. കുറുപ്പിന്റെ സഹോദരിയെ കുട്ടിക്കൃഷ്ണമേനോൻ സംബന്ധം ചെയ്തു. ജാനു തപസ്വിനിയെപ്പോലെ കഴിഞ്ഞു. കുറുപ്പിനെ കള്ളന്മാർ രക്ഷിച്ചു.അവരുമായുള്ള അവസ്ഥയിൽ രണ്ടുവർഷക്കാലത്തേക്ക് കുറുപ്പ് രാമനാഥപുരം രാജാവിന്റെ ആശ്രിതനായി അജ്ഞാതവാസം അനുഷ്ഠിക്കുകയാണ്. അവിടെ ഒരു സത്രത്തിൽ വച്ച് രാമേശ്വര യാത്രയിൽ രോഗബാധിതയായ ജാനുവിനെ അയാൾ രക്ഷിക്കുന്നു. ഇരു കുടുംബക്കാരും ഒപ്പമുണ്ടായിരുന്നിട്ടും ആരും ആളെ തിരിച്ചറിയുന്നില്ല. അവരെ കുറുപ്പ് കൊട്ടാരത്തിലേക്ക് വിളിച്ചു. അവിടെ വച്ച് സത്യം വെളിവാകുന്നു. രാജാവിന്റെ മേൽനോട്ടത്തിൽ ജാനുവും കുറുപ്പുമായുള്ള വിവാഹം ആഘോഷപൂർവ്വം നടക്കുന്നു. 'ജാനു' എന്ന കഥയിൽ അങ്ങനെ മേനോൻ രണ്ടു വിവാഹമംഗളങ്ങൾ കഴിപ്പിച്ചു.[19]

വിധി

വിധിയിൽ വിശ്വാസം അർപ്പിച്ചുകൊണ്ട് സംഭവങ്ങളെ ന്യായീ

കരിക്കുന്ന രചനാസ്വഭാവം ഈ കഥാകൃത്തുക്കളിൽ പലരിലും കാണാം. പഴഞ്ചൊല്ലുകളെ കൂട്ടുപിടിക്കുകയും ചെയ്യുന്നുണ്ട് അവർ. "ഉപകാരം ചെയ്യാനല്ലേ ശരീരം. തെറ്റാതെ നടപ്പാനല്ലേ വാക്ക്"[20] ഇപ്രകാരമുള്ള ലോകോക്തികൾ ഇടയ്ക്ക് തിരുകാൻ കഥാകൃത്തുക്കൾ മടിച്ചില്ല. മറ്റു ചില ഉദാഹരണങ്ങൾ: "പ്രോനോട്ടിൽ ഒപ്പിട്ടു പണം മേടിക്കാൻ എളുപ്പമാണ്. അതു മടക്കിക്കൊടുപ്പാനാണ് പണി"[21] "ദൈവം എന്റെ ഭാഗത്തല്ലാത്ത അവസ്ഥയിൽ ഞാൻ ദൈവത്തിന്റെ ഭാഗത്തായിരിക്കുമെന്ന് പറഞ്ഞതു പോലെ എനിക്കു പെട്ടെന്നൊരു യുക്തി തോന്നി"[22]. ഈ ഉദാഹരണങ്ങളിൽ ദൃഷ്ടാന്തരൂപത്തിൽ എടുത്തുകാണിക്കുന്ന ക്രിയാംശപ്രധാനമായ സംഭവങ്ങൾ അക്കാലത്തെ എഴുത്തുകാരുടെ അനുഭവങ്ങളും തർക്കബുദ്ധിയുടെ സ്ഫുരണവുമാണ്. മൂർക്കോത്ത് കുമാരൻ എഴുതിയ 'കലികാലവൈഭവം'[23] ഉദാഹരണമായി സ്വീകരിക്കാം. കൃത്രിമത്വമുള്ള ഒരു കെട്ടുകഥയാണെങ്കിലും കഥാകൃത്തിന്റെ "ഉപ്പുതിന്നവൻ വെള്ളം കുടിക്കും" എന്ന തത്ത്വം കൃതിയിൽ അന്വർത്ഥമാകുന്നു.

കുഞ്ഞിരാമമേനോനു ലക്ഷ്മിക്കുട്ടിയെ വേൾക്കണം. അച്ഛൻ ശങ്കരമേനോൻ അതിന് എതിരാണ്. ചങ്ങാതിയായ കേശവമേനോനെക്കൊണ്ട് പിതാവിനെ വശപ്പെടുത്താൻ ശ്രമിച്ചു. കാര്യം നടന്നില്ല. ചതിയനായ മാപ്പിളയുമായി കുഞ്ഞിരാമമേനോൻ എന്തോ രഹസ്യം പറയുന്നത് കേശവമേനോൻ കണ്ടു. പെട്ടെന്ന് കുഞ്ഞിരാമമേനോൻ നാടുവിട്ടുപോയി. തേടിപ്പോയ ശങ്കരമേനോൻ വഴിക്കുവെടിയേറ്റു മരിച്ചു. കുഞ്ഞിരാമമേനോൻ തിരിച്ചു വന്ന് ലക്ഷ്മിക്കുട്ടിയെ വേട്ടു. കേശവമേനോനു ലക്ഷ്മിക്കുട്ടിയിൽ ആസക്തിയുണ്ട്. ശങ്കരമേനോനെ മാപ്പിളയെക്കൊണ്ട് കൊല്ലിച്ചത് കുഞ്ഞിരാമ മേനോനാണെന്ന് അയാൾ അധികാരികളെ അറിയിച്ചു. കേസു നടന്നു കൊണ്ടിരിക്കെ മരിച്ച ശങ്കരമേനോൻ പ്രത്യക്ഷനാകുന്നു. വെടിവച്ചത് മറ്റൊരു മാപ്പിളയാണ്. കേസു തീർന്നു. മനുഷ്യന്റെ വിധിയും കാലവും രചനാവേളയിൽ അക്കാലത്തെ എഴുത്തുകാർ മനസ്സിൽ സൂക്ഷിച്ചിരിക്കാം.

ചരിത്രസ്മരണകൾ

പ്രണയകഥകളും കുറ്റാന്വേഷണ കഥകളും നർമ്മ കഥകളും കെട്ടുകഥകളും മാത്രമായിരുന്നില്ല, ചരിത്രസ്മരണകളിലേക്ക് നേരിട്ട് ഇറങ്ങിച്ചെല്ലുന്ന കഥകളും അവർ എഴുതിയുണ്ടാക്കി. വീരനായകന്മാരുടെ വീരചരിത്രങ്ങളെ ആദർശവല്ക്കരിക്കുന്ന ചരിത്ര കഥകൾ ഏറെ എഴുതിയത് എം ആർ കെ സിയാണ്. അന്തരീക്ഷസൃഷ്ടിയിലാണ് ഈ കഥാകൃത്ത് വിജയിക്കുന്നത്. 'കണ്ണിപ്പറമ്പിലെ കൊലപാതകൻ'[24] പോലെയുള്ള കഥകൾ ചരിത്രകഥയല്ലെങ്കിലും ചരിത്രപശ്ചാത്തലത്തിലുള്ള കല്പിതകഥകളാണ്. പഴശ്ശിത്തമ്പുരാന്റെ വിശ്വസ്തസഹായിയും ഒതേനൻ, കോമൻ, കണ്ണപ്പൻ തുടങ്ങിയ വീരനായകന്മാരുടെ പരമ്പരയിലെ അവസാനകണ്ണിയും ചരിത്രപുരുഷനുമായിരുന്ന കുങ്കന്റെ വീര സാഹസകൃത്യങ്ങളെ

ആസ്പദമാക്കിയുള്ള കഥാപരമ്പരയാണ് എം ആർ കെ സിയുടെ ചരിത്ര കഥകളിൽ പ്രധാനപ്പെട്ടവ.[25] രാജഭക്തി, ദേശസ്നേഹം, വീരം എന്നീ വികാരങ്ങളുടെ സമന്വയമാണ് ഈ കൃതികൾ. എം ആർ കെ സിക്ക് അവലംബം, ഹൈദരാലിയുടെ കാലംതൊട്ട് ബ്രിട്ടീഷുകാരുടെ ആധിപത്യം സ്ഥാപിതമാകുന്നതുവരെയുള്ള കാലങ്ങളിലെ കേരള ചരിത്രമാണ്; വിശേഷിച്ചും വടക്കൻ കേരളത്തിലെ നാട്ടുരാജ്യങ്ങളുടെയും കൊച്ചിയുടെയും ചരിത്രം.

തിരുവിതാംകൂർ ചരിത്രസംഭവങ്ങളെ ആധാരമാക്കി ചില നല്ല ചെറുകഥകൾ ആയാംകുടി പി ആർ ശങ്കരപ്പിള്ള എഴുതിയിട്ടുണ്ട്. "സ്വാഭാവികതയും ലാളിത്യവും നിലനിർത്തി ചരിത്രപശ്ചാത്തലത്തിൽ കഥാപാത്രങ്ങളെ ചിത്രീകരിക്കാൻ സാധിച്ചിട്ടുള്ളതിനാൽ ശങ്കരപ്പിള്ളയുടെ കഥകൾക്ക് പ്രത്യേക ചാരുതയുണ്ട്."[26] 'വേണാട്ടിളമുറ'[27], 'കാലം കഴിഞ്ഞ കത്ത്'[28], 'പണപ്പെട്ടി തട്ടി'[29], 'പൗരുഷത്തിലും പ്രേതം'[30] എന്നീ കഥകൾ ഉദാഹരണം.

ഇറക്കുമതി

വൈദേശിക സാഹിത്യകൃതികളുടെ ചുവടുപിടിച്ച് അന്തരീക്ഷ സൃഷ്ടിയിൽ ചില നീക്കുപോക്കുകൾ നടത്തി മലയാളത്തിലേക്ക് ഇറക്കുമതി നടത്താനും ആദ്യകാല കഥാകാരന്മാർ ശ്രമിച്ചിരുന്നു. ഒടുവിൽ കുഞ്ഞികൃഷ്ണമേനോൻ തുടങ്ങിയ ആദ്യകാല കഥാകൃത്തുക്കൾ ഇംഗ്ലീഷ് സാഹിത്യത്തിലെ കിപ്ളിങ്ങിന്റെയും അല്ലൻപോയുടെയും കഥകളെയാണ് സ്മരിപ്പിക്കുന്നത്.[31] 'ബാങ്ക് നോട്ട്' എന്ന പേരിൽ സി എസ് വാര്യർ എഴുതിയ കഥയെ 'മലയാളത്തിലെ ഓവർകോട്ട്' ആയിട്ടാണ് ഡോക്ടർ സി ബി കുമാർ നിരൂപിക്കുന്നത്.[32] 'ബാങ്ക്നോട്ട്' എന്ന കഥയിൽ മോഷണം പോയ ഒരു ബാങ്ക് നോട്ടിനെത്തുടർന്നുണ്ടായ സംഭവങ്ങളുടെ പശ്ചാത്തലത്തിൽ പാവപ്പെട്ട ഒരു കുടുംബത്തിന്റെ ഉൽക്കണ്ഠാകുലമായ ചില മഹൂർത്തങ്ങൾ അനാവരണം ചെയ്യുന്നു. ഓവർകോട്ടിലാകട്ടെ മോഷണം പോയ ഓവർ കോട്ടിനുവേണ്ടി ദാഹിച്ചു നടക്കുകയാണ് ഗോഗോളിന്റെ സാധുവായ ഓഫീസ് ഗുമസ്തൻ.

നർമ്മബോധം

ആളുകൾക്ക് പറ്റുന്ന വിഡ്ഢിത്തങ്ങളെപ്പറ്റി, നാട്ടുകാർക്കിടയിൽ പ്രചരിപ്പിച്ചിട്ടുള്ള ചില വാസ്തവ സംഭവങ്ങളെ ആധാരമാക്കി രചന നടത്തുക പലരുടേയും അക്കാലത്തെ വിരുതായിരുന്നു. വേങ്ങയിൽ കുഞ്ഞിരാമൻ നായനാരുടെ *മദിരാശിപ്പിത്തലാട്ടം*, മലബാറിൽ പ്രചാരമുള്ള പുത്തിയുണ്ട് പുത്തിപെറ്റ അഞ്ചാറു മക്കളുണ്ട് എന്ന ഫലിതച്ചൊല്ലിനെ ആസ്പദമാക്കി രചിച്ച *പൊട്ടഭാഗ്യം* എന്നീ കഥകൾ രണ്ട് ഉദാഹരണങ്ങൾ മാത്രം. നർമ്മത്തിൽ മുക്കിയ രചനാരീതിക്ക് കെ സുകുമാരന്റെ കഥകളിൽ വേണ്ടുവോളം ഉദാഹരണങ്ങൾ കണ്ടെത്താം. "എന്നെ

വിവാഹം ചെയ്യാമെന്ന് സമ്മതിച്ച് ഈ തീയതിക്ക് ഇന്നത്തെ തുകയോടുകൂടി ഏകദേശം മുപ്പത്താറുലക്ഷത്തി എഴുപത്തെണ്ണായിരത്തഞ്ഞൂറ്റിനാല്പത്തിരണ്ടു ചുംബനങ്ങൾ അവളുടെ ചുണ്ടിൽ പതിഞ്ഞുപോയിരിക്കുന്നു. ഇതിൽപ്പരം രസമെന്താണ്!!!"[33] കാമുകി വിവാഹം കഴിക്കാമെന്ന് സമ്മതിച്ചപ്പോൾ വേഷപ്രച്ഛന്നനായി വന്ന കാമുകൻ 'ഒരു വീരവാദം' എന്ന കഥയിൽ പറയുന്ന കണക്കുകളാണിത്. "മി. സുകുമാരന്റെ ചെറുകഥകൾക്കാകെ പ്രഹസനങ്ങൾ എന്ന പേരാണ് കുറെക്കൂടി യോജിക്കുക"[34].

സ്ത്രീകളുടെ കമ്പാർട്ടുമെന്റിലെ സുന്ദരികളെ നോക്കി രസിച്ചു നിന്നിരുന്ന കഥാനായകന് പിണഞ്ഞ ആപത്ത് 'ആരാന്റെ കുട്ടി' എന്ന കഥയിൽ കെ സുകുമാരൻ ആവിഷ്കരിക്കുന്നു. കുഞ്ഞിനെ ഏല്പിച്ചിട്ട് സ്ഥലംവിട്ട യുവതി മടങ്ങി വരുന്നതുവരെയുള്ള കഥാനായകന്റെ മാനസികാവസ്ഥയും മറ്റുള്ളവരുടെ പ്രതികരണവും ചിരിയുണർത്താൻ പോന്നതാണ്. റെയിൽവേ പൊലീസുകാർ കുട്ടിയെ ഏറ്റെടുക്കുന്നില്ല. ഗത്യന്തരമില്ലാതെ വീട്ടിലേക്കു കൊണ്ടുപോയി. വഴിയിൽ വച്ച് കുട്ടിക്ക് അച്ഛന്റെ ഛായ നല്ലതുപോലെയുള്ളതിൽ ചിലർ അനുമോദിച്ചു. തനിക്കു മറ്റൊരുവളുണ്ടെന്ന് സംശയിക്കുന്നവളാണ് ഭാര്യ. അവർ കുട്ടിയെക്കണ്ട് കോപിച്ചു, കരഞ്ഞു. സത്യാവസ്ഥ ഭാര്യയെ ബോദ്ധ്യപ്പെടുത്താനായില്ലെങ്കിലും തെല്ല് ശാന്തതയുണ്ടായപ്പോൾ പൂന്താണി കല്യാണി എന്നൊരുവളുടെ വക്കീൽ നോട്ടീസ് വന്നു. അവളിലുണ്ടായ കുട്ടിക്ക് ചെലവിനു കൊടുക്കാനാവശ്യപ്പെട്ടപ്പോൾ വഴക്കിട്ട് കുട്ടിയെ എടുത്തുകൊണ്ടുപോയതാണെന്നും കിട്ടാനുള്ള സംഖ്യ മുഴുവൻ കൂട്ടി കുട്ടിയെ മടക്കിക്കൊടുക്കേണ്ടതാണെന്നുമാണ് വാദം. വീണ്ടും ഒരു സുന്ദരി വീട്ടിൽക്കയറി വന്നു. തന്റെ കുട്ടിയെ അച്ഛൻ ഗുരുവായൂർക്കു കൊണ്ടുപോയി മാസം ഒന്നു കഴിഞ്ഞിട്ടും തിരിച്ചുവന്നിട്ടില്ലെന്നും നായകനു കിട്ടിയ കുട്ടിയെ കാണണമെന്നും അവർ പറഞ്ഞു. കുട്ടി അമ്മയെ കണ്ടു കുതിച്ചു. സത്യസ്ഥിതി പിന്നീട് കോടതിയിൽ തെളിഞ്ഞു. ഇതാണ് കഥാസാരം. ആരാന്റെ കുട്ടിയെയും കൊണ്ട് കഥാനായകൻ വീട്ടിലെത്തുന്നതുവരെയുള്ള സമയം മതി കെ സുകുമാരന്റെ കഥയിലെ പ്രഹസന സ്വഭാവം മനസ്സിലാക്കാൻ.

സാധാരണ മനുഷ്യർ

മലയാള ചെറുകഥാസാഹിത്യത്തിലെ ആദ്യതലമുറയിൽ നായനാരും മൂർക്കോത്ത് കുമാരനും പില്ക്കാലത്ത് ഇ വി കൃഷ്ണപിള്ളയും മാത്രമേ റൊമാന്റിക് ലോകത്തു നിന്ന് സാധാരണ മനുഷ്യരുടെ ലോകത്തിലേക്ക് ഇറങ്ങി വന്നിട്ടുള്ളൂ.[35] ആഭരണക്കമ്പംമൂലം കുടുംബത്തിൽ ഒരു സ്ത്രീ വരുത്തി വെക്കുന്ന കലഹത്തിന്റെ സരസാഖ്യാനമായ 'ജ്യേഷ്ഠത്തിയമ്മയുടെ ആഭരണങ്ങൾ' തീയരുടെ ഇടയിൽ നടപ്പുണ്ടായിരുന്ന താലികെട്ടു കല്യാണത്തിന്റെ ആവശ്യകത വ്യക്തമായി രചിച്ച് 'ഒരൊറ്റ നോട്ടം', 'കൊലയോ ആത്മഗതിയോ', നിരീശ്വരവാദത്തേയും യുക്തിവാദത്തേയും

പരിഹസിച്ചെഴുതിയ 'ചങ്ങാതിയുടെ പരിവർത്തനം' എന്നീ കഥകൾ അതിന് സാക്ഷ്യം വഹിക്കുന്നു. "ഉള്ളടക്കത്തിന്റെ സാമൂഹിക മൂല്യത്തിലാണ്, കഥാശില്പത്തിന്റെ ഭദ്രതയിലല്ല കുമാരന്റെ ശ്രദ്ധ".[36]

ഏകാഗ്രതയും ഭാവാർദ്രതയും വിഷയവൈചിത്ര്യവുമുള്ള മൂർക്കോത്തു കുമാരന്റെ കഥയാണ് 'വനകുസുമം'. ദരിദ്ര കുടുംബത്തിലെ സുശീലകളായ ജ്യേഷ്ഠാനുജത്തിമാരിൽ ജ്യേഷ്ഠത്തിയെ വിവാഹം കഴിക്കാനുദ്ദേശിച്ചിരുന്ന ശങ്കരൻ സ്വസഹോദരിയുടെ നിർദ്ദേശമനുസരിച്ച് അനുജത്തിയെ കൈക്കൊള്ളാനുറയ്ക്കുന്നു. സ്നേഹവതിയായ ജ്യേഷ്ഠത്തി തകർന്ന മനസ്സോടെ തന്റെ സമ്പാദ്യം അനുജത്തിയുടെ വിവാഹച്ചെലവിനായി സമർപ്പിച്ചുകൊണ്ട് താൻ ആത്മഹത്യ ചെയ്യില്ലെന്നു കുറിപ്പെഴുതിവെച്ച് വീടുവിട്ടുപോവുകയാണ്. "നേരം പോക്ക് എന്ന നിലയിൽനിന്ന് മനുഷ്യാനുഭവങ്ങളുടെ പ്രകാശനമെന്ന പദവിയിലേക്ക് ചെറുകഥാസാഹിത്യത്തെ ഉയർത്തുകയായിരുന്നു മൂർക്കോത്തു കുമാരൻ"[37].

ഭാഷ

ഭാഷാപ്രയോഗത്തിൽ ആദ്യകാല കഥാകൃത്തുക്കൾ മലയാള ഭാഷയുടെ ഓജസ്സ് ഉയർത്തിപ്പിടിക്കാനുള്ള ശ്രമം നടത്തുന്നതായി കാണാം. പ്രൗഢമണിപ്രവാളഗദ്യരീതി മാറ്റി നിർത്തി നാടൻ പ്രയോഗങ്ങളുടെയും ശൈലികളുടെയും സൗന്ദര്യം സരളമലയാളഗദ്യത്തിൽ സാഹിത്യഭാഷയാക്കി പ്രചരിപ്പിച്ചതിൽ നായനാർ, മൂർക്കോത്തു കുമാരൻ, എം ആർ കെ സി, സി എസ് ഗോപാലപ്പണിക്കർ എന്നിവർ അനല്പമായ പങ്ക് വഹിച്ചിട്ടുണ്ട്. അമ്പാടി നാരായണപ്പൊതുവാളിനെപ്പോലുള്ളവരുടെ *പ്രാസഭ്രമം* കൃതികളിലും കാണാം. 'വളകൊണ്ട് വനിത', 'ആദരിച്ച പാതിര', 'കഷ്ടപ്പാടിന്റെ കൊണ്ടാട്ടം' എന്നിവ ഇതിന് ഉദാഹരണങ്ങളാണ്. പഴമൊഴികൾ കലർന്ന ഒഴുക്കുള്ള ഭാഷ അമ്പാടി നാരായണപ്പൊതുവാളിന്റെ 'ഉളിപിടിച്ച കൈ' എന്ന കഥയുടെ ആരംഭത്തിലുണ്ട്. "പൊലീസും മജിസ്ട്രേറ്റും അക്കാലത്തില്ല". കയറും മുളകും കുറ്റം തുമ്പുണ്ടാക്കുവാനുള്ള ഉപകരണങ്ങളാണെന്ന് ആരും വിചാരിച്ചതുമില്ല. കോർട്ടിലേല്പിക്കലും എടകുകഴവയും തച്ചുശാസ്ത്രത്തിലെ സംജ്ഞകളെന്നല്ലാതെ ഭേദ്യവകുപ്പിലെ പ്രയോഗവിശേഷങ്ങളാണെന്നു ജനങ്ങൾക്കറിവായിത്തുടങ്ങിയതും അന്നു മുതൽക്കല്ല. ഈടും ചോടും പിടിച്ച് കുറ്റം തുമ്പുണ്ടാക്കുന്നതിന് കയ്യൂക്കിനേക്കാൾ നല്ലതു നെഞ്ചൂക്കും തന്മിടുക്കുമാണ് എന്നു പരബോധം വരുത്തി പരോപദ്രവം കൂടാതെ അന്വേഷിച്ചു വന്ന ഇക്കണ്ടക്കുറുപ്പ് കാര്യക്കാർ...."[38] ബാഹ്യശില്പത്തിലെ ഈ വ്യതിയാനം കഥയിൽ മാത്രമല്ല മലയാള ഗദ്യശാഖയ്ക്കു തന്നെ മുതൽക്കൂട്ടാണ്. സംസ്കൃതഗന്ധിയായ ഭാഷയെ ദ്രാവിഡത്തനിമയിലേക്കു വകഞ്ഞു മാറ്റാനുള്ള ശ്രമങ്ങളായിരുന്നു അബോധപൂർവ്വമായിട്ടെങ്കിലും പഴയ കാഥികന്മാർ നടത്തിയത്. കഥയുടെ ആന്തരിക ഘടനയിൽ മണിപ്രവാള ഭാവം വിട്ടതുമില്ല.

വർണ്ണന

ദീർഘമായ വർണ്ണനകൾ അവർ കൃതികളിൽ കുത്തിനിറയ്ക്കാൻ മടിച്ചില്ല. കഥാപാത്രങ്ങളുടെ കാര്യത്തിലാണെങ്കിൽ "ഒരു ശരാശരി കണക്ക് എടുക്കുന്ന പക്ഷം ഒരു വക തവിട്ടു നിറം - അഥവാ കരിഞ്ഞ കാപ്പിയിൽ പാലൊഴിച്ചാലുള്ള നിറം ആയിരിക്കും സാമാന്യമായി കഥാ നായകന്മാർക്കു കാണുക. എന്നാൽ കഥാനായികമാരുടെ നിറം എപ്പോഴും പത്തരമാറ്റുള്ള തങ്കം തന്നെയാണ്. ഞാൻ പല ചെറുകഥകളും വായിച്ചി ട്ടുണ്ട്. പക്ഷേ, പത്തരമാറ്റിൽ ഒരു മാറ്റെങ്കിലും കുറഞ്ഞിട്ടുള്ള ഒന്നില ധികം നായികമാരെ ഞാൻ കണ്ടിട്ടില്ല."[39] കെ സുകുമാരന്റെ ഒരു സൗന്ദര്യ വർണ്ണന ഇപ്രകാരമാണ്. "ഈശ്വരാ! ഈശ്വരാ! എന്തൊരു സീമയില്ലാത്ത സൗന്ദര്യമാണ്. എന്തൊരു കളങ്കമില്ലാത്ത വെള്ളനിറമാണ്; എന്തൊരു തെളിഞ്ഞ പ്രസന്നതയും പ്രസാദവുമാണ്; 'അർക്കായുധ പ്രഭയോടൊ ക്കുന്ന കാന്തിഭരമോർക്കാവതല്ല ശിവ നോക്കാവതല്ല ശിവ' എന്ന് തല കുലുക്കിക്കൊണ്ട് ആരോടാണ് പറഞ്ഞു പോകാത്തത്."[40]

ഇനി പുരാണ കഥാവർണ്ണനകൾ. ഇത്തരം വർണ്ണനകളിൽ കാണുന്ന ശൈലി, വിജ്ഞാനം വിളമ്പാനും കൂടി ഉദ്ദേശിച്ചുള്ളതാണ്. ഒരു ഉദാഹ രണം: "നാട്ടു വർത്തമാനങ്ങൾ വളരെപ്പറഞ്ഞു. ഞങ്ങൾ കവികളേയും കവിതകളേയും പറ്റി സംസാരിച്ചു. ഞങ്ങൾ സ്ത്രീകളുടെ വിദ്യാഭ്യാസ ത്തെപ്പറ്റിയും മലയാളത്തിലെ സംബന്ധത്തെപ്പറ്റിയും പറഞ്ഞു. ഞങ്ങൾ ഗോവധത്തെപ്പറ്റിയും ഊട്ടുപുരയെപ്പറ്റിയും ആക്ഷേപിച്ചു. ഞങ്ങൾ എല്ലാ ജനുസ്സിലുള്ള ആഭരണങ്ങളെപ്പറ്റിയും എല്ലാ നിറത്തിലുള്ള ഉടുപ്പുകളെ പറ്റിയും പ്രസ്താവിച്ചു. ഞങ്ങൾ നാടുവാഴികളെപ്പറ്റിയും കാട്ടുമൃഗങ്ങ ളെപ്പറ്റിയും സംസാരിച്ചു. ഞങ്ങൾ പുരാണങ്ങളെപ്പറ്റിയും ഇതിഹാസ ങ്ങളെപ്പറ്റിയും സംസാരിച്ചു. അവൾ *ഭഗവദ്ഗീത*യെ വർണ്ണിച്ചപ്പോൾ ഞാൻ *അമരകോശ*ത്തെ വർണ്ണിച്ചു. അവൾ ഭഗദത്തന്റെ നാരായണാസ്ത്രത്തെ പ്രശംസിച്ചപ്പോൾ ഞാൻ കർണ്ണന്റെ നാഗാസ്ത്രത്തെയും വാഴ്ത്തിപറ ഞ്ഞു. അവൾ ഹനുമാന്റെ വാലിന്റെ രോമത്തെപ്പറ്റി വിവരിച്ചപ്പോൾ ഞാൻ വിശ്വാമിത്രന്റെ താടിയുടെ നീളത്തെപ്പറ്റി വിവരിച്ചു. അവൾ വേദാർത്ഥ നിഗൂഢതത്ത്വ സാരസംക്ഷേപത്തെപ്പറ്റി പ്രലപിച്ചപ്പോൾ ഞാൻ ഋഗ്വേദ മഹിമാദിശയ വിസ്തീർണ്ണതയെപ്പറ്റി ആലോചിച്ചു. അവൾ അതും ഇതും പറഞ്ഞപ്പോൾ ഞാൻ ഇതും അതും പറഞ്ഞു. ഞങ്ങൾ രണ്ടുപേരും ചിരി ക്കുകയും മദിക്കുകയും കളിക്കുകയും രസിക്കുകയും ചെയ്തു."[41] ഇത്തരം സന്ദർഭങ്ങൾ ദീർഘവർണ്ണനയുടെ ഭാഗമായി മുഖ്യപ്രമേയത്തെ സ്പർശി ക്കാതെ പൊങ്ങിക്കിടക്കുന്നു. കഥയുടെ സമഗ്രമായ ശില്പഘടനയിൽ വർണ്ണനകൾ അനാവശ്യമായിത്തീരുന്നത് ആദ്യകാലകഥാകാരന്മാരുടെ കൃതികളിൽ കണ്ടെത്താം.

കവിതാപ്രേമം

കവിതക്കമ്പക്കാരായിരുന്നു ആദ്യകാലകഥാകാരന്മാർ. സി എസ്

ഗോപാലപ്പണിക്കരുടെ *മുതലനായാട്ടിൽ* എറണാകുളം നഗരവിശേഷങ്ങളെ ശ്ലോകരൂപത്തിൽ വർണ്ണിച്ചിട്ടുണ്ട്. 'കല്യാണിക്കുട്ടി' ക്ഷേത്രത്തിൽ മനസ്സാചൊല്ലുന്ന ദീർഘസ്തോത്രവും രാമനാഥപുരത്തു കൊട്ടാരത്തിൽ താമസിക്കുന്ന കുറുപ്പിന് കൊടുങ്ങല്ലൂർ കുഞ്ഞിക്കുട്ടൻ തമ്പുരാന്റെ രാമചരിതകാവ്യം തപാലിൽ വരുമ്പോൾ ഒന്നാം ശ്ലോകം നോക്കി രണ്ടാം ശ്ലോകം പുറത്തുകേൾക്കാത്തവണ്ണം ചൊല്ലുന്നതും കവിതക്കമ്പം കലാകാരന്മാർക്ക് ഏറിയതു നിമിത്തമാണ്. ഇത്രയും കൊണ്ടു തൃപ്തനാകാതെ സംസ്കൃതശ്ലോകത്തിന്റെ പരിഭാഷയായി ഒരു മലയാള ശ്ലോകം കൂടി രചിച്ചിട്ട് ആ ശ്ലോകത്തിന്റെ ആലങ്കാരിക ഭംഗിയെപ്പറ്റിയായി വിചാരം. അമിതമായ കവിതാക്കമ്പം രചനാശില്പത്തിൽ വരുത്തിയ ശൈഥില്യത്തിന് തെളിവാണ് 'കല്യാണിക്കുട്ടി' എന്ന കഥ.

സംഭാഷണം

അച്ചടി ഭാഷയും പ്രബന്ധ ഭാഷയും സംഭാഷണത്തിന് ഉപയോഗിച്ചിരുന്ന ആദ്യകാലകഥാകാരന്മാരിൽ ചിലർ കഥാപാത്രങ്ങളുടെ പ്രകൃതിക്കനുസരിച്ച് അവരെക്കൊണ്ട് സംസാരിപ്പിക്കുന്നതിനും ശ്രദ്ധിച്ചിരുന്നു. വേങ്ങയിൽ കുഞ്ഞിരാമൻ നായനാരുടെ 'മേനോക്കിയെ കൊന്നതാരാണ്'[42] എന്ന കഥയിൽ പുള്ളിയും പൊലീസുകാരനും തമ്മിലുള്ള സംഭാഷണം ഉദാഹരണമായി ഉദ്ധരിക്കാം:

മാലിങ്കൻ:-(സൂക്ഷിച്ചു നോക്കിയിട്ട് ആശ്ചര്യത്തോടെ) എ; അല്ലാ - ഇതേടന്ന നിങ്ങൾക്കു കിട്ടിയത - ഇതോ എന്റെ തൊപ്പിയല്ലൊ.

ഹെഡ്കോൺസ്റ്റബിൾ:- ഇതെന്താ നോക്കൂ. ഇതിനൊരു വെടി കൊണ്ടമാതിരി അടയാളം കാണുന്നുണ്ടല്ലോ.

മാലിങ്കൻ:- (ചിരിച്ചുകൊണ്ട്) അത സാരൂല്ല - എന്റെ തോക്കു കുറെ നാളായി നറച്ചിട്ട. ഇന്നലെ ഒറ്റയ്ക്കു പോയിനായിരുന്നു. ഇത്തിരി നടന്നു നോക്കീറ്റ ഒന്നിനെയും കണ്ടില്ല. പഴേ നിറയ്ല്ലെ, ഒന്നു ഒയിച്ചുകളാന്നിച്ചിച്ച ഈ തൊപ്പി ഒരു മരത്തിന്റെ കൊമ്പിനി കൊളുത്തീറ്റ നോട്ടം വെച്ചു. അയിന ഒന്നേ കൊണ്ടിട്ടുള്ളൂ - ഇതേടന്ന നിങ്ങൾ കിട്ടിയത?"

ഒടുവിലിന്റെയും നാരായണപ്പൊതുവാളിന്റെയും മൂർക്കോത്തു കുമാരന്റെയും കഥാപാത്രങ്ങൾ അവർ ഏതു തരക്കാരായാലും മിക്കവാറും ഗ്രന്ഥകാരന്റെ സാഹിത്യഭാഷയിൽ തന്നെയാണ് സംസാരിക്കുന്നത്. മേൽ ഉദ്ധരിച്ച നായനാരുടെ കഥയിലെ സംഭാഷണ ഭാഗത്ത് നാടകത്തിന്റെ സ്വാധീനമുണ്ട്. ഭാവസൂചന ബ്രാക്കറ്റിനുള്ളിൽ എഴുതുന്ന രീതിയും കഥാപാത്രത്തിന്റെ പേരെഴുതി ചിഹ്നമിടുന്ന സമ്പ്രദായവും ആദ്യകാലകഥാകാരന്മാരിൽ സാധാരണമാണ്.

സന്ധിബന്ധങ്ങൾ

കഥയുടെ ആന്തരിക ശില്പത്തിന് നാടകത്തോടാണ് ഏറെ അടുപ്പം. പ്രമേയം അനുക്രമമായി വികസിച്ച് പരിണാമഗുപ്തിയിലെത്തുന്ന നാടകശില്പമാണ് അവർ പ്രയോഗിച്ചത്. ക്രിയകൾ സംഭാഷണത്തിന്റെ

സഹായത്താൽ വിന്യസിപ്പിക്കുന്ന നാടകകൃത്തിന്റെ രചനാരീതി ഇതിൽ പ്രകടമാണ്. സംസ്കൃതനാടക കൃത്തുക്കളായ ഭാസനും കാളിദാസനും സ്വപ്നവാസവദത്തത്തിലും മാളവികാഗ്നി മിത്രത്തിലും യഥാക്രമം സ്വീകരിച്ചതുപോലെ പ്രച്ഛന്നവേഷ സ്വഭാവത്തോടെ കഥാഗാത്രമൊരുക്കുന്ന തന്ത്രം ആദ്യകാല കഥാകൃത്തുക്കളെ സ്വാധീനിച്ചിരുന്നു. രാജാക്കന്മാർക്കു പകരം യൗവനയുക്തരായ സ്ത്രീപുരുഷന്മാർക്ക് ഒന്നിക്കുന്നതിനുവേണ്ടി കഥയിൽ അവർ അവസരം ഒരുക്കി.

കഥാന്ത്യത്തിൽ വേഷപ്രച്ഛന്നരായ നായകനോ നായികയോ പുറത്തുവരുന്നു. ഉൽക്കണ്ഠയെ പരകോടിയിലെത്തിച്ചിട്ട് സത്യം വെളിവാക്കാൻ കഥാകൃത്ത് കണ്ടെത്തുന്ന ഈ തന്ത്രത്തിലാണ് അക്കാലത്തെ കഥകൾ നിലനില്ക്കുന്നത്. കഥാരംഭത്തിൽത്തന്നെ ഉൽക്കണ്ഠ ആരംഭിക്കുന്നു. ഒരു വിഷമപ്രശ്നം സങ്കല്പിച്ചുണ്ടാക്കുക. അതിന്റെ കുടുക്കിൽ നിന്ന് ബുദ്ധികുശലതകൊണ്ട് രക്ഷപ്പെടുക. ഇതിനിടയിൽ യുക്തിക്കു നിരക്കാത്തത് പലതുമുണ്ടാകും. സംഭവങ്ങളുടെ പരമ്പര തന്നെയുണ്ടാവും കഥയിൽ. വേങ്ങയിൽ കുഞ്ഞിരാമൻ നായനാരുടെ 'വാസനാവികൃതി'[43] മുതൽ ആരംഭിക്കുന്നതാണ് ഈ രചനാവിദ്യ. 'ദ്വാരക'[44]യിൽ അതൊരു സ്വപ്നവ്യാഖ്യാനമാണ്. ഒടുവിൽ കുഞ്ഞുകൃഷ്ണമേനോന്റെ 'ജാനു', മൂർക്കോത്ത് കുമാരന്റെ 'കലികാലവൈഭവം', സി എസ് ഗോപാലപ്പണിക്കരുടെ 'വളകൊണ്ട വനിത', സി പി അച്യുതമേനോന്റെ 'എന്റെ ആദ്യത്തെ ഫീസ്'[45], സി എസ് ഗോപാലപ്പണിക്കരുടെ 'കൈനേട്ടം മാറി', എം ആർ കെ ജി യുടെ 'അച്ഛന്റെ ഒസ്യത്ത്', കെ സുകുമാരന്റെ 'ആരാന്റെ കുട്ടി', എന്നീ കഥകൾ ആദ്യകാല കഥകളിൽ അനുവർത്തിച്ചിരുന്ന പ്രമേയ സംവിധാനത്തിലെ ബുദ്ധികുശലത വെളിവാക്കുന്നു. 'ജാനു'വും 'കലികാലവൈഭവ'വും സന്ധിബന്ധങ്ങൾക്ക് ഉത്തമ ഉദാഹരണമായി എടുത്തു കാട്ടാം.

ഇടക്കണ്ണി

കഥകൾ ദൈർഘ്യംകൊണ്ട് ചെറുതാണെങ്കിലും കാലവും പ്രമേയസങ്കീർത്തനതയും ഒരു നോവലിനു പോരുന്നതായിരുന്നു. സൂക്ഷ്മാംശങ്ങളിലേക്ക് ഇറങ്ങാതെ കഥ നേർത്തു വന്നപ്പോഴാണ് ഇ വി കൃഷ്ണപിള്ളയുടെ രംഗപ്രവേശം. നാടകത്തിന്റെ പരിവേഷമുള്ളതാണ് ഇ വി കൃഷ്ണപിള്ളയുടെ കഥകൾ. കഥാപാത്രങ്ങളുടെ വികാരവിചാരങ്ങളെ ആവിഷ്കരിക്കുന്നതിൽ അക്കാലത്തെ മറ്റു കഥാകാരന്മാരുടെ കൃതികളിൽ കാണാത്ത അഗാധത ഇ വിയുടെ പല കഥകളിലും കണ്ടെത്താം. "കൃത്യമായി പറഞ്ഞാൽ ചെറുകഥാകൃത്തുക്കളുടെ ഒന്നാംതലമുറയ്ക്കും രണ്ടാം തലമുറയ്ക്കും ഇടയ്ക്കുള്ള കണ്ണിയായിരുന്നു ഇ വി കൃഷ്ണപിള്ള. അദ്ദേഹത്തിന്റെ ആദ്യകാല കഥകൾ ഫലിതകഥകളായിരുന്നില്ല"[46]. എന്നാൽ "ഇ വി കൃഷ്ണപിള്ളയെപ്പോലെ നർമ്മ ചിത്രീകരണങ്ങൾ മെനഞ്ഞെടുക്കാനോ സംഘടിതങ്ങളായ കഥകൾ പണിഞ്ഞെടുക്കാനോ പ്രാഗ

ത്ത്യമുള്ള എഴുത്തുകാർ ഉണ്ടായിരുന്നെങ്കിലും ഈ നൂറ്റാണ്ടിന്റെ നാലാം ദശകത്തിലേ മലയാള ചെറുകഥയ്ക്ക് അതിന്റെ യഥാർത്ഥ മഹിമ കൈവന്നുള്ളു."[47]

ചുരുക്കത്തിൽ

കുറ്റകൃത്യങ്ങളും ധീരസാഹസിക കർമ്മങ്ങളും പ്രേമവും പരിണാമഗോപനവും കൂടിക്കലർന്ന രചനാരീതി, അസംഭവ്യങ്ങളും അതിശയോക്തിപരങ്ങളുമായ ക്രിയാകല്പനകൾ, കവിതാ പ്രേമവും മാമൂൽ പ്രിയവും മുഴച്ചുനില്ക്കുന്ന കഥാപാത്രം, ജ്യോതിഷജ്ഞാനമുള്ള കഥാപാത്രങ്ങൾ, സാഹിത്യമയമായ സംഭാഷണം, പഴഞ്ചൊല്ലുകളുടെയും നാടോടിക്കഥകളുടെയും സമൃദ്ധി, അനാവശ്യ വർണ്ണനകൾ അതിനു താങ്ങാനാവാത്ത ദൈർഘ്യം, സംഭവങ്ങളുടെ സങ്കീർണ്ണത എന്നിവ ഒരു ഭാഗത്ത്. ആർജ്ജവമുള്ള വാക്യരചന, ലളിതമായ ഭാഷ, പ്രതിപാദനം, കുറിക്കുകൊള്ളുന്ന ഫലിതപ്രധാനമായ ഉപമകൾ, വിഷമാവസ്ഥയിൽ കൗശലങ്ങളിൽക്കൂടി വിജയിക്കുന്ന നായകനോട് ഭാവനയിൽ സാത്മ്യം പാലിക്കാനുള്ള സന്തോഷകരമായ സാദ്ധ്യത, ശുഭാപ്തി വിശ്വാസജനകമായ അഭിലാഷസമാപ്തി, ജീവിതത്തിന്റെ സത്യങ്ങളിലേക്കോ ഊരാക്കുടുക്കുകളിലേക്കോ കടന്നാലുണ്ടാകുന്ന മാനസികാസ്വാസ്ഥ്യങ്ങളുടെ അഭാവം, ശൃംഗാരപ്രതിപത്തി, ആദർശപ്രേമം, പക, ധനമോഹം ഇവ മറു ഭാഗത്തും. ഇങ്ങനെ ആദ്യകാല കഥകളിൽനിന്ന് പെറുക്കിയെടുക്കാവുന്ന പലതുമുണ്ടാവും. എന്നാലവയ്ക്ക് ജൈവപൊരുത്തം അത്രയേറെ ഉണ്ടായിരുന്നില്ല. പുരുഷന്റെ കൊള്ളരുതായ്മകളെയും അല്പത്തരങ്ങളെയും തുറന്ന് ആക്ഷേപിക്കുകയോ പരിഹസിക്കുകയോ ചെയ്യുന്ന വനിതാ എഴുത്തുകാരികളും ആദ്യകാല കഥാരംഗത്ത് സജീവമായിരുന്നു.[48] വി പാർവ്വതി അമ്മ[49] യുടെയും അമ്പാടി കാർത്ത്യായനി അമ്മ[50]യുടെയും കഥകൾ എടുത്തു പറയത്തക്കതാണ്. ചെറുകഥയിലെ പാത്രവിധാനത്തിൽ ആദ്യകാല കഥാകൃത്തുക്കൾക്ക് കഴിയാതെപോയ രണ്ട് കാര്യങ്ങളുണ്ട്. കഥാഗാത്രവും കഥാപാത്രവും തമ്മിലുള്ള പൊരുത്തം. മറ്റൊന്ന് ലോകസാധാരണത്വം.[51] ചെറുകഥ എന്ന സാഹിത്യത്തിന്റെ അവയവഘടനയുടെ ഭദ്രതയെക്കുറിച്ച് ഇവരാരും ഗൗരവമായി ആലോചിച്ചിട്ടില്ലായിരുന്നു. കഥയെഴുതുന്നതിന്റെ പിറകിൽ ഒരു മോട്ടിഫ് ഇവർക്കാർക്കും ഇല്ലായിരുന്നു എന്നർത്ഥം. ഏതാണ്ട് 1920 കൾ വരെ ഇത്തരം കഥകൾ എഴുതിപ്പോന്നു. നമ്മുടെ കഥാസാഹിത്യത്തിലെ ഈ കാലഘട്ടത്തെ നർമ്മസല്ലാപകാലം'[52] എന്നാണ് പി വി വേലായുധൻപിള്ള നാമകരണം ചെയ്യുന്നത്.

നിഷേധത്തിന്റെ രചനകൾ

1930 കൾ പഴയതിൽനിന്നുള്ള ഒരു വിട്ടുപോരലാണ് സാഹിത്യത്തിലും സംസ്കാരത്തിലും എല്ലാം. 1930 കളാകുമ്പോളേക്കും ചെറുകഥ എന്ന മാധ്യമത്തെ ജീവിത ചിത്രീകരണത്തിനുള്ള ഒരുപാധിയാക്കി മാറ്റു

ന്നത് നാം കാണുന്നു. ഇവിടത്തെ സാമൂഹിക വിപ്ലവങ്ങൾ പലതും അന്നേക്ക് ആരംഭിച്ചു കഴിഞ്ഞിരുന്നു. 1925-28 കാലങ്ങളിൽ വി ടി ഭട്ടതിരിപ്പാടിന്റെ കഥകളും[53] 1928-31 കാലങ്ങളിൽ എം ആർ ബി എഴുതിയ കഥകളും[54] 1933 നു മുൻപു മുത്തിരിങ്ങോടിന്റെ കഥകളും[55] നമ്പൂതിരി സമുദായത്തിലെ നിഷേധത്തിന്റെ രചനകളായിമാറിക്കഴിഞ്ഞിരുന്നു.

എം ആർ ബി യുടെ 'തലയിലെഴുത്ത്'[56] എന്ന കഥയിലെ നായിക നങ്ങയ്യ വിവാഹദിവസം കതിർമണ്ഡപത്തിൽ വീണ് ഭർത്താവ് മരിച്ചതിനാൽ വിധവയാകുന്ന കൗമാരക്കാരിയാണ്. അവൾ ഭർതൃഗൃഹത്തിൽ നരകയാതന അനുഭവിച്ചു. കതിർമണ്ഡപത്തിൽ വച്ചു തന്നെ കാൽവഴുതിവീണ് കണ്ണടച്ച ബ്രഹ്മദത്തൻ നമ്പൂതിരി മൂന്നു വേളി കഴിച്ചിട്ടുണ്ടായിരുന്നു. "മൂന്നു വേളി കഴിച്ചിട്ടുള്ള ആളായതുകൊണ്ട് അദ്ദേഹത്തിന് സ്വർഗ്ഗത്തിൽ പ്രവേശനം കിട്ടിയിട്ടുണ്ടാവണം. പൊന്നുണ്ണിയായ ഒരു മഹൻമൂസു കടന്നു വരുമ്പോൾ സ്വർഗ്ഗത്തിന്റെ വാതിലടയ്ക്കാൻ ആർക്കാണ് ധൈര്യമുണ്ടാവുക!"[57] ആചാരങ്ങളോട് കഥാകൃത്ത് ധീരമായി പ്രതിഷേധിക്കുകയാണിവിടെ. ആ പ്രതിഷേധം കഥയുടെ ആന്തരിക ഘടനയിലും പ്രകടമാണ്. വിധവയായ നങ്ങയ്യ തന്റെ ബാല്യകാലത്തെങ്ങോ മനസ്സിൽ തെളിഞ്ഞ ഭാസ്കരൻ നമ്പൂതിരിയുടെ അരികിൽ തീവണ്ടിയാപ്പീസിലേക്ക് പോകാനൊരു തുണതേടി ചെല്ലുന്നു. എന്നാൽ അവിവാഹിതനായ ഭാസ്കരൻ നമ്പൂതിരിയുടെ വാക്കുകളിതാണ്: "ഞാൻ തീവണ്ടിസ്റ്റേഷനോളമല്ല, ശ്മശാനത്തോളം തന്നെ നങ്ങയ്യയുടെ കൂടെ പോരാം. അതിനു നങ്ങയ്യ സമ്മതം തന്നാൽ മതി."[58] ഈ വാക്കുകൾ പാരമ്പര്യത്തിന് എതിരാണ്. വിധവയായ സ്ത്രീയെ വേളികഴിക്കാൻ തയ്യാറാകുന്ന ഒരു കാലഘട്ടത്തിന്റെ വിപ്ലാവേശമാണ് എം ആർ ബി യുടെ തലയിലെഴുത്തിലൂടെ മലയാളകഥയിൽ കടന്നു വന്നത്. ഈ വിധമുള്ള കഥകളായിരുന്നു വി ടി ഭട്ടതിരിപ്പാടിന്റെയും മുത്തിരിങ്ങോടിന്റെയും രചനകൾ.

അടിസ്ഥാനപരിവർത്തനം

ഒരു സമുദായത്തിൽനിന്ന് സാമൂഹിക വിപ്ലവം പിന്നീട് പുറത്തേക്ക് പടർന്നു. അപ്പോൾ, "നമ്മുടെ ചെറുകഥാസാഹിത്യം ദ്വിതീയ ഘട്ടത്തിലേക്കു കാലെടുത്തുവച്ചിരിക്കുന്നു" എന്ന് എം പി പോളും[59] "ദേവിന്റെയും തകഴിയുടെയും കാലഘട്ടത്തോടെ ചെറുകഥാസാഹിത്യത്തിൽ ഒരു അടിസ്ഥാനപരമായ പരിവർത്തനമുണ്ടായി" എന്ന് സി ജെ തോമസും[60] സമ്മതിക്കുന്നു. രാജ്യത്തിലുണ്ടായ നവോത്ഥാനം, ഇംഗ്ലീഷ് വിദ്യാഭ്യാസം, എ ബാലകൃഷ്ണപിള്ളയുടെ പ്രതിഭാപ്രസരണം, ഇ വി കൃഷ്ണപിള്ളയുടെ കഥകളിലെ ആദർശകാമുകസങ്കല്പം, മാംസനിബദ്ധമല്ലാത്ത പ്രേമം തുടങ്ങി പലതും ഇതിനുദാഹരണമായിരുന്നു. പക്ഷേ, കാരണങ്ങളേക്കാളും പ്രധാനം ഫലങ്ങളായിരുന്നു. അന്നുവരെയുള്ള കലയ്ക്ക് ഉദ്ദേശ്യമില്ലായിരുന്നെങ്കിലും ഫലമുണ്ടായിരുന്നു. അന്നുമുതലുള്ള സാഹിത്യത്തിന് ഫലം യാദൃച്ഛികമായി വന്നുകൂടിയതല്ല; നേരേമറിച്ച് കലാകാരന്റെ

ബോധപൂർവ്വമായ ഉദ്ദേശ്യം എന്തോ ചില ഫലങ്ങൾ ഉണ്ടാക്കുകയായിരുന്നു. പഴയസാഹിത്യവും പുതിയ സാഹിത്യവും തമ്മിലുള്ള അടിസ്ഥാന വ്യത്യാസം കലാകാരന്റെ ബോധപൂർവ്വമായ ഈ പ്രവൃത്തിയാണ്. ഇതനുസരിച്ച് കലാസൃഷ്ടിക്കു മാറ്റം വന്നു. ഈ മാറ്റം ഏറ്റവും പ്രകടമായിരുന്നത് കലാവസ്തുവിലാണ്. രാജകുമാരി മാത്രമല്ല ചെറുമികളും വേശ്യകളും കഥാവിഷയമായി. വിനോദമെന്നത് ഒരുപാധിമാത്രമായിത്തീർന്ന ആദ്യഘട്ടത്തിൽ അടിസ്ഥാനപരമായ മനുഷ്യവികാരങ്ങളും ഇതിനുശേഷം മാനസിക പ്രശ്നങ്ങളും കഥയിൽ സ്ഥാനം പിടിച്ചു. കഥയ്ക്ക് കനം കൂടി. അവയിൽ ചിന്തിക്കാൻ ഒട്ടുവളരെ കാര്യങ്ങൾ ഉണ്ട് എന്നുള്ള നിലവന്നു. ചുരുക്കിപ്പറഞ്ഞാൽ കലാകാരൻ സ്വയം തെരഞ്ഞെടുത്ത ചില ആദർശങ്ങൾ മറ്റുള്ളവരിലേക്ക് പകരുകയെന്നതായി കലാകാരന്റെ പ്രഥമകർത്തവ്യം. കാഥികൻ താത്വികനായി."[61]

ജീവിതത്തിന്റെ അർത്ഥം മാറുന്നു

ഒരതിർവ്വരമ്പുപോലെ കഥയിൽ വ്യക്തമായ മാറ്റത്തിന്റെ ലക്ഷണം വന്നത് എഴുത്തുകാരുടെ ചിന്താശക്തിയെ ബാഹ്യലോകം സ്വാധീനിച്ചതുകൊണ്ടാണ്. ഭൗതികമാറ്റത്തിന്റെ ചലനാത്മക ശക്തിവിശേഷങ്ങളായിരുന്നു കഥയിലുണ്ടായത്. "ജീവിതം പ്രതിഫലിപ്പിക്കാൻ കൂടുതൽ സ്വാധീനശക്തി ഉപയോഗിക്കാവുന്നത് ചെറുകഥയിലൂടെയാണ്."[62] തനിക്കിഷ്ടപ്പെട്ട മാധ്യമം ചെറുകഥയാണ് എന്ന് സ്ഥാപിച്ചുകൊണ്ട് പൊൻകുന്നം വർക്കി എഴുതി. കഥ എഴുത്തിനോടൊപ്പം പ്രസംഗങ്ങളും പ്രഭാഷണങ്ങളുമായി പ്രത്യയശാസ്ത്രവിശ്വാസങ്ങളിലേക്ക് ക്രിയാത്മകമായി പ്രതികരിക്കാനും എഴുത്തുകാർ മുന്നോട്ടു വന്നു. അവരിൽ ചിലർക്ക് സർഗ്ഗാത്മക പ്രവർത്തനം രാഷ്ട്രീയ പ്രവർത്തനത്തിന്റെ ഭാഗമായിരുന്നു.

1927 ൽ ദേവിന്റെ ആദ്യത്തെ കഥ *മഹിളാമന്ദിരം* മാസികയിൽ വന്നു. 'നളിനിയും ലീലയും അഥവാ സുഖവും ദുഃഖവും' എന്നായിരുന്നു പേര്. 1930 ൽ തകഴി *സർവ്വീസ്* പത്രത്തിൽ 'സാധുക്കൾ' എന്ന കഥ പ്രസിദ്ധീകരിച്ചു. അതോടുകൂടി അകിഞ്ചനന്മാരുടെ ബാഹ്യജീവിതവും ആഭ്യന്തരജീവിതവും നമ്മുടെ കഥാകൃത്തുക്കൾക്ക് വിഷയമായി.[63] കാരൂർ നീലകണ്ഠപ്പിള്ള (1898 - 1975), പി കേശവദേവ് (1904 - 1983), വൈക്കം മുഹമ്മദ് ബഷീർ (1910-...), പൊൻകുന്നം വർക്കി (1910 - .....), തകഴി ശിവശങ്കരപ്പിള്ള (1912 - ....), എസ് കെ പൊറ്റെക്കാട്ട് (1913 - 1982), പി സി കുട്ടിക്കൃഷ്ണൻ (1915-1979) എന്നിവർ ഒരേകാലത്ത് കഥാസാഹിത്യത്തിൽ പ്രവേശിച്ചവരാണ്.

ഇവരുടെ കൃതികളിൽ ഉള്ളടക്കവും രൂപവുമായി അടിസ്ഥാനപരമായ ബന്ധമുണ്ട്. മാത്രമല്ല, പുതിയ ഉള്ളടക്കത്തിന്റെ സ്വഭാവം പ്രത്യേകമായ ഒന്നാണ്. " 'സത്യംപറയണം', 'ഈശ്വരനെ ഭജിക്കണം', 'സമരം ചെയ്യണം' എന്നിങ്ങനെ കുറെ മുദ്രാവാക്യങ്ങൾ ഇന്ന് സൃഷ്ടിക്കാൻ കഴിയില്ല. പണ്ട് സമുദായത്തിൽ അപൂർവ്വമായി ഈസോപ്പുമാർ ഉന്നതപീഠ

ങ്ങളിൽനിന്നുകൊണ്ട് ചില അന്യാപദേശങ്ങൾ നല്കുകയായിരുന്നു. ഇന്നാകട്ടെ സാധാരണക്കാരന്റെ ശ്രദ്ധ ചില നിത്യസംഭവങ്ങളിലേക്ക് തിരിച്ചുവിട്ട് ഒരു വാക്യത്തിൽ നിർത്താനാവാത്ത ഒരു മനോഭാവം അവരിൽ സൃഷ്ടിക്കുകയാണ് കലാകാരന്റെ കടമ."[64] മനുഷ്യനെ ചിന്തിപ്പിച്ച് അവന്റെ വികാരങ്ങളെ ഒരു വശത്തേക്ക് തിരിച്ചുവിടുക എന്ന കാര്യം സാധിക്കാൻ പഴയ ഉപാധികൾ മതിയാകുന്നതല്ല. അതിന് ഉള്ളടക്കത്തിൽ മാത്രമല്ല രൂപത്തിലും അടിസ്ഥാനപരമായ വ്യത്യാസം ആവശ്യമാണ്. "നമ്മെ ആകർഷിച്ച ജീവിതമൂല്യമാണ് കഥയുടെ പ്രധാനഘടകം. കഥാപാത്രങ്ങളും രചനയും മറ്റും അത് പ്രകടിപ്പിക്കുന്നതിനുള്ള ഉപാധികൾ മാത്രമാണ്."[65] ഈ പ്രസ്താവം കഥയുടെ ബാഹ്യശില്പത്തേക്കാൾ ആന്തരികശില്പത്തിന് പ്രാധാന്യമുണ്ടെന്ന വാദത്തെ ന്യായീകരിക്കുന്നു.

ആദർശപ്രധാനം

എഴുത്തുകാരന്റെ ആദർശങ്ങൾക്കും ജീവിതമൂല്യസങ്കല്പങ്ങൾക്കും കഥയിൽ പ്രസക്തി ഏറി. എഴുത്തുകാരൻ കഥാപാത്രങ്ങളിലൂടെ സംസാരിച്ചു. കഥാപാത്രങ്ങളെ വാർത്തെടുക്കുമ്പോൾ കഥാകൃത്തിന്റെ ഒരുതുള്ളി ച്ചോരകൂടി അവർക്ക് നല്കി. അവർ ആത്മാർത്ഥമായി വിശ്വസിച്ചു, തങ്ങളുടെ ജീവിതത്തെക്കുറിച്ച് എഴുതുന്നതെന്ത്, എന്നാൽ പലപ്പോഴും സ്വന്തം ജീവിതത്തെക്കുറിച്ച് ഓരോരുത്തർക്കുമുള്ള സ്വയം വിശ്വസിപ്പിക്കലിനെപ്പറ്റിയാണ് അവർ ഏറിയകൂറും എഴുതിയത്. യുക്തിപരമായ ആത്മരതി പ്രദർശിപ്പിക്കുന്നവരാണ് തകഴി, ദേവ് തുടങ്ങിയവരുടെ കഥാപാത്രങ്ങൾ. ഊതിവീർപ്പിച്ച നെഞ്ചുമായി അവർ അങ്ങനെ നില്ക്കുന്നു. ജീർണ്ണമായ പരിതസ്ഥിതികൾ സൃഷ്ടിച്ച മനുഷ്യർ പരിതസ്ഥിതികളെ അതിജീവിക്കുന്നത് കാണിച്ചുതരാൻ അവർക്കു തിടുക്കമുണ്ടായിരുന്നു. അവർ അത് കലാദർശനത്തിനു വെളിയിൽനിന്ന് കാട്ടുകയും ചെയ്തു."[66]

കഥ ആയുധമാകുന്നു

1920 മുതൽ 1948 വരെയുള്ള കാലം ദേശീയ പ്രസ്ഥാനത്തിന്റേതാണ്. 1917 ൽ റഷ്യയിൽ നടന്ന ഒക്ടോബർ വിപ്ലവം സോഷ്യലിസ്റ്റ് രാഷ്ട്രമെന്ന ഉൽകൃഷ്ടാശയത്തിന്റെ മഹത്വമെന്നതെന്ന് ലോകജനതയ്ക്ക് വിശേഷിച്ച് സാമ്പത്തികാരിഷ്ടത അനുഭവിക്കുന്ന പിന്നണി രാജ്യങ്ങളിലെ ചൂഷിതജനതയ്ക്ക് ബോദ്ധ്യപ്പെടുത്തിക്കൊടുത്തു. എ ബാലകൃഷ്ണപിള്ളയുടെ പത്രപ്രവർത്തനം ആരംഭിക്കുന്നത് 1922 ലാണ്. അദ്ദേഹം 1922 മുതൽ 1926 വരെ *സമദർശി*യുടെയും 1930 ൽ *പ്രബോധകൻ* വാരികയുടെയും പിന്നീട് 1935 വരെ *കേസരി* ദിനപത്രത്തിന്റെയും പത്രാധിപരായിരുന്നു. 1936 ൽ അഖിലേന്ത്യാ പ്രോഗ്രസീവ് റൈറ്റേഴ്സ് എന്നൊരു സംഘടന രൂപംകൊണ്ടു. 1937 ൽ കേരളത്തിൽ ജീവൽ സാഹിത്യസംഘടന സ്ഥാപിച്ചു. ഇതിൽ പ്രവർത്തിച്ചവർ 1944 ൽ പുരോഗമന സാഹിത്യസംഘടനയുണ്ടാക്കി. സംഘടനകളും ചുറ്റുപാടുമുള്ള മാറ്റവും എഴു

ത്തുകാരെ സ്വാധീനിച്ചു. "രവീന്ദ്രനാഥടാഗോർ, പ്രേംചന്ദ്ജി തുടങ്ങിയ ഔത്തരാഹസാഹിത്യകാരന്മാരുടെ ജീവിതവീക്ഷണത്തേയും സാംസ്കാരിക പ്രബുദ്ധതയേയും ഇന്ത്യയിലെ പ്രാന്തീയ സാഹിത്യങ്ങൾ പൊതുവേ സ്വാഗതം ചെയ്തു."[67]

സോഷ്യലിസ്റ്റ് റിയലിസം അവസാന വാക്കായിത്തീർന്നപ്പോൾ പരിവർത്തനത്തിന്റെ കാറ്റുമായി തകഴിയും ബഷീറും ദേവും രംഗത്തു വന്നു. ചെഖോവ്, ടർജനേവ് തുടങ്ങിയ റഷ്യൻ കഥാകൃത്തുക്കളും ഫ്ളാബേോ, സോള, മോപ്പസാങ് തുടങ്ങിയ ഫ്രഞ്ച് കഥാകാരന്മാരും സാഹിത്യത്തെ ജീവിതത്തോടടുപ്പിക്കുക എന്ന മുദ്രാവാക്യത്തോടെ അവർക്കു മുന്നിലുണ്ടായിരുന്നു. ജീവിതവും കലയും തമ്മിലുള്ള ബന്ധം നേർത്തതായി. ഓരോ വ്യക്തിക്കും തനതായ ജീവിതവീക്ഷണമുണ്ടായിരുന്നു. ആ ജീവിതവീക്ഷണത്തെ വ്യക്തിപരമായ വികാരവുമായി കൂട്ടിയിണക്കി ആലേഖനം ചെയ്തു എന്നതാണ് ഇവരുടെ സവിശേഷത."[68]

വർഗ്ഗപഠനങ്ങൾ

വർഗ്ഗപഠനങ്ങളുടെ കൃതികളായിരുന്നു അവർ രചിച്ചത്. തകഴിയുടെ കുട്ടനാടൻ കൃഷിക്കാരും കാരൂരിന്റെ അദ്ധ്യാപകരും പൊൻകുന്നം വർക്കിയുടെ ക്രിസ്തീയപുരോഹിതന്മാരും കഥാചരിത്രത്തിൽ സ്ഥാനം പിടിച്ചു. "ജനങ്ങളുടെ ചേരിയിൽ നിന്നുകൊണ്ട് ജനങ്ങൾക്കുവേണ്ടി കാവ്യം രചിക്കുമ്പോൾ അതിൽ മൂന്നു കാര്യങ്ങളുണ്ടായിരിക്കണമെന്ന് അവർ ശാസ്ത്രീയമായി സിദ്ധാന്തിച്ചു. ഒന്ന്, പകർത്തൽ. സാമൂഹിക ജീവിതത്തെ യഥാർത്ഥമായി പകർത്തിക്കാണിക്കുക. രണ്ട്, സാമൂഹികപ്രശ്നങ്ങളെ പൊളിച്ചു കാണിക്കുക. മൂന്ന്, പ്രശ്നങ്ങൾക്ക് ശാസ്ത്രീയമായ പരിഹാരം നിർദ്ദേശിക്കുക. ഈ മൂന്ന് ധർമ്മങ്ങളും ദീക്ഷിക്കുന്ന കാര്യത്തിൽ പുരോഗമനസാഹിത്യകാരന്മാർ പ്രത്യേകം ശ്രദ്ധിച്ചിരുന്നു."[69]

യാഥാർത്ഥ്യമാക്കാൻ ശ്രദ്ധിച്ചതിന്റെ ഫലമായി വർണ്ണനകൾ കഥയിൽ സ്ഥാനം പിടിച്ചു. തകഴി ശിവശങ്കരപ്പിള്ളയെഴുതിയ 'അവളുടെ കാമുകൻ' എന്ന കഥയിലെ നായിക ഇപ്രകാരമുള്ളവളാണ്: "അവൾ വിരൂപയും വൃത്തികെട്ടവളുമായിരുന്നു. ആ വിലക്ഷണമുഖം ഒരു മരപ്പാവയുടേതുപോലെയായിരുന്നു. അവളുടെ ചുണ്ടുകൾ വലുതാണ്; മൂക്കു പതുങ്ങിയതാണ്; ചുണ്ടു തടിച്ചു കറുത്തതാണ്. അവൾ അങ്ങനെ തുറിച്ചു നോക്കും. ആ മുഖത്ത് ഒരിക്കലും സ്തോഭം കൊള്ളാറില്ല. ഇങ്ങനെ അവളുടെ പ്രകൃതം രഹസ്യമായിരുന്നു."[70]

സമൂഹത്തിലെ സ്ഥൂലചിത്രങ്ങൾ യഥാർത്ഥമായി വരച്ചുകാട്ടുന്നതിലൂടെ സമുദായത്തെ അലട്ടുന്ന പ്രശ്നങ്ങളിലേക്ക് വിരൽ ചൂണ്ടാനാണ് ഒട്ടുമിക്കപ്പോഴും കഥാകാരന്മാർ ശ്രമിക്കുന്നത്. ദാരിദ്ര്യം, ഉച്ചനീചത്വം, വ്യഭിചാരം, സ്ത്രീയുടെ പരാധീനത മുതലായ പ്രശ്നങ്ങളാണ് അവയിൽ പ്രധാനം. നീറുന്ന പ്രശ്നങ്ങൾക്ക് പരിഹാരവും പലകഥകളിലും സൂചിതമായിരിക്കുന്നതു കാണാം. ദാരിദ്ര്യവും ഉച്ചനീചത്വവും പരിഹരിക്കാൻ

ഒരു മാർഗ്ഗമേയുള്ളു. അദ്ധ്വാനിക്കുന്നവർ ബോധപൂർവ്വം സംഘടിക്കുക, സമരം ചെയ്യുക. വ്യഭിചാരത്തിനും സ്ത്രീയുടെ പരാധീനതയ്ക്കും പരിഹാരമുണ്ടാക്കണമെങ്കിൽ സ്ത്രീക്ക് സാമ്പത്തിക സ്വാതന്ത്ര്യം ലഭിക്കുക. ഇങ്ങനെ പോകുന്നു മാർഗ്ഗങ്ങൾ. കേശവദേവിന്റെ 'ഉണർവ്വ്'[71], തകഴിയുടെ 'അവൻ തിരിച്ചുവരും'[72] ഈ രണ്ട് കഥകളിലും ചിത്രീകരിക്കപ്പെടുന്നത് തൊഴിലാളികളിൽ വർഗ്ഗബോധം ഉദിക്കുന്ന അവസ്ഥയാണ്. ആ വർഗ്ഗബോധമേ അവർക്ക് മോചനമരുളുകയുള്ളൂ എന്ന സുവ്യക്തമായ പ്രഖ്യാപനവും ആ കഥയിൽ കേൾക്കാം. ദേവിന്റെ 'വേശ്യാലയത്തിൽ'[73] തകഴിയുടെ 'ശീലാവതി'[74] തുടങ്ങിയ കഥകളിൽ വനിതാസ്വാതന്ത്ര്യമാണ് വിഷയം.

പുരാണകഥകൾ സമുദായമദ്ധ്യത്തിൽ അരക്കിട്ടുറപ്പിച്ചിട്ടുള്ള അന്ധവിശ്വാസങ്ങൾ പോകാതെ സ്ത്രീക്ക് രക്ഷയുണ്ടാവില്ലെന്ന് തകഴിയുടെ കാളിക്കുട്ടി മനസ്സിലാക്കുന്നു. ഇന്നത്തെ സമുദായത്തിൽ നിലവിലിരിക്കുന്ന കപടവേഷമണിഞ്ഞ സന്മാർഗ്ഗബോധം തകർന്നാലല്ലാതെ തങ്ങൾക്ക് മോചനം കിട്ടാൻ പോകുന്നില്ലെന്ന് കേശവദേവിന്റെ ലക്ഷ്മിയും പ്രഖ്യാപിക്കുന്നു.

കഥ വിമർശനമാകുന്നു

പി കേശവദേവിന്റെ 'വേശ്യാലയ'ത്തിലെ നായിക പറയുന്നു: "സമുദായം - എന്താണത്? മോഷ്ടാക്കളെയും വ്യഭിചാരികളെയും അക്രമികളെയും സൃഷ്ടിക്കുന്ന ഒരു വമ്പിച്ച ഫാക്ടറി: അതാണു സമുദായം. സന്മാർഗ്ഗം: എന്താണ്? രഹസ്യമായ അസന്മാർഗ്ഗം. മതി. ഈ കടുത്ത കാപട്യം ഞാൻ കണ്ടുകഴിഞ്ഞു."[75] കേശവദേവിന്റെ 'നഴ്സ്' എന്ന കഥയിലെ നഴ്സ് പറയുന്നു: "ഇന്നത്തെ സാമൂഹ്യ വ്യവസ്ഥയിൽ ഭൂരിപക്ഷക്കാർക്ക് - പ്രത്യേകിച്ച് സ്ത്രീകൾക്ക് മാന്യമായ ജീവിതം സാദ്ധ്യമല്ല. സ്നേഹത്തെ ചവിട്ടിത്തേക്കുകയും മനുഷ്യത്വത്തെ അവഹേളിക്കുകയും കാപട്യത്തെ പുലർത്തുകയും ചെയ്യുന്ന ഒരു ഭയങ്കര മർദ്ദനയന്ത്രമാണ് ഇന്നത്തെ സാമൂഹ്യഘടന. നാം ഓരോരുത്തരും ഒന്നുകിൽ അതിൽപ്പെട്ടു നശിക്കണം, അല്ലെങ്കിൽ നാം അതിനോടെതിർത്തു അതിനെ നശിപ്പിക്കണം."[76] പി കേശവദേവിന്റെ കഥകളിൽ സാമൂഹ്യപരിഷ്കർത്താവും വിമർശകനും വികാരാവിഷ്ടരാണ്.

കഥകൾ സാമൂഹ്യപരിവർത്തനത്തിന് ഉപകരിക്കുമോ? കെ സരസ്വതിയമ്മ സ്വന്തം കൃതികളെപ്പറ്റി എഴുതി: "സമുദായത്തിന് സ്ത്രീകളോടുള്ള സമീപനത്തിൽ ആരോഗ്യകരമായ വ്യതിയാനം വരുത്തുന്നതിൽ എന്റെ കഥകൾ കാര്യമായി സഹായിച്ചിട്ടില്ലെന്ന് ആർക്ക് പറയാനാകും. കരിയർ ഗേൾസിനോട് ഇന്ന് സമുദായത്തിനുള്ള മനോഭാവത്തിൽ മാറ്റം വന്നിട്ടില്ലേ? ആ മാറ്റത്തിന് എന്റെ കഥകൾ സഹായിച്ചിട്ടുണ്ടെന്ന് തോന്നുന്നു. ഇത് എന്റെ കഥകളെപ്പറ്റി സാമൂഹ്യപക്ഷത്തുനിന്നുള്ള വീക്ഷണമാണ്. കലാരൂപം എന്ന നിലയ്ക്ക് എന്റെ കഥകളെപ്പറ്റി പൊതുവേ എനിക്കു തൃപ്തിയില്ല."[77]

പ്രതീകവല്ക്കരണം

കഥയിലേക്ക് മൂകജീവികൾ കടന്നു വരികയും മനുഷ്യർക്കിടയിൽ ആ ജന്തുക്കൾ ജീവിക്കുകയും ചെയ്യുന്ന കഥകൾ ഈ കഥാകൃത്തുക്കൾ എഴുതുകയുണ്ടായി. ലളിതാംബിക അന്തർജ്ജനത്തിന്റെ 'മാണിക്യ'നും, തകഴിയുടെ 'വെള്ളപ്പൊക്ക'ത്തിലെ നായയും, പൊൻകുന്നം വർക്കിയുടെ 'ശബ്ദിക്കുന്ന കലപ്പ'യിലെ കാളയും കഥയുടെ സമഗ്രഘടനയിൽ ഉൾച്ചേർന്ന കഥാപാത്രങ്ങളാണ്. ഒരുകാലഘട്ടത്തിന്റെ വർഗ്ഗബോധം അങ്കുരിപ്പിക്കുന്ന കഥാപാത്രമായി വേണമെങ്കിൽ അവയെ ഗണിക്കാം.

നീണ്ടകഥകൾ

പി കേശവദേവിന്റെയും തകഴിയുടെയും മിക്ക കഥകളും ലഘുനോവലുകളാണ്. ദൈർഘ്യത്തിൽ കഥകളാണെങ്കിലും കാലദൈർഘ്യവും ഇതിവൃത്തവും നീണ്ടകഥകളുടേതാണ്. ആദ്യകാലകഥാകൃത്തുക്കളുടെ പ്രമേയ കല്പനകളിലെ കാലദൈർഘ്യത്തിൽനിന്ന് ഇവർ മാറിയിട്ടില്ല. ഇവരിൽ എല്ലാവരും നോവലിസ്റ്റുകൾകൂടി ആയതുകൊണ്ടാവാം കഥയ്ക്ക് പലപ്പോഴും നോവലിലെ കാലദൈർഘ്യം വന്നു പോവുന്നത്. "സ്വതന്ത്രമായ ഇച്ഛാശക്തികൾക്ക് വിധേയരായിരുന്നില്ല ഇ വി കൃഷ്ണപിള്ളയുടെയും കെ സുകുമാരന്റെയും കഥാപാത്രങ്ങൾ. ഡിറ്റർമ്മിനിസമായിരുന്നു അവരെ നിയന്ത്രിച്ചിരുന്നത്. റിയലിസ്റ്റുകളുടെ കഥാപാത്രങ്ങൾ ഡിറ്റർമ്മിനിസത്തെ സ്വീകരിക്കുന്നില്ല. അവർ സമുദായത്തിലെ മാലിന്യങ്ങൾ മാറ്റേണ്ടതാണ്, മാറ്റുന്നതാണ് എന്ന് വിചാരിച്ചു. സ്വതന്ത്രമായ ഇച്ഛാശക്തിയോടെ പ്രാർത്ഥിച്ചു."[78]

കാരൂർ നീലകണ്ഠപ്പിള്ളയുടെ റിയലിസം തകഴിയുടെയും ദേവിന്റെയും റിയലിസം പോലെ ചരിത്രത്തിന്റെ മുൻപിൽ തലകുനിച്ചു നില്ക്കുന്നില്ല. രാഷ്ട്രവ്യവഹാരത്തിന്റെ മണ്ഡലത്തിലുണ്ടാകുന്ന വിപ്ലവങ്ങൾ കാരൂരിനെ സ്വാധീനിക്കുന്നില്ല. കാലത്തെക്കുറിച്ചുള്ള ഉൾക്കാഴ്ച ഒരിക്കലും നഷ്ടപ്പെടുത്തിക്കളയാത്ത അദ്ദേഹത്തിന് സാർവ്വജനീനങ്ങളായ വികാരങ്ങളെ സ്ഫുടീകരിക്കാനാണ് താല്പര്യം. അതിനുവേണ്ടി യത്നിക്കുമ്പോൾ കാവ്യത്തിന്റെ തലത്തിലേക്കു തന്നെ ഉയരാറുണ്ട്. കാരൂർ നീലകണ്ഠപ്പിള്ളയുടെ കഥാമാതൃക ദൃഷ്ടാന്തമായി ചൂണ്ടിക്കാണിച്ചെന്നുമാത്രം. നവോത്ഥാന കഥാകൃത്തുക്കൾ എല്ലാവരും അത്തരത്തിലുള്ള കഥകൾ എഴുതിയിട്ടുണ്ട്. ശില്പചാതുരിയിൽ ഒറ്റപ്പെട്ടു നില്ക്കുന്ന ഏതാനും കഥകളെപ്പറ്റിയാണ് ഇനി ചർച്ച ചെയ്യുന്നത്.

കാരൂരിന്റെ ചെകുത്താൻ

"മലയാളത്തിലെ ഏറ്റവും നല്ല പത്തു ചെറുകഥകൾ തെരഞ്ഞെടുക്കാൻ എന്നോടാവശ്യപ്പെട്ടാൽ കാരൂരിന്റെ 'ചെകുത്താൻ' എന്ന കഥയും പട്ടികയിൽ ഉൾപ്പെടുത്തുന്നതിന് എനിക്ക് രണ്ടാമതൊന്നാലോചിക്കേണ്ടി

വരികയില്ല"[79] എന്ന് എം പി പോൾ എഴുതുന്നു. ഉള്ളടക്കത്തിലും ശില്പത്തിലും ശ്രദ്ധിച്ച കാരൂർ നീലകണ്ഠപ്പിള്ളയുടെ 'ചെകുത്താൻ'[80] ദാരിദ്ര്യത്തിന്റെ കഥയാണ്. കല്യാണപ്രായം തികഞ്ഞ ശോശാമ്മയെ കെട്ടിച്ചയയ്ക്കാൻ മറിയാമ്മയ്ക്ക് നിവർത്തിയില്ല. സ്ത്രീധനം വേണം, പള്ളിപ്പണം വേണം, വിരുന്നൂട്ടണം, ചട്ടയും തുണിയും വേണം, ചെറുക്കനുള്ള ഉടുപ്പുവേണം. ഭർത്താവാണെങ്കിൽ രോഗിയാണ്. അരിയും, മരച്ചീനിയും പൊടിച്ച് അപ്പമുണ്ടാക്കി ഇളയകുട്ടികളുടെ കൈയിൽ കൊടുത്തയക്കും. അവരത് കൊണ്ടു നടന്നുവില്ക്കും. ഇങ്ങനെ ജീവിച്ചുവരുമ്പോൾ അടുത്തവീട്ടിലെ നൈനിച്ചേട്ടത്തി അപ്പന്റെ രോഗം മാറിക്കാണാൻ ആഗ്രഹിക്കുന്ന ശോശാമ്മയെ കൂട്ടുകിടക്കാനെന്ന വ്യാജേന അകപ്പെടുത്തി, കാമാസക്തനായ ഒരുവന് വില്ക്കുന്നു.

വിശപ്പിനെ ചെകുത്താനായി ചിത്രീകരിച്ച് ശില്പതന്ത്രത്തിന്റെ സമഗ്രശോഭ പ്രദാനം ചെയ്യാൻ കാരൂരിന്റെ മറ്റുകഥകളേക്കാൾ ഈ കഥയ്ക്ക് കഴിഞ്ഞിട്ടുണ്ട്. കാരൂർ കഥകളിലെ ഹൃദയദ്രവീകരണ ശക്തിയും ദാരിദ്ര്യത്തിൽ വാടിക്കരിയുന്നവരുടെ ദൈന്യവും വിഗണിക്കപ്പെടുന്ന മാനുഷികമൂല്യങ്ങളും ഈ കഥയിൽ പ്രകടമാണ്.

കേശവദേവിന്റെ കൊടുങ്കാറ്റ്

"അക്കാലത്തെ കഥകൾക്കൊക്കെയും പ്രായേണ ഒരുതലം മാത്രമേയുള്ളു. ആ കഥകളത്രയും ജനപ്രീതികരങ്ങളായിത്തീർന്നതിന്റെ കാരണം അതാണ്."[81] ആശയങ്ങൾ സ്ഥാപിക്കാനുള്ള ഉപകരണമാക്കുക മൂലം പല കഥകളും ഗണിതശാസ്ത്രത്തിലെ സൂത്രവാക്യങ്ങളുടെ യാന്ത്രികഘടനയുള്ളതായിത്തീരുന്നു. പി കേശവദേവിന്റെ കഥകളിൽ 'കൊടുങ്കാറ്റ്'[82] മികച്ചു നില്ക്കുന്നത് രചനയിലെ ഈ സൂക്ഷ്മതകൊണ്ടാണ്.

ഭർതൃമതിയാണെങ്കിലും 'കൊടുങ്കാറ്റി'ലെ നായിക സാഹചര്യങ്ങളുടെ മായിക വലയത്തിൽപ്പെട്ട് ഭർത്താവിന്റെ സുഹൃത്തായ ഫിലിപ്പിൽ ആഹ്ലാദം കണ്ടെത്തുന്നു. ഭർത്താവില്ലാത്തപ്പോൾ ഇടയ്ക്കിടെ അവളെ സന്ദർശിക്കുന്ന പുരുഷന്റെ സ്നേഹപ്രകടനം അവളുടെ ഹൃദയത്തിൽ കൊടുങ്കാറ്റഴിച്ചുവിടുന്നു. ഒരു ഭാര്യയുടെ വഞ്ചനയ്ക്ക് ഭർത്താവ് കാരാര കൊണ്ട് പ്രതികാരം നിർവ്വഹിക്കുന്ന കഥ വെള്ളിത്തിരയിൽ കണ്ടതോടെ അവൾക്ക് സമനില തെറ്റുന്നു. പിന്നീട് കൊടുങ്കാറ്റും മഴയും എല്ലാം മാറി ശാന്തമാകുന്നു. ഈ കഥയ്ക്ക് കേശവദേവിന്റെ മറ്റു കഥകളെ അപേക്ഷിച്ചു മാനസികമായ ഒരുതലം കൂടിയുണ്ട്. കഥയുടെ ബാഹ്യാന്തര ശില്പങ്ങൾക്ക് മുറുക്കവും ഭദ്രതയുമുണ്ട്, 'കൊടുങ്കാറ്റിൽ'.

പൊൻകുന്നം വർക്കിയുടെ ഇടിവണ്ടി

"ഞാൻ പ്രാണവായു ഉൾക്കൊള്ളുന്ന അന്തരീക്ഷത്തിലെ നീതികേടുകാണുമ്പോൾ കണ്ണടച്ചുകളയുവാൻ എന്റെ മനുഷ്യത്വത്തിനു പാണ്ഡിത്യമില്ല."[83] കഥകളിലൂടെ പൊൻകുന്നം വർക്കി സ്വന്തം അഭിപ്രായങ്ങൾക്ക്

ഇങ്ങനെ ഭാഷ്യങ്ങൾ ചമച്ചു.

'ഇടിവണ്ടി'[84] എന്ന കഥയിൽ മകളെ കെട്ടിച്ചുകൊടുക്കാനുള്ള വക അദ്ധ്വാനം കൊണ്ടു നേടാനാകാത്ത കർഷകനിൽ മതത്തിന്റെയും സമുദായത്തിന്റെയും എതിർപ്പും തന്റെ നിസ്സഹായതയും ചേർന്നുവരുത്തുന്ന വിപ്ലവാത്മകമായ മനഃപരിവർത്തനമാണ് കഥാബീജം. എന്നാൽ കഥ കാടുകേറുന്നു. കഥ അവസാനിക്കുന്നതിങ്ങനെയാണ്: "വസ്തുവകകൾക്കും പൗരത്വത്തിനും സുരക്ഷിതത്വം നല്കുന്ന സ്കോട്ട്ലന്റ് യാർഡുകൾ; അതെ സർ സി പിയുടെ വാഴ്ചക്കാലത്തെ അതേ വാൻ; അതേ പൊലീസ്."[85]

രണ്ടു കഥയ്ക്കുള്ള വിഷയം ഒരു കഥയിലൊതുക്കുന്നതിന് വർക്കിയുടെ സമാഹാരങ്ങളിൽ നിരവധി ഉദാഹരണങ്ങളുണ്ട്.[86] നിർബ്ബന്ധപൂർവ്വം രാഷ്ട്രീയാവേശം തന്റെ കൃതികളിലേക്ക് പടർത്തിയതാവാം അദ്ദേഹം. സമൂഹപരിഷ്കരണത്തിന് ചാട്ടുളിപോലെയുള്ള പ്രയോഗങ്ങൾ കലാകാരന്മാർ ഉപയോഗിക്കാൻ തുടങ്ങിയപ്പോൾ അതിനു മുന്നിൽ പൊൻകുന്നം വർക്കിയുമുണ്ടായിരുന്നു. പൗരോഹിത്യം, തൊഴിലാളികളുടെ ദൈന്യം, കർഷകരുടെ കഷ്ടപ്പാട്, ജയിലിലെ യാതന, രാഷ്ട്രീയത്തിലെ ആവേശം, ദാമ്പത്യത്തിലെ പൊരുത്തക്കേട്, മൃഗങ്ങളുടെ മൂകവേദന ഇങ്ങനെ പ്രമേയങ്ങൾക്ക് വൈവിദ്ധ്യം കൊടുക്കാൻ ശ്രമിക്കുമ്പോഴും ഒരേചാലിൽ കൂടിയാണ് അദ്ദേഹത്തിന്റെ കഥയുടെ ചക്രം ഉരുളുന്നത്.

ബഷീറിന്റെ തങ്കമോതിരം

കഥാപാത്രത്തിന്റെ സ്വഭാവഘടന കഥയുടെ പൂർണ്ണതയ്ക്ക് ചാരുതയേകുമ്പോൾ കാലവും ദേശവും വേറിട്ടൊരു അനുഭവതലം വൈക്കം മുഹമ്മദ് ബഷീറിന്റെ കഥകൾ കൈവരിക്കുന്നു. ദാർശനികതയും പ്രതീകസ്വഭാവവും ബഷീറിന്റെ കഥകൾക്കുണ്ട്. അസാധാരണവും രഹസ്യാത്മകവും ഇന്ദ്രിയാതീതവുമായ അനുഭവങ്ങൾ ചിത്രീകരിക്കാനുള്ള ബഷീറിന്റെ കഴിവ് 'നീലവെളിച്ചം'[87], 'പാമ്പും കണ്ണാടിയും'[88] എന്നീ കഥകൾ തെളിയിക്കുന്നു. ഭ്രമാത്മകമായ സ്വപ്നലോകത്തിൽ വിശ്വാസ്യത പകരാനും അദ്ദേഹത്തിനു കഴിയുന്നു. 'ഒരു പഴയകൊച്ചുപ്രേമം'[89], 'പൂവൻപഴം'[90], 'തങ്കമോതിരം'[91] ഇവയാണ് വൈക്കം മുഹമ്മദ്ബഷീറിന്റെ മികച്ച കഥകൾ.

പൂർവ്വികർക്കു രാജസമ്മാനമായി ലഭിച്ച തങ്കമോതിരം ചാർത്തി വീമ്പുപറയുന്ന ഭാര്യയും ഭർത്താവും തമ്മിൽ വയറ്റിൽ കിടക്കുന്ന ശിശുവിനെ ചൊല്ലി പന്തയം വയ്ക്കുന്നു. ഭർത്താവ് സുഹൃത്തുക്കളോടും പന്തയം വയ്ക്കുന്നു. തന്നെ തോല്പിച്ചുകൊണ്ട് ഭാര്യ പെൺകുഞ്ഞിനെ പ്രസവിച്ചപ്പോൾ പന്തയം തലതിരിച്ച് മോതിരം കൈവശപ്പെടുത്തുകയും സുഹൃത്തുക്കളോട് നുണപറഞ്ഞ് പന്തയത്തുക വാങ്ങുകയും ചെയ്യുന്ന പിതാവിന്റെ ആഹ്ലാദതന്ത്രങ്ങളാണ് 'തങ്കമോതിരം' എന്ന കഥയിൽ. പന്തയത്തുക തിരിച്ചുകൊടുത്തു തട്ടിപ്പു മനസ്സിലാക്കിയ ഭാര്യ മോതിരം തിരി

ച്ചുവാങ്ങി. ലോട്ടറിയിൽ കിട്ടിയ റേഡിയോ വിറ്റ് ഭാര്യയുടെ തങ്കമോതിരം വിലയ്ക്കുവാങ്ങി. 'തന്തപ്പടി' മോതിരം നൂലിൽ കോർത്തു കുഞ്ഞുമകളുടെ കഴുത്തിലണിയിക്കുന്നു. കഥ അവസാനിക്കുന്നത് ഇപ്രകാരമാണ്. 'തങ്കമോതിരം അവളുടെ നെഞ്ചത്ത് കിടന്നുറങ്ങി'. മോളു പറഞ്ഞു 'ഹുങ്കുറു', ഞാൻ പറഞ്ഞു: "മോളേ ഹുറുഹുറു! കാലം കഴിയുമ്പോൾ ഞാനും എന്റെ പേരും ഇന്നലെയുടെ അനന്തകോടി വർഷങ്ങളിൽ ലയിക്കുമ്പോൾ, ഒരു യുവതി പറയും, എന്റമ്മച്ചീടമ്മച്ചീടമ്മച്ചീടെ കഴുത്തിൽ തന്തപ്പടി കെട്ടിക്കൊടുത്തതാണീ മോതിരം."[92]

ബഷീറിന്റെ കഥകളിൽ സ്പന്ദിക്കുന്ന ഗൂഢസ്വഭാവം കൃതിക്ക് ചാരുതയേകുന്നു. എഴുത്തുകാരൻ ആരോപിച്ച മൂല്യങ്ങളുടെ ചട്ടക്കൂട്ടിലേക്ക് കഥാപാത്രങ്ങൾക്ക് വീഴുകയും രൂപപ്പെടുകയും ചെയ്യേണ്ടിവന്നു. ആ എഴുത്തുകാർ തങ്ങൾ അവതരിപ്പിച്ച ജീവിതത്തെ പുറത്തു നിന്നുകൊണ്ട് വ്യാഖ്യാനിക്കുക മാത്രമായിരുന്നു. അവർ ആ ജീവിതം ആന്തരിക ജീവിതമാക്കി മാറ്റുകയോ കലാനുഭവമായി രൂപാന്തരപ്പെടുത്തുകയോ ചെയ്തില്ല. വൈക്കം മുഹമ്മദ് ബഷീർ ഇതിന് ശക്തമായൊരപവാദമായിരുന്നു എന്ന് ചൂണ്ടിക്കാണിച്ചുകൊള്ളട്ടെ. ഹൃദയഭാവങ്ങളെ ബിംബവല്ക്കരിക്കാനുള്ള കഥാകാരന്റെ ശ്രമം തുടങ്ങുന്നതും ബഷീറിലാണ്. അതിനുമുമ്പ് മലയാളകഥയ്ക്ക് പരിചയമില്ലാത്ത രചനാതന്ത്രമായിരുന്നു അത്.

തകഴിയുടെ ഹാൻഡ്ബാഗ്

തകഴി ശിവശങ്കരപ്പിള്ള പ്ലോട്ടിന്റെ കാര്യത്തിൽ പൂർവ്വികരെത്തന്നെയാണ് മാതൃകയാക്കിയത്. എന്നാൽ പ്രമേയം സർവ്വസാമാന്യമായ അനുഭവങ്ങളേയും മൗലികപ്രകൃതികളേയും ചിത്രീകരിക്കുന്നതായിരുന്നു. കുഗ്രാമങ്ങളിലെ നിരക്ഷരരായ സ്ത്രീപുരുഷന്മാരെപ്പോലും ആസ്വദിപ്പിക്കുന്ന തരത്തിൽ അദ്ദേഹത്തിന്റെ റിയലിസ്റ്റിക് കഥകളിൽ രൂപശില്പത്തിന്റെ ഭദ്രത, ആവിഷ്കൃത ജീവിതാനുഭവങ്ങളുടെ സാർവ്വജനീനത, വസ്തുനിഷ്ഠത എന്നിവ അടങ്ങിയിരിക്കുന്നു. മനോവ്യാപാരത്തിന്റെയും പാത്രസൃഷ്ടിയുടെയും അപൂർവ്വതകൊണ്ട് തകഴിക്കഥകളിൽ ഒറ്റപ്പെട്ടു നില്ക്കുന്ന കഥയാണ് 'ഹാൻഡ്ബാഗ്'[93].

ഹാൻഡ്ബാഗ് മൂന്നു തലമുറയുടെ കഥയാണ്. മുത്തശ്ശി, മകൾ, കൊച്ചുമകൾ പിന്നെ കൊച്ചനുജനും. നഗരത്തിലെ കോളേജിൽ പഠിക്കാൻ പോകുന്ന കൊച്ചുമകൾ അവധിക്ക് വീട്ടിൽ വരുന്നത് ഒരു 'ഹാൻഡ്ബാഗു' മായിട്ടാണ്. ആ വീട്ടിൽ അന്നേവരെ ആരുംകണ്ടിട്ടില്ലാത്ത ആ വസ്തു കഥയുടെ പുരോഗതി കുറിക്കുന്ന ഒരുപാധിയായി തീരുന്നു. ഹാൻഡ്ബാഗിന് പൂട്ടുണ്ടെന്ന് അടുത്ത അവധിക്കാലത്ത് മുത്തശ്ശി കണ്ടുപിടിക്കുന്നു. അവൾ ആ ഹാൻഡ്ബാഗുമായി ഒരു മുറിയിൽ കഴിയാൻ ഇഷ്ടപ്പെടുന്നതും വീട്ടിലുള്ളവർ ശ്രദ്ധിച്ചു. മുത്തശ്ശിക്ക് ചെറുമകളെ കെട്ടിക്കാത്തതിലുള്ള വ്യാകുലതയാണ്. മകൾക്കാകട്ടെ ചെറുമകൾ പഠിച്ച് ജോലി നേടണമെന്ന ആഗ്രഹവും. അവളാകട്ടെ (വിലാസിനി) നാഗരികതയുടെ

പിന്നാലെ പോകാനും തുടങ്ങിയിരുന്നു. കഥയുടെ മൂന്നാം ഖണ്ഡത്തിൽ വിലാസിനിയെ മുത്തശ്ശിക്ക് തിരിച്ചറിയാൻ കഴിയുന്നില്ല. കഥാകൃത്ത് എഴുതുന്നു: "അവൾ സ്ത്രീത്വത്തിന്റെ പ്രേതമായി കാണപ്പെട്ടു. ഒരു സ്ത്രീയുടെ ഹൃദയത്തിന്റെ ലാളിത്യമോ മൃദുലതയോ കാണ്മാനില്ല. ഇല്ല. അവൾ മാതാവാകുകയില്ല. അവൾക്കതൊരസൗകര്യമാണ്."[94] ഒടുവിലത്തെ ഖണ്ഡത്തിൽ ഒരു ഹാൻഡ്ബാഗുമായി കൊച്ചനുജൻ വീട്ടിലേക്ക് ഓടിവരുന്നു. ആരോ ഉപേക്ഷിച്ച് റോഡിലിട്ടുപോയ ആ ബാഗ് തുറക്കാൻ ആരും ഇഷ്ടപ്പെട്ടില്ല. എന്നാൽ അതിലെ ഉള്ളടക്കം എന്താണെന്ന് അറിയാൻ അവരെല്ലാം ആകാംക്ഷാഭരിതരായിരുന്നു. "അങ്ങനെ ആ ഹാൻഡ്ബാഗ് അവർ പൊട്ടിച്ചു."[95] ആ വാകൃത്തോടെ ആ കഥാഖണ്ഡവും അവസാനിക്കുന്നു. ഹാൻഡ്ബാഗിൽ എന്തെല്ലാമായിരുന്നു എന്ന് കഥാകൃത്ത് എഴുതുന്നില്ല.[96]

പൊറ്റെക്കാട്ടിന്റെ ഏഴിലംപാല

'കഥാകാരനായ പൊറ്റെക്കാട്ട് തന്നിലെ സാമൂഹ്യപരിഷ്കരണത്വരയെയും വിപ്ലവത്തെയും അടക്കിനിർത്തി ശില്പചാതുരിയോടെ കഥ പറയുന്നു."[97] പൊറ്റെക്കാട്ടിനെ റൊമാന്റിക് കഥാകൃത്തായിട്ടാണ് ഗണിക്കാറുള്ളത്. നഷ്ടസൗഭാഗ്യങ്ങളെ സാക്ഷാൽക്കരിക്കാനുള്ള തൃഷ്ണയും, അലൗകികമായ ആദർശ ലോകത്ത് കൂട്ടുകൂടാൻ ത്വരയും ഉള്ള സ്വപ്നാടകന്റെ ഭാവമാണ് പൊറ്റെക്കാട്ടിന്റെ കഥകൾക്ക്. അദ്ദേഹത്തിന്റെ സമഗ്ര വ്യക്തിത്വം നിഴലിക്കുന്ന കൃതിയായി എടുത്തു കാണിക്കാവുന്ന കഥയാണ് 'ഏഴിലംപാല.'[98]

വല്യമ്മാവന് കളിയൻമൂലയിലെ സ്ഥലത്തുകൂടി പഞ്ചായത്ത് റോഡ് വരുന്നതിഷ്ടമല്ല. കാരണം ആ സ്ഥലത്ത് ഒരു ഏഴിലംപാല നില്പുണ്ട്. അത് വെട്ടിയാലേ വഴി നിർമ്മിക്കാനാവൂ. അമ്മാവന് ഏഴിലംപാല വെട്ടുന്നതിന് സമ്മതമില്ല. ദേഹത്തിന് നാഡിഞരമ്പുകൾ എങ്ങനെയാണോ അതുപോലെയാണ് ദേശത്തിന് റോഡു വരമ്പുകൾ - എന്നു പറയാറുള്ള വല്യമ്മാവൻ ഏഴിലംപാല വെട്ടുന്നതിന് എന്താണിത്ര എതിരു നില്ക്കുന്നത്? ഒടുവിൽ ഏഴിലംപാല വെട്ടുമെന്നായപ്പോൾ വല്യമ്മാവൻ ഒരു കത്തെഴുതിവച്ചിട്ട് ആത്മഹത്യ ചെയ്യുന്നു. കത്തിൽ എഴുതിയിരുന്നത് ഇപ്രകാരമാണ്: "ഞാൻ സ്നേഹിച്ച ഒരു പെണ്ണ് എന്റെയും തറവാട്ടിന്റെയും മാനം രക്ഷിക്കാൻവേണ്ടി കളിയൻമൂലയിലെ ആ ഏഴിലംപാല ക്കൊമ്പിൽ തൂങ്ങിമരിച്ചു. ഇന്നേക്ക് അൻപതുകൊല്ലം കഴിഞ്ഞു......ആ പാലയെ നിത്യവും കണ്ടുകൊണ്ട് ഞാൻ ഇന്നോളം ജീവിച്ചു. ഇനി ഞാനിതാ പോകുന്നു. പഞ്ചായത്തു നിരത്തിനു മുടക്കം വരുത്തണ്ട. കളിയൻമൂല ദാനം കൊടുത്തേക്കു. ആ ഏഴിലംപാല മുറിച്ചോളൂ."[99]

"പൊറ്റെക്കാട്ട് കഥ മുഴുമിപ്പിച്ചു പറയാൻ ഇഷ്ടപ്പെടുന്ന ഒരു കഥാകൃത്താണ്. പരിണാമഗുപ്തിയുടെ സങ്കേതം ഒരു പഴയ ഏർപ്പാടായി അദ്ദേഹം കരുതുന്നില്ല. അതിന്റെ ഫലമായി കഥയ്ക്കും കഥാപാത്രങ്ങൾക്കും പൂർണ്ണതയും മിഴിവും കിട്ടുന്നതിനോടൊപ്പം അനുവാചകന്

ശരിക്കും ഒരുകഥ വായിച്ചു എന്ന തൃപ്തിയും ആഹ്ലാദവും ലഭിക്കുന്നു."[100] നിറപ്പകിട്ടാർന്ന വർണ്ണനകൾ, ഹൃദ്യമായ ഭാഷാശൈലി, നർമ്മബോധം, അന്തരീക്ഷപ്പൊരുത്തം, തികഞ്ഞ ശില്പഭംഗി ഇവയൊത്തിണങ്ങുന്നതാണ് എസ് കെ പൊറ്റെക്കാട്ടിന്റെ കഥകൾ. 'ഏഴിലംപാല'യും 'നിശാഗന്ധി'[101]യുമാണ് ഇതിന് ഉത്തമ ഉദാഹരണങ്ങൾ.

ഉറൂബിന്റെ രാച്ചിയമ്മ

മനുഷ്യബന്ധങ്ങളുടെ വൈചിത്ര്യത്തിലേക്ക് ഇറങ്ങിച്ചെല്ലാൻ കഴിഞ്ഞ ഒരു കഥാകൃത്താണ് ഉറൂബ് എന്ന പേരിൽ പ്രസിദ്ധനായ പി സി കുട്ടിക്കൃഷ്ണൻ. പില്ക്കാലകഥാകൃത്തുക്കൾക്ക് മാതൃകയാകാൻ പാകത്തിൽ ഒരു പുതുസംവേദനത്തിന് തുടക്കംകുറിച്ച കഥയാണ് ഉറൂബിന്റെ 'രാച്ചിയമ്മ.'[102] എം ടിയും ടി പത്മനാഭനും എൻ മോഹനനും എഴുതിയ കഥകളുടെ ഭാവാന്തരീക്ഷം മലയാളകഥ ആദ്യം അറിയുന്നത് ഉറൂബിന്റെ 'രാച്ചിയമ്മ'യിലൂടെയാണ്.

വർഷങ്ങൾക്കുശേഷം നീലഗിരിയിൽ പോകാനിടയായ കഥാനായകൻ പാൽക്കാരി രാച്ചിയമ്മയെ വീണ്ടും കാണാനിടയാകുന്നു. ധിക്കാരത്തോടെയുള്ള സംസാരം, തുറിച്ചുനോട്ടം, ആരേയും വകവയ്ക്കാത്ത നടത്ത - അങ്ങനെ രാച്ചിയമ്മയെ കാണുന്നതുതന്നെ എല്ലാവർക്കും പേടിയാണ്. എന്നാൽ രാച്ചിയമ്മയുമായി കഥാനായകൻ അടുക്കുന്നതോടെ പുറമേ കാണുന്ന രാച്ചിയമ്മയല്ല യഥാർത്ഥ രാച്ചിയമ്മ എന്ന് മനസ്സിലാകുന്നു. ഒരു ദുർബ്ബല നിമിഷത്തിൽ രാച്ചിയമ്മയെ സ്പർശിക്കാൻ തുടങ്ങവേ അവൾ പറയുന്നു - "നമ്മളോടു പിണങ്ങരുത്. നമ്മുടെ ആങ്ങള ചത്തതിനുശേഷം സുഖം തോന്നിയത് നിങ്ങളെ കണ്ടപ്പഴാ. തള്ള ചാകുമ്പോൾ പറഞ്ഞ വാക്കാണ്. നമ്മൾ കാവിൽപ്പോയി മഞ്ഞപ്രസാദം തൊട്ടു സത്യം ചെയ്തു. വഴിപിഴയ്ക്കില്ലെന്ന്."[103] അതെല്ലാം പഴയ കഥയായിരുന്നു. പിന്നീട് കഥാനായകൻ വീണ്ടും വന്നപ്പോൾ രാച്ചിയമ്മയെ കാണുന്നു. സമ്പാദ്യം മുഴുവൻ രാച്ചിയമ്മ കഥാനായകന്റെ മകൾ വിജയലക്ഷ്മിക്ക് എഴുതിവച്ചിരിക്കുകയാണത്രേ. വീട്ടിൽ ചെല്ലുന്ന കഥാനായകനോട് രാച്ചിയമ്മ പറയുന്നു "നമ്മൾ ആ മഞ്ഞക്കുറി തുടച്ചുകളഞ്ഞു. നോക്കൂ നമ്മുടെ നെറ്റിയിൽ ചന്ദനക്കുറിയാണല്ലോ."[104]

രാച്ചിയമ്മയും കഥാനായകനും തമ്മിലുള്ള വൈകാരികബന്ധം അനുക്രമമായി വികാസംകൊള്ളുന്ന മനുഷ്യഹൃദയത്തിന്റെ അനിർവ്വചനീയതകളിലൊന്നാണ്. മനസ്സിനകത്തേക്കു നോക്കാനാണ് ഉറൂബിന് ഇഷ്ടം. സാമ്പത്തിക രാഷ്ട്രീയപ്രശ്നങ്ങൾ കഥയിൽ അദ്ദേഹം വലിച്ചിഴിക്കാറില്ല. മനുഷ്യബന്ധങ്ങളുടെ സൂക്ഷ്മതയിലേക്ക് ഊളിയിടാൻ ചെറുകഥ എന്ന മാധ്യമം പലപ്പോഴും ഉറൂബിന് തികയാതെവരുന്നു. അതുകൊണ്ടാവാം അദ്ദേഹം കഥകളെ വികസിപ്പിച്ച് നോവലുകൾ രചിച്ചത്. അദ്ദേഹത്തിന്റെ *മിണ്ടാപ്പെണ്ണ്* മുൻപൊരിക്കൽ ഒരു ചെറുകഥയിൽ പ്രത്യക്ഷമായതാണ്.[105] 'സുന്ദരികളും സുന്ദരന്മാരും', 'ഭൂമിയുടെ അറ്റത്തേക്ക്'[106] എന്ന കഥയിലെ പ്രമേയം തന്നെയാണ്.

അന്തർജ്ജനവും സരസ്വതിയമ്മയും

'മനുഷ്യപുത്രി'[107] എന്ന കഥയിലൂടെ ഫ്യൂഡൽകാലത്തിന്റെ അധഃപതനവും അതിൽ ഞെരിഞ്ഞമർന്ന കുഞ്ഞാത്തലിന്റെ ദൈന്യവും ലളിതാംബിക അന്തർജ്ജനം രേഖപ്പെടുത്തുന്നു. "ഒന്നൂല്ലേങ്കിൽ ഈ ഉണ്ണിയെ സ്കൂളിൽ ചേർത്തു തരിക.....ഉച്ചക്കഞ്ഞിയെങ്കിലും കിട്ടൂല്ലോ......ഭഗവാനേ! ഗുരുവായൂരപ്പാ രക്ഷിക്കണേ"[108] എന്ന് മെല്ലെപ്പറഞ്ഞുകൊണ്ട് പൗത്രനെയും മുൻപോട്ടുനിർത്തി നേതാവിന്റെ മുറിയിൽ എത്തിയ കുഞ്ഞാത്തലമ്മ ജന്മിത്തം തകർന്നുപോയപ്പോൾ ആരും കാണാതെപോയ ദൈന്യത്തിന്റെ പ്രതീകമാണ്.

കെ സരസ്വതിയമ്മയുടെ 'വിവാഹങ്ങൾ സ്വർഗ്ഗത്തിൽ വച്ചു നടത്തപ്പെടുന്നു'[109] എന്ന കഥയിലെ മാധവി ബുദ്ധിശക്തികൊണ്ടും സത്യസന്ധതകൊണ്ടും സ്ത്രീകുലത്തിന് അഭിമാനത്തിന് വക നല്കുന്നു. വിവാഹമെന്ന കമ്പോളത്തിനെതിരെ സർഗ്ഗാത്മകമായി പ്രതികരിക്കുകയാണ് ഇവിടെ കഥാകാരി. ഈ രണ്ട് എഴുത്തുകാരികളും സാമൂഹികാവസ്ഥയോട് സൗന്ദര്യശാസ്ത്രപരമായി പ്രതികരിക്കുന്നവരാണ്.

ശാരീരികാനുഭവങ്ങളുടെ ലോകത്തു നിന്ന് മാനസികാനുഭവങ്ങളുടെ ലോകത്തിലേക്ക് കടക്കുന്നിടത്താണല്ലോ സാഹിത്യം യഥാർത്ഥത്തിൽ ഗഹനതയാർജ്ജിക്കുന്നത്. ഈ ഗഹനതയെ വിളംബരം ചെയ്യുന്ന കഥകളിലൂടെയായിരിക്കും ദേവും തകഴിയും മറ്റും ഭാവിയിൽ സ്മരിക്കപ്പെടുക. ബഷീർ, കാരൂർ, കെ സരസ്വതിയമ്മ തുടങ്ങിയ ചിലർ ഈ ഘട്ടത്തിൽ സവിശേഷ വ്യക്തിത്വത്തോടെ തെളിഞ്ഞുനില്ക്കുന്നത് ആന്തരികഭാവത്തിൽ അവർ കൂടുതൽ ശ്രദ്ധചെലുത്തിയതുമൂലമാണ്.[110] രൂപത്തെ ലാവണ്യമെന്ന് അമൂർത്തവല്ക്കരിക്കുക വഴി സാഹിത്യരൂപവും ജീവിത വീക്ഷണവും തമ്മിലുള്ള എല്ലാ ബന്ധങ്ങൾക്കും മുന്നിൽ എഴുത്തുകാരൻ സ്വന്തം വിലക്ഷണ വ്യക്തിത്വത്തിന്റെ ഒരു കറുത്ത പുതപ്പ് വിരിക്കുന്ന കാഴ്ചയാണ് ഇവരുടെ കൃതികളിൽ കാണാൻ കഴിയുന്നത്.[111]

കഥ 1950 കളിൽ

1950 കൾക്കു ശേഷം കഥയിൽവന്ന മാറ്റം വ്യക്തിത്വ പ്രകടനത്തിന് കഥ ഉപാധിയാക്കി എന്നതാണ്. "ഈ കാലത്ത് വ്യക്തിത്വത്തിനാണ് കൂടുതൽ പ്രാധാന്യം. കഥമറന്നുപോയാലും അതിൽ പ്രതിഫലിച്ച വ്യക്തിത്വം മറക്കപ്പെടുകയില്ല"[112] എന്ന് മാധവിക്കുട്ടിയും, "ഒരു കഥ പറയുകമാത്രമല്ല എന്റെ ഉദ്ദേശ്യം. ഒരു കഥ അനുഭവിപ്പിക്കണം"[113] എന്ന് എം ടി വാസുദേവൻനായരും, "സങ്കല്പങ്ങളെ ആവിഷ്കരിക്കുന്നതിൽ ഒരു പുതിയ മാർഗ്ഗം, കൂടുതൽ സത്യസന്ധമെന്നു ഞാൻ വിശ്വസിക്കുന്ന മാർഗ്ഗം, ജോയ്സ് എനിക്കു കാട്ടിത്തരുകയുണ്ടായി"[114] എന്ന് ടി പത്മനാഭനും പ്രസ്താവിക്കുന്നു. കഥാകൃത്തുക്കളുടെ ക്യാൻവാസ് ചുരുങ്ങുകയും സമൂഹത്തിൽ പടർന്നു കിടക്കുന്ന ദൃശ്യങ്ങൾ പകർത്താതെ വ്യക്തിയിലേക്കു കഥ കടക്കുകയും ചെയ്തു. ഭാവഗീതത്തിന്റെ ഏകാഗ്രമായ ആയവും

താളവും പുലർത്തുന്ന ഇത്തരം കഥകളിൽ പ്രയോഗിച്ചിരിക്കുന്ന ഓരോ വാക്കും ബിംബവും ലക്ഷ്യബോധത്തോടെ ഉപയോഗിച്ചിരിക്കുന്നവയാണ്. തികച്ചും ആഭ്യന്തരമാണ് അവയൊക്കെ. വ്യക്തിത്വപ്രകടനമായതിനാൽ മനോഘടനയുമായി കഥ ബന്ധപ്പെട്ട് രചനാസങ്കേതത്തിലും പരിവർത്തനമുണ്ടാക്കി.

ചിന്താശില്പങ്ങളുടെ തകർച്ച

മലയാള കഥയുടെ ചരിത്രത്തിലെതന്നെ ഒരു അനിവാര്യഘട്ടത്തിലാണ് പുതിയകഥകൾ ആവിർഭവിക്കുന്നതെങ്കിലും ആധുനിക കാലഘട്ടത്തിന്റെ ധൈഷണിക കാലാവസ്ഥയെ രൂപപ്പെടുത്തിയ നവീനദർശനങ്ങളും ആ ദർശനങ്ങളുടെ പശ്ചാത്തലത്തിലുണ്ടായ ലോകസാഹിത്യവും ഈ വ്യതിയാനത്തെ ത്വരിപ്പിച്ച ഘടകങ്ങളാണ്. ഭദ്രമായ ചിന്താശില്പങ്ങൾ തകർന്ന കാലഘട്ടമാണിത്. നിരന്തരമായി 'ആയിത്തീരലിലൂടെ' മാത്രം രൂപംകൊള്ളുന്നതാണ് വ്യവസ്ഥാപിത മൂല്യങ്ങൾ എന്നു വരുമ്പോൾ അംഗീകൃത സ്ഥാപനങ്ങളെ ചോദ്യം ചെയ്യുന്നതിനുള്ള പ്രേരണയുണ്ടാകുന്നു. കുടുംബബന്ധങ്ങളും അംഗീകൃതമൂല്യസങ്കല്പങ്ങളും രാഷ്ട്രസങ്കല്പവുമെല്ലാം പുനർവ്വിചിന്തനത്തിനു വിധേയമാക്കാൻ ആധുനിക മനുഷ്യൻ നിർബ്ബന്ധിതനാകുന്നു. ജീവിതത്തിന്റെ ചിട്ടപ്പെടുത്തിയ നിർവ്വചനങ്ങൾക്കുപകരം ജീവിതത്തെ ധീരമായി സമീപിക്കുന്നു എന്നതാണ് ആധുനിക ദർശനത്തിന്റെ പ്രസക്തി.

സ്വന്തം കൈയൊപ്പ്

"ഒരേസമയത്ത് ജീവിക്കുകയും ജീവിക്കാതിരിക്കുകയും ചെയ്യുന്നവരുണ്ട്. ആചാരങ്ങളും വഴക്കങ്ങളും അനുസരിച്ച് അതാതു പാതകളിലൂടെ അവർ തെന്നിപ്പോകുന്നു. അവർ യാതൊന്നും സ്വയം തെരഞ്ഞെടുക്കുന്നില്ല. സോദ്ദേശ്യമല്ല അവരുടെ വ്യക്തിത്വം; അതിനാൽ അവരുടെ വ്യക്തിത്വം പൂർണ്ണമല്ല."[115] പൂർണ്ണത കണ്ടെത്താനുള്ള കലാകാരന്റെ ശ്രമം കൃതികളിൽ മുദ്രപതിപ്പിക്കാനുള്ള വ്യഗ്രതയായി മാറുന്നു. കമലാദാസ് മാധവിക്കുട്ടി എന്ന തൂലികാനാമം സ്വീകരിച്ച് മാതൃഭാഷയിൽ കഥ എഴുതുവാൻ തുടങ്ങിയതുതന്നെ ശ്രദ്ധിക്കേണ്ടതുണ്ട്. "യാഥാസ്ഥിതികരായ ചില ബന്ധുക്കൾക്ക് ദേഷ്യം തോന്നരുതെന്നു കരുതി പേരുമാറ്റി എഴുതിത്തുടങ്ങിയതാണ്."[116]

ഭാവപ്രധാനം

കാലദൈർഘ്യവും സംഭവബാഹുല്യവും കുറയ്ക്കുകയും കഥാപാത്രങ്ങൾ വർഗ്ഗസ്മൃതി വിട്ടുണരുകയും ആത്മാവിന്റെ നോവുകളിലേക്കിറങ്ങുകയും ചെയ്യുന്ന കഥകളുടെ കാലമായിരുന്നു അത്. ബാഹ്യലോകവും സ്വന്തം മാനസികാനുഭൂതികളും തങ്ങളിലുണർത്തിയ ദർശനങ്ങൾക്ക് രൂപം നല്കുന്നതിലായിരുന്നു അവരുടെ മുഖ്യമായ ശ്രദ്ധ. ഈ

ഘട്ടത്തിലാണ് നമ്മുടെ കഥാസാഹിത്യം കാവ്യാത്മക ബിംബങ്ങളിലൂടെ ഭാവഗീതങ്ങളോടടുക്കുന്നത്. ഈ പുതിയ ഘട്ടത്തിന്റെ തുടക്കം മാധവിക്കുട്ടിയുടെ കഥകളിലായിരുന്നു. മലയാളത്തിലെ ഭാവാത്മക പ്രസ്ഥാനം[117] ഉറൂബിന്റെ 'തുറന്നിട്ട ജാലകം', 'ഗണപതിയട', 'പാവപ്പെട്ട അമ്മ' എന്നീ കഥകളിലൂടെയാണ് തുടങ്ങുന്നത്. പൂർണ്ണ വളർച്ചയിൽ എത്തുന്നത് ടി പത്മനാഭൻ (1931 ഫെബ്രുവരി 5 –), എം ടി വാസുദേവൻ നായർ (1934 ജൂലൈ 15 –) എന്നിവരുടെ കൃതികളിലാണ്. ബിംബനിർദ്ധാരണത്തിലൂടെയുള്ള മലയാളകഥ തുടങ്ങിയത് മാധവിക്കുട്ടിയിലും (1932 മാർച്ച് 31 –).

യാഥാർത്ഥ്യബോധം

വിലാപത്തിന്റെ കഥകളായിരുന്നല്ലോ ടി പത്മനാഭനും എം ടി വാസുദേവൻ നായരും എഴുതിയത്. തറവാടിന്റെ തകർച്ചയിൽ മനംനൊന്ത് മനസ്സിന്റെ കോണുകളിലേക്കൊതുങ്ങുന്ന കഥാപാത്രങ്ങളെ എം ടി വാസുദേവൻ നായരുടെ കഥകളിൽ കാണാം. മാധവിക്കുട്ടിയുടെ കഥകളാവട്ടെ പരുക്കൻ യാഥാർത്ഥ്യങ്ങളുടെ സൂക്ഷ്മാംശങ്ങളിലേക്ക് കടന്നുചെന്ന് കഥയെ അവയവപ്പൊരുത്തമുള്ള ജൈവരൂപമാക്കി മാറ്റുന്നു. "ഫാഷൻ പരേഡിൽ സന്ധിക്കുന്ന ജീവിതമല്ല, മോർച്ചറിയിലെ സൂക്ഷ്മഗന്ധമുള്ള അന്തരീക്ഷത്തിൽ കണ്ടുമുട്ടുന്ന ജീവിതമാണ് മിക്കപ്പോഴും മാധവിക്കുട്ടിക്ക് പ്രിയങ്കരം. ദാമ്പത്യത്തിലെ അനാട്ടമി എന്നപോലെ അവർ എഴുതിയിട്ടുള്ള കഥകൾത്തന്നെ ഉദാഹരണം."[118]

പുതിയകഥാമാതൃക

മിണ്ടാത്തവന്റെ മൂകവേദന ആവിഷ്കരിക്കുന്ന മാധവിക്കുട്ടിയുടെ 'ഒരു സ്നേഹത്തിന്റെ കഥ' 1956 ജൂലൈ 22 നുള്ള *മാതൃഭൂമി* ആഴ്ചപതിപ്പിലാണ് പ്രസിദ്ധപ്പെടുത്തിയത്. എം ടി വാസുദേവൻ നായർ രചിച്ച *ഇരുട്ടിന്റെ ആത്മാവ്* 1957 മേയ് 19 നുള്ള *മാതൃഭൂമി* ആഴ്ചപ്പതിപ്പിലും. 1953 ൽ മാധവിക്കുട്ടി എഴുതിയ കഥകളാണ് *മതിലുകൾ*[119] എന്ന സമാഹാരത്തിൽ ചേർത്തിട്ടുള്ളത്. *മാതൃഭൂമി* ആഴ്ചപ്പതിപ്പിൽ പ്രസിദ്ധപ്പെടുത്തിയ *കുട്ട്യേടത്തി*[120] എം ടി വാസുദേവൻ നായർ എഴുതുന്നതിനു മുൻപ് മാധവിക്കുട്ടി എഴുതിയ കഥകളാണ് *കൂടുകൾ*[121], *നീർമ്മാതളത്തിന്റെ പൂക്കൾ*[122], *മൃഗതൃഷ്ണ*[123], *പുനസമാഗമം*[124] എന്നിവ. "ആ വിദ്യാലയത്തിലെ ഘടികാരം നാലടിച്ചു. ചന്ദ്രൻ ജനലഴിയും പിടിച്ചുകൊണ്ട് ചുവട്ടിലേക്ക് നോക്കി. കൃഷ്ണൻകുട്ടി ആ വഴി വരുന്നുണ്ട്." എന്ന പത്ത് വയസ്സ് മാത്രം പ്രായം ഉള്ള ചന്ദ്രൻ എന്ന 'കുഷ്ഠരോഗി'[125]യുടെ കഥ 1946 ൽ 14–ാം വയസ്സിലാണ് മാധവിക്കുട്ടി എഴുതുന്നത്. പിന്നീട് 10 വർഷത്തിനുശേഷം പിറന്ന എം ടിയുടെ *ഇരുട്ടിന്റെ ആത്മാവിലെ* വേലായുധന്റെ ആദ്യപിറവിയാണോ ചന്ദ്രനിൽ നിഴലിക്കുന്നത്. ഇത്രയും സൂചിപ്പിച്ചത് മലയാളത്തിലെ കഥാനിരൂപണം മറന്നുപോയതോ കണ്ടിട്ടും കണ്ടില്ലെന്നു നടിച്ചതോ ആയ ഒരു വസ്തുത വെളിച്ചത്തു കൊണ്ടുവരാൻ മാത്ര

മാണ്. ടി പത്മനാഭനും എം ടി വാസുദേവൻ നായരും എഴുതിത്തുടങ്ങുന്നതിനുമുൻപ് പുതിയ കഥാമാതൃകകളുമായി മലയാളത്തിൽ രംഗപ്രവേശം ചെയ്തത് മാധവിക്കുട്ടിയാണ്.[126]

അബോധമനസ്സ്

ജീവിതസാഹചര്യങ്ങളുടെ ഏതെങ്കിലും സവിശേഷ സന്ദർഭങ്ങളിൽ വന്നു നില്ക്കുന്ന കഥാപാത്രങ്ങളുടെ വൈകാരിക മുഹൂർത്തം അനാവരണം ചെയ്യുന്നതിന് ആ സാഹചര്യങ്ങളെ ചിത്രീകരിച്ച് കഥാലക്ഷ്യം പ്രാപിക്കുന്ന രീതിയല്ല മാധവിക്കുട്ടിയിൽ തുടങ്ങുന്ന കഥയുടെ പതിവ്. യാഥാർത്ഥ്യത്തിന് അതീതമായ സത്യത്തിനുവേണ്ടി കഥാകൃത്ത് പുതിയ പാത അന്വേഷിക്കുന്നു. കാല്പനികമോ യഥാർത്ഥമോ ആയ ആവിഷ്കരണ രീതിയുടെ പരിമിതികൾ അനുഭവിച്ചറിഞ്ഞ് അതിനെ അതിജീവിക്കാൻ നടത്തിയ പരീക്ഷണത്തിന്റെ ഫലമാണ് മാധവിക്കുട്ടിയുടെ കഥകൾ. മനസ്സിന്റെ ആഴങ്ങളിലേക്ക് പതിഞ്ഞിറങ്ങുന്ന മാധവിക്കുട്ടിയുടെ കഥകൾ മിക്കതും അബോധതലത്തിൽ സ്ഥിതി ചെയ്യുന്നു. ജന്മവാസനകളും ആർജ്ജിതവാസനകളും തമ്മിലുള്ള സ്പർദ്ധയും സമന്വയവും ഈ കഥകളിൽ നമുക്കു കാണാം.

മാധവിക്കുട്ടി കഥയെഴുത്ത് ആരംഭിക്കുന്നതിനു മുൻപുള്ള മലയാള ചെറുകഥയുടെ പരിണാമസ്വഭാവം ഏതാണ്ട് വിവരിച്ചു കഴിഞ്ഞു. 'വെറും കഥ'യായിട്ടാണ് നമ്മുടെ കഥാചരിത്രം ആരംഭിക്കുന്നത്. ആദ്യകാലത്തെ കഥകളിൽ 'കുറെ കഥ'യും 'കുറെ കാര്യവും' ഉണ്ടായിരുന്നു. എന്നാൽ കഥയെഴുത്ത് അത്ര ഗൗരവമായി എടുക്കാത്തതുമൂലം അവയിൽ അന്തർഭവിച്ച കാര്യങ്ങൾ മിക്കവാറും സാമാന്യദൃഷ്ടിക്ക് അഗോചരമായിരുന്നു. എന്നാൽ നമ്മുടെ സാമൂഹ്യജീവിതത്തിലും ചിന്തകളിലും മാറ്റം വന്നപ്പോൾ നമ്മുടെ കഥകൾക്കും മാറ്റംവരാതെ നിവൃത്തിയില്ല എന്നുവന്നു. തകഴിയും ദേവും പൊൻകുന്നം വർക്കിയും മറ്റും അങ്ങനെ വന്നവരാണ്. എന്നാൽ കേവലമായ ബാഹ്യവൃത്തികളിൽ വിശ്രമിക്കാൻ നമ്മുടെ കഥകൾ ഇഷ്ടപ്പെട്ടില്ല. പുറം കഥകളുടെ വർദ്ധനവ് ഏകരൂപവും അരസികവുമായപ്പോൾ എഴുത്തുകാർ തങ്ങളുടെ 'അകത്തേക്കു നോക്കി.' അങ്ങനെയുണ്ടായ 'അകം കഥ' കളിൽ പ്രധാനമാണ് മാധവിക്കുട്ടിയുടെ കഥകൾ. മലയാള കഥാചരിത്രത്തിൽ ഒരു നാഴികക്കല്ലായിത്തീർന്ന ആ കഥകളെക്കുറിച്ച് വിശദമായ ഒരു പഠനം നമ്മുടെ കഥാസാഹിത്യത്തിന്റെ ഒരു ഘട്ടത്തിന്റെ പഠനമായിത്തീരുന്നതാണ്.

കുറിപ്പുകൾ

1. തോമസ്, സി ജെ - *കഥയുടെ കഥ*, കഥ, പുറം 3, പുസ്തകം 1 ലക്കം 2, 1949 ഫെബ്രുവരി, സരസ്വതി പ്രിന്റിങ് ആന്റ് പബ്ലിഷിങ് ഹൗസ്, തൃശ്ശിവപേരൂർ.
2. ഗംഗാധരൻ, തിക്കുറിശ്ശി - *കേരളവർമ്മ കഥകൾ*, പുറം 18, 1982, എൻ ബി എസ്, കോട്ടയം.

3. വിജയൻ, ചമ്പാടൻ - ആദ്യത്തെകഥ, *മലയാളനാട്* വാരിക, പുസ്തകം 10 ലക്കം 20, 1978 ഒക്ടോബർ 8.
4. കൃഷ്ണപിള്ള, എസ് എൻ - മലയാളത്തിലെ ചെറുകഥകൾ, *ആത്മ പോഷിണി,* പുറം 580 - 593, പുസ്തകം 10 ലക്കം 10 - 11, 1920 ജനുവരി - ഫെബ്രുവരി.
5. പ്രിയദർശനൻ, ജി - *മലയാള പത്രപ്രവർത്തനം പ്രാരംഭ സ്വരൂപം,* പുറം 45-47, 1982, കേരള സാഹിത്യ അക്കാദമി, തൃശൂർ.
6. സാം, എൻ. - ആദ്യകഥയുടെ ഈറ്റില്ലം, *മാതൃഭൂമി* ആഴ്ചപ്പതിപ്പ്, പുസ്തകം 61 ലക്കം 6, 1983, ഏപ്രിൽ 24.
7. വേലായുധൻ പിള്ള, പി വി ഡോക്ടർ - *മലയാളകഥ ധർമ്മോപദേശം മുതൽ വ്യക്തിദർശനം വരെ, അറിവും അനുഭൂതിയും,* പുറം 99, മൂന്നാം പതിപ്പ് 1987, എൻ ബി എസ്, കോട്ടയം.
8. പരമേശ്വര അയ്യർ, എസ്. ഉള്ളൂർ - *കേരള സാഹിത്യചരിത്രം* (രണ്ടാം വാല്യം), പുറം 59, മൂന്നാം പതിപ്പ് 1974, കേരളസർവ്വകലാശാല പ്രസിദ്ധീകരണ വകുപ്പ്, തിരുവനന്തപുരം.
9. കുഞ്ഞുകൃഷ്ണമേനോൻ, ഒടുവിൽ (1870 - 1916) - കല്യാണിക്കുട്ടി, ജാനു, നാരായണിക്കുട്ടി, കേളുണ്ണി മൂപ്പിൽ നായർ എന്നിവ പ്രധാന കഥകൾ.
10. പോൾ, എം പി - *ചെറുകഥാപ്രസ്ഥാനം,* പുറം 164, മൂന്നാം പതിപ്പ് 1953, സാഹിത്യ പ്രവർത്തക സഹകരണസംഘം, കോട്ടയം.
11. അച്യുതൻ, എം - *ചെറുകഥ ഇന്നലെ ഇന്ന്,* പുറം 69, ഒന്നാം പതിപ്പ് 1973, സാഹിത്യ പ്രവർത്തക സഹകരണസംഘം, കോട്ടയം.
12. നാരായണൻ നമ്പി, തേലപ്പുറത്ത് - കഠിനകൃത്യം, *ലക്ഷ്മീഭായി,* പുസ്തകം 8 ലക്കം 1, 1921 മേയ്.
13. നാരായണൻ നമ്പി, തേലപ്പുറത്ത് - ഒരു അസാധാരണ പരസ്യം, *മംഗളോദയം,* പുസ്തകം 5 ലക്കം 12, 1913 നവംബർ.
14. നാരായണൻ നമ്പി, തേലപ്പുറത്ത് - ഒടുക്കത്തെ സന്തോഷം, *ലക്ഷ്മീഭായി,* പുസ്തകം 10 ലക്കം 2, 1914 ജൂൺ.
15. നാരായണൻ നമ്പി, തേലപ്പുറത്ത് -വലിച്ചാൽ നീളുന്ന പെട്ടി, *ലക്ഷ്മീഭായി,* പുസ്തകം 14 ലക്കം 3, 1918 ജൂലൈ.
16. നാരായണപ്പൊതുവാൾ, അമ്പാടി,- ഉളിപിടിച്ച കൈ, *രസികരഞ്ജിനി,* പുസ്തകം 4 ലക്കം 10, 1906 ജൂൺ.
17. അച്യുതൻ, എം. - വാസനാവികൃതിയുടെ കാലം, *മാതൃഭൂമി* ആഴ്ചപ്പതിപ്പ്, പുറം 19, പുസ്തകം 69 ലക്കം 25, 1991 ആഗസ്ത് 25.
18. പോൾ എം പി - *ചെറുകഥാപ്രസ്ഥാനം,* പുറം 55, മൂന്നാം പതിപ്പ് 1953, സാഹിത്യ പ്രവർത്തക സഹകരണ സംഘം, കോട്ടയം.
19. അച്യുതൻ, എം. - *ചെറുകഥ ഇന്നലെ ഇന്ന്,* പുറം 66, ഒന്നാം പതിപ്പ് 1973, സാഹിത്യ പ്രവർത്തക സഹകരണ സംഘം, കോട്ടയം.
20. സുകുമാരൻ, കെ - *സുകുമാരകഥാമഞ്ജരി* (പുസ്തകം മൂന്ന്),

പുറം 41, മൂന്നാം പതിപ്പ് 1948, കെ ആർ ബ്രദേഴ്സ്, കോഴിക്കോട്.

21. അതിൽത്തന്നെ പുറം 48
22. അതിൽത്തന്നെ പുറം 50
23. കുമാരൻ, മൂർക്കോത്ത് - കലികാലവൈഭവം, *മലയാളമനോരമ,* 1896 ഫെബ്രുവരി 22.
24. എം ആർ കെ സി - കണ്ണിപ്പറമ്പിലെ കൊലപാതകൻ, *മംഗളോദയം,* പുസ്തകം 4 ലക്കം 9, 1912 ഓഗസ്റ്റ്.
25. അച്യുതൻ, എം - *ചെറുകഥ ഇന്നലെ ഇന്ന്,* പുസ്തകം 78, ഒന്നാം പതിപ്പ് 1973, സാഹിത്യ പ്രവർത്തക സഹകരണസംഘം, കോട്ടയം.
26. ബഷീർ എം എം, ഡോക്ടർ - *ഉപന്യാസോപഹാരം*, പുറം 107, മേയ് 1970, എൻ ബി എസ് കോട്ടയം.
27. ശങ്കരപ്പിള്ള പി ആർ - വേണാട്ടിളമുറ, *ഭാഷാപോഷിണി,* പുസ്തകം 27 ലക്കം 5.
28. ശങ്കരപ്പിള്ള, പി ആർ - കാലം കഴിഞ്ഞ കത്ത്, *ഭാഷാപോഷിണി,* പുസ്തകം 27 ലക്കം 9.
29. ശങ്കരപ്പിള്ള, പി ആർ - പണപ്പെട്ടിതേടി, *കൈരളി,* പുസ്തകം 13 ലക്കം 4, 1928 ആഗസ്ത്.
30. ശങ്കരപ്പിള്ള പി ആർ - പൗരുഷത്തിലും പ്രേതം, *ഭാഷാപോഷിണി,* പുസ്തകം 33 ലക്കം 10, 1929 ജൂൺ.
31. കുമാർ, സി ബി ഡോക്ടർ - *ഉപന്യാസോപഹാരം,* പുറം 107, മേയ് 1970, എൻ ബി എസ് കോട്ടയം.
32. അതിൽത്തന്നെ പുറം 108
33. സുകുമാരൻ, കെ - *സുകുമാരകഥാമഞ്ജരി* (പുസ്തകം മൂന്ന്), പുറം 59 - 60, മൂന്നാം പതിപ്പ് 1948, കെ ആർ ബ്രദേഴ്സ്, കോഴിക്കോട്.
34. പോൾ, എം പി- *ചെറുകഥാപ്രസ്ഥാനം,* പുറം 187. മൂന്നാം പതിപ്പ് 1953, സാഹിത്യ പ്രവർത്തക സഹകരണസംഘം, കോട്ടയം.
35. അച്യുതൻ എം - *ചെറുകഥ ഇന്നലെ ഇന്ന്,* പുറം 83, ഒന്നാം പതിപ്പ് 1973, സാഹിത്യ പ്രവർത്തക സഹകരണസംഘം, കോട്ടയം.
36. അതിൽത്തന്നെ പുറം 84
37. അതിൽത്തന്നെ പുറം 85
38. നാരായണപ്പൊതുവാൾ അമ്പാടി - ഉളിപിടിച്ച കൈ, *രസികരഞ്ജിനി,* പുസ്തകം 4 ലക്കം 10, 1906 ജൂൺ.
39. പോൾ എം പി - *ചെറുകഥാപ്രസ്ഥാനം*, പുറം 166, മൂന്നാം പതിപ്പ് 1953, സാഹിത്യ പ്രവർത്തക സഹകരണസംഘം, കോട്ടയം.
40. സുകുമാരൻ, കെ. - *സുകുമാരകഥാമഞ്ജരി* (പുസ്തകം മൂന്ന്), പുറം -10, മൂന്നാം പതിപ്പ് 1948, കെ ആർ ബ്രദേഴ്സ്, കോഴിക്കോട്.
41. അതിൽത്തന്നെ പുറം 54
42. കുഞ്ഞിരാമൻ നായനാർ, വേങ്ങയിൽ - മേനോക്കിയെ കൊന്നതാ

രാണ്, *വിദ്യാവിനോദിനി,* പുസ്തകം 4 ലക്കം 7, 1893 മേയ്.

43. കുഞ്ഞിരാമൻ നായനാർ, വേങ്ങയിൽ - വാസനാവികൃതി, *വിദ്യാവിനോദിനി,* പുസ്തകം 2 ലക്കം 5, 1891 ഫെബ്രുവരി.
44. കുഞ്ഞിരാമൻ നായനാർ, വേങ്ങയിൽ - ദ്വാരക, *വിദ്യാവിനോദിനി,* പുസ്തകം 2 ലക്കം 5, 1891 ഫെബ്രുവരി.
45. അച്യുതമേനോൻ സി പി - എന്റെ ആദ്യത്തെ ഫീസ്, *വിദ്യാവിനോദിനി,* പുസ്തകം 5 ലക്കം 8, 1894 ജൂലൈ.
46. ചന്ദ്രശേഖരവാര്യർ എം എസ് - ഇ വി സാഹിത്യം, *ഇ വി കൃതികൾ,* പുറം 15, ഒന്നാം പതിപ്പ് 1978 മാർച്ച്, ഡി സി ബുക്സ്, കോട്ടയം.
47. കുമാരപിള്ള ജി - കാരൂരിന്റെ കഥകൾ, *കാരൂർക്കഥകൾ* (ഒന്നാം ഭാഗം), പുറം 5 - 18, 1978 നവംബർ, സാഹിത്യ പ്രവർത്തക സഹകരണസംഘം, കോട്ടയം.
48. ബഷീർ, എം എം ഡോക്ടർ - മലയാളത്തിലെ ആദ്യകാലകഥാകാരികൾ, *മാതൃഭൂമി* ആഴ്ചപ്പതിപ്പ്, പുസ്തകം 62 ലക്കം 26, 1984 സെപ്തംബർ 9.
49. പാർവ്വതിയമ്മ, വി. - പേശലാംഗിയുടെ കൗശലം, *ലക്ഷ്മീഭായി,* പുസ്തകം 13 ലക്കം 3, 1917 ജൂലൈ.
50. കാർത്ത്യായനിയമ്മ, അമ്പാടി - *മനഃസാക്ഷിയും മോഹവും, കൈരളി,* പുസ്തകം 5 ലക്കം 12, 1920 ഫെബ്രുവരി - മാർച്ച്.
51. പോൾ എം പി - *ചെറുകഥാപ്രസ്ഥാനം*, പുറം 51, മൂന്നാംപതിപ്പ്, 1953, സാഹിത്യ പ്രവർത്തക സഹകരണസംഘം, കോട്ടയം.
52. വേലായുധൻ പിള്ള, പി വി ഡോക്ടർ - *മലയാള കഥ ധർമ്മോപദേശം മുതൽ വ്യക്തിദർശനം വരെ, അറിവും അനുഭൂതിയും,* പുറം 100, മൂന്നാം പതിപ്പ് 1987, എൻ ബി എസ് കോട്ടയം.
53. ഭട്ടതിരിപ്പാട്, വി ടി - രജനീരംഗം, 1928, *മംഗളോദയം*, തൃശ്ശിവപേരൂർ.
54. എം ആർ ബി - വാൽക്കണ്ണാടി - 1932, *മംഗളോദയം,* തൃശ്ശിവപേരൂർ.
55. ഭവത്രാതൻ നമ്പൂതിരിപ്പാട്, മുത്തിരിങ്ങോട് - പൂങ്കുല, 1952, *മംഗളോദയം,* തൃശ്ശിവപേരൂർ.
56. എം ആർ ബി - തലയിലെഴുത്ത് *വാൽക്കണ്ണാടി,* പുറം 13 - 34, ജൂലൈ 1991, കറന്റ് ബുക്ക്സ്, തൃശൂർ.
57. അതിൽത്തന്നെ പുറം 17.
58. അതിൽത്തന്നെ പുറം 30.
59. പോൾ എം പി - *ചെറുകഥാപ്രസ്ഥാനം*, പുറം 24, മൂന്നാം പതിപ്പ് 1953, സാഹിത്യ പ്രവർത്തക സഹകരണസംഘം, കോട്ടയം.
60. തോമസ്, സി കെ - *കഥയുടെ കഥ,* കഥ പുസ്തകം 1 ലക്കം 2,1949 ഫെബ്രുവരി, സരസ്വതി പ്രിന്റിങ് ആന്റ് പബ്ലിഷിങ് ഹൗസ്,

തൃശ്ശിവപേരൂർ.

61. അതിൽത്തന്നെ പുറം 4.

62. ജയചന്ദ്രൻ, ടി എൻ - *പൊൻകുന്നം വർക്കി, കഥയുടെ പിന്നിലെ കഥ,* പുറം 70, മേയ് 1975, സാഹിത്യ പ്രവർത്തക സഹകരണസംഘം, കോട്ടയം.

63. വേലായുധൻ പിള്ള, പി. വി. ഡോക്ടർ - *മലയാള കഥ ധർമ്മോപദേശം മുതൽ വ്യക്തിദർശനം വരെ, അറിവും അനുഭൂതിയും*, പുറം 101, മൂന്നാംപതിപ്പ് 1987, എൻ ബി എസ്.

64. തോമസ് സി ജെ - കഥയുടെ കഥ, കഥ, പുസ്തകം 1 ലക്കം 2, 1949 ഫെബ്രുവരി, സരസ്വതി പ്രിന്റിങ് ആന്റ് പബ്ലിഷിങ് ഹൗസ്, തൃശ്ശിവപേരൂർ.

65. ജയചന്ദ്രൻ, ടി എൻ - *പോഞ്ഞിക്കര റാഫി, കഥയുടെ പിന്നിലെ കഥ,* പുറം 81, മേയ് 1975, സാഹിത്യ പ്രവർത്തക സഹകരണസംഘം, കോട്ടയം.

66. നരേന്ദ്രപ്രസാദ് ആർ - *അവതാരിക, പതിനൊന്നു കഥകൾ വീണ്ടും,* പുറം 8, 1977, ഡി സി ബുക്സ്, കോട്ടയം.

67. ഗോവിന്ദൻകുട്ടി നായർ, ഉള്ളാട്ടിൽ - അവതാരിക, *പതിനൊന്നു കഥകൾ,* പുറം 9, 1962, ദക്ഷിണ ഭാരത ഹിന്ദിപ്രചാരസഭ, എറണാകുളം.

68. കൃഷ്ണൻ നായർ എം - അവതാരിക, *1980 ലെ തെരഞ്ഞെടുത്ത കഥകൾ,* പുറം 12, ജൂലൈ 1981, ഡി സി ബുക്സ്, കോട്ടയം.

69. സാനു, എം കെ - *ചെറുകഥ പുതിയ മാനങ്ങളിലേക്ക്, അവധാരണം,* പുറം 230, ഫെബ്രുവരി 1984 ഡി സി ബുക്സ്, കോട്ടയം.

70. ശിവശങ്കരപ്പിള്ള, തകഴി - *നിത്യകാമുകൻ,* പുറം 60, 1945, ശ്രീരാമവിലാസം പ്രസ് & ബുക്ക് ഡിപ്പോ, തിരുവനന്തപുരം.

71. കേശവദേവ്, പി - *പ്രവാഹം,* രണ്ടാം പതിപ്പ് 1958, *മംഗളോദയം,* തൃശ്ശിവപേരൂർ.

72. ശിവശങ്കരപ്പിള്ള, തകഴി - *ഇങ്കിലാബ്,* പുറം 9 -24, 1951 ജൂലൈ എൻ ബി എസ്, കോട്ടയം.

73. കേശവദേവ്, പി - *പ്രവാഹം,* പുറം 18, രണ്ടാംപതിപ്പ് 1958, *മംഗളോദയം,* തൃശ്ശിവപേരൂർ.

74. ശിവശങ്കരപ്പിള്ള, തകഴി - അടിയൊഴുക്കുകൾ, പുറം 72 - 87, 1965, *മംഗളോദയം,* തൃശൂർ.

75. കേശവദേവ്, പി - പ്രവാഹം, പുറം 18, രണ്ടാം പതിപ്പ് 1958, *മംഗളോദയം,* തൃശ്ശിവപേരൂർ.

76. കേശവദേവ്, പി - *നഴ്സ്, തെരഞ്ഞെടുത്ത കഥകൾ,* പുറം 148, രണ്ടാം പതിപ്പ്, ഒക്ടോബർ 1972, സാഹിത്യ പ്രവർത്തക സഹകരണസംഘം, കോട്ടയം.

77. ജയചന്ദ്രൻ, ടി എൻ. - *കെ സരസ്വതിയമ്മ, കഥയുടെ പിന്നിലെ*

കഥ, പുറം 130, 1975 മേയ്, സാഹിത്യ പ്രവർത്തക സഹകരണ സംഘം, കോട്ടയം.
78. കൃഷ്ണൻ നായർ, എം - അവതാരിക, 1980 ലെ *തെരഞ്ഞെടുത്ത കഥകൾ,* പുറം 12, 1981 ജൂലൈ, ഡി സി ബുക്സ്, കോട്ടയം.
79. പോൾ എം പി - അനുബന്ധം, *ചെറുകഥാപ്രസ്ഥാനം*, പുറം 204, മൂന്നാംപതിപ്പ് 1953, സാഹിത്യ പ്രവർത്തക സഹകരണസംഘം, കോട്ടയം.
80. നീലകണ്ഠപ്പിള്ള, കാരൂർ - ചെകുത്താൻ, *തെരഞ്ഞെടുത്ത കഥകൾ* (ഒന്നാം ഭാഗം), പുറം 224 – 231, 1965, സാഹിത്യ പ്രവർത്തക സഹകരണസംഘം, കോട്ടയം.
81. സാനു എം കെ - *അവധാരണം,* പുറം 233, 1984, ഡി സി ബുക്സ്, കോട്ടയം.
82. കേശവദേവ് പി - *കൊടുങ്കാറ്റ്, തെരഞ്ഞെടുത്ത കഥകൾ,* പുറം 99, രണ്ടാം പതിപ്പ്, ഒക്ടോബർ, 1972, സാഹിത്യ പ്രവർത്തക സഹകരണസംഘം, കോട്ടയം.
83. വർക്കി, പൊൻകുന്നം - അവതാരിക, *നിവേദനം,* പുറം 5, ഒന്നാം പതിപ്പ് 1964, ഡി സി ബുക്സ് കമ്പനി, കോട്ടയം.
84. പൊൻകുന്നം വർക്കി - ഇടിവണ്ടി, *തെരഞ്ഞെടുത്ത കഥകൾ* (രണ്ടാം ഭാഗം) 1968 ഒക്ടോബർ, സാഹിത്യ പ്രവർത്തക സഹകരണസംഘം, കോട്ടയം.
85. അതിൽത്തന്നെ പുറം 273.
86. അച്യുതൻ എം, - *ചെറുകഥ ഇന്നലെ ഇന്ന്,* പുറം 172, ഒന്നാംപതിപ്പ്, 1973, സാഹിത്യ പ്രവർത്തക സഹകരണസംഘം, കോട്ടയം.
87. മുഹമ്മദ് ബഷീർ, വൈക്കം - *പാവപ്പെട്ടവരുടെ വേശ്യ*, പുറം 8 – 24, 1990, ഡി സി ബുക്സ്, കോട്ടയം.
88. മുഹമ്മദ് ബഷീർ, വൈക്കം - *ഭഗവദ്ഗീതയും കുറെ മുലകളും,* പുറം 127 – 139, 1967, സാഹിത്യ പ്രവർത്തക സഹകരണസംഘം, കോട്ടയം.
89. മുഹമ്മദ് ബഷീർ, വൈക്കം - *വിശ്വവിഖ്യാതമായ മൂക്ക്,* നാലാം പതിപ്പ്, 1970 ജനുവരി, സാഹിത്യ പ്രവർത്തക സഹകരണസംഘം, കോട്ടയം.
90. മുഹമ്മദ് ബഷീർ, വൈക്കം - *വിഡ്ഢികളുടെ സ്വർഗ്ഗം,* പുറം 20 – 41, അഞ്ചാം പതിപ്പ് 1963, സാഹിത്യ പ്രവർത്തക സഹകരണ സംഘം, കോട്ടയം.
91. മുഹമ്മദ് ബഷീർ, വൈക്കം - *ഭഗവദ്ഗീതയും കുറെ മുലകളും,* പുറം 56 – 78, ഒന്നാം പതിപ്പ് 1967, സാഹിത്യ പ്രവർത്തക സഹകരണസംഘം, കോട്ടയം.
92. അതിൽത്തന്നെ പുറം 78.
93. ശിവശങ്കരപ്പിള്ള, തകഴി - *അടിയൊഴുക്കുകൾ*, ഒന്നാം പതിപ്പ്, 1945,

പീപ്പിൾസ് പബ്ലിഷിങ് ഹൗസ്, ആലപ്പുഴ.

94. അതിൽത്തന്നെ പുറം 111.

95. അതിൽത്തന്നെ പുറം 113.

96. ഹാൻഡ്ബാഗ് എന്ന കഥ തകഴിയുടെ തെരഞ്ഞെടുത്ത കഥകളിൽ ഒന്നും ചേർത്തുകാണുന്നില്ല.

97. മീരാക്കുട്ടി പി - *അകലക്കാഴ്ചകൾ*, പുറം 22, 1973, എൻ ബി എസ്.

98. പൊറ്റെക്കാട്ട്, എസ് കെ - *എസ് കെ പൊറ്റെക്കാട്ടിന്റെ ചെറുകഥകൾ* മൂന്നാംഭാഗം 1982, *മാതൃഭൂമി* പ്രിന്റിങ് ആന്റ് പബ്ലിഷിങ് കമ്പനി ലിമിറ്റഡ്, കോഴിക്കോട്.

99. പൊറ്റെക്കാട്ട് എസ് കെ - ഏഴിലംപാല. പുറം 136, രണ്ടാംപതിപ്പ് 1969, സാഹിത്യ പ്രവർത്തക സഹകരണസംഘം, കോട്ടയം.

100. ചന്ദ്രശേഖരൻ, എം ആർ- അവതാരിക, *എസ് കെ പൊറ്റെക്കാട്ടിന്റെ തെരഞ്ഞെടുത്ത കഥകൾ*, പുറം 22, 1967, സാഹിത്യ പ്രവർത്തക സഹകരണസംഘം, കോട്ടയം.

101. പൊറ്റെക്കാട്ട്, എസ് കെ - *എസ് കെ പൊറ്റെക്കാട്ടിന്റെ ചെറുകഥകൾ* (ഒന്നാം ഭാഗം), പുറം 96-103, 1978, *മാതൃഭൂമി* പ്രിന്റിങ് ആന്റ് പബ്ലിഷിങ് കമ്പനി ലിമിറ്റഡ്, കോഴിക്കോട്.

102. കുട്ടിക്കൃഷ്ണൻ, പി സി (ഉറൂബ്) - രാച്ചിയമ്മ, പുറം 7 - 34, ഒന്നാം പതിപ്പ് 1969, സാഹിത്യ പ്രവർത്തക സഹകരണസംഘം, കോട്ടയം.

103. അതിൽത്തന്നെ പുറം 28.

104. അതിൽത്തന്നെ പുറം 33.

105. മേനോൻ എം എസ് - ഹൃദയസംവാദം, "മിണ്ടാപ്പെണ്ണ് മുൻപൊരിക്കൽ ഒരു ചെറുകഥയിൽ പ്രത്യക്ഷയായതാണ്. അന്നേ അവൾ ഊർജ്ജസ്വലയായിരുന്നു." പുറം 91, ഡിസംബർ 1973, കറന്റ് ബുക്സ്, തൃശൂർ.

106. കുട്ടിക്കൃഷ്ണൻ, പി സി (ഉറൂബ്) - ഭൂമിയുടെ അറ്റത്തേക്ക്, കഥ, പുസ്തകം 1. ലക്കം 1, 1949 ജനുവരി, സരസ്വതി പ്രിന്റിങ് ആന്റ് പബ്ലിഷിങ് ഹൗസ്, തൃശ്ശിവപേരൂർ.

107. ലളിതാംബിക അന്തർജ്ജനം (1990 1987) - മനുഷ്യപുത്രി, പുറം 398 - 404,1966, *തെരഞ്ഞെടുത്ത കഥകൾ,* സാഹിത്യ പ്രവർത്തക സഹകരണ സംഘം, കോട്ടയം.

108. അതിൽത്തന്നെ. പുറം 404.

109. സരസ്വതിയമ്മ കെ (1910-1975) - *ചുവന്ന പൂക്കൾ*, പുറം 61 - 70, രണ്ടാം പതിപ്പ് 1965, സാഹിത്യ പ്രവർത്തക സഹകരണ സംഘം, കോട്ടയം.

110. സാനു എം കെ - *അവധാരണം,* പുറം 234, ഫെബ്രുവരി 1984, ഡി സി ബുക്സ്, കോട്ടയം.

111. നരേന്ദ്രപ്രസാദ് ആർ - *ആധുനികതയുടെ മദ്ധ്യാഹ്നം,* പുറം 36, 1984, പൂർണ്ണാ പബ്ലിക്കേഷൻസ്, കോഴിക്കോട്.

112. ജയചന്ദ്രൻ, ടി എൻ - *മാധവിക്കുട്ടി, കഥയുടെ പിന്നിലെ കഥ,* പുറം 142, മേയ് 1975, സാഹിത്യ പ്രവർത്തക സഹകരണസംഘം, കോട്ടയം.

113. വാസുദേവൻ നായർ എം ടി - കഥാകാരന്മാരിലൂടെ കഥകളിലേക്ക്, തിലകം, ഒക്ടോബർ 1962.

114. പത്മനാഭൻ ടി - ഞാനെന്തിനെഴുതുന്നു, *തെരഞ്ഞെടുത്ത കഥകൾ,* പുറം 10, 1971 ഫെബ്രുവരി, കറന്റ് ബുക്സ്, തൃശൂർ.

115. ഗോവിന്ദൻ എം - സി. ജെ. എന്ന ദാർശനികൻ, എം ഗോവിന്ദന്റെ ഉപന്യാസങ്ങൾ, പുറം 633, നവംബർ 1986, സാഹിത്യ പ്രവർത്തക സഹകരണസംഘം, കോട്ടയം.

116. ജയചന്ദ്രൻ ടി എൻ. - മാധവിക്കുട്ടി, *കഥയുടെ പിന്നിലെ കഥ,* 1975 മേയ്, സാഹിത്യ പ്രവർത്തക സഹകരണസംഘം, കോട്ടയം.

117. കുമാർ സി ബി ഡോക്ടർ - *ഉപന്യാസോപഹാരം*, പുറം 108, 1970 മേയ്, എൻ ബി എസ്, കോട്ടയം.

118. തോമസ് മാത്യു, എം - അവതാരിക, *പതിനൊന്ന് കഥകൾ*, പുറം 16, 1974, ഡി സി ബുക്സ്.

119. മാധവിക്കുട്ടി - *മതിലുകൾ*, 1955, കറന്റ് ബുക്സ്, തൃശൂർ

120. വാസുദേവൻ നായർ എം ടി - *കുട്ട്യേടത്തി,* ഒന്നാം പതിപ്പ് 1959, കറന്റ് ബുക്സ്, തൃശൂർ.

121. മാധവിക്കുട്ടി - കൂടുകൾ, *മാതൃഭൂമി* ആഴ്ചപതിപ്പ്, 1956 ഫെബ്രുവരി.

122. മാധവിക്കുട്ടി - നീർമാതളത്തിന്റെ പൂക്കൾ, *മാതൃഭൂമി* ആഴ്ചപ്പതിപ്പ്, 1957 ജനുവരി 20.

123. മാധവിക്കുട്ടി - *മൃഗതൃഷ്ണ, മാതൃഭൂമി* ആഴ്ചപ്പതിപ്പ്, 1957 ഫെബ്രുവരി 24.

124. മാധവിക്കുട്ടി - പുനസ്സമാഗമം, *മാതൃഭൂമി* ആഴ്ചപ്പതിപ്പ്, 1957 സെപ്തംബർ 29.

125. മാധവിക്കുട്ടി - 'കുഷ്ഠരോഗി', *മാതൃഭൂമി* ആഴ്ചപ്പതിപ്പ്, 1946 നവംബർ 10.

126. മാധവിക്കുട്ടി - കമല എന്ന പേരിൽ മാധവിക്കുട്ടി എഴുതിയ ആദ്യ കഥ 'അവളുടെ വിധി', 1941 ആഗസ്ത് 17 *മാതൃഭൂമി* ആഴ്ചപ്പതിപ്പ്.

മാധവിക്കുട്ടിയുടെ കഥകളിലെ ആന്തരശില്പം

സ്നേഹം

സ്നേഹം എന്നും മാധവിക്കുട്ടിക്ക് ഒരു ദൗർബല്യമാണ്. സ്നേഹാന്വേഷിയായ കഥാകാരിയുടെ സർഗ്ഗാത്മകമായ അന്വേഷണമാണ് അവർ എഴുതിയ ഓരോ കഥയും. സ്നേഹത്തിന് പല മുഖങ്ങളുണ്ടാകും. ശിശുവിന്റെ മുഖം, കന്യകയുടെ മുഖം, ഭർതൃമതിയുടെ മുഖം എന്നിങ്ങനെ. ഇവയെല്ലാം ചേർന്ന സ്നേഹം എന്ന മതത്തിലാണ് മാധവിക്കുട്ടിയുടെ വിശ്വാസം.

ബാല്യത്തിന്റെ കഥകൾ

മാതൃത്വം

ബാലമനസ്സുകൾ അപഗ്രഥിക്കുന്നതിൽ വൈദഗ്ദ്ധ്യം നേടിയ എഴുത്തുകാരിയാണ് മാധവിക്കുട്ടി. മാതൃത്വം അവരുടെ കഥകളിൽ നിഷേധിക്കപ്പെടാനാവാത്ത ശക്തിയാണ്. മാധവിക്കുട്ടിയുടെ കഥകളിലെ കുഞ്ഞുങ്ങൾ സ്നേഹം അന്വേഷിക്കുന്നവരാണ്. അമ്മയെ പിരിയുന്നു അവർ. അമ്മയ്ക്കു പകരം മുത്തശ്ശിയുടെ ലാളന അവർക്കു ലഭിക്കുന്നു. അതുകൊണ്ടാണ് ബാല്യത്തിന്റെ സ്മരണകൾ നിറയുന്ന മാധവിക്കുട്ടിയുടെ കഥകളിൽ മുത്തശ്ശിയുടെ സജീവ ചിത്രം നിരന്നു കാണുന്നത്. മുത്തശ്ശിയും കുട്ടിയുമാണ് ബാലഹൃദയം അനാവരണം ചെയ്യുന്ന മാധവിക്കുട്ടിയുടെ ഏറ്റവും മികച്ച കഥകളിലെ കഥാപാത്രങ്ങൾ. മുത്തശ്ശി കഥാകാരിയുടെ ജീവിതത്തെ സ്വാധീനിച്ചിരിക്കുന്നു. സ്നേഹത്തിന്റെ ലോകത്തേക്ക് ഇറങ്ങാൻ എഴുത്തുകാരിക്ക് ആവശ്യം അമ്മൂമ്മയുടെ സാമീപ്യമാണ്. അതിനെപ്പറ്റി മാധവിക്കുട്ടിയുടെ പല കവിതകളിലും പരാമർശമുണ്ട്.[1]

പ്രമേയഘടനയിൽ കാതലായി വർത്തിക്കുന്ന ബാലമനസ്സിന്റെ വിഹ്വലതകൾ നിറഞ്ഞ കഥകൾ മുഖ്യമായും രണ്ടു വിഭാഗങ്ങളിൽപ്പെടുത്താവുന്നതാണ്. വാസ്തവിക കഥകളും അവാസ്തവിക കഥകളും.

(ഒന്ന്) *വാസ്തവിക കഥകൾ:-* കുട്ടികൾ കഥാപാത്രങ്ങളായിവരുന്നു, ഇത്തരം കഥകളിൽ. ഇവയെ വീണ്ടും രണ്ടായി തിരിക്കാം.

(1) അമ്മയില്ലാത്ത കുട്ടികൾ കേന്ദ്രകഥാപാത്രമായിട്ടുള്ളത്.

(2) അമ്മയെ പിരിഞ്ഞുനില്ക്കുന്ന കുട്ടികൾ മുഖ്യ കഥാപാത്രമായിട്ടുള്ളത്. ഇത്തരം കഥകൾ ചിത്രീകരണത്തിൽ യാഥാർത്ഥ്യ പ്രതീതിയുണ്ടാക്കുന്നു.

(രണ്ട്) *അവാസ്തവിക കഥകൾ:-* ഇതിൽ കുട്ടികൾ കഥാപാത്രങ്ങളായി പ്രത്യക്ഷത്തിൽ ഉണ്ടായിരിക്കുകയില്ല. മുതിർന്നവർ തന്നെയാണ് കുട്ടികളായിത്തീരുന്നത്. പഠനസൗകര്യാർത്ഥം ഇവയേയും രണ്ടായി തരംതിരിക്കാം.

(1)സ്നേഹത്തിന്റെ പാരമ്യത്തിൽ സ്വയം മാതാവായിത്തീർന്നു എന്ന പ്രതീതിയുണ്ടാക്കുന്നവർ.

(2)സ്നേഹത്തിന്റെ വേളയിൽ കുട്ടിത്തം അദ്ധ്യാരോപിക്കപ്പെടുന്നവർ. ഈ രണ്ട് കൂട്ടത്തിലുള്ള കഥകളും അവാസ്തവികതയുള്ള സംഭവങ്ങളും സങ്കീർണ്ണമായ ചിത്രീകരണങ്ങളുംകൊണ്ട് നിറഞ്ഞവയായിരിക്കും. കഥാകാരിയുടെ രചനാരീതി പ്രമേയത്തിന്റെ സ്വഭാവഘടന വെളിവാക്കാൻ സഹായകവുമാണ്.

കുട്ടികളിൽ കൂടിയാണ് മാതാവ് ജീവിക്കുന്നത്. അതിനാൽ മാതൃപുത്രബന്ധത്തിന്റെ കഥകൾ വർഗ്ഗീകരിക്കുമ്പോൾ കുട്ടികളെപ്പറ്റി എഴുതിയിട്ടുള്ള കഥകൾക്ക് കൂടുതൽ പ്രാധാന്യമുണ്ടാകുന്നു. മേൽ സൂചിപ്പിച്ച തരംതിരിവുകളെപ്പറ്റി വിശദമായ പഠനത്തിനുള്ള അടിസ്ഥാനം എന്ന നിലയിൽ ബാലമനസ്സുകളെ ശാസ്ത്രീയമായി ഒന്നിവിടെ പരിശോധിക്കാം.

പ്രായഗണനയുടെ അടിസ്ഥാനത്തിലാണ് ബാല്യകൗമാരയൗവനാദിദശകൾ വിഭജിച്ചിട്ടുള്ളത്. ആ വിഭജനക്രമം സ്വീകരിക്കുന്ന പക്ഷം രണ്ടു വയസ്സുമുതൽ പതിമൂന്നു വയസ്സുവരെയുള്ള ബാല്യത്തെ രണ്ട് ഘട്ടമായി തിരിക്കാം. രണ്ടു വയസ്സുമുതൽ ആറു വയസ്സു വരെയുള്ള ഘട്ടവും അതിനുശേഷമുള്ള കാലവും. ആദ്യഘട്ടത്തിലുള്ള കുട്ടികൾ മാധവിക്കുട്ടിയുടെ കഥാപ്രപഞ്ചത്തിൽ താരതമ്യേന കുറവാണ്. സൂക്ഷ്മമായ ഒരു വേർതിരിവിന്റെ ആവശ്യമില്ലാത്തതിനാൽ ഈ രണ്ടു ഘട്ടങ്ങളേയും ബാല്യത്തിൽ ഉൾപ്പെടുത്തിക്കൊണ്ടും രണ്ടാംഘട്ടത്തിന് പ്രാധാന്യം കൊടുത്തുകൊണ്ടുമാണ് കുട്ടികളുടെ മനസ്സിനെപ്പറ്റിയുള്ള കഥകൾ ഇവിടെ വേർതിരിച്ചു ചർച്ച ചെയ്യുന്നത്. പെരുമാറ്റം, മനോഭാവം, അഭിരുചി, മൂല്യം എന്നിവയിലെ രണ്ടാം ഘട്ടത്തിൽ മാറ്റം സംഭവിക്കുന്നു. കുട്ടി സ്കൂളിൽ പോയിത്തുടങ്ങുന്ന കാലമാണിത്. ജീവിതം, മരണം, ശരീര പ്രവർത്തനം, സ്വബോധം, ആൺപെൺ ഭേദം, സംഖ്യ, സമയം, മറ്റുള്ളവർ, ശരിതെറ്റുകൾ, സൗന്ദര്യം, തമാശ - എന്നിവയെക്കുറിച്ച് ശ്രദ്ധിക്കാൻ തുടങ്ങുന്ന കാലവും ഇതത്രേ.

ഈ പ്രായത്തിൽ രൂപപ്പെടുന്ന സങ്കല്പങ്ങളായിരിക്കും വ്യക്തിത്വത്തെയും സമൂഹവുമായുള്ള ബന്ധത്തെയും സ്വാധീനിക്കുന്നത്.

കുട്ടികളുടെ മനസ്സിന്റെ സൂക്ഷ്മമായ ഭാവങ്ങളിൽ വെളിച്ചം വീശുന്ന മാധവിക്കുട്ടിയുടെ കഥകൾ മേൽവിവരിച്ച സ്വഭാവങ്ങളെ ഉദാഹരിക്കുന്നു. 'പ്രഭാതം'[2] എന്ന കഥയിൽ ജനനം മരണം എന്നിവയോട് കുട്ടിക്കുള്ള പ്രതികരണം എന്താണെന്ന് പരിശോധിക്കാം. ധനികകുടുംബത്തിലെ ഓമനക്കുട്ടിയായ എട്ടു വയസ്സുകാരിക്ക് അമ്മയില്ല. കല്ക്കത്തയിൽനിന്ന് അവൾ അവധിക്ക് അമ്മൂമ്മയുടെ വീട്ടിൽ വന്നിരിക്കുകയാണ്. അടുത്ത വീട്ടിലെ ദരിദ്ര കുടുംബത്തിൽ ഒരുണ്ണി പിറന്ന വാർത്തയുമായി വന്ന മാതുവമ്മയോടൊത്ത് അമ്മൂമ്മയുടെ കണ്ണുവെട്ടിച്ച് അവളും കടക്കുന്നു; നവജാത ശിശുവിനെ കാണാൻ. അവിടെ വച്ച് മാതുവമ്മയുടെ ചെറുമകൻ പ്രഭാകരനിൽനിന്നും തന്റെ അമ്മ മരിച്ച വിവരം ആ കുട്ടി അറിയുന്നു. മരണം എന്ന പ്രതിഭാസം ഉൾക്കൊള്ളാൻ തക്കവണ്ണം അവൾ വളർന്നിട്ടില്ല. ഒരുദാഹരണം:

"എന്റെ അമ്മയെ ആരും കത്തിച്ചില്ല്യ.... കുട്ടി നൊണപറയുകയാണ്."

"കത്തിച്ചില്ലെങ്കി എവിടെപ്പോയി കുട്ടീന്റെ അമ്മ?"

"നൊണ.....നൊണ.....നൊണ....."[3] - എന്നു പറഞ്ഞുകൊണ്ട് കുട്ടി ഉയർന്നുവന്ന തേങ്ങൽ ഒതുക്കിക്കൊണ്ട് ഓടുകയാണ് ചെയ്യുന്നത്. എട്ടു വയസ്സായ കുട്ടിക്ക് മരണത്തെപ്പറ്റി മനസ്സിലാക്കാനുള്ള പ്രാപ്തിയില്ല; മരിച്ചു എന്ന സത്യത്തെ അംഗീകരിക്കാനും. എന്നാൽ പതിനൊന്നു വയസ്സായ കുട്ടിയെ സംബന്ധിച്ചിടത്തോളം മരണം മനസ്സിലാക്കാൻ കഴിയും. അതായത് മരിച്ചു എന്ന യാഥാർത്ഥ്യത്തെ പ്രത്യക്ഷത്തിൽ അംഗീകരിക്കാൻ കഴിഞ്ഞെന്നു വരാം.[4] കുട്ടികളുടെ പ്രായവ്യത്യാസത്തിലുള്ള അനുഭവങ്ങളെ ചിത്രീകരിക്കുന്നതിൽ കഥാകാരിയുടെ വൈദഗ്ദ്ധ്യത്തിന് തെളിവാണ് മേൽ പ്രതിപാദിച്ച സന്ദർഭം.

മരണബോധം

അമ്മ മരിച്ചിട്ടും മരണം അറിയാത്ത പതിനൊന്നു വയസ്സിനു താഴെ പ്രായമുള്ള ഉണ്ണിയും ബാലനും രാജനും 'നെയ്പ്പായസം'[5] എന്ന കഥയിൽ തികഞ്ഞ ബാലന്മാരായിത്തന്നെയാണ് ചിത്രീകരിക്കപ്പെട്ടിരിക്കുന്നത്. യഥാർത്ഥത്തിൽ അമ്മയുടെ മരണം കുട്ടികളിൽ ചാഞ്ചല്യം സൃഷ്ടിക്കുന്നില്ല. ഇതിനുകാരണം മരണത്തെ മനസ്സിലാക്കാനുള്ള കുട്ടികളുടെ ബോധത്തിന്റെ അഭാവമാണ്. അച്ഛൻ ചോദിക്കുന്നുണ്ട്:

"ചോറുവേണ്ടേ ഉണ്ണി?"

"വേണ്ട പായസം മതി. നല്ല സ്വാദുണ്ട്." ഉണ്ണി പറഞ്ഞു.

രാജൻ ചിരിച്ചുകൊണ്ട് പറഞ്ഞു:

"ശെരിയാ ....അമ്മ അസല് നെയ്പ്പായസാ ഉണ്ടാക്ക്യേത്." അമ്മയുടെ സാന്നിദ്ധ്യം ഇവിടെയുമില്ല. എങ്കിലും മാതൃത്വത്തിന്റെ ലോലഭാവങ്ങൾ ഉദിപ്പിക്കാൻ കഴിയുകയും ചെയ്യുന്നു എഴുത്തുകാരിക്ക്.

പത്ത് വയസ്സ് മാത്രം ചെന്ന ചന്ദ്രൻ എന്ന കുഷ്ഠരോഗിയുടെ കഥ പറയുന്നത് അവന്റെ സുഹൃത്ത് കൃഷ്ണൻകുട്ടിയാണ്. കൃഷ്ണൻകുട്ടിയും ചന്ദ്രനും തമ്മിലുള്ള സുദൃഢബന്ധത്തിൽ നിന്നാണ് 'കുഷ്ഠരോഗി'[6] എന്ന കഥ പിറന്നത്.

വേർപാട്

സ്നേഹിക്കുന്നവരുടെ വേർപാട് കുട്ടിയുടെ മനസ്സിൽ അസ്വാസ്ഥ്യങ്ങൾ ജനിപ്പിക്കുന്നു. ഇത്തരം വേർപെടൽ അറിയാതെ വളരുന്ന കുട്ടികളാണ് മാധവിക്കുട്ടിയുടെ കഥകളിൽ കാണുന്നവർ. മാതൃസ്നേഹത്തിന് പകരം നില്ക്കുന്ന മാധവിക്കുട്ടിയുടെ കഥകളിലെ മുത്തശ്ശിയുടെ സ്നേഹം. അതുകൊണ്ടാണ് കഥകളിൽ മുത്തശ്ശിക്ക് തിളക്കം ഏറെയുണ്ടാകുന്നത്. അഞ്ചു വയസ്സായ കുട്ടിയെ മനസ്സിലാക്കാൻ പലപ്പോഴും മുത്തശ്ശിക്കാണ് കഴിയുന്നത്. 'മുത്തശ്ശി'[7] എന്ന കഥതന്നെ ഉദാഹരണം. സമാനസ്വഭാവങ്ങൾ പുലർത്തുന്നതുകൊണ്ടാവാം മുത്തശ്ശിയും കുട്ടിയും സ്നേഹിക്കുന്നവരുടെ വേർപാടിൽ ഒരുപോലെ ദുഃഖം അനുഭവിക്കുന്നത്.

ബന്ധുക്കളുടെ വേർപാടിനേക്കാൾ ആഴത്തിൽ മുറിവുണ്ടായിട്ടുള്ളത് കുട്ടിയെ സംബന്ധിച്ചിടത്തോളം വീടുമായി ബന്ധപ്പെട്ട താഴേക്കിടയിൽ ജീവിക്കുന്നവരുടെ അകൽച്ചയിൽ നിന്നാണ്. ഒറ്റപ്പെട്ടു വളരേണ്ടിവരുന്ന വലിയവീട്ടിലെ കുട്ടിക്ക് ബാഹ്യബന്ധങ്ങളില്ലല്ലോ. വീട്ടുജോലിക്കാരും മറ്റുമാണ് കുട്ടിയുടെ സുഹൃത്തുക്കൾ. സ്നേഹിക്കുന്ന ഇത്തരം ആളുകളുടെ വേർപാട് കുട്ടിയെ സംബന്ധിച്ചിടത്തോളം ദുസ്സഹമാണ്. 'ഗോസായിതന്ത'[8] എന്ന കഥയിൽ വീടുമായി ബന്ധപ്പെട്ട ഗോസായിതന്തയുടെ വേർപാടാണ് വിഷയം. 'അലാവുദ്ദീന്റെ കഥ'[9] യിലും ഇതേ വിഷയമാണ്. മറ്റുള്ളവരുടെ ജീവിതത്തിന്റെ ദുരന്തമൂറുന്ന വശങ്ങളിലേക്ക് നോക്കാനുള്ള കുട്ടിയുടെ സഹജബോധവും ഈ കഥകൾ പ്രകടമാക്കുന്നു. ആൺകുട്ടികളേക്കാൾ പെൺകുട്ടികൾക്കാണ് വേഗം ദുരന്തങ്ങളിൽ ഹൃദയമലിയുന്നത്.[10] അതുകൊണ്ടാവും മാധവിക്കുട്ടിയുടെ കഥകളിലെല്ലാം പ്രത്യക്ഷപ്പെടുന്ന ബാലികമാർ കൊച്ചുകൊച്ചു കാര്യങ്ങളിൽ അസ്വസ്ഥരാകുന്നത്. ബാലന്മാരായ കഥാപാത്രങ്ങൾ അവരുടെ കഥാലോകത്ത് വിരളമാണ്. ('നുണകൾ'[11] എന്ന കഥ ഇതിന് അപവാദമാണ്) ഉള്ളവരാകട്ടെ ക്രൂരസ്വഭാവത്തിന്റെ ഉടമകളും. 'പ്രഭാത'[12]ത്തിലെ പ്രഭാകരൻ, 'വെള്ളിത്തകിടി'[13]ലെ തെമ്മാടിച്ചെറുക്കൻ - ഇവർ തരളഹൃദയന്മാരല്ല. ഈ കഥാപാത്രങ്ങൾത്തന്നെ വളർന്നു വന്നവരാണോ മറ്റുകഥകളിലെ നായകന്മാർ എന്ന് സംശയിച്ചു പോവും. ബാലികമാർ വളർന്നു വന്നതാണോ മറ്റുകഥകളിലെ നായികമാർ എന്നും തോന്നാനിടയുണ്ട്.

സത്യാസത്യങ്ങൾ

സത്യവും അസത്യവും തമ്മിൽ വേർതിരിച്ചറിയാനുള്ള കഴിവ് ബാലമനസ്സിനുണ്ടായിരിക്കും. അസത്യത്തെ പിന്തള്ളി സത്യത്തെ അംഗീകരി

ക്കാനുള്ള വാസന ചെറുപ്രായത്തിലേ കുട്ടികളിൽ വേരോടുന്നു. നന്മയെ സ്വീകരിക്കാനും തിന്മയെ പിന്തള്ളാനും അവനറിയാം. അതാകട്ടെ അച്ഛനമ്മമാർ, അദ്ധ്യാപകർ, അടുത്ത ബന്ധുക്കൾ എന്നിവരിൽനിന്നാണ് കുട്ടി മനസ്സിലാക്കുന്നത്. 'വേനലിന്റെ ഒഴിവിൽ'[14] വന്നെത്തുന്ന കുട്ടി വീട്ടിൽ തക്കം പാർത്തു നിന്ന് അരിമോഷ്ടിച്ച നാണിയമ്മയെ പിടികൂടുന്നു. മോഷണം കുട്ടിയുടെ കാഴ്ചയിൽ ഗുരുതരമായ തെറ്റാണ്. 'നുണകൾ'[15] എന്ന കഥയിലെ അഞ്ചു വയസ്സുകാരന് അമ്മയുടെ അസാന്നിദ്ധ്യത്തിൽ വീട്ടിൽ നടന്നതൊന്നും സ്വപ്നമായിരുന്നില്ല. സ്റ്റെല്ല വന്നതും അച്ഛനുമായി കുഴഞ്ഞാടിയതും മറ്റും. കുട്ടി എല്ലാം അമ്മയോടു പറയുന്നു. പക്ഷേ, അച്ഛൻ "ഈ നുണ പറയുന്ന സ്വഭാവത്തെ ഞാൻ അടിച്ചുമാറ്റും"[16] എന്ന് അമ്മയുടെ സാന്നിദ്ധ്യത്തിൽ കുട്ടിയോട് പറയുന്നതോടെ അവൻ ആലോചിക്കുന്നു. ആരാണ് നുണ പറയുന്നത്? അച്ഛനോ താനോ? താൻ കണ്ടതു സ്വപ്നമാണെന്ന് വിശ്വസിക്കാൻ അവന് കഴിയുന്നതുമില്ല. പക്ഷേ, അച്ഛന്റെ ഉറക്കെയുള്ള നിഷേധപ്രസ്താവന കുട്ടിയിൽ പേടി ജനിപ്പിക്കുന്നു. അതുകൊണ്ട് തലേന്നാൾ കുതിരയെപ്പറ്റി കണ്ട സ്വപ്നത്തെക്കുറിച്ചുപോലും പുറത്തു പറഞ്ഞുകൂടേ എന്ന് ആ ബാലൻ അമ്മയോട് ചോദിക്കുന്നു. ഇവിടെ അമ്മയാണ് അന്തിമമായി കുട്ടിയുടെ അഭയം. പീഡിതമായ ബാലമനസ്സിന്റെ ചിത്രമാണിവിടെ. എങ്കിലും സത്യവും അസത്യവും തമ്മിലുള്ള വേർതിരിവ് ബാലമനസ്സിന് ബോദ്ധ്യമുണ്ട് എന്ന് തെളിയിക്കാൻ ഈ കഥ ഉപകരിക്കുന്നു. അഞ്ചു വയസ്സുമുതൽ പന്ത്രണ്ട് വയസ്സുവരെ പ്രായമുള്ള കുട്ടികൾ സത്യത്തെപ്പറ്റിയുള്ള സമീപനത്തിൽ ഇതിൽനിന്നും മാറ്റമുള്ളവരായിരിക്കും. അഞ്ചുവയസ്സുള്ള കുട്ടി ചിലപ്പോൾ ഒരു കാര്യം തെറ്റെന്ന് പറഞ്ഞെന്നിരിക്കും. എന്നാൽ മുതിർന്ന കുട്ടി സന്ദർഭത്തിന്റെ വെളിച്ചത്തിൽ അതിനെ ന്യായീകരിച്ചെന്നിരിക്കും.[17] 'നുണകൾ' എന്ന കഥയിലെ കുട്ടിക്ക് സന്ദർഭബോധത്തോടെ കാര്യങ്ങൾ വിലയിരുത്താനുള്ള പ്രായം ആയിട്ടില്ല.

സമയബോധം

സമയബോധം പ്രായത്തിന്റെ അടിസ്ഥാനത്തിലാണ് ഉണ്ടാവുന്നത്. ഇഷ്ടപ്പെട്ട വസ്തുവുമായുള്ള ബന്ധം ഇതിൽ പ്രാധാന്യമർഹിക്കുന്നു. നാഴികമണിയുടെ ചലനവും മണിമുഴക്കവും കേട്ട് മിനിറ്റുകളും മണിക്കൂറുകളും തിട്ടപ്പെടുത്തുവാൻ അവന് കഴിയില്ല. പകൽ, രാത്രി, പ്രഭാതം, പ്രദോഷം എന്നിങ്ങനെയുള്ള സ്ഥൂലമായ തരംതിരിവുകളേ അവനുള്ളു. അവന്റെ ഓർമ്മകൾക്ക് കാരണമായ സംഭവത്തിന്റെ പശ്ചാത്തലത്തിലുള്ളതെല്ലാം അവന്റെ സമയബോധത്തെ ബാധിക്കുന്നു. 'നുണകൾ' എന്ന കഥയിൽ സ്റ്റെല്ല എന്തേ വീട്ടിലേക്ക് മടങ്ങാത്തത്, ഇപ്പോൾ രാത്രിയായില്ലേ എന്ന് കുട്ടി ചോദിക്കുമ്പോൾ അച്ഛൻ കൊടുക്കുന്ന മറുപടി ഇതാണ്. "കുട്ടികൾക്ക് അതെ. വലിയവർക്ക് സന്ധ്യയാവാൻ പോവുന്നു."[18] – അത് നുണയാണെന്ന് അവനു തോന്നി. കാരണം, രാത്രി അമ്മയുടെ

അടുത്തു കിടന്നുറങ്ങി ചിലദിവസങ്ങളിൽ ഉണരുമ്പോൾ ആ മുറിയിലെ പക്ഷിക്ലോക്ക് കുറെപ്രാവശ്യം 'കുക്കു' എന്ന് ശബ്ദമുണ്ടാക്കാറുണ്ട്. അപ്പോൾ അമ്മ ഉറങ്ങിക്കിടക്കുകയാവും. എന്നിട്ട് അമ്മയുടെ മേൽകേറി ക്കിടന്ന് ചെവിയിൽ ഊതി അമ്മയെ ഉണർത്തും : വെള്ളം കുടിക്കാൻ. ആ സമയത്ത് ഉണർത്താൻ തക്കവണ്ണം ഉറങ്ങണമെങ്കിൽ രാത്രി കുറെ യായിക്കാണുമല്ലോ. ഈ ദിവസവും പക്ഷിക്ലോക്ക് 'കുക്കു' എന്ന് വളരെ പ്രാവശ്യം ഒന്നിച്ചു പറയുന്നത് അവൻ കേട്ടതാണ് - ഇതാണ് കുട്ടിയുടെ യുക്തിപൂർവ്വമുള്ള അനുമാനം. സമയബോധം ഇവിടെ അമ്മയുടെ ഉറ ക്കവുമായി ബന്ധപ്പെട്ടാണ് കിടക്കുന്നത്. കുട്ടിക്ക് ഗഹനമല്ലാത്തതിന്റെ അനുഭവം അതുമായി ബന്ധപ്പെട്ട മറ്റേതെങ്കിലും വസ്തുവിൽ നിന്നായി രിക്കും തുടങ്ങുന്നത്. ഉദാഹരണത്തിന് മനഃശാസ്ത്രജ്ഞൻ വിശദമാക്കു ന്നതുപോലെ ക്രിസ്തുമസ് ഒരു കുട്ടിക്ക് ക്രിസ്തുമസ് അപ്പൂപ്പന്റെ രൂപ വുമായി ബന്ധപ്പെട്ടായിരിക്കും മനസ്സിൽ പതിയുന്നത്.[19] ക്രിസ്തുമസിന്റെ മതപരമായ പ്രാധാന്യത്തെപ്പറ്റിയോ അതെന്താണെന്നോ അവനറിയില്ല. എങ്കിലും അപ്പൂപ്പനെ കാണുമ്പോൾ അവന്, ക്രിസ്തുമസാണെന്ന് ബോദ്ധ്യപ്പെടുന്നു, 'നുണകൾ' എന്ന കഥയിലെ അമ്മയാണ് ആ വസ്തു. കുട്ടിയെ സംബന്ധിച്ചിടത്തോളം അമ്മയാണ് പലതിന്റെയും ആധാരം.

അമ്മയെ പിരിഞ്ഞു രണ്ടുദിവസം ഇരുന്നതിലുള്ള ദുഃഖവും അച്ഛ ന്റെയും പരുത്ത കൈയുള്ള വെപ്പുകാരന്റേയും അടുത്ത് തനിച്ചാക്കിപ്പോ യതിലുള്ള ഭീതിയും കോപവും നിമിത്തം അമ്മയ്ക്ക് മാപ്പുകൊടുക്കരു തെന്ന് കരുതുന്ന മകന്റെ അവസ്ഥയ്ക്ക് എത്ര പെട്ടെന്നാണ് മാറ്റമുണ്ടാ കുന്നത്. "അവനെ കേടുവരുത്തിയത് രാധയാണ്. പറഞ്ഞതൊന്നും കേൾക്കില്ല. മഹാ അധികപ്രസംഗി"[20] എന്ന് 'നുണകൾ' എന്ന കഥയിലെ അച്ഛൻ പറയുമ്പോൾ "പാവം ചെറിയ കുട്ടിയല്ലേ" എന്ന് അനുതാപം പൊഴിച്ചുകൊണ്ട് ഒരു ചെറിയ ലഡ്ഡു അമ്മ നല്കുമ്പോൾ അച്ഛനെ വെറു ക്കാൻ തുടങ്ങുകയാണ് അപ്പു. അവൻ അച്ഛന് എതിരായി കാര്യങ്ങൾ നിരത്തി അമ്മയുടെ പ്രീതി സമ്പാദിക്കാൻ മനസ്സിൽ കണക്കു കൂട്ടുന്നു. "അമ്മയ്ക്ക് മനസ്സിലാവട്ടെ എത്ര ദുഷ്ടനാണ് അച്ഛനെന്ന്. എന്നാൽ ഒരു പക്ഷേ, അച്ഛൻ ആഫീസിൽനിന്ന് വൈകുന്നേരം വരുമ്പോൾ അമ്മ അവനെ മറക്കില്ല."[21] കുട്ടിയുടെ സ്വാർത്ഥതയാണ് ഇതിൽ മുഖ്യമായി പ്രവർത്തിക്കുന്നത്. താൻ ഒറ്റയ്ക്കാണെന്ന ബോധത്തിൽനിന്നാണ് ഈ സ്വാർത്ഥത ഉടലെടുക്കുന്നത്. സ്കൂളിൽ പോയിത്തുടങ്ങുന്നതിനു മുൻപുള്ള കുട്ടിയാണ് അപ്പു.

വാശി

വാശി, കുട്ടികളിൽ പൊതുവേ കാണുന്ന ഒരു സ്വഭാവമാണ്. സൗഖ്യ ത്തിനും സന്തോഷത്തിനും വിപരീതമായി കാര്യങ്ങൾ നീങ്ങുന്നതായി കണ്ടാൽ അവർ ദുഃഖവും കോപവും പൂണ്ട് ദുർവ്വാശിക്കാരായി മാറുന്നു. സ്വന്തം കുട്ടികളെ പച്ചീർക്കില് കീറി കാലിന്റെ തൊടേല് ഓരോന്നു കൊടു ക്കുമെന്ന മാതുവമ്മയുടെ വാക്കുകൾ കേട്ട് 'പ്രഭാതം' എന്ന കഥയിലെ

കുട്ടി പറയുന്നു. "മാത്തോമ്മ ദുഷ്ടയാണ്. കൊടുക്കരുത്.......കൊടുക്കരുത്......മാത്തോമ്മയ്ക്ക് ഒന്നും കൊടുക്കരുത് ...."[22] കുട്ടികളെ തല്ലുമെന്ന് അനുഭവിച്ചറിയുന്നതു നിമിത്തമാണ് മാതുവമ്മയുടെ കുട്ടിയാണെങ്കിലും ആ തല്ല് സ്വന്തം ശരീരത്തിൽ പതിച്ചാലെന്നവണ്ണം മറ്റേ കുട്ടിയും പ്രതികരിക്കുന്നത്. അതാകട്ടെ ശാഠ്യമായി മാറുന്നു.

സൗന്ദര്യബോധം

സൗന്ദര്യബോധം കുട്ടികളുടെ സ്വഭാവത്തിന്റെ ഒരു പ്രത്യേകതയാണ്. തിരിച്ചറിവിന്റെ കാലമാണ് ബാല്യം. "ഞാൻ തടിച്ചാല് ഭംഗീണ്ടാവോ ലക്ഷ്മ്യേ"[23] എന്ന് ചോദിക്കുന്ന 'പ്രഭാത'ത്തിലെ കുട്ടി അതിന് ഉത്തമ ദൃഷ്ടാന്തമാണ്. 'തണുപ്പ്'[24], 'കുട്ടിയും അച്ഛനും'[25] തുടങ്ങിയ കഥകളിൽ സുന്ദരിയായ അമ്മയെപ്പറ്റിയുള്ള പരാമർശവും കണ്ടെത്താം.

രോഗ ചിന്തകൾ

രോഗത്തെപ്പറ്റിയും ശരീരശാസ്ത്രത്തെപ്പറ്റിയും കുട്ടിക്ക് അറിവു കിട്ടിത്തുടങ്ങുന്നതേയുള്ളു. "ഞാൻ സ്കൂളിൽ പോണില്യ.....എനിക്ക് പ്ലൂരസി പിടിച്ചില്ലേ. അതോണ്ട് ഇപ്പൊന്നും സ്കൂളിപ്പോണില്ല"[26] എന്ന് 'പ്രഭാത' ത്തിലെ കുട്ടി പറയുന്നു. കാര്യകാരണത്തിലെ യുക്തി കുട്ടിക്ക് അറിയില്ല. അസുഖമായാൽ സ്കൂളിൽ പോകേണ്ട എന്നു മാത്രമറിയാം. മറ്റൊരു സന്ദർഭത്തിൽ പുതുതായി പിറന്ന കുട്ടിയുടെ പൊക്കിളിനെപ്പറ്റി ചോദിക്കുന്നതും "എങ്ങനെ പെറ്റു?" എന്ന് ജിജ്ഞാസയോടെ അന്വേഷിക്കുന്നതും കുട്ടിയുടെ ശരീരശാസ്ത്രപരമായ അജ്ഞതയ്ക്ക് തെളിവാണ്.

ഭയം

ഭയം എന്ന വികാരം കുട്ടിയുടെ മനസ്സിൽ ഏല്പിക്കുന്ന ആഘാതം പിന്നീടുള്ള അവന്റെ വളർച്ചയെ ബാധിക്കുന്നു. 'ദൃക്സാക്ഷി' എന്ന കഥയിലെ കുട്ടി കൊലപാതകത്തിന് ദൃക്സാക്ഷിയാകുന്നു. പാൽക്കാരന്റെ മരണത്തിൽനിന്ന് ആരംഭിക്കുന്ന ഭീതിയുമായി പൈപ്പ് നന്നാക്കാൻ വരുന്ന ടുക്കാറാം ബന്ധപ്പെട്ടു കിടക്കുന്നു. സംശയവും ഭീതിയുമായി കൂടിക്കലർന്നു മാത്രമേ അയാളുടെ ഓരോ ചലനവും കുട്ടിക്കു കാണാൻ കഴിയുന്നുള്ളു. സ്നേഹം നിഷേധിക്കപ്പെടുന്നു എന്ന തോന്നൽ നിമിത്തം ഒന്നും പുറത്തു പറയാൻ അവനു കഴിയുന്നില്ല. പറയാൻ സ്വാതന്ത്ര്യമുള്ളവർ ആരും തന്നെ അവനില്ല താനും. ഈ അവസ്ഥയിൽ താല്പര്യങ്ങൾ മനസ്സിൽ അടക്കി അവൻ നടക്കുകയാണ്. അടിച്ചമർത്തപ്പെട്ട ഇച്ഛ ഉപബോധമനസ്സിൽ സ്വപ്നങ്ങളായിത്തീരുന്നു.

സ്വപ്നങ്ങൾ

ധാരാളം സ്വപ്നം കാണുന്ന കാലമാണ് ബാല്യം. 'നുണകൾ' എന്ന

കഥയിലെ കുട്ടിയുടെ സ്വപ്നം പരിധിയില്ലാത്തതാണ്. കുതിരപ്പുറത്ത് ആകാശത്തേക്ക് പറക്കുകയാണവർ. 'പ്രഭാത'ത്തിലെ പെൺകുട്ടിയുടെ സ്വപ്നം മൃത്യുവുമായി ബന്ധപ്പെട്ടതാണ്. സ്വപ്നം കാണുന്ന ശീലം മാധവിക്കുട്ടിയുടെ കഥകളിലെ കുട്ടികൾക്കു സാധാരണമാണ്. അവർ മുതിർന്നു വരുമ്പോൾ ദിവാസ്വപ്നങ്ങൾ കാണുന്നവരായി മാറുകയും ചെയ്യുന്നു.

ഏകാന്തത

കുട്ടിയുടെ ഒറ്റപ്പെടൽ പല കഥകളിലും വിഷയമാകുന്നുണ്ട്. ഏകാന്തതയനുഭവിക്കുന്നവരാണ് പലരും. കുട്ടിയെ വേണ്ടവിധം സ്നേഹിക്കുകയോ ലാളിക്കുകയോ ചെയ്യാത്ത അമ്മയാണ് 'അരുണയുടെ സൽക്കാരം'[26] എന്ന കഥയിലെ അരുണ. ഭർത്താവ് അകലെയായതിനാൽ കാമുകനും കൂട്ടുകാരികളുമായി സമയം കളയുന്ന അരുണയുടെ കുട്ടിയുടെ വിങ്ങൽ കഥാകാരി മനസ്സിലാക്കുന്നുണ്ട്. വലിയവർ ചെയ്യുന്നതിന്റെ പൊരുളറിയാതെ വിഷമിച്ചു നില്ക്കുന്ന കുട്ടിയെ 'ദൈവങ്ങൾ'[29] എന്ന കഥയിൽ കാണാം. കളിയെല്ലാം മതിയാക്കി വീട്ടിലേക്കു മടങ്ങുമ്പോൾ തൊഴുത്തിനു പിന്നിൽ ചുവന്ന മണ്ണിൽ കുത്തിയിരുന്ന് ഛർദ്ദിക്കുന്ന നാണിയെ കണ്ടിട്ടും കുട്ടിക്കൊന്നും മനസ്സിലാകുന്നില്ല. കുട്ടിയെ ആരും ശ്രദ്ധിക്കുന്നുമില്ല. അവൾ അവഗണിക്കപ്പെട്ടു എന്നു മാത്രമറിയാം. ഈ അവഗണന സഹിക്കാനാവാതെ തേങ്ങിക്കരയുന്ന കുട്ടിയാണ് ഇതിലെ കഥാപാത്രം. വീട്ടിൽ കുട്ടിക്ക് ഒറ്റപ്പെടൽ അനുഭവപ്പെടാൻ കാരണം ഗൃഹാന്തരീക്ഷമാണ്. നിഗൂഢതകൾ നിറഞ്ഞ വീട് എപ്പോഴും ആ ബാലികയുടെ ആഗ്രഹങ്ങൾക്കെതിരാണ്. അവൾ അന്തർമ്മുഖിയാവാൻ പ്രേരിപ്പിക്കപ്പെടുകയായിരുന്നു. മുത്തശ്ശിയും വെപ്പുകാരനും വേലക്കാരിയും അയൽപ്പക്കത്തെ സ്ത്രീകളുമാണ് ബാലികയുടെ ജീവിതത്തിൽ സജീവബന്ധം പുലർത്തുന്ന മറ്റു കഥാപാത്രങ്ങൾ.

അസ്വസ്ഥത

സ്വച്ഛന്ദമായ ബാല്യം മാധവിക്കുട്ടിയുടെ കഥാലോകത്ത് കണ്ടെത്തുക പ്രയാസമാണ്. അസ്വസ്ഥമായ അന്തരീക്ഷം വീട്ടിൽനിന്നും കുട്ടിയെ അകറ്റുന്നു. വിലക്ഷണസ്വഭാവം പുലർത്താൻ പ്രേരിപ്പിക്കുന്നു. മാതാപിതാക്കളുടെ കലഹം, പരസ്പരവിശ്വാസമില്ലായ്മ, സംശയം, സ്വാർത്ഥത - ഇത്തരം ഗൃഹാന്തരീക്ഷത്തിൽ വളരുന്നവരായിരിക്കും കുട്ടികൾ. അവർ കോൺവെന്റിലോ ബോർഡിങ്ങിലോ നിന്നായിരിക്കും പഠിക്കുന്നത്. അവധി ദിവസങ്ങളിൽ ഗ്രാമത്തിലെ വീട്ടിൽനിന്നും മുത്തശ്ശി സമ്മാനിക്കുന്ന വാത്സല്യത്തിൽ നിന്നായിരിക്കും അവർ സ്നേഹത്തിന്റെ ആദ്യാക്ഷരം പഠിക്കുന്നത്. ഇവിടെ യഥാർത്ഥമായ മാതൃസ്നേഹം കിട്ടുന്നു എന്നു പറയുക വയ്യ. ഒരു 'പകരം വയ്പു' മാത്രമാണ് ലഭിക്കുന്നത്. അങ്ങനെ നിഷേധിക്കപ്പെടുന്ന മാതൃസ്നേഹം കണ്ടെത്തുകയാണ്

അവാസ്തവികമായ കഥകളിൽക്കൂടി കഥാകാരി ചെയ്യുന്നത്. കഥയിലൂടെ നിർമ്മിച്ചെടുക്കുന്ന മാതൃത്വത്തിന്റെ ലോകം രചനാനിഷ്ഠമായ സങ്കേതങ്ങളുടെ സൃഷ്ടിയാണ്. യഥാർത്ഥ ലോകത്ത് ലഭിക്കാത്തത് ഭാവനയിലൂടെ നിർമ്മിച്ചെടുക്കുക എന്ന തത്ത്വം ഇതിനു പിന്നിലുണ്ട്.

അമ്മ

അമ്മയായി മാറാനുള്ള ത്വരയാണ് മാധവിക്കുട്ടിയുടെ കഥകളിലെ ഓരോ സ്ത്രീക്കുമുള്ളത്. ലോകത്തിന്റെ മുഴുവൻ മാതാവാകാനുള്ള പ്രകൃതിക്കു തുല്യമായ വാഞ്ഛ കഥാകാരിയിൽ കുടികൊള്ളുന്നു. "അച്ഛൻ, അമ്മ, സഹോദരൻ, ഭർത്താവ്, ഭാര്യ, മക്കൾ എന്നിവർ മാത്രം സ്ഥിതി ചെയ്യുന്ന ഒരു ചെറിയ വൃത്തത്തിൽ നമ്മുടെ സ്നേഹം ഒതുങ്ങിനില്ക്കുവോളം കാലം അവളെപ്പോലെയുള്ളവർക്ക് രക്ഷയില്ല.......യഥാർത്ഥസ്ത്രീയുടെ ഹൃദയത്തിൽ അയൽക്കാരും നാട്ടുകാരും കന്നുകാലികളും എല്ലാ ജീവജാലങ്ങളും ഒരഭയം കണ്ടെത്തണം."[30] ഈ ഉൽക്കടമായ അഭിനിവേശം അമ്മയും കുഞ്ഞും എന്ന നിലയ്ക്ക് വളർത്താനാണ് അവർ ആഗ്രഹിക്കുന്നത്. സാധാരണ തലത്തിൽനിന്ന് പ്രപഞ്ചമാനം ഉൾക്കൊള്ളാൻ ആ സങ്കല്പത്തിന് കഴിയുന്നു.

കുഞ്ഞിനെ കാണാൻ വീട്ടിലേക്കു തിരിക്കുന്ന മാധവി എന്ന ജോലിക്കാരിയുടെ അവധിദിവസത്തിൽ കേന്ദ്രീകരിക്കുന്ന 'മാധവിയുടെ മകൾ'[31] എന്ന കഥയിൽ ഒരുദിവസം കൂടി കഴിഞ്ഞിട്ടു പോയാൽ പോരേ എന്ന് അമ്മ ചോദിക്കുമ്പോൾ മാധവി പറയുന്നു."ഞാൻ നാളെ അതിരാവിലത്തെ ബസിനു പോകും. അവിടത്തെ കുട്ടി ഇന്നെ കാണാണ്ടെ പാലു കുടിക്കില്ല."[32] അവൾ ജോലിക്ക് നില്ക്കുന്ന വീട്ടിലെ കുട്ടിയാണ് ഇവിടെ പരാമർശിക്കുന്നത്. സ്വന്തം കുട്ടിയല്ലെങ്കിൽ പോലും അതിനെയും മാതൃസ്നേഹത്തോടെ കാണാൻ അവൾ അഭിലഷിക്കുന്നു. സ്വാർത്ഥം വിട്ട് എല്ലാ കുഞ്ഞുങ്ങളേയും ഒരു മാതാവിന്റെ പദവിയിൽനിന്നു കാണാൻ ആ ജോലിക്കാരിക്കു കഴിയുന്നു. താഴേക്കിടയിലുള്ളവരിലാണ് കഥാകാരി എപ്പോഴും നിസ്വാർത്ഥമായ സ്നേഹം കണ്ടെത്തുന്നത്. സാധാരണ തലത്തിലുള്ള മാതൃസങ്കല്പം ഉദാത്തത കൈക്കൊള്ളുന്നത് എങ്ങനെയാണെന്ന് 'വെള്ളിത്തകിട്'[33] എന്ന കഥയിൽ കാണാം. മദ്യപിച്ച് ലക്കുകെട്ട ഒരുവനിൽനിന്നും വെള്ളിത്തകിട് തട്ടിപ്പറിച്ച് അവനെ കൊലചെയ്യുന്ന രണ്ടുതെമ്മാടി ചെറുക്കന്മാർ ആ തകിട് അയാളുടെ അമ്മ മരിക്കുന്നതിന് മുമ്പ് സമ്മാനിച്ചതാണെന്നറിയുമ്പോൾ അതെടുത്ത് കടലിലേക്കെറിയുന്നു. എന്നിട്ട് പിന്നോക്കം നോക്കാതെ ഓടിത്തുടങ്ങുന്നു. ശക്തനായ കടൽക്കാറ്റ് അവരുടെ ചെവിയിൽ "അമ്മേ അമ്മേ എന്നു മോങ്ങുന്നു" (വെള്ളിത്തകിട്), കുറ്റബോധമാണ്[34] ചെറുക്കന്മാരെ വേട്ടയാടുന്നത്. അമ്മയില്ലാത്ത അവർ ആ തകിടിൽനിന്നും അമ്മയുടെ സാന്നിദ്ധ്യം അനുഭവിക്കുന്നു. അതേ നിമിഷത്തിൽത്തന്നെ മകനെ കൊന്നതിലുള്ള പാപഭയവും തങ്ങൾ കൊലപ്പെടുത്തിയത് അമ്മയെയാണെന്നുള്ള അശാന്തിയും

അവരെ അസ്വസ്ഥരാക്കുന്നു. മറ്റൊരുവിധത്തിൽ തങ്ങളുടെ സഹോദരനെയാണ് കൊലപ്പെടുത്തിയതെന്ന ബോധം അവർക്കുണ്ടാകുന്നു. കല്ലിട്ടിടിച്ചു കൊല്ലാൻ മടികാട്ടാത്ത അവർ അമ്മയുടെ അദൃശ്യമായ സാന്നിദ്ധ്യത്തിൽ കുറ്റബോധത്തോടെ പലായനം ചെയ്യുന്നു. പിഴച്ച മകളെ നേർവ്വഴിക്കു കൊണ്ടുവരാനുള്ള ഒരു ശിക്ഷ പോലെയുണ്ട് ഇക്കഥ. മാതൃസ്നേഹത്തിന്റെ ഉദാത്തതയാണ് ഈ കഥയിൽ അതിഭൗതികമായ തലത്തിൽ വിന്യസിക്കപ്പെട്ടിരിക്കുന്നത്.

കുഞ്ഞുങ്ങളോട് അതീവവാത്സല്യമുള്ള അമ്മമാർ കഥകളിൽ മരിക്കുകയോ വേർപിരിയുകയോ ചെയ്യുന്നു. മറ്റുസ്ത്രീകളിൽനിന്ന് കുട്ടികൾക്ക് കിട്ടുന്ന അമ്മയുടെ സാന്നിദ്ധ്യം അനുഭവപ്പെടുന്ന കഥകളുമുണ്ട്. ഇവിടെ സ്ത്രീ കാമുകിയും ഭാര്യയും ഒക്കെ ആയിരിക്കും. എങ്കിലും വാത്സല്യത്തിന്റെ ഭാഗമായി അവർ അറിയാതെ തന്നെ മാതൃത്വം പുറത്തുവരുന്നു. 'നാവികവേഷം ധരിച്ച കുട്ടി'[35], 'ഉണ്ണി'[36] എന്നീ കഥകൾ ഉദാഹരണം. ഓസ്കാർ വൈൽഡിന്റെ കവിതകളിലും കഥകളിലും കണ്ടെത്താൻ കഴിയുന്ന പ്രത്യേകതരത്തിലുള്ള ഒരു അതിഭൗതിക തലം മാധവിക്കുട്ടിയുടെ കഥകളിലും ഇപ്രകാരം കാണാം. വിശേഷിച്ച് മേല്പറഞ്ഞ കഥകളിൽ.

കൗമാരത്തിന്റെ കഥകൾ

കൗമാരവിവാഹം

കൗമാരത്തിലുള്ളവരുടെ കഥകൾ മാധവിക്കുട്ടി എഴുതിയിട്ടുണ്ട്. എഴുത്തുകാരിയുടെ വൈകാരികമായ മനോമണ്ഡലംകൂടി വ്യക്തമാക്കാൻ ഉപകരിക്കുന്നവയാണ് അത്തരം കഥകൾ. കൗമാരം കഥാകാരിക്ക് ദുരന്തപൂർണ്ണമായ ഓർമ്മയാണ് സമ്മാനിക്കുന്നത്. മാധവിക്കുട്ടിയുടെ നായികമാർ മിക്കവാറും പതിനഞ്ചാം വയസ്സിൽ വിവാഹിതരായവരാണ്. കഥാകാരിയുടെ വിവാഹവും അതേ പ്രായത്തിലായിരുന്നു എന്നത് ഒരു യാദൃച്ഛികത മാത്രമാകാം.[37] 'ശിക്ഷ'[38] എന്ന കൊച്ചുകഥ, കാലമെത്തുന്നതിനു മുൻപ് വിവാഹിതയായ കൗമാരം വിട്ടുമാറാത്ത ഒരു പെൺകുട്ടിയുടെ മനസ്സ് അപഗ്രഥിക്കുന്നു. അമ്മു പതിനഞ്ചു വയസ്സിൽ വിവാഹിതയായിട്ടും അമ്മൂമ്മയോടൊത്താണ് രാത്രി കിടക്കുന്നത്. അമ്മൂമ്മ കുട്ടിയെ വിളിച്ചുണർത്തി ഭർത്താവിനോടൊപ്പം പോയിക്കിടക്കാൻ പറയുന്നു. "ഇനി എനിക്ക് ഒറങ്ങണ്ടേ? കല്യാണം കഴിച്ചൂച്ചാൽ പിന്നെ ഒറങ്ങൊന്നും വേണ്ടേ?"[39] എന്നാണ് കുട്ടിയുടെ ചോദ്യം. അവളുടെ മനസ്സിലാകട്ടെ "ഞാൻ പാസായിരുന്നെങ്കില് ഇപ്പോ കല്യാണം ഉണ്ടാവില്യ കൊറച്ചും കൂടി നല്ലോണം പഠിക്കായിരുന്നു"[40] എന്ന ചിന്തയാണ്. ഒരു ശിക്ഷയായിട്ടാണ് വിവാഹം അവൾക്ക് അനുഭവപ്പെടുന്നത്.

വിവാഹ സങ്കല്പങ്ങൾ രൂപപ്പെടുന്നതിനു മുൻപുതന്നെ വിവാഹിതയാകാൻ വിധിക്കപ്പെട്ട പെൺകുട്ടികൾ മാധവിക്കുട്ടിയുടെ കഥാലോ

കത്ത് വേറെയുമുണ്ട്. തേജ്പൂരിലെ സെമീന്ദാരുടെ മകൾ (പാതിവ്രത്യം)[41], വിജയന്റെ കളിക്കൂട്ടുകാരിൽ അമ്മിണി (കുളക്കോഴികൾ)[42], യാത്രകഴിഞ്ഞു മടങ്ങുന്ന ഭർത്താവിനെ കാത്തിരിക്കുന്ന സ്ത്രീ (ഉണ്ണി)[43], അരുണ (അരുണയുടെ സൽക്കാരം)[44], അചല (ചതുരംഗം)[45], കുട്ടിപ്പെണ്ണ് (വേലായുധന്റെ ഭാര്യ)[46] - തുടങ്ങിയവർ പതിനഞ്ചാം വയസ്സിൽ വിവാഹിതകളായവരാണ്.

വിജയപരാജയങ്ങൾ

കൗമാരത്തിലാണല്ലോ വിജയപരാജയങ്ങളെപ്പറ്റിയുള്ള ബോധം ഉണ്ടായിത്തുടങ്ങുന്നത്. വൈകാരികമായ മാറ്റം, ലൈംഗിക ധാരണകൾ, സാമൂഹ്യബന്ധങ്ങൾ, സ്വഭാവത്തിലെ സന്ദർഭബോധം ഇവ കൗമാരത്തിലെ കുട്ടികളിൽ കണ്ടുവരുന്നു. ഈ പ്രത്യേകതകൾ 'ദയ എന്ന വികാര'[47] ത്തിലെ നായകൻ കൗമാരത്തിലെത്തി നില്ക്കുന്ന വികലാംഗനായ ശിവപ്രസാദിൽ കാണാം. എപ്പോഴും തിരക്കുള്ള അമ്മ കയറി വരുന്നതും പുറത്തുപോകുന്നതും മാത്രമേ അവൻ കാണുന്നുള്ളു. മക്കളെ സ്നേഹിക്കാത്ത അച്ഛൻ, തപാലിലേക്ക് ഒഴുകുന്ന കത്തുകൾ - ഇതാണ് ശിവപ്രസാദിന്റെ ഗൃഹാന്തരീക്ഷം. ഒടുവിൽ അവൻ പറഞ്ഞു "ഞാൻ ഇതെല്ലാം വെറുക്കുന്നു. ഞാൻ കഠിനമായി വെറുക്കുന്നു."[48] കൗമാരത്തിലെ ഇച്ഛാഭംഗം സ്നേഹവുമായി ബന്ധപ്പെട്ടതാണ്. സ്വാർത്ഥതയുമായി അത് കൂടിക്കുഴഞ്ഞ് കിടക്കുന്നു. 'കുളക്കോഴികൾ' എന്ന കഥയിൽ പിറ്റേന്നാൾ വിവാഹിതയാകാൻ പോകുന്ന അമ്മിണിയും അവളുടെ കളിക്കൂട്ടുകാരൻ വിജയനും തമ്മിലുള്ള കൂടിക്കാഴ്ച കോപവും നിസ്സഹായതയുമാണ് അവന് നല്കുന്നത്. രതിയുടെ ആദ്യകിരണങ്ങൾ ആ ബന്ധത്തിൽ വീണിട്ടുമുണ്ട്.

സഹോദരസ്നേഹം

ബാല്യകൗമാരങ്ങളോടു കെട്ടുപിണഞ്ഞു കിടക്കുന്ന സംഭവങ്ങൾ പില്ക്കാലത്ത് ഓർമ്മയിലൂടെ കടന്നുപോകുമ്പോൾ ഉണ്ടാകുന്ന അനുഭവം സാഹോദര്യബോധം അങ്കുരിപ്പിക്കുന്നു. ബാല്യകൗമാരങ്ങളിലെ ജീവിതസംഭവങ്ങളാണ് ഇതിന് മിഴിവുകൊടുക്കുന്നത്. ഈ സംഭവങ്ങളിലൂടെ ഇതൾ വിടർത്തുന്ന സഹോദരസ്നേഹത്തിന്റെ കഥകൾ മാധവിക്കുട്ടിയുടെ കലാലോകത്തിലുമുണ്ട്. പത്തു വർഷങ്ങൾക്കുശേഷം ഒരു ധർമ്മാശുപത്രിയുടെ ചുവരുകൾക്കുള്ളിൽ ദരിദ്രനും വഴിപിഴച്ചവനുമായ തന്റെ സഹോദരനെ കണ്ടെത്തുന്ന മാന്യയും ധനികയുമായ ഭർതൃമതിയാണ് 'നരിച്ചീറുകൾ പറക്കുമ്പോൾ'[49] എന്ന കഥയിലെ നായിക. ബാല്യവും കൗമാരവുമാണ് അവളുടെ സ്മരണയിൽ ഓടിയെത്തുന്നത്. കാലം ഏല്പിച്ച പോറലുകൾ ജീവിതത്തിൽ വരുത്തിക്കൂട്ടിയ ദുരന്തങ്ങൾക്കു നേരെ പരാജയം സമ്മതിക്കാൻ തയ്യാറാകാതെ സഹോദരനും സഹോദരിയും അവരുടെ ആത്മബോധത്തിന്റെ പാരമ്യംകൊണ്ട് വേർപെ

ടുന്ന കഥകളാണ് ഈ കഥാകാരിയുടെ സഹോദരസ്നേഹത്തിന്റെ കഥകൾ. 'പുനസ്സമാഗമം'[50] എന്ന കഥയിലും ആവിഷ്കൃതമാകുന്ന പ്രമേയം ഇതുതന്നെയാണ്. രക്തബന്ധമുള്ളവരല്ലെങ്കിലും സാഹോദര്യത്തോടെ വർത്തിച്ച സുഹൃത്തുക്കളുടെ പില്ക്കാല ജീവിതത്തിൽ നിന്നുള്ള തിരിഞ്ഞുനോട്ടവും ('മൂടിക്കെട്ടിയ സായാഹ്നം')[51] സഹോദരസ്നേഹത്തിന്റെ ഭാവതലങ്ങൾ തുറന്നിടുന്നു. സഹോദരസ്നേഹത്തിന്റെ ഈ പ്രമേയങ്ങളിലെല്ലാം ബാല്യകൗമാരസ്മൃതികളാണ് മുന്നിട്ടു നില്ക്കുന്നത്. അതിനാൽ ബാല്യത്തിലെ അനുഭവങ്ങൾ ചിത്രീകരിക്കുന്നതിനെ ആശ്രയിച്ചാണ് സ്നേഹത്തിന്റെ സാന്ദ്രത അനുഭവപ്പെടുന്നത്.

വാർദ്ധക്യത്തിന്റെ കഥകൾ

വൃദ്ധമനസ്സ്

കുട്ടികളുടെ സ്വഭാവം കാണിക്കുന്ന വാർദ്ധക്യത്തിന്റെ മനസ്സ് മാധവിക്കുട്ടിയുടെ കഥകളെ അവിസ്മരണീയമാക്കിയിട്ടുണ്ട്. കുട്ടികൾ കഥാപാത്രങ്ങളായി വരുന്ന കഥകളിൽ മുത്തശ്ശനോ മുത്തശ്ശിയോ ആരെങ്കിലും ഒരാൾ ഉണ്ടാവും. വേനലവധിക്കു വന്ന ചെറുമകനോടൊത്തു പോകണമെന്ന് നിർബ്ബന്ധം പിടിക്കുന്ന എൺപത്തിരണ്ടു വയസ്സായ മുത്തശ്ശൻ കുട്ടികളെപ്പോലെ ദുശ്ശാഠ്യക്കാരനാണ് (മുത്തശ്ശൻ)[52]. ടൈഫോയ്ഡ് പിടിപെട്ടു കിടക്കുന്ന അഞ്ചുവയസ്സുള്ള ചെറുമകളുടെ മൗനദുഃഖം അറിയുന്ന മുത്തശ്ശി, കുട്ടി മരിക്കുമ്പോൾ പോലും ചിന്തിക്കുന്നതിപ്രകാരമാണ്. "ഉമ്മറത്തുനിന്നോ മറ്റോ ആരോ പൊട്ടിക്കരഞ്ഞു. തങ്കം മരിക്കുകയാണെന്ന് ആരോ തെറ്റിദ്ധരിച്ചിരിക്കണം. ആ ഡോക്ടർ പറയുന്നതൊക്കെ കണ്ണും ചിമ്മി വിശ്വസിക്കാൻ തയ്യാറാണോ ഈ വിഡ്ഢികൾ."[53] മരണത്തെ അംഗീകരിക്കാൻ കൂട്ടാക്കാത്ത എൺപതിനുമേൽ പ്രായം ചെന്ന വൃദ്ധകളുടെ മാനസികലോകത്തിലേക്ക് കടന്നുചെല്ലാൻ കഥാകാരിക്കുള്ള പാടവം ഇവിടെ തെളിഞ്ഞു വരുന്നു.

ഏകാന്തത വാർദ്ധക്യത്തിന്റെ ഒരു ശാപമാണ്. ആ ശാപത്തിലേക്ക് വന്നു വീഴുന്ന മോക്ഷമാണ് കുട്ടികൾ. കുട്ടിയും മുത്തശ്ശിയും തമ്മിലുള്ള ബന്ധം സുഹൃദ്ബന്ധത്തിന്റെയും മാതൃപുത്രബന്ധത്തിന്റെയും തലത്തിലേക്ക് വളരാറുണ്ട്. 'വേനലിന്റെ ഒഴിവിൽ', 'പ്രഭാതം', 'ഒരു ദിവസം രാവിലെ' - തുടങ്ങിയ കഥകളിൽ കാണുന്ന മുത്തശ്ശി തറവാട്ടിലെ സംതൃപ്തമായ വാർദ്ധക്യത്തിന്റെ പ്രതീകമാണ്. അതിസംവേദനീയത, ആത്മനിന്ദ, അനിശ്ചിതത്വബോധം, കലഹ പ്രിയത്വം, ഉദാസീനത, പിൻവാങ്ങൽ, അന്തർവ്യാവർത്തനം, ഉദ്വേഗം, അമിതാശ്രയത്വം, ആത്മസംരക്ഷണത്വര, സ്വാർത്ഥത, ദുശ്ശാഠ്യം, കോപം, ചപലത എന്നിവയെല്ലാം വൃദ്ധജനങ്ങളിൽ ഉണ്ടാകുന്നു. 'കുറച്ചുമണ്ണ്'[54] എന്ന കഥയിലെ കളിമണ്ണുതിന്നുന്ന മുത്തശ്ശൻ മകനെ ആശ്രയിച്ചു കഴിയുന്ന സഹതാപാർഹനായ ഒരു മനുഷ്യജീവിയാണ്. വിശക്കുമ്പോൾ മണ്ണുവാരിത്തിന്നുന്ന അയാൾ നിമിത്തം

കുടുംബത്തിൽ കലഹങ്ങളുണ്ടാകുന്നു. "കുറച്ചു മണ്ണ്! എപ്പഴും മണ്ണാ. ങ്ങക്കു ഇബടൊള്ള മണ്ണൊന്നും പോരേ. ഇന്നെക്കൊണ്ട് വെറുതെ ചീത്ത കേൾപ്പിച്ചില്ല്യേ"[55] - ഇപ്രകാരമുള്ള മകന്റെ ഭാര്യയുടെ ശകാരം കേട്ട് ശബ്ദമുണ്ടാക്കാതെ കരയുന്ന വൃദ്ധൻ കുട്ടികളുടെ അവസ്ഥയിലാണ് എത്തിനില്ക്കുന്നത്. മേൽപ്പറഞ്ഞ വിശേഷതകൾ ഈ വൃദ്ധന്റെ സ്വഭാവത്തിലും കണ്ടെത്താം.

ഓർമ്മകൾ

'കീറിപ്പൊളിഞ്ഞ ചകലാസി'[56]ലെ എൺപത്തിമൂന്ന് വയസ്സായ അമ്മ പ്രജ്ഞ നഷ്ടപ്പെട്ട സ്ഥിതിയിലാണ്. അതുകൊണ്ട് അവർ നഗരത്തിൽ നിന്നുവരുന്ന സാക്ഷാൽ മകനെ തിരിച്ചറിയാതെ ബാല്യസ്മൃതികളിൽ തങ്ങിനില്ക്കുന്ന മകനെ അന്വേഷിക്കുന്നു. അമ്മയുടെ ഏകാന്തജീവിതത്തിൽ മകൻ താലോലിക്കപ്പെടുന്നത് ഓർമ്മകളിലൂടെയാണ്. സ്വപ്നങ്ങളല്ല ഓർമ്മകളാണ് വാർദ്ധക്യത്തിന്റെ പ്രത്യേകത. എന്തു നേടിയാലും അവയെപ്പറ്റിയല്ല നഷ്ടപ്പെട്ടതിനെപ്പറ്റിയാണ് അവരുടെ ചിന്ത.

വ്യക്തിത്വ തകർച്ച

മാനസികമായ തകർച്ചയേക്കാൾ വലുതായി വാർദ്ധക്യത്തിൽ സംഭവിക്കുന്നത് വ്യക്തിത്വത്തിന്റെ തകർച്ചയാണ്. കുടുംബത്തിലെ ഒറ്റപ്പെടലിൽ മറ്റുള്ളവരുടെ അഭിപ്രായങ്ങൾക്കൊത്തു നീങ്ങാൻ വൃദ്ധജനങ്ങൾ ബാദ്ധ്യസ്ഥരാണ്. 'കുറച്ചുമണ്ണി'ലെ മുത്തശ്ശനിൽ കാണാൻ കഴിയുന്നത് അത്തരത്തിലുള്ള നഷ്ടവ്യക്തിത്വമാണ്. തകഴിയുടെ 'തഹസീൽദാരുടെ അച്ഛൻ' എന്ന കഥയിലെ വൃദ്ധനും 'കുറച്ചുമണ്ണിലെ' മുത്തശ്ശനും തമ്മിൽ ചില സാദൃശ്യം കണ്ടെത്താം. തകഴി അവതരിപ്പിച്ച വൃദ്ധൻ മരുമകളുടെ അവഗണനന സഹിക്കാനാവാതെ കുടുംബത്തിന്റെ സ്വൈരത തകർക്കാതെ വീടുവിട്ടുപോകുന്നു. എന്നാൽ മാധവിക്കുട്ടിയുടെ കഥയിലെ വൃദ്ധൻ മരുമകളുടെ അവഗണനയിൽ വ്യക്തിത്വം നഷ്ടപ്പെട്ട് നിന്ദിതനായി അവളുടെ കൈയാൽത്തന്നെ മൃത്യു വരിക്കുന്നു. ഇവിടെ പരിപൂർണ്ണ ദുരന്തത്തിൽ നിപതിക്കുകയാണ് ആ വൃദ്ധകഥാപാത്രം.

മുത്തശ്ശികൾ

മാധവിക്കുട്ടിയുടെ കഥകളിലെ മുത്തശ്ശിമാർ ബാദ്ധ്യത ഏറ്റെടുക്കുന്നവരാണ്. 'കാലിച്ചന്ത'യിലെ മുത്തശ്ശി ചെറുമകളെ അനുയോജ്യനായൊരു വരനോട് അടുപ്പിക്കാൻ തന്ത്രങ്ങൾ കണ്ടെത്തുന്നു. 'പുക'[57] യിലെ മുത്തശ്ശി മകളുടെ മരണശേഷം കുട്ടിയുടെ ചുമതലകൂടി വഹിക്കേണ്ടവരായിത്തീരുന്നു. വളരുന്തോറും സ്നേഹശക്തി കുറയുമെന്ന തത്ത്വക്കാരിയാണ് 'അമ്മ'[58] എന്ന കഥയിലെ വൃദ്ധ. വാർദ്ധക്യത്തിന്റെ ഒറ്റപ്പെടൽ അനുഭവിക്കുകയാണ് അവർ. 'അത്തറിന്റെ മണ'[59]ത്തിലെ അറുപതു കഴിഞ്ഞ കവയിത്രിയും വാർദ്ധക്യത്തിന്റെ ദുരന്തത്തിനുനേരെ നിസ്സഹാ

യയായി നോക്കി നില്ക്കുന്നു. 'വിരുന്നുകാര'[60]നിലെ മുത്തശ്ശിയും 'സ്വയംവര'[61]ത്തിലെ ഭ്രാന്തിത്തള്ളയും നഷ്ടപ്പെട്ടുപോയ നല്ല കാലത്തിന്റെ ഓർമ്മകളുമായി കഴിഞ്ഞുകൂടുന്നവരാണ്. വാർദ്ധക്യം, അവർക്ക് ഭീതിയുടേയും സ്മൃതിയുടേയും ഇടയ്ക്ക് വിഭ്രാന്തിയിൽ എത്തിനില്ക്കുന്നൊരവസ്ഥയാണ്. മരണവും രതിയുമായി കൂടിക്കുഴഞ്ഞ് സുഖദമായ അവസ്ഥയാണ് അവരുടെ വാർദ്ധക്യം.

സ്ത്രീകൾ തമ്മിൽ സ്നേഹബന്ധം

സുഹൃദ്ബന്ധത്തിന്റെ ആഴം ആൺകുട്ടികളെ അപേക്ഷിച്ച് പെൺകുട്ടികളിലാണ് ഏറെ ആഴത്തിൽ വേരോടാറുള്ളത് എന്ന് മനഃശാസ്ത്രജ്ഞന്മാർ സിദ്ധാന്തിച്ചിട്ടുണ്ട്.[62] ഈ അഭിപ്രായത്തിന്റെ വെളിച്ചത്തിൽ മാധവിക്കുട്ടിയുടെ കഥകളിലെ സ്ത്രീകൾ തമ്മിലുള്ള ആത്മബന്ധത്തെ അപഗ്രഥിക്കാവുന്നതാണ്. പെൺകുട്ടികൾ തമ്മിൽ ചങ്ങാത്തം വിരളമായേ കഥകളിൽ കാണാറുള്ളൂ.[63] ഉണ്ടെങ്കിൽത്തന്നെ ഒന്നിൽക്കൂടുതൽ സുഹൃത്തുക്കൾ അവർക്കുണ്ടാകാറുമില്ല. ഉള്ളവർ ആത്മബന്ധത്തിന്റെ സ്മരണ അവശേഷിപ്പിക്കുകയും ചെയ്യുന്നു. അരുണ ഇത്തരത്തിൽപ്പെട്ട ഒരു സ്നേഹിതയാണ്. നാഗരിക ജീവിതത്തിലെ സുഹൃത്ത് അരുണയും ഗ്രാമീണജീവിതത്തിലെ സുഹൃത്ത് ജാനുവുമാണെന്ന് ഊഹിക്കാറുള്ളതാണ്. ബോർഡിങ്ങിൽ താമസിച്ച കാലത്ത് ഒരു ഉറ്റചങ്ങാതി രാജിയെപ്പറ്റി 'എന്റെ കഥ'[64]യിൽ സൂചിപ്പിക്കുന്നുണ്ട്. അവളായിരിക്കുമോ 'രക്താർബുദ'[65]ത്തിലെ നായിക? അതുപോലെ 1947 ജൂൺ 22 ന് *മാതൃഭൂമി* ആഴ്ചപ്പതിപ്പിൽ പ്രസിദ്ധപ്പെടുത്തിയ 'സ്ത്രീ' എന്ന കഥയിൽ "സഹോദരാ, ഒരു സ്ത്രീക്ക് മറ്റൊരു സ്ത്രീയെ സ്നേഹിച്ചുകൂടെന്നുണ്ടോ" എന്ന് കഥാകർത്രി ചോദിക്കുന്നു. രമയും പ്രസന്നയും തമ്മിലുള്ള പ്രണയമാണ് കഥാവിഷയം. രവിയുടെ പ്രണയിനിയാണ് പ്രസന്ന. അവൾ രമയെ പ്രേമിക്കുന്നു. ബാലമനസ്സിലെ കഥാകർത്രിയുടെ മനസ്സിൽ ഈ സ്നേഹബന്ധം കയറിപ്പറ്റിയിരിക്കുന്നു. ആത്മകഥയുടെ പ്രതീതിയുളവാക്കുന്ന കഥകൾ മാധവിക്കുട്ടിയുടെ സാഹിത്യലോകത്തിൽ കണ്ടെത്താം. പക്ഷേ, ആ കഥകൾ എഴുത്തുകാരിയുടെ യഥാർത്ഥജീവിതത്തിലെയോ കലാപരമായ ജീവിതത്തിലേയോ ഏതിന്റെ പ്രകാശനമാണ് എന്ന ചോദ്യത്തിന് രണ്ടാമത്തേതിന് എന്നതാണ് കൂടുതൽ ശരിയായ ഉത്തരമെന്നു തോന്നുന്നു. ഇക്കാര്യം ഒടുവിലത്തെ അദ്ധ്യായത്തിൽ ചർച്ച ചെയ്യുന്നുണ്ട്.

സ്ത്രീ പുരുഷബന്ധത്തിന്റെ കഥകൾ

ദാമ്പത്യം

സ്ത്രീപുരുഷബന്ധത്തിന്റെ കഥകളാണ് മാധവിക്കുട്ടിയുടെ രചനകളിൽ ഏറിയ ഭാഗവും. ഈ ബന്ധത്തിന്റെ സൂക്ഷ്മാംശങ്ങളിലേക്ക് കട

ന്നുചെല്ലാൻ വ്യത്യസ്തവും സങ്കീർണ്ണവുമായ സങ്കേതങ്ങളാണ് അവർ സ്വീകരിച്ചിട്ടുള്ളത്. സ്ത്രീപുരുഷബന്ധത്തിന്റെ വ്യത്യസ്തഭാവങ്ങളെ ശില്പഭദ്രതയോടെ വൈവിദ്ധ്യപൂർണ്ണമായി അവതരിപ്പിച്ചിട്ടുള്ള മാധവിക്കുട്ടിയെപ്പോലെ മറ്റൊരു എഴുത്തുകാരി മലയാളത്തിൽ ഉണ്ടെന്ന് തോന്നുന്നില്ല. എല്ലാ പ്രായത്തിലുള്ള സ്ത്രീപുരുഷന്മാരിലും കഥാപാത്രങ്ങൾ സ്നേഹം അന്വേഷിക്കുന്നു.

അസംതൃപ്ത ദാമ്പത്യത്തിന്റെ കഥകളിൽ പ്രത്യക്ഷമാകുന്ന ഭാര്യാഭർത്താക്കന്മാർ വിരുദ്ധ ധ്രുവങ്ങളിൽ സ്ഥിതി ചെയ്യുകയാണ്. അസംതൃപ്തരായ ഭാര്യമാർ, സ്വാർത്ഥരായ ഭർത്താക്കന്മാർ, സ്നേഹശക്തിയുള്ള ഭാര്യമാർ, കാമാസക്തരായ ഭർത്താക്കന്മാർ, താരുണ്യവതികളായ ഭാര്യമാർ, വാർദ്ധക്യം ബാധിച്ച ഭർത്താക്കന്മാർ, പതിനഞ്ചാം വയസ്സിൽ വിവാഹിതരായ ഭാര്യമാർ, മദ്ധ്യവയസ്കരായ ഭർത്താക്കന്മാർ, മനസ്സിലാക്കപ്പെടാൻ വെമ്പുന്ന ഭാര്യമാർ, മനസ്സിലാക്കാൻ മിനക്കെടാത്ത ഭർത്താക്കന്മാർ, കാമുകന്മാരെ ഇഷ്ടപ്പെടുന്ന ഭാര്യമാർ, ജോലിക്കാരികളോട് ബന്ധം പുലർത്തുന്ന ഭർത്താക്കന്മാർ എന്നിങ്ങനെ വിരുദ്ധ സ്വഭാവം പുലർത്തുന്ന ദമ്പതിമാരാണ് അസംതൃപ്തദാമ്പത്യത്തിലെ പങ്കാളികൾ. ഇവർ കാമാസക്തിക്ക് സ്നേഹത്തിന്റെ പരിവേഷം കല്പിക്കുകയാണ്.

കാമുകനും കാമുകിയും

ഭാര്യഭർത്താക്കന്മാർക്കു പുറമേ ഒരു കാമുകനോ അല്ലെങ്കിൽ ഒരു കാമുകിയോ മാധവിക്കുട്ടിയുടെ കഥകളിൽ കടന്നു വരുന്നു. അവരാണ് കുടുംബത്തിന്റെ സ്വൈരതയെ നശിപ്പിക്കുന്നതെന്ന് പറഞ്ഞുകൂടാ. പല കഥകളിലും അവർ നിമിത്തങ്ങളാകുന്നുണ്ട്. ദാമ്പത്യത്തിലെ പൊരുത്തക്കേടിൽനിന്ന് ഇണകളെ തകരാതെ സൂക്ഷിക്കുന്ന ഘടകമാണവർ. ചിതറിപ്പോകുന്ന ഒരു തോണിയുടെ പലകകൾ തമ്മിൽ കെട്ടിമുറുക്കി വയ്ക്കുന്ന ചകിരിനാരുകൾ.

സംഘർഷം

സ്ത്രീയുടെ മനസ്സാണ് എപ്പോഴും അസംതൃപ്തമായിക്കൊണ്ടിരിക്കുന്നത്. ഭർത്താക്കന്മാർ എല്ലാ കഥകളിലും സംതൃപ്തരാണ്. കാമുകന്റെ സന്നിധിയിൽ ഇരിക്കുമ്പോൾപോലും സ്ത്രീയുടെ മനസ്സ് അയാളോടുള്ള സ്നേഹത്തിൽ ഉൽക്കണ്ഠാകുലമാകാറുണ്ട്. ഭർത്താവിനോടൊപ്പം രാജനെന്ന കാമുകനെ ഓർത്ത് കിടന്നുറങ്ങുന്ന സ്ത്രീ 'രാത്രി'[66] എന്ന കഥയിലെ സുമതിയും കാലൊച്ചയിലെ ഭർതൃമതിയായ സ്ത്രീയും ഗുൾടിയാനോ എന്ന കാമുകനെ സ്നേഹിക്കുകയും കാമിക്കുകയും ചെയ്യുന്ന മുപ്പത്തഞ്ചുകാരിയായ അമ്മയും പതിനാറുകാരിയായ മകളും (പരുന്തുകൾ)[67] മദ്ധ്യവയസ്കന്റെ സന്നിധിയിൽ നിരന്തരം ഭർത്താവിന്റെ കണ്ണുവെട്ടിച്ച് പോകുന്ന ഗോപിമേനോന്റെ ഭാര്യയും (സനാതൻ ചൗധരിയുടെ ഭാര്യ)[68] ഉണ്ണികൃഷ്ണന്റെ കാമുകി അമൃതയും (സൂര്യൻ)[69] കവിയായ

ഗ്യാൻചന്ദിനെ സ്നേഹിക്കുന്ന കവയിത്രിയായ രാജിയും (ഗ്യാൻചന്ദ്)[70] ബച്ചുവിന്റെ താല്പര്യത്തിനു വഴങ്ങി ഡ്രൈവിങ്ങിനിറങ്ങുന്ന മാധവിയും (ബച്ചു ബാല്യകാല സുഹൃത്ത്)[71] ഭർത്താവിനരികിൽ നിന്നുകൊണ്ട് കാമുകനെ ഓർമ്മിക്കുന്ന ഭാര്യയും (മഞ്ഞ്)[72] പന്ത്രണ്ട് കൊല്ലം സ്നേഹിച്ച കാമുകന്റെ മരണത്തിൽ ദുഃഖിതയാകുന്ന സ്ത്രീയും (കാലൊച്ച)[73] മാനസിക സംഘർഷം അനുഭവിക്കുന്നവരാണ്. അസംതൃപ്തി അവരെ അസ്വസ്ഥരാക്കുന്നു.

പുരുഷസങ്കല്പം

ഭർത്താവ്, കാമുകൻ എന്നിവയിലുപരി പുരുഷൻ എന്ന സങ്കല്പമാണ് കഥാകാരിക്കുള്ളത്. 'സൂര്യന്റെ സൂര്യത്വം' എന്ന ആത്മകഥാഖ്യാനത്തിൽ അവർ എഴുതി - "പ്രധാനമായും എന്തെല്ലാം ഗുണങ്ങളാണ് ഒരു സ്ത്രീ അവളുടെ പുരുഷനിൽ പ്രതീക്ഷിക്കുന്നത്. ആത്മാഭിമാനം, ധൈര്യം, ബുദ്ധിശക്തി, ആരോഗ്യം."[74] അതുകൊണ്ടാവും "ഒന്നിലധികം ഭർത്താക്കന്മാർ ഒരു സ്ത്രീക്ക് എന്തുകൊണ്ട് ആയിക്കൂടാ?"[75] എന്ന് അവർ ചോദിക്കുന്നത്. എന്നാൽ ഭർത്താവ് സ്വന്തമാവണമെന്ന സ്വാർത്ഥമോഹവും അവരുടെ കഥാപാത്രങ്ങൾക്കുണ്ട്. 'ചന്ദ്രരശ്മികൾ'[76] എന്ന കഥയിലെ നായിക ഇത്തരക്കാരിയാണ്. ഭർത്താവ് ഏറ്റവും ഇഷ്ടപ്പെടുന്ന വ്യക്തി എന്ന നിലയ്ക്ക് ഇക്ബാലിനോട് അവൾക്ക് അസൂയയാണ്. വിദ്വേഷമാണ്. ഭർത്താവ് മറ്റൊരാളുടെ സ്വന്തമാവുന്നത് അവർക്കിഷ്ടമല്ല. സ്ത്രൈണസ്വഭാവമുള്ള ഇക്ബാൽ ആത്മഹത്യാശ്രമത്തിൽനിന്ന് രക്ഷപ്പെട്ട് ആശുപത്രിയിൽ കിടക്കുമ്പോൾ അയാളെ സന്ദർശിക്കുന്ന അവൾ പറയുന്നു. "ഞാൻ ഗർഭം ധരിച്ചിരിക്കുന്നു. നിങ്ങൾക്ക് ആ കഴിവില്ലല്ലോ അതുകൊണ്ടാണ് നിങ്ങൾ ആത്മഹത്യക്ക് ശ്രമിച്ചത്."[77] ഗർഭം ധരിക്കാനുള്ള സ്ത്രീയുടെ മാത്രം കഴിവിൽ അഹങ്കരിക്കുകയല്ല, മറിച്ച് ഭർതൃസ്നേഹം കൊതിച്ച് അതു കിട്ടാതെ വന്നപ്പോൾ ഭർത്താവ് സ്നേഹിക്കുന്നയാളോട് അസൂയയും പകയും തോന്നുന്ന സർവ്വസാധാരണമായ മനസ്സ് വ്യക്തമാക്കുകയാണിവിടെ.

നായകന്മാർ

കഥകളിലെ പുരുഷന്മാരെ പ്രമേയഘടനയുടെ അടിസ്ഥാനത്തിൽ നാലായി തിരിക്കാം. (ഒന്ന്) ഉത്തരവാദിത്വവും സ്നേഹവും ഇല്ലാത്ത നിർമ്മമരായ ചെറുപ്പക്കാർ. (രണ്ട്) അമിത ഭോഗത്തിലും സ്നേഹ പ്രകടനത്തിലും താല്പര്യമുള്ള മദ്ധ്യവയസ്കർ. ഇവർ സ്ത്രീകളുടെ ആഗ്രഹങ്ങൾക്കൊത്തു നീങ്ങുന്നവരാണ്. (മൂന്ന്) ഭാര്യയെ സ്നേഹിക്കുന്നുവെന്ന് ബോദ്ധ്യപ്പെടുത്തുകയും കബളിപ്പിച്ച് മറ്റു സ്ത്രീകളുമായി ബന്ധം പുലർത്തുകയും ചെയ്യുന്നവർ. ഇവർ ചെറുപ്പം കഴിഞ്ഞവരായിരിക്കും. (നാല്) വാർദ്ധക്യം ബാധിച്ചവർ. അവർ മരണത്തിൽ നിന്നൊരൊളിച്ചോട്ടമായി സ്ത്രീ സാന്നിദ്ധ്യത്തെ കരുതുന്നു.

ചെറുപ്പക്കാർ

സ്നേഹം ഇഷ്ടജനത്തിനു മുന്നിൽ എടുത്തണിയാവുന്ന ഒരു മുഖം മൂടിയായി കണക്കാക്കുകയാണ് മാധവിക്കുട്ടിയുടെ കഥകളിലെ ചെറുപ്പക്കാർ. 'രോമക്കുപ്പായം' എന്ന കഥയിലെ മഹേശ്, അമ്മയെ വേദനിപ്പിക്കാതിരിക്കാൻ അവർ തുന്നിക്കൊടുക്കുന്ന രോമക്കുപ്പായം അണിയുന്നു. നഗരജീവിതത്തിൽ ആമഗ്നമായ അയാൾക്ക് ഒന്നിനോടും പ്രത്യേകിച്ച് താല്പര്യമില്ല. '565-ാം നമ്പർ മുറിയിലെ രോഗിണി'[78] യിൽ കുട്ടികളെയും ഭർത്താവിനെയും കണക്കറ്റ് സ്നേഹിക്കുന്ന ഭാര്യ കുട്ടികളെ അങ്ങോട്ടു കൊണ്ടുവന്നാൽ അവർ പേടിക്കുമെന്നും തന്റെ അടുത്തുവന്ന് കുറെനേരം കെട്ടിപ്പിടിച്ച് കിടക്കണമെന്നും ഭർത്താവിനോട് പറയുന്നു. അപ്പോൾ അയാളാകട്ടെ അതു കേട്ടില്ലെന്നു നടിച്ച് ധാരാളം നഗ്നചിത്രങ്ങളുള്ള അമേരിക്കൻ വാരികയുടെ താളുകൾ മറിച്ചു കൊണ്ടിരിക്കുന്നു. ഭാര്യയുടെ ശവസംസ്കാരം കഴിഞ്ഞ് സ്ഥലത്തെത്തി ഉടനെ സ്ഥലം വിടുന്ന 'പുക'[79]യിലെ ഭർത്താവ്, ഭാര്യ മരിച്ച് അന്ന് വൈകിട്ട് തന്നെ ആഭരണങ്ങൾ കൊണ്ടു വില്ക്കുന്നു (ആഭരണങ്ങൾ)[80]. രണ്ടുകൊല്ലത്തിനുശേഷം തന്റെ മുഖത്തു ചുംബിക്കുമെന്നു പ്രതീക്ഷിക്കുന്ന ഭാര്യക്കരികിൽ നിർമ്മമനായിരിക്കുന്ന ഭർത്താവ് (രണ്ടുലക്ഷം)[81], ബൊട്ടാണിക്കൽ ഗാർഡനിൽ പിക്നിക്കിനു പോകുന്ന കവയിത്രിയുടെ ഭർത്താവ് (വക്കീലമ്മാവൻ)[82], നിർമ്മമനായ നീർമാതളത്തിന്റെ പൂക്കളി[83]ലെ ഭർത്താവ്, 'ചുവന്ന പാവാട'[84]യിലെ വേലക്കാരിയെ ശാസിക്കുന്ന ഭർത്താവ്, ഇരുപതു വർഷത്തിനു ശേഷവും മധുവിധു കാത്തുസൂക്ഷിക്കുന്ന 'ചതി'[85]യിലെ ഭർത്താവ്, 'ഗ്യാൻചന്ദി'[86]ലെ രാജിയുടെ ഭർത്താവ് - ഇവരെല്ലാം യാന്ത്രികത്വമുള്ളവരാണ്.

തന്റെ സ്നേഹം സ്ഥിതി ചെയ്യുന്നത് "ശരീരത്തിലല്ല തൊലിയും മാംസവും എല്ലും മജ്ജയും കഴിഞ്ഞ് ചെല്ലുമ്പോൾ കാണാൻ കൂടി കഴിയാത്ത ആ കേന്ദ്രത്തിലാണ്" എന്നു പറയുന്ന ഭർത്താവ് സൗമ്യമൂർത്തിയും (തണുപ്പ്) "നമുക്ക് സ്നേഹം വേണ്ട......നമുക്ക് ഇതൊക്കെ മതി ഓമനേ"[87] എന്ന് ചുംബിച്ചുകൊണ്ട് കാമുകിയോടു പറയുന്ന കാമുകൻ ഇന്ദ്രജിത്തും മാധവിക്കുട്ടിയുടെ കഥകളിലെ ഭർത്താവിന്റെയും കാമുകന്റെയും സ്വഭാവത്തിന്റെ മാതൃകയാണ്.

സ്വാർത്ഥരായ ഭർത്താക്കന്മാർ

സ്വാർത്ഥരായ ഭർത്താക്കന്മാർക്ക് തങ്ങളുടെ ഭാര്യമാർ അന്യപുരുഷനെ സ്നേഹിച്ചാൽ അതൊരു പ്രശ്നമാവുന്നില്ല. ഭർത്താവിനെ ഉപേക്ഷിച്ച് മറ്റൊരാളോടൊപ്പം പോയി അഞ്ചുവർഷം കഴിഞ്ഞ് മടങ്ങുന്ന ഭാര്യയെ കൂട്ടിക്കൊണ്ടുവരാൻ വിമാനത്തിൽ പോകുന്ന ഭർത്താവ്, അത്രയും കാലം അവൾ എങ്ങനെ ജീവിച്ചു എന്ന് അറിയാൻ ആഗ്രഹിക്കുന്നില്ല. "എനിക്ക് ഒന്നും ചോദിക്കാനില്ല. കുറെ കൊല്ലങ്ങൾക്കു ശേഷം

ഞാൻ അഥവാ ചോദിച്ചാൽത്തന്നെ നീ എന്നോട് ഒന്നും പറയുകയുമരുത്."[88] അപ്പോൾ ഭാര്യ ചോദിക്കുന്നത് ഇപ്രകാരമാണ്; "ഞാൻ അമേരിക്കയിൽ എങ്ങനെ ജീവിതം നയിച്ചെന്ന് നിനക്കറിയണ്ടേ? നിങ്ങൾക്ക് ജിജ്ഞാസ തീരെയില്ലേ?" 'ലോകം ഒരു കവയിത്രിയെ നിർമ്മിക്കുന്നു' എന്ന കഥയിൽ ഭർത്താവ് പറയുന്നുണ്ട്, "എന്റെ ഭാര്യയുടെ സ്വഭാവം എനിക്ക് ഇതേവരെ മനസ്സിലാക്കാൻ സാധിച്ചിട്ടില്ല. എട്ടു കൊല്ലമായി ഞങ്ങൾ ഒന്നിച്ചു ജീവിക്കുന്നു."[89] ഇത്തരം ഭർത്താക്കന്മാർ മാധവിക്കുട്ടിയുടെ കഥകളിൽ ഒരു പുതുമയല്ല.

സ്ത്രീയുടെ കീഴടങ്ങൽ

എന്തു വിട്ടുവീഴ്ചയ്ക്കും തയ്യാറായി ജീവിക്കാൻ ഒരുക്കമുള്ള ഭാര്യമാരാണ് മാധവിക്കുട്ടിയുടെ കഥകളിലെ നായികമാർ. ഭർത്താവിൽനിന്നും സ്നേഹം കിട്ടാതെ വരുമ്പോൾ കാമുകസന്നിധിയിൽ അവർ രഹസ്യമായി അഭയം തേടുന്നു. ഈ കാമുകനാകട്ടെ മറ്റേതെങ്കിലും അസംതൃപ്ത ദാമ്പത്യത്തിലെ ഭർത്താവായിരിക്കും. സ്ത്രീകളുടെ കാമുകസങ്കല്പം രതിബന്ധത്തിൽ മാത്രം ഒതുങ്ങുന്നതല്ല. സ്നേഹത്തിന്റെ പാരമ്യത്തിലെ കീഴടങ്ങൽ സ്വഭാവം അതിനുണ്ട്. 'ചന്ദ്രന്റെ ഇറച്ചി'[90] എന്ന കഥയിലെ മിനിക്ക് യുവാവായ കാമുകനേക്കാൾ വൃദ്ധനാകാൻ തുടങ്ങിയ കാമുകനെയാണിഷ്ടം. "ജീവിതത്തിൽ എല്ലാ വിജയങ്ങളും നേടിക്കഴിഞ്ഞ ഒരു മനുഷ്യന്റെ കരവലയത്തിൽ വിശ്രമിക്കാറുള്ള തനിക്ക് ഒരു സാധാരണക്കാരനിൽനിന്ന് യാതൊരു തരത്തിലുള്ള സംതൃപ്തിയും കിട്ടുകയില്ല"[91] എന്ന് അവൾ വിശ്വസിക്കുന്നു. അതുകൊണ്ടാവാം വൃദ്ധരായ കാമുകന്മാരെ നായികമാർ സ്വീകരിക്കുന്നത്. രാജാവിന്റെ പ്രേമഭാജനം, റാണി, കാലൊച്ച, ചതുരംഗം തുടങ്ങിയ കഥകളിലെ കാമുകന്മാർ വൃദ്ധന്മാരാണ്. പക്ഷേ, അവരിൽനിന്നും ശാശ്വതമായ സംതൃപ്തി നായികമാർക്കു ലഭിക്കുന്നില്ല.

ദുരന്തം

മാധവിക്കുട്ടിയുടെ കഥകളിൽ സ്നേഹം അന്വേഷിച്ച് അസ്വസ്ഥരായ സ്ത്രീ കഥാപാത്രങ്ങൾ കൊടിയ ദുരന്തത്തിൽ പതിച്ചവരാണ്. ഭാര്യമാർക്ക് ഭർത്താക്കന്മാരിൽനിന്ന് ലഭിക്കുന്നതോ, വഞ്ചനയും. ഭാര്യയും ഭർത്താവും പൊതു ബിന്ദുവിൽ കൂട്ടിമുട്ടുന്നില്ല. ഭാര്യയുടെ കാമുകബന്ധത്തെപ്പറ്റി ഒന്നും അറിയാൻ ആഗ്രഹിക്കാത്ത ഭർത്താവ് ഈ കഥകളിലെ ഭർത്താക്കന്മാരുടെ പൊതുസ്വഭാവം അറിയിക്കുന്നു. തങ്ങളുടെ മനസ്സിന്റെ വിങ്ങൽ തുറന്നുപറയാൻ ആഗ്രഹിക്കുന്നവരാണ് കഥാനായികമാർ. ഏകാന്തതയോട് അനുരാഗത്തിലേർപ്പെടാൻ വിധിക്കപ്പെടുന്ന ചതുരംഗത്തിലെ അചല, പ്രധാന നടന്മാരുടെ അഭാവത്തിൽ പകരം നോക്കുന്നവരുടെയൊപ്പം കഴിച്ച റിഹേഴ്സലുകൾ പോലെയാണ് മുൻപ് സ്നേഹിച്ച പുരുഷന്മാരെ കാണുന്നത്. അവർ ദുരന്തത്തിൽ അടിഞ്ഞ സ്നേഹാന്വേഷി

യാണ്. "വളരെ നേരത്തെ കഴിഞ്ഞ ഒരു വിവാഹം സ്നേഹിക്കുവാനുള്ള എന്റെ ആഗ്രഹത്തെ എന്നിലെ വിടനെ പൂർണ്ണമായും നികത്തിയിരുന്നില്ല"[92] എന്ന് അചല വിചാരിക്കുന്നുണ്ട്.

നിസ്സഹായത

സ്ത്രീത്വത്തിന്റെ സദാചാരമൂല്യങ്ങളെപ്പറ്റിയും സ്വാതന്ത്ര്യ സങ്കല്പത്തെപ്പറ്റിയും വ്യക്തമായ ധാരണകളുള്ള ഈ കഥാകാരി അവ കഥാപാത്രങ്ങളിലൂടെ പ്രതിഫലിപ്പിക്കാനും ശ്രമിക്കുന്നു. അത്തരം കഥകളിൽ സ്ത്രീ മാത്രമേ കഥാപാത്രമായിട്ടുള്ളു. മറ്റുള്ളവരെല്ലാം ഉപഘടകങ്ങൾ മാത്രമാണ്. സ്ത്രീക്ക് ഏല്ക്കേണ്ടി വരുന്ന പീഡനങ്ങൾ അവളെ താലി പൊട്ടിക്കലിൽ കൊണ്ടെത്തിക്കുന്നില്ല. അനുരഞ്ജനത്തിന്റെ സ്വഭാവമല്ല, സ്നേഹവും സഹനവുംകൊണ്ട് പുരുഷനെ കീഴടക്കുന്ന സ്വഭാവമാണ് മാധവിക്കുട്ടിയുടെ നായികമാർക്കുള്ളത്. അവർ ഉള്ളിൽ ഒരു പൊട്ടിത്തെറിക്ക് തയ്യാറെടുക്കുന്നവരാണ്. തന്റെ അമ്പതാം പിറന്നാൾ ദിവസം ഒരു പ്രസവക്കേസ് 'അറ്റന്റ്' ചെയ്ത് രാത്രി വൈകിയെത്തുമ്പോൾ ഭർത്താവ് മറ്റൊരുവളുമായി ശയിക്കുന്നതു കണ്ടിട്ട് തന്റെ കഴുത്തിൽ തൂങ്ങിക്കിടക്കുന്ന കല്യാണത്താലി ഇടത്തെ കൈകൊണ്ട് തൊട്ടു തടവി "പാവം താലി എന്റെ പാവം താലി" എന്ന് മന്ത്രിക്കുന്ന 'ചതി'[93] എന്ന കഥയിലെ ലേഡി ഡോക്ടർ ഭർത്താവിനെ സ്നേഹിക്കുന്നവളാണ്. ഫലമോ ഭർത്താവ് അവരെ മനസ്സിലാക്കാൻ മിനക്കെടുന്നില്ല. എങ്കിൽപ്പോലും അവൾ താലി പൊട്ടിക്കുകയോ വലിച്ചെറിയുകയോ ചെയ്യുന്നില്ല. "പടയ്ക്കു പോയി വരുന്ന പുരുഷനെ വിശ്രമിപ്പിക്കുക മാത്രമാണ് സ്ത്രീയുടെ ജോലി എന്നു വിശ്വസിക്കുന്ന മോണ"[94]യും ഇഷ്ടപ്പെട്ടവരുടെ മരണശേഷം കണക്കു പറയാൻ നില്ക്കാതെ ഇറങ്ങിപ്പോകുന്ന അച്ഛന്റെ കാമുകിയും (ആ സ്ത്രീ)[95], പവിഴമാല എങ്ങനെ കിട്ടിയെന്നു ചോദിക്കുമ്പോൾ സങ്കോചമില്ലാതെ കളഞ്ഞുകിട്ടിയതാണെന്നു പറയുന്ന ഗ്രാമീണ പശ്ചാത്തലത്തിൽ വളരുന്ന തങ്കമണിയും (പവിഴമാല)[96] അത്തരത്തിൽപ്പെട്ടവരാണ്. എന്നാൽ കാലിച്ചന്തയിലെ വില്പന വസ്തുവായിത്തീരുന്ന സ്ത്രീത്വത്തിന്റെ ദുര്യോഗത്തെ സൂചിപ്പിക്കുന്ന മീനാക്ഷിയുടെ കഥ (കാലിച്ചന്ത)[97] അപമാനിതമാകുന്ന സ്ത്രീത്വത്തിന്റേതാണ്. വൈകുന്നേരം അപരിചിതനായ ഒരാൾ പടികടന്നു വരുന്നത് കണ്ട് കോലായിലേക്ക് ഓടി വന്ന് തൂണുംചാരി നില്ക്കുന്ന മീനാക്ഷി ഒടുവിൽ വെറും പായിൽക്കിടന്നുകൊണ്ട് തന്റെ ജീവിതത്തിലെ നൈരാശ്യങ്ങളോർത്ത് തേങ്ങിക്കരയുന്നു.

കേരളീയ ജീവിതം

മാധവിക്കുട്ടിയുടെ കഥാസാഹിത്യത്തിൽ കേരളീയ ജീവിതാനുഭവം കുറവാണെന്ന പരാതിക്ക് ഇടയുണ്ട് എന്ന ഒരാക്ഷേപം കാണുന്നു[98] എന്നാൽ കേരളീയ അന്തരീക്ഷവുമായി കെട്ടുപിണഞ്ഞു കിടക്കുന്ന നിര

വധി കഥകൾ അവരുടെ കഥാലോകത്ത് കണ്ടെത്താം. പ്രഭാതം, ഒരു ദിവസം രാവിലെ, വേനലിന്റെ ഒഴിവ്, കുറച്ചു മണ്ണ്, ദൈവങ്ങൾ, നീർമ്മാതളത്തിന്റെ പൂക്കൾ, കീറിപ്പൊളിഞ്ഞ ചകലാസ്, ദയ എന്ന വികാരം, പവിഴമാല, മീനാക്ഷിയേടത്തി, മുത്തശ്ശി, കുളക്കോഴികൾ, മൂടിക്കെട്ടിയ ഒരു സായാഹ്നം, വളകൾ, കാമഭ്രാന്ത്, ജാനു പറഞ്ഞ കഥ, കാലിച്ചന്ത, വേലായുധന്റെ ഭാര്യ, രാത്രിയിൽ, രവിയുടെ കഥ, പുക, സുന്ദരിയായ മകൾ, കാളവണ്ടികൾ തുടങ്ങിയ കഥകൾ കേരളീയ അന്തരീക്ഷം പുലർത്തുന്നവയാണ്. മാത്രമല്ല, അരിവെപ്പുകാരനും ജോലിക്കാരിയും മുത്തശ്ശിയും മാതുവമ്മയും ജാനുവും വേലായുധനുമെല്ലാം പല കഥകളിലേയും കഥാപാത്രങ്ങളാകുന്നുണ്ട്. കുട്ടികളുടെ കാഴ്ചപ്പാടിലൂടെയുള്ള കഥകളിൽ നാടൻ ജീവിതത്തിന്റെ സൂക്ഷ്മാംശങ്ങൾ അനുഭവപ്പെടുന്നു. പ്രഭാതം, വേനലിന്റെ ഒഴിവ്, കുറച്ചു മണ്ണ്, നീർമാതളത്തിന്റെ പൂക്കൾ എന്നിവ പ്രത്യേക പരാമർശം അർഹിക്കുന്നു. ഒരു ഗൃഹനായിക കണ്ടെത്തുന്നിടങ്ങളാണ് മാധവിക്കുട്ടിയുടെ ഗ്രാമീണ കഥകൾക്കാധാരം. വിവാഹത്തെ ശീട്ടുകളിക്ക് സമാനമായ പ്രായോഗിക ബുദ്ധിയോടെ കാണുന്ന വേലായുധനും (ശീട്ട്), പ്രായം തികഞ്ഞ പെണ്ണിനെ കെട്ടിച്ചയക്കാൻ ഉപായങ്ങൾ പ്രയോഗിക്കുന്ന മുത്തശ്ശിയും (കാലിച്ചന്ത), വളക്കാരൻ മാപ്പിളയുമായി ശൃംഗരിക്കാൻ അവസരം നല്കാതെ വേലക്കാരിയോട് അധികാരം സ്ഥാപിക്കുന്ന ചെറുപ്പക്കാരനും (വളകൾ), നാടൻ ശീലിൽ വർത്തമാനം പറയുന്ന ഗ്രാമപ്പെൺകൊടി ജാനുവും (ജാനു പറഞ്ഞ കഥ), എല്ലാത്തിനുമുപരി തറവാട്ടിലെ മുത്തശ്ശിയും കേരളീയ ജീവിതത്തിന്റെ വിശുദ്ധി കാത്തുസൂക്ഷിക്കുന്നവരാണ്. അവർക്ക് മുഖാവരണങ്ങളില്ല.

നന്മയുടെ പ്രതീകങ്ങളായിട്ടാണ് തന്റെ ചുറ്റുവട്ടവുമുള്ള ലോകത്തെ മാധവിക്കുട്ടി അവതരിപ്പിക്കുന്നത്. നാലപ്പാടു കുടുംബത്തെ ചുറ്റിപ്പറ്റി കഥാകാരിയുടെ മനസ്സിൽ കൊണ്ടിട്ടുള്ളതെല്ലാം അവർ എഴുതിയിട്ടുണ്ട്. "ഞാൻ അനുഭവിച്ചതു മാത്രമേ ഞാൻ എഴുതിയിട്ടുള്ളൂ. എനിക്ക് അത്രയ്ക്കേ ധൈര്യമുള്ളൂ. മറ്റുള്ളവർ അനുഭവിക്കുന്നതെഴുതാൻ എനിക്ക് ധൈര്യം കിട്ടിയിട്ടില്ല. അതുകൊണ്ടായിരിക്കാം ഞാൻ നോവലെഴുതുമ്പോൾ തകരാറാകുന്നത്"[99] എന്ന് ഈ എഴുത്തുകാരി സമ്മതിക്കുന്നു. ഈ വാക്കുകൾ അർത്ഥവത്താണെന്ന് മാധവിക്കുട്ടി എഴുതിയ 'മാനസി'[100] എന്ന നോവൽ പരിശോധിച്ചാലറിയാം. സ്വാനുഭവപരിധിക്കപ്പുറമുള്ള പ്രമേയം കൈകാര്യം ചെയ്യാനുള്ള കെല്പില്ലായ്മ അതിൽ സ്പഷ്ടമാകുന്നു. ചില കഥകൾ വലുതാക്കിയെടുത്ത നോവലെറ്റുകളിലും മേൽ സൂചിപ്പിച്ച ന്യൂനത കണ്ടെത്താം. ഓടിപ്പോയ മകനോടുള്ള വാത്സല്യം വ്യഭിചാരശാലയിലെ കുട്ടികളോടു കാട്ടി അവരോടൊപ്പം കഴിയുന്ന സിന്ദത്തായിയുടെ കഥയാണ് 'കൂടുകൾ.'[101] ഈ പ്രമേയത്തെ വികസിപ്പിച്ചെടുത്ത 'രുഗ്മിണിക്കൊരു പാവക്കുട്ടി'[102] എന്ന നോവലൈറ്റ് ഘടനാപരമായി ശൈഥില്യത്തിന്റെ ശില്പമാണ്. "എന്റെ കഥകൾ എന്റെ കവിതയുടെ ഒരു എക്സ്റ്റെൻഷനാണ്"[103] എന്ന് മാധവിക്കുട്ടി എഴുതുന്നു. അവ

രുടെ പല കഥകൾക്കും ആധാരം കവിതകളാണെന്ന് സൂക്ഷ്മാപഗ്രഥനത്തിൽ വ്യക്തമാകും.

പൂർണ്ണതയ്ക്കുവേണ്ടി

പരിപൂർണ്ണതയിലെത്തി നില്ക്കുന്ന ഒരു സ്നേഹസങ്കല്പം എഴുത്തുകാരി അന്വേഷിക്കുകയാണ്. കാമുകനെ മകനായും പിതാവായും കാമുകിയെ മകളായും അമ്മയായും കാണുന്ന മനോഭാവത്തിന്റെ കഥകൾ മാധവിക്കുട്ടിയുടെ കഥാപ്രപഞ്ചത്തിലുണ്ട്. 'റാണി'[104] എന്ന കഥയിൽ മരിച്ചുപോയ തന്റെ മകൾ റാണിയുടെ സാമ്യം കാമുകിയിൽ കണ്ടെത്തുന്ന മദ്ധ്യവയസ്കൻ കാമുകൻ പിതാവായിത്തീരുന്നു. നട്ടുച്ചനേരത്ത് വീട്ടിൽ കയറി വരുന്ന കുട്ടിക്കും ഭർത്താവിനെപ്പറ്റിയുള്ള ബാല്യസ്മരണയ്ക്കും തമ്മിലുള്ള ബന്ധത്തിൽനിന്നും കുട്ടിയിൽ ഭർത്താവിനെ കണ്ടെത്തുന്ന മനോഭാവത്തിന്റെ കഥയാണ് 'ഉണ്ണി.'[105] പിതാവും കാമുകനും ഭർത്താവുമായി ബന്ധപ്പെട്ടുകിടക്കുന്ന ഒരു സവിശേഷ മനോഘടന മാധവിക്കുട്ടിയുടെ കഥകളിലുണ്ട്.

ഉദാത്തസ്നേഹം

കാമവികാരത്തെ മനുഷ്യബന്ധത്തിന്റെ ഉദാത്തമേഖലയിലേക്ക് കൂട്ടിക്കൊണ്ടു പോകാൻ ഉതകത്തക്ക കഥകളും ഈ കഥാകാരി എഴുതിയിട്ടുണ്ട്. അവയുടേയും അടിയൊഴുക്ക് സ്നേഹമാണ്. രതി, ഭക്തി, കാമം, സ്നേഹം എന്നിങ്ങനെ അതിന് വ്യാഖ്യാനങ്ങൾ കൊടുക്കാം. 'പ്രഭാതത്തിന്റെ രഹസ്യം' എന്ന കഥയിൽ ഊമയും മണ്ടിയുമായ സ്ത്രീ തന്റെ കാമുകനേയും കൂട്ടിക്കൊണ്ട് ഹോട്ടൽ മുറിയിൽ തന്റെ അമ്മയ്ക്കരുകിൽ നിന്നും ഒരു കുന്നിൻ ശിഖരത്തിലേക്കു പോകുന്നു. അവിടെ അയാൾക്ക് സൂര്യനെ കാട്ടിക്കൊടുക്കുന്നു. ഊമയായ പെൺകുട്ടിയുടെ മൂകവേദന പോലെ മൂകനായ പുരുഷന്റെ വ്യഥയും ആവിഷ്കരിക്കുന്നുണ്ട്. 'ഒരു സ്നേഹത്തിന്റെ കഥ'യിലെ പൊട്ടൻ അത്തരമൊരു കഥാപാത്രമാണ്. “നാരകമരത്തിനു മുകളിൽ ഒരു നക്ഷത്രം തെളിയുന്നത് പൊട്ടൻ കണ്ടു. അവൻ അത് അവൾക്കു കാണിച്ചു കൊടുത്തു.”[106] പക്ഷേ, അവളോ അതിനു മറുപടിയായി അതൊന്നും ശ്രദ്ധിക്കാതെ വെറുതെ തേങ്ങിക്കൊണ്ടിരിക്കുകയാണ് ചെയ്തത്. ബിംബങ്ങളിലൂടെ ചിത്രീകരിച്ചിരിക്കുന്ന ഈ കഥ എഴുതി ഒരു വർഷം കഴിഞ്ഞാണ് എം ടി വാസുദേവൻ നായർ *ഇരുട്ടിന്റെ ആത്മാവ്*[107] എന്ന കഥയിൽ വേലായുധനെ അവതരിപ്പിക്കുന്നത് എന്നിവിടെ ഓർക്കാം. പില്ക്കാലത്ത് ഉറൂബ് തുടങ്ങിയവരും ഈ വഴിക്ക് തിരിയുകയുണ്ടായി. സൂര്യനിലേക്കും നക്ഷത്രങ്ങളിലേക്കും മൂകവേദനകളെ ആനയിക്കാനുള്ള ഉദാത്തമായ മനുഷ്യസങ്കല്പമാണ് ഈ രചനകൾക്കു പിന്നിലുള്ളത്. വാൾട്ട് വിറ്റ്മാൻ, ടാഗോർ, ജിബാനന്ദഘോഷ് തുടങ്ങിയവരുടെ കവിതകൾ ഈ എഴുത്തുകാരിക്ക് പ്രിയപ്പെട്ടവയുമായിരുന്നു.[108]

അസ്തിത്വം

നാഗരിക ജീവിതത്തിന്റെ പൊള്ളത്തരങ്ങളെ ചിത്രീകരിക്കുമ്പോഴും അതിൽ നിന്നെല്ലാം വേറിട്ട മനസ്സ് കഥാകാരി സൂക്ഷിച്ചിരുന്നു. തിരക്കിനിടയിൽ മുഖം നഷ്ടപ്പെടുന്നവരുടെ ദുരന്തത്തെപ്പറ്റി കഥാകാരി ബോധവതിയായിരുന്നു. ഒരു നിമിഷംകൊണ്ട് വ്യക്തിത്വം അംഗീകരിക്കപ്പെടാൻ കഴിയാതെ ഭർത്താവിനു മുന്നിൽപ്പോലും അപരിചിതയായി ദുരന്തത്തിലടിയുന്ന 'കല്യാണി' എന്ന കഥ പരിശോധിക്കാം. തന്റെ ഭർത്താവിനെ ഓഫീസിൽ ആക്കി വീട്ടിലേക്ക് കാറോടിച്ചു വരുന്ന അമ്മിണി എന്ന സ്ത്രീയെ പാലത്തിനടുത്തു വച്ച് അഞ്ചുപേർ തടഞ്ഞു നിർത്തുന്നു. അവർ പൊലീസുകാരായിരുന്നു. അവളെ പൊലീസ് സ്റ്റേഷനിലേക്ക് കൊണ്ടുപോയി. വ്യഭിചാരക്കുറ്റം ആരോപിക്കുന്നു. അവിടെ അവൾ കല്യാണിയായിട്ടാണ് മുദ്രയടിക്കപ്പെടുന്നത്. പൊലീസുകാർക്കും ഇൻസ്പെക്ടർക്കും അവൾ കല്യാണിയാണ്. അവൾ കുറ്റവാളിയായി ജയിലിൽ അടയ്ക്കപ്പെടുന്നു. ഭർത്താവുപോലും അമ്മിണിയെ മനസ്സിലാക്കുന്നില്ല. അയാൾ അവളെ ഉപേക്ഷിക്കുന്നു. ഇൻസ്പെക്ടറും അമ്മിണിയും തമ്മിലുള്ള സംഭാഷണം ഇപ്രകാരമാണ്:

"ഞാൻ കല്യാണിയേയല്ല, ഞാൻ അമ്മിണിയാണ്."

"നീ കല്യാണിയാണ്" അയാൾ ചിരിച്ചുകൊണ്ട് പറഞ്ഞു.

"നീ എന്നും എന്റെ കല്യാണിയാണ്" ക്ഷീണം കൊണ്ടു അടഞ്ഞു തുടങ്ങുന്ന കണ്ണുകളോടെ അവൾ ആ രോമമില്ലാത്ത മുഖത്തേക്കു നോക്കി.

"ഞാൻ കല്യാണിയാണോ?" അവൾ ചോദിച്ചു. "അതെ നീ കല്യാണിയാണ്"[109] - മേൽവിലാസം നഷ്ടപ്പെട്ട് മനുഷ്യാസ്തിത്വത്തിന്റെ വ്യാകുലതയിലേക്ക് കടന്നു ചെല്ലുന്ന ഇത്തരം അന്തരീക്ഷം മാധവിക്കുട്ടിയുടെ കഥാലോകത്ത് കണ്ടെത്താം. ആൾക്കൂട്ടം ആരോപിക്കുന്ന സ്വഭാവത്തോടെ ആധുനിക യാന്ത്രികജീവിതത്തിലെ വ്യക്തിസത്ത നിരന്തരം സമരത്തിലേർപ്പെട്ടുകൊണ്ടിരിക്കുന്നു. ഇതിന്റെ പ്രേരണ മാധവിക്കുട്ടിയുടെ പല കഥകളിലും കാണാം. 'പുക' എന്ന കഥയിലെ ദാമോദരനും 'രാത്രിയിൽ' എന്ന കഥയിലെ സുമതിയും 'രോമക്കുപ്പായത്തിലെ' മകനും ഏകാന്തദുഃഖം അനുഭവിക്കുന്ന 'അമ്മയും' 'മതിലുകളി'ലെ നായകനും യാന്ത്രികമായ അവസ്ഥയോട് നിരന്തരം സംഘട്ടനത്തിലേർപ്പെട്ടുകൊണ്ടിരിക്കുകയാണ്. ഇവർ കുറ്റം ഒന്നിലും ആരോപിക്കുന്നില്ല. കുറ്റം അവസ്ഥയുടേതാണ്. അസ്തിത്വത്തിന്റേതാണ്. കുറ്റത്തിന്റെ ഉത്തരവാദിത്വം സമൂഹത്തിന്റെ മേൽ ഈ കഥാകർത്രി കെട്ടിവയ്ക്കുന്നില്ല.[110]

സ്നേഹത്തിൽപ്പെട്ട ഒരു സ്ത്രീക്ക് തന്റെ കാമുകൻ അദ്ദേഹത്തിന്റെ ശരീരത്തിന്റെ ഒരു ഭാഗം കൊണ്ടു മാത്രം സ്മരിച്ചാൽ തൃപ്തിയാവില്ല. അവൾക്ക് അദ്ദേഹത്തിന്റെ ഒരു അർബ്ബുദമെന്ന പോലെ വളരണം; അകത്ത് വേദനയും ബോധവും നിറയ്ക്കാൻ. അതാണ് സ്നേഹത്തിന്റെ പ്രത്യേകമായ ക്രൂരതയെന്ന് 'ചതുരംഗ'[111]ത്തിലെ അചല വിശ്വസിക്കുന്നു. ഭർത്താവ് പരിചയപ്പെടുത്തിയ വാർദ്ധക്യം ബാധിച്ച സൗമ്യമൂർത്തി

യിൽ അനുരക്തയാണ് അവൾ. അയാൾക്ക് ശാരീരികബന്ധത്തിൽ താല്പര്യമില്ല. ഒരു കുടുംബനാഥനും മാന്യനുമായ സൗമ്യമൂർത്തിയെ ശാരീരികമായി കീഴടക്കാൻ അവൾ പ്രേരിപ്പിക്കുന്നു. അതിന് അയാൾ പ്രേരിതനാകുന്നു. പിന്നീടുള്ള പാപഭാരത്താൽ അവൾ ഉറക്കഗുളികയുമായി കിടക്കയിലിരിക്കുന്നു. അപ്പോഴാണ് അവളോർക്കുന്നത് അവസാനകാലത്തിൽ ഒരാൾ ഏതു രൂപത്തെ സ്മരിച്ചുകൊണ്ട് ദേഹത്തെ ഉപേക്ഷിക്കുന്നുവോ അവൻ സദാ ആ രൂപസ്മരണയോടു കൂടിയവനായി ആ രൂപത്തെത്തന്നെ പ്രാപിക്കുന്നുവെന്ന്. അങ്ങനെ മരിച്ചാൽ സൗമ്യമൂർത്തിയിൽ ഒരു പാപമെന്നപോലെ ജീവിക്കും. അത്തരം ഒരു നിലനില്ക്കൽ അവൾ ആശിക്കുന്നില്ല. "എനിക്ക് അദ്ദേഹത്തിന്റെയുള്ളിൽ സൗന്ദര്യത്തോടെ ജീവിക്കണം. ഒരു മന്ദഹാസംപോലെ അല്ലെങ്കിൽ ഒരു വെയിൽ നാളംപോലെ."[112] അതിനാൽ അവൾ ഉറക്കഗുളിക കഴിക്കുന്നില്ല. ഭീകരമായ ഏകാന്തത, അതിനോടു തന്നെയാകട്ടെ ഇനിയത്തെ അനുരാഗമെന്ന് അവൾ നിശ്ചയിച്ചു. ആ നിശ്ചയം അവളെ രസിപ്പിക്കുന്നു. അവൾ പൊട്ടിച്ചിരിക്കുന്നു. ആ ചിരിയുടെ കാരണമന്വേഷിക്കാൻ വന്ന ഭർത്താവിനോട് അവൾ കാരണം പറയാൻ വയ്യെന്ന ആത്മഗതത്തോടെ കഥ അവസാനിപ്പിക്കുന്നു. സ്നേഹത്തിന്റെ തുരുത്തുകൾ നഷ്ടപ്പെടുന്ന സ്ത്രീയുടെ ദുരന്തമാണ് ഈ കഥയിൽ നിറയുന്നത്. വിങ്ങിപ്പൊട്ടുന്ന മനസ്സ് മാനസിക വിഭ്രാന്തിയിലേക്ക് തെന്നിപ്പോകുന്ന സന്ദർഭമാണിത്.

പൊട്ടിത്തെറി

ദുരന്തങ്ങൾ മനസ്സിലാക്കി പൊട്ടിച്ചിരിക്കുന്ന മേല്പറഞ്ഞ അവസ്ഥയുടെ മറ്റൊരു വശമുണ്ട്. അതാകട്ടെ അപ്രതീക്ഷിതമായ പൊട്ടിത്തെറിയാണ്. 'മഞ്ഞ്'[113] എന്ന കഥയാണ് ഇതിനു ദൃഷ്ടാന്തം. വാർദ്ധക്യം ബാധിച്ച ഭർത്താവിന്റെ അരികിൽ നിന്നു ഗിറ്റാർ ഗായകനെ മനസ്സിൽ സ്നേഹിച്ചു തുടങ്ങുമ്പോൾ ഈ കുട്ടിക്ക് എന്തുപറ്റി എന്നു ചോദിക്കുന്ന ഭർത്താവിനോട് "നിങ്ങളുടെ കുട്ടികളേയും ഞാൻ കൊല്ലും" എന്നു പൊട്ടിത്തെറിക്കുന്ന സ്ത്രീ, പരാജിത ദാമ്പത്യത്തിന്റെ നെല്ലിപ്പലക കണ്ട ഭാര്യയാണ്.

ഭൗതികാതീതം

ഇപ്രകാരം ലോകത്ത് സ്നേഹം അന്വേഷിച്ച് കിട്ടാതെ വരുമ്പോൾ ഭൗതികാതീതമായ വിതാനത്തിലേക്ക് പ്രജ്ഞയെ വ്യാപരിപ്പിച്ച് പൗരാണികമായൊരു സത്തയിൽ യഥാർത്ഥ സ്നേഹത്തെ തിരയുന്നു. രാധാകൃഷ്ണ സങ്കല്പങ്ങളിൽ അപ്രകാരമാണ് ഈ എഴുത്തുകാരിയുടെ സ്നേഹാന്വേഷണം എത്തുന്നത്. കവിതയിൽ[114] കുറിക്കുന്നതു തന്നെയാണ് രാധയുടെ കത്ത്, കൃഷ്ണന്റെ വേഷം, രാധ, അനുരാധ, ഈയാംപാറ്റകൾ, ഘനശ്യാം തുടങ്ങിയ കഥകളിൽ കണ്ടെത്താനാവുന്നതും. ഒരു സ്ത്രീ പുരുഷനിൽനിന്ന് പ്രതീക്ഷിക്കുന്ന ആത്മാഭിമാനവും ധൈര്യവും

ബുദ്ധിശക്തിയും ആരോഗ്യവുമെല്ലാം കഥാകാരി കൃഷ്ണസങ്കല്പത്തിൽ കണ്ടെത്തുന്നു. രാധയായി മാറാൻ അഭിലഷിക്കുന്നു.

രാധാകൃഷ്ണസങ്കല്പം

രാജാവും പ്രേമഭാജനവും എന്ന സങ്കല്പം രാധാകൃഷ്ണ പ്രമേയത്തിന്റെ ആദ്യത്തെ ചവിട്ടുപടിയായി കണക്കാക്കാം. കൃഷ്ണസങ്കല്പത്തിലേക്ക് വിലയം പ്രാപിക്കുന്നതിനുള്ള ഒരു കോണിയായി അതു നിലകൊള്ളുന്നു. സ്നേഹത്തിനു വേണ്ടി ദാഹിക്കുന്ന 'പ്രേമത്തിന്റെ വിലാപകാവ്യം' മുതൽ അർച്ചനാലാപമായി മോഹത്തിന്റെ പരകോടിയിൽ എത്തിനില്ക്കുന്ന 'ഘനശ്യാം' വരെയുള്ള കഥകൾ അതിഭൗതികതയിലേക്ക് ഉയരാനുള്ള കവയത്രിയുടെ സർഗ്ഗചേതനയുടെ പ്രതിഫലനമാണ്. ആ കവിമനസ്സ് ഏറെനേരം യോഗാത്മക മനോഭാവത്തിൽ വ്യാപരിക്കുന്നില്ല. അശാന്തമായ അന്വേഷണം ജീവിതത്യാഗത്തിലടിയുറച്ചതാണെന്ന വിശ്വാസത്തിലാണ് പിന്നീട് എത്തിച്ചേരുന്നത്. സങ്കല്പലോകത്തിന്റെ വ്യർത്ഥതയാകാം കൃഷ്ണസങ്കല്പത്തിൽനിന്നു വിടർത്തി മൃത്യുപാസനയിലേക്കു മനസ്സിനെ കൊണ്ടെത്തിക്കുന്നത്. ആത്യന്തികമായ സ്നേഹാന്വേഷണം മരണത്തിലാണ് കലാശിക്കുന്നത്. രതിയുമായി ബന്ധപ്പെട്ടതാണ് മാധവിക്കുട്ടിയുടെ കഥകളിലെ മൃത്യുസങ്കല്പം. ഒരു നാണയത്തിന്റെ രണ്ട് വശങ്ങളിലായി മൃത്യുവും രതിയും ആവിഷ്കൃതമാകുന്നു.

മരണത്തിന്റെ കഥകൾ

വിവിധമുഖങ്ങൾ

കഥകളിൽ പ്രമേയമാകുന്ന മരണത്തെ സൗകര്യാർത്ഥം പ്രത്യക്ഷത്തിൽ വരുന്ന മരണം, സാന്നിദ്ധ്യം വിളിച്ചറിയിക്കുന്ന മരണം എന്നിങ്ങനെ വിഭജിക്കാം. പ്രത്യക്ഷത്തിൽ വരുന്ന മരണത്തെ വീണ്ടും മൂന്നായി വിഭജിക്കാം. (ഒന്ന്) സ്വാഭാവിക മരണം, (രണ്ട്) കൊലപാതകം, (മൂന്ന്) ആത്മഹത്യ. സാന്നിദ്ധ്യം വിളിച്ചറിയിക്കുന്ന മരണത്തെയും സ്വഭാവമനുസരിച്ച് മൂന്നായി തരംതിരിക്കാം. (ഒന്ന്) രോഗം, (രണ്ട്) അപകടം, (മൂന്ന്) ദുരന്തങ്ങൾ. സ്വാഭാവിക മരണങ്ങളും ആത്മഹത്യകളും മാധവിക്കുട്ടിയുടെ കഥകളിൽ കുറവാണ്. മരണങ്ങളിൽ പലതും ക്രൂരമായ കൊലപാതകങ്ങളാണ്. മറ്റുള്ളവ ദുരന്തം, രോഗം, അപകടം എന്നിവയിൽ ഉൾപ്പെടുന്നു. മേൽ സൂചിപ്പിച്ച വിഭജനക്രമത്തിന്റെ അടിസ്ഥാനത്തിൽ കഥകളെ തിരിക്കാം.

കൊല

നഗരങ്ങളിൽ നടക്കുന്ന മരണങ്ങളിൽ പലതും കൊലപാതകങ്ങളാണ്. ക്രൂരതകൾ നിറഞ്ഞ ഇവ പലവിധത്തിലാണ് കഥകളിൽ പ്രത്യ

ക്ഷമാവുന്നത്. മൂന്നുകഥകൾ എന്ന ശീർഷകത്തിൽ പ്രസിദ്ധപ്പെടുത്തിയ 'മൂന്നു കൊച്ചു കഥ'[115] കളിയിലേയും അന്ത്യം കൊലപാതകമാണ്. 'ദൈവത്തെ ധിക്കരിച്ച കുട്ടി'യെ മിഠായി കൊടുത്തു കൊല്ലുന്നു. 'വിശുദ്ധ പശു'വിൽ കുട്ടിയെ കഴുത്തു ഞെരിച്ചു കൊല്ലുന്നു. 'വിശുദ്ധ ഗ്രന്ഥ' ത്തിലെ കുട്ടിയെ നെഞ്ചിൽ പേനാക്കത്തി ഇറക്കി കൊലപ്പെടുത്തുന്നു. 'വെള്ളിത്തകിട്' എന്ന കഥയിൽ മദ്യപാനിയുടെ തല തെമ്മാടികൾ കല്ലു കൊണ്ടിടിച്ചു പൊട്ടിക്കുന്നു. സ്വയംവരത്തിലെ ഭ്രാന്തിയെ മൂക്കും വായും പൊത്തിപ്പിടിച്ച് കൊല്ലുന്നു. 'മെറീൻ ഡ്രൈവിൽ'ആസിഡ് ഒഴിച്ച് ദ്രവിപ്പിച്ച് കൊല്ലുന്നതിനെപ്പറ്റി പരാമർശിച്ചിരിക്കുന്നു. 'കുറച്ചു മണ്ണി'ലെ അച്ഛൻ മകന്റെ ഭാര്യയുടെ കൈയാൽ കഴുത്തു ഞെരിക്കപ്പെട്ടാണ് കൊല്ലപ്പെടുന്നത്. 'ചന്ദ്രരശ്മി'കളിലെ ഇക്ബാലും 'ചതുരംഗത്തിലെ' അചലയും മാത്രമേ ആത്മഹത്യക്കൊരുങ്ങി മരിക്കാതിരിക്കുന്നുള്ളൂ. 'ചുവന്ന സന്ധ്യ'യിലെ സോഹൻ ആത്മഹത്യ ചെയ്യുന്നു. മാധവിക്കുട്ടിയുടെ കഥകളിൽ സ്വാഭാവിക മരണങ്ങൾ തീരെയില്ല; ആത്മഹത്യയും കുറവാണ്.

രോഗം

'മുത്തശ്ശി' 'രക്താർബുദം' 'നെയ്പ്പായസം', 'പച്ചപ്പട്ടുസാരി' 'മനുഷ്യൻ പാവമാണ്', '565-ാം നമ്പർ മുറിയിലെ രോഗിണി' തുടങ്ങിയ കഥകൾ രോഗികളുടെ കഥകളാണ്. ഈ കഥകളിൽ മരണത്തിന്റെ വക്കോളമെത്തിയവരും മരിച്ചവരുമുണ്ട്. മരണത്തിന്റെ അന്തരീക്ഷം സൃഷ്ടിക്കുന്നതിലുള്ള കഥാകാരിയുടെ പാടവം നിമിത്തം അടുത്ത നിമിഷത്തിൽ മരണം സംഭവിക്കും എന്ന തോന്നൽ ഈ കഥകളിൽ ഉളവാകുന്നു. 'മലഞ്ചരിവുകളിൽ' 'പക്ഷിയുടെ മണം', 'ഉണ്ണി' തുടങ്ങിയ കഥകളിലാകട്ടെ അപകടങ്ങളിലൂടെ മരണത്തിലെത്തി നില്ക്കുന്നവരാണ് കഥാപാത്രങ്ങൾ. 'തണുപ്പ്' 'നീർമാതളത്തിന്റെ പൂക്കൾ,' 'വിരുന്നുകാരൻ'എന്നീ കഥകളിൽ മരണത്തിന്റെ സൂചന മാത്രമേ കാണാൻ കഴിയൂ. മഹാദുരന്തത്തിന്റെ വക്കിൽ എത്തിപ്പെട്ടവരാണ് കഥാപാത്രങ്ങൾ. ഈ കഥകളിലെല്ലാം മരണം എപ്രകാരമാണ് പ്രമേയമാകുന്നത് എന്ന് ഇനി ചർച്ച ചെയ്യാം.

ടൈഫോയ്ഡ് പിടിപെട്ട അഞ്ചു വയസ്സുകാരിയാണ് 'മുത്തശ്ശി' എന്ന കഥയിൽ മരണത്തിന്റെ അന്തരീക്ഷം സൃഷ്ടിക്കുന്നത്. രക്താർബുദം ബാധിച്ച പതിനൊന്നുകാരിയെ ബോർഡിങ്ങിൽനിന്നും വിളിച്ചുകൊണ്ടു വരുമ്പോൾ അവളുടെ നിഷ്കളങ്കമായ പെരുമാറ്റവും മരണത്തിന്റെ ഭീകരതയും ചേർന്നതാണ് 'രക്താർബുദ'[116]ത്തിന്റെ അന്തരീക്ഷം. ഹൃദയസ്തംഭനം നിമിത്തം മരിച്ച ഭാര്യയെ ദഹിപ്പിച്ച് മടങ്ങുന്ന ഭർത്താവും മരണം അറിയാറായിട്ടില്ലാത്ത കുട്ടികളും തമ്മിലുള്ള വൈരുദ്ധ്യമാണ് 'നെയ്പായസം' എന്ന കഥയിൽ പ്രമേയമാകുന്നത്. കാറും ലോറിയും കൂട്ടിയിടിച്ച് ആശുപത്രിയിലായ സ്ത്രീയുടെ അത്യാസന്ന നില, 'മലഞ്ചരിവുകളിൽ' പ്രമേയമാകുന്നു. കല്ക്കത്തയിൽ വന്നിട്ട് ഒരാഴ്ച കഴിഞ്ഞപ്പോൾ വർത്തമാനപത്രത്തിലെ പരസ്യം കണ്ട് ചായംമുക്ക് കമ്പനിയിൽ ജോലി

അന്വേഷിച്ചു പുറപ്പെടുന്ന ഇരുപത്തേഴുകാരി കേടായ ലിഫ്റ്റിൽ അകപ്പെടുന്നതാണ് 'പക്ഷിയുടെ മണ'[117]ത്തിലെ പ്രമേയം. കൊലയാളിയും കൊല്ലപ്പെടുന്നവനും തമ്മിൽ ഗാഢവും രഹസ്യവുമായ ഒരു ആത്മബന്ധമുണ്ടാവുന്നത് സാധാരണമാണ് എന്ന് കഥാകാരി എഴുതിയതിന്റെ പൊരുൾ മരണവും അതിന്റെ നിമിത്തവും തമ്മിലുള്ള ബന്ധത്തെയാണ് കുറിക്കുന്നത്. 'സ്വയംവര' മെന്ന കഥയിൽ അവന്തി രാജകുമാരി എന്ന് സ്വയം അഭിമാനിക്കുന്ന ഭ്രാന്തിയായ വൃദ്ധ, തെമ്മാടികളാൽ ക്രൂരമായ ബലാത്സംഗത്തിന് വിധേയമാക്കപ്പെടുന്നു. ഈ മൂന്നു കഥകളിലും മരണകാരണം രതിയാണ്.

മരണസൂചനകൾ

മരണസൂചനകൾ മാത്രമുള്ള കഥകളിൽ അഗാധമായ ദുരന്തത്തിൽ നിന്നാണ് അതുണ്ടായിട്ടുള്ളതെന്ന് കാണാം. 'നീർമാതളത്തിന്റെ പൂക്കൾ' എന്ന കഥയിൽ ഭർത്താവ് മൃത്യുവുമായി ബന്ധിക്കപ്പെട്ടിരിക്കുന്നു. ഭർത്താവിനോടൊപ്പം കട്ടിലിലിരിക്കുമ്പോൾ മുത്തശ്ശിയുടെ മരണത്തെപ്പറ്റി ഓർക്കുന്നു. അവർ ഓർമ്മിക്കുന്നതും കാണുന്നതുമായ എല്ലാ സംഭവങ്ങളിലും വസ്തുക്കളിലും മൃത്യുവിന്റെ സൂചനയുണ്ട്:

"ചീഞ്ഞ പഴങ്ങൾ നിലത്തു വീഴുന്നതുപോലെ...."

"എന്ത്?"

"മരിച്ചവർ"

"നീ മരിച്ചവരെപ്പറ്റി എപ്പോഴും ഇങ്ങനെ ആലോചിക്കുന്നത് നന്നല്ല"[118] - ഭർത്താവിന് മരണത്തെ ഇഷ്ടമല്ല. കഥാന്ത്യത്തിൽ കൊയ്ത്തടുക്കുമ്പോൾ ഉച്ചവെയിൽ തിളങ്ങുന്ന നെല്പാടങ്ങളെപ്പറ്റി പരാമർശമുണ്ട്. "കൊയ്ത്തടുക്കുന്നു" എന്ന സങ്കല്പം മൃത്യവുമായുള്ള ബന്ധത്തെയല്ലേ കുറിക്കുന്നത്. 'തണുപ്പ്' എന്ന കഥയിലെ ഭാര്യാഭർത്താക്കന്മാരുടെ പൊരുത്തക്കേടിൽനിന്ന് ഉടലെടുക്കുന്ന ദുരന്തബോധം കഥാന്ത്യത്തിൽ പ്രകടമാകുന്നു. "രക്തം ഒഴുകിയൊഴുകിപ്പോകുന്നത് പോലെ മരണം വന്നെത്തുന്നതു പോലെ ഞങ്ങളുടെ ആ സന്ധ്യയുടെ അവസാനവും വന്നെത്തും." 'വിരുന്നുകാരൻ' എന്ന കഥയിൽ മുത്തശ്ശിയുടെ തോന്നലായ ചെറുപ്പക്കാരൻ പന്ത്രണ്ടാം വയസ്സിൽ മുത്തശ്ശിയെ വിവാഹം ചെയ്യാൻ വന്ന ആളിന്റെ ഓർമ്മയുമായി കൂടിക്കുഴഞ്ഞ് മരണത്തിന്റെ പ്രതീകമായിത്തീരുന്നു. 'ഉണ്ണി' എന്ന കഥയിലും ഇത്തരത്തിലാണ് പ്രമേയഘടന. യാത്ര കഴിഞ്ഞു മടങ്ങുന്ന ഭർത്താവിനെ പ്രതീക്ഷിച്ചിരിക്കുന്ന സ്ത്രീയുടെ അരികിലേക്ക് ഭർത്താവിന്റെ ബാല്യമായി കടന്നുവരുന്ന ഉണ്ണി മരണത്തിന്റെ പ്രതീകമാണ്. മരണ വാർത്തയുമായി വാതില്ക്കൽ മുട്ടുന്ന സെക്രട്ടറിയും ഉണ്ണിയുടെ തിരോധാനവും മരണത്തിന്റെ സാന്നിദ്ധ്യം കഥയിൽ നിറയ്ക്കുന്നു. മരണത്തോടൊപ്പം ഈ കഥകളിലും രതിയുമായുള്ള സുദൃഢബന്ധം വ്യക്തമാണ്. രണ്ടാം കഥയിൽ നഷ്ടപ്പെട്ട യൗവനവും വാർദ്ധക്യവും മൂന്നാം കഥയിൽ അകൽച്ച സമ്മാനിച്ച അമർത്തിയ

രതിയുമാണ് മരണത്തിന്റെ മറുപുറത്ത് വർത്തിക്കുന്നത്. ആദ്യകഥയിലും രണ്ടാം കഥയിലും ദാമ്പത്യത്തിലെ സ്വരച്ചേർച്ചയില്ലായ്മയിൽ അമർത്തപ്പെട്ട രതിയാണ് വിഷയം. മറ്റൊരു തരത്തിൽ വാർദ്ധക്യവും യൗവനവും തന്നെയാണ് മരണത്തിന്റേയും രതിയുടേയും അടിസ്ഥാനം.

രതിഭാവം മാത്രം കഥകൾക്ക് വിഷയമാകുന്നില്ല. പല മനോഭാവങ്ങളും കൂടിക്കുഴഞ്ഞ് കിടക്കുന്നതാകയാൽ അതൃപ്തമായ ദാമ്പത്യ ചിത്രീകരണങ്ങളുടെ കൂട്ടത്തിൽ അത്തരത്തിലുള്ള കഥകൾ ഉൾപ്പെടുത്താവുന്നതാണ്. മഞ്ഞ്, ചുവന്ന പാവാട, വക്കീലമ്മാവൻ, ചതുരംഗം തുടങ്ങിയ കഥകളിൽ അനാവൃതമാകുന്ന രതിയുടെ ലോകം സ്നേഹത്തിന്റെ സങ്കീർണ്ണസ്വഭാവം നിറഞ്ഞതാണ്. സ്നേഹം അന്വേഷിക്കുന്ന എഴുത്തുകാരിയുടെ മേച്ചിൽപ്പുറങ്ങളാണ് മാധവിക്കുട്ടിയുടെ കഥകൾ. ബാല്യത്തിൽനിന്ന് മരണത്തിലേക്ക് നീളുന്ന കഥാപ്രമേയങ്ങൾ സ്നേഹത്തിന്റെ തെരച്ചിലിനുവേണ്ടിയുള്ളതാണെന്ന് തിരിച്ചറിയുമ്പോഴാണ് കഥാകാരിയുടെ ദർശനം സാഫല്യത്തിലെത്തുന്നത്.

കുറിപ്പുകൾ

1. Das, Kamala - *My grand mother's house*, collected poems, Volume 1, Modern book House, Trivandrum.

(a) "There is a house now far away where once I received love...... that woman died". (Page.120)

(b) *Composition*, collected poems, Volume 1,
"There only secrets I always withhold
are that I am so alone
and that I miss my grand mother. (page.113)

2. മാധവിക്കുട്ടി - *മാധവിക്കുട്ടിയുടെ കഥകൾ*, 1982, ഡി സി ബുക്സ്, കോട്ടയം
3. അതിൽത്തന്നെ പുറം 83
4. Barclay, D - 'Questions of life and death', the New york times, july 15, 1962.
"If the child is upset by death
in a movie or television show
his parents reassure him that
the suspecting incident was
just make believe. But he
knows that at other time
and other place is surely real."
5. മാധവിക്കുട്ടി - നെയ്പായസം, *മാധവിക്കുട്ടിയുടെ കഥകൾ*, 1982, ഡി സി ബുക്സ്, കോട്ടയം.
6. കമല - കുഷ്ഠരോഗി, *മാതൃഭൂമി* ആഴ്ചപ്പതിപ്പ്, 1946 നവംബർ 10.
7. മാധവിക്കുട്ടി - മുത്തശ്ശി, *എന്റെ ചെറുകഥകൾ* (ഒന്നാം ഭാഗം) പുറം

184, 1985 ജൂലായ്, മാതൃഭൂമി പ്രിന്റിങ് ആന്റ് പബ്ലിഷിങ് കമ്പനി, കോഴിക്കോട്.

8. മാധവിക്കുട്ടി - ഗോസായിത്തന്ത, *മാതൃഭൂമി* ആഴ്ചപ്പതിപ്പ് 1957 ആഗസ്റ്റ് 18.

9. മാധവിക്കുട്ടി - അലാവുദ്ദീന്റെ കഥ, *മാതൃഭൂമി* ആഴ്ചപ്പതിപ്പ്, 1956 ജൂൺ 10

10. Croake, J W *fears of children* in Human Development, 1969, page.239
"Fear Jealousy and affection
are considered less sex-appropriate
for boys than girls and
thus girls express these
emotions more strongly than boys."

11. മാധവിക്കുട്ടി - നുണകൾ, *മാധവിക്കുട്ടിയുടെ കഥകൾ*, 1982, ഡി സി ബുക്സ്, കോട്ടയം.

12. മാധവിക്കുട്ടി - പ്രഭാതം, *മാധവിക്കുട്ടിയുടെ കഥകൾ,* 1982, ഡി സി ബുക്സ്, കോട്ടയം.

13. മാധവിക്കുട്ടി - വെള്ളിത്തകിട്, *എന്റെ ചെറുകഥകൾ,* 1985, മാതൃഭൂമി പ്രിന്റിങ് ആന്റ് പബ്ലിഷിങ് കമ്പനി, കോഴിക്കോട്.

14. മാധവിക്കുട്ടി - വേനലിന്റെ ഒഴിവ്, *ചുവന്ന പാവാട,* പുറം 7 - 14, മൂന്നാം പതിപ്പ് 1972, കറന്റ് ബുക്സ്, തൃശൂർ.

15. മാധവിക്കുട്ടി - നുണകൾ, *പത്തു കഥകൾ*, രണ്ടാം പതിപ്പ് 1968, കറന്റ് ബുക്സ്, തൃശൂർ.

16. അതിൽത്തന്നെ പുറം 12.

17. Piaget, Jean - *Psychology and Epistemology*, P.113, Penguin 1971.
"Child obeys rules automatically
without using reason or
judgement and he regards
adults in authority as amnipotent.
He also judges all acts as
right or wrong in terms of their
consequence rather than........."

18. മാധവിക്കുട്ടി - നുണകൾ, *മാധവിക്കുട്ടിയുടെ കഥകൾ*, പുറം 27, 1982, ഡി സി ബുക്സ്, കോട്ടയം.

19. Cummins. S, Garns N, Zuzne. L - another note on Santaclaus in perceptive motivation skills 1971, P.510.
"The young child for example
whose concept of christmas
has been build up around
Santaclause with its pleasurable

emotional weighting, will be
resistable changing his concept
about Christmas when he
discovers that there is no
Santaclause. Instead of
revising it to include its
religious meaning, he will
claim that Christmas
doesn't mean anything now."

20. മാധവിക്കുട്ടി - നുണകൾ, *മാധവിക്കുട്ടിയുടെ കഥകൾ,* 1982, ഡി സി ബുക്സ്, കോട്ടയം.
21. അതിൽത്തന്നെ പുറം 26.
22. മാധവിക്കുട്ടി – പ്രഭാതം, *മാധവിക്കുട്ടിയുടെ കഥകൾ,* പുറം 75, 1982, ഡി. സി. ബുക്സ്, കോട്ടയം.
23. അതിൽത്തന്നെ പുറം 77.
24. മാധവിക്കുട്ടി – തണുപ്പ്, *മാതൃഭൂമി* ആഴ്ചപ്പതിപ്പ്, 1965 ജനുവരി 24, കോഴിക്കോട്.
25. മാധവിക്കുട്ടി – കുട്ടിയും അച്ഛനും, *പത്തു കഥകൾ,* പുറം 14 – 22, മൂന്നാം പതിപ്പ് 1972, കറന്റ് ബുക്സ്, തൃശൂർ.
26. മാധവിക്കുട്ടി – പ്രഭാതം, *മാധവിക്കുട്ടിയുടെ കഥകൾ,* പുറം 77, 1982, ഡി സി ബുക്സ്, കോട്ടയം.
27. മാധവിക്കുട്ടി – ദൃക്സാക്ഷി, *മാതൃഭൂമി* ആഴ്ചപ്പതിപ്പ്, 1958 ജൂൺ 8.
28. മാധവിക്കുട്ടി – അരുണയുടെ സൽക്കാരം, *മാതൃഭൂമി* ആഴ്ചപ്പതിപ്പ്, 1962 ജൂൺ 10.
29. മാധവിക്കുട്ടി – ദൈവങ്ങൾ, *ചുവന്ന പാവാട*, പുറം 55–62, മൂന്നാം പതിപ്പ് 1972 കറന്റ് ബുക്സ്, തൃശൂർ
30. മാധവിക്കുട്ടി – സൂര്യന്റെ സൂര്യത്വം, *രാജാവിന്റെ പ്രേമഭാജനം,* 1969, കറന്റ് ബുക്സ്, തൃശൂർ.
31. മാധവിക്കുട്ടി – മാധവിയുടെ മകൾ, *മലയാളനാട്* വാരിക, 1970 മാർച്ച് 8.
32. മാധവിക്കുട്ടി – മാധവിയുടെ മകൾ *എന്റെ ചെറുകഥകൾ*, പുറം 32, 1985, *മാതൃഭൂമി* പ്രിന്റിങ് ആന്റ് പബ്ലിഷിങ് കമ്പനി, കോഴിക്കോട്.
33. മാധവിക്കുട്ടി – വെള്ളിത്തകിട്, *രാജാവിന്റെ പ്രേമഭാജനം,* 1969, കറന്റ് ബുക്സ്, തൃശൂർ.
34. Rubin K H - Ego centrism in children: a unitary construct - in child development.
"Guilt is a special kind of
negative self evaluation. which
occurs when an individual
acknowledges that his behaviour
is at varience with a given
moral value to which he feels

obligated to conform"

35. മാധവിക്കുട്ടി - നാവികവേഷം ധരിച്ച കുട്ടി, *എന്റെ ചെറുകഥകൾ* (ഒന്നാം ഭാഗം), 1985, മാതൃഭൂമി പ്രിന്റിങ് ആന്റ് പബ്ലിഷിങ് കമ്പനി, കോഴിക്കോട്.
36. മാധവിക്കുട്ടി - ഉണ്ണി, *പക്ഷിയുടെ മണം,* 1964, കറന്റ് ബുക്സ്, തൃശൂർ.
37. മാധവിക്കുട്ടി - കഥകളുണരുന്ന മനസ്സുമായി, *കുങ്കുമം* വാരിക, പുറം 6, ലക്കം 20, 1991 ജനുവരി 13.
38. മാധവിക്കുട്ടി - ശിക്ഷ, *രാജാവിന്റെ പ്രേമഭാജനം,* 1969, കറന്റ് ബുക്സ്, തൃശൂർ.
39. മാധവിക്കുട്ടി - ശിക്ഷ, *എന്റെ ചെറുകഥകൾ* (രണ്ടാം ഭാഗം), പുറം 114, 1985, മാതൃഭൂമി പ്രിന്റിങ് ആന്റ് പബ്ലിഷിങ് കമ്പനി, കോഴിക്കോട്.
40. അതിൽത്തന്നെ പുറം 114.
41. മാധവിക്കുട്ടി - പാതിവ്രത്യം, *മാതൃഭൂമി* ആഴ്ചപ്പതിപ്പ്, 1957 ഒക്ടോബർ 27.
42. മാധവിക്കുട്ടി - കുളക്കോഴികൾ, *മാതൃഭൂമി* ആഴ്ചപ്പതിപ്പ്, 1960 മേയ് 1.
43. മാധവിക്കുട്ടി - ഉണ്ണി, *പക്ഷിയുടെ മണം,* 1964 കറന്റ് ബുക്സ്, തൃശൂർ.
44. മാധവിക്കുട്ടി - അരുണയുടെ സൽക്കാരം, *ചുവന്ന പാവാട, മാതൃഭൂമി* ആഴ്ചപ്പതിപ്പ്, 1962 ജൂൺ 10.
45. മാധവിക്കുട്ടി - ചതുരംഗം, *മാതൃഭൂമി* ആഴ്ചപ്പതിപ്പ്, 1962 ഏപ്രിൽ 1.
46. മാധവിക്കുട്ടി - വേലായുധന്റെ ഭാര്യ, *മാതൃഭൂമി* ആഴ്ചപ്പതിപ്പ്, 1966 മേയ് 15.
47. മാധവിക്കുട്ടി - ദയ എന്ന വികാരം, *എന്റെ ചെറുകഥകൾ* (രണ്ടാം ഭാഗം), *മാതൃഭൂമി,* പ്രിന്റിങ് ആന്റ് പബ്ലിഷിങ് കമ്പനി, കോഴിക്കോട്.
48. അതിൽത്തന്നെ പുറം 33.
49. മാധവിക്കുട്ടി - *നരിച്ചീറുകൾ പറക്കുമ്പോൾ*, 1960, കറന്റ് ബുക്സ്, തൃശൂർ.
50. മാധവിക്കുട്ടി - പുനഃസമാഗമം, *മാതൃഭൂമി* ആഴ്ചപ്പതിപ്പ്, 1957 സെപ്തംബർ 29.
51. മാധവിക്കുട്ടി - മൂടിക്കെട്ടിയ ഒരു സായാഹ്നം, *മാതൃഭൂമി* ആഴ്ചപ്പതിപ്പ്, 1955 ഡിസംബർ 25.
52. മാധവിക്കുട്ടി - മുത്തശ്ശൻ, തണുപ്പ്, 1967, കറന്റ് ബുക്സ്, തൃശൂർ.
53. അതിൽത്തന്നെ പുറം 145.
54. മാധവിക്കുട്ടി - കുറച്ചു മണ്ണ്, *മാതൃഭൂമി* ആഴ്ചപ്പതിപ്പ്, 1961 മേയ് 14.
55. മാധവിക്കുട്ടി - കുറച്ചു മണ്ണ്, *ചുവന്ന പാവാട,* പുറം 74, 1964, കറന്റ് ബുക്സ്, തൃശൂർ.
56. മാധവിക്കുട്ടി - കീറിപ്പൊളിഞ്ഞ ചകലാസ്, *കേരള കൗമുദി* വിഷുപ്പതിപ്പ്, 1970.
57. മാധവിക്കുട്ടി - പുക, *തണുപ്പ്*, 1967, കറന്റ് ബുക്സ്, തൃശൂർ.

58. മാധവിക്കുട്ടി - അമ്മ, *തണുപ്പ്,* 1967, കറന്റ് ബുക്സ്, തൃശൂർ.
59. മാധവിക്കുട്ടി - അത്തറിന്റെ മണം, 1958, *പത്തു കഥകൾ,* കറന്റ് ബുക്സ്, തൃശൂർ.
60. മാധവിക്കുട്ടി - വിരുന്നുകാരൻ, *മാതൃഭൂമി* ആഴ്ചപ്പതിപ്പ്, 1958, മാർച്ച് 9.
61. മാധവിക്കുട്ടി - സ്വയംവരം, *മാതൃഭൂമി* ആഴ്ചപ്പതിപ്പ്, 1968, നവംബർ 17.
62. Mickinney, J P - The development of choice stability in children and adolescents, oriental psychology, 1968, P.83.
"Girls at all ages in late childhood are slightly more stable in their friendship than boys."
63. മാധവിക്കുട്ടി - *ചന്ദന മരങ്ങൾ,* 1988, കറന്റ് ബുക്സ്, കോട്ടയം.
64. മാധവിക്കുട്ടി - *എന്റെ കഥ,* പുറം 38 -39, അഞ്ചാം പതിപ്പ് 1986, ഡിസി ബുക്സ്, കോട്ടയം.
65. മാധവിക്കുട്ടി - രക്താർബുദം, *എന്റെ ചെറുകഥകൾ,* (ഒന്നാംഭാഗം) 1985, *മാതൃഭൂമി* പ്രിന്റിങ് ആന്റ് പബ്ലിഷിങ് കമ്പനി, കോഴിക്കോട്.
66. മാധവിക്കുട്ടി - രാത്രിയിൽ. *മതിലുകൾ,* 1955 കറന്റ് ബുക്സ്, തൃശൂർ
67. മാധവിക്കുട്ടി - പരുന്തുകൾ, *തണുപ്പ്,* 1967 ജൂലൈ, കറന്റ് ബുക്സ്, തൃശൂർ.
68. മാധവിക്കുട്ടി - സനാതൻ ചൗധരിയുടെ ഭാര്യ, *പ്രേമത്തിന്റെ വിലാപകാവ്യം,* 1971 നവംബർ, കറന്റ് ബുക്സ്, തൃശൂർ.
69. മാധവിക്കുട്ടി - സൂര്യൻ, *മാതൃഭൂമി* ആഴ്ചപ്പതിപ്പ്, 1961 സെപ്തംബർ 24.
70. മാധവിക്കുട്ടി - ഗ്യാൻചന്ദ്, *നരിച്ചീറുകൾ പറക്കുമ്പോൾ,* 1960, കറന്റ് ബുക്സ്, തൃശൂർ.
71. മാധവിക്കുട്ടി - ബച്ചു - ബാല്യകാല സുഹൃത്ത്, *തണുപ്പ്,* 1967, കറന്റ് ബുക്സ്, തൃശൂർ.
72. മാധവിക്കുട്ടി - മഞ്ഞ്, *തണുപ്പ്,* 1967, കറന്റ് ബുക്സ്, തൃശൂർ.
73. മാധവിക്കുട്ടി - കാലൊച്ച, *തണുപ്പ്* 1967, കറന്റ് ബുക്സ്, തൃശൂർ.
74. മാധവിക്കുട്ടി - സൂര്യന്റെ സൂര്യത്വം, *രാജാവിന്റെ പ്രേമഭാജനം,* പുറം 7, 1969 മേയ്, കറന്റ് ബുക്സ്, തൃശൂർ.
75. Das, Kamala - Why not more than one husband?
"Eve's weekly, Volume XXVI No.19, 6 May 1972 (P.55)
76. മാധവിക്കുട്ടി - ചന്ദ്രരശ്മികൾ, *പ്രേമത്തിന്റെ വിലാപകാവ്യം,* 1971 നവംബർ, കറന്റ് ബുക്സ്, തൃശൂർ.
77. മാധവിക്കുട്ടി - ചന്ദ്രരശ്മികൾ, *എന്റെ ചെറുകഥ* (ഒന്നാംഭാഗം), പുറം 281, 1985, മാതൃഭൂമി പ്രിന്റിങ് ആന്റ് പബ്ലിഷിങ് കമ്പനി, കോഴിക്കോട്.
78. മാധവിക്കുട്ടി - '565-ാം നമ്പർ മുറിയിലെ രോഗിണി' - *പ്രേമത്തിന്റെ വിലാപകാവ്യം,* 1971 നവംബർ, കറന്റ് ബുക്സ്, തൃശൂർ.
79. മാധവിക്കുട്ടി - പുക, *തണുപ്പ്,* 1967 ജൂലൈ, കറന്റ് ബുക്സ്, തൃശൂർ.
80. മാധവിക്കുട്ടി - ആഭരണങ്ങൾ, *രാജാവിന്റെ പ്രേമഭാജനം,* 1969 മേയ്,

കറന്റ് ബുക്സ്, തൃശൂർ.

81. മാധവിക്കുട്ടി - രണ്ടു ലക്ഷം, *രാജാവിന്റെ പ്രേമഭാജനം,* 1969 മേയ്, കറന്റ് ബുക്സ്, തൃശൂർ.

82. മാധവിക്കുട്ടി - വക്കീലമ്മാവൻ, *മാതൃഭൂമി* ആഴ്ചപ്പതിപ്പ്, 1963 മാർച്ച് 3.

83. മാധവിക്കുട്ടി - നീർമാതളത്തിന്റെ പൂക്കൾ, *മാതൃഭൂമി* ആഴ്ചപ്പതിപ്പ്, 1957 ജനുവരി 2.

84. മാധവിക്കുട്ടി - ചുവന്ന പാവാട, *മാതൃഭൂമി* ആഴ്ചപ്പതിപ്പ്, 1962 നവംബർ 11.

85. മാധവിക്കുട്ടി - ചതി, *മാതൃഭൂമി* ആഴ്ചപ്പതിപ്പ്, 1959 മാർച്ച് 22.

86. മാധവിക്കുട്ടി - ഗ്യാൻചന്ദ്, *നരിച്ചീറുകൾ പറക്കുമ്പോൾ,* 1960, കറന്റ് ബുക്സ്, തൃശൂർ.

87. മാധവിക്കുട്ടി - തണുപ്പ്, *എന്റെ ചെറുകഥകൾ* (ഒന്നാം ഭാഗം) പുറം 203, 1985 മാതൃഭൂമി പ്രിന്റിങ് ആന്റ് പബ്ലിഷിങ് കമ്പനി, കോഴിക്കോട്.

88. മാധവിക്കുട്ടി - ജിജ്ഞാസ, *എന്റെ ചെറുകഥകൾ* (ഒന്നാംഭാഗം), പുറം 203, 1985 മാതൃഭൂമി പ്രിന്റിങ് ആന്റ് പബ്ലിഷിങ് കമ്പനി, കോഴിക്കോട്.

89. മാധവിക്കുട്ടി - ലോകം ഒരു കവയിത്രിയെ നിർമ്മിക്കുന്നു, *എന്റെ ചെറുകഥകൾ* (രണ്ടാംഭാഗം), പുറം 63, 1985, മാതൃഭൂമി പ്രിന്റിങ് ആന്റ് പബ്ലിഷിങ് കമ്പനി, കോഴിക്കോട്.

90. മാധവിക്കുട്ടി - ചന്ദ്രന്റെ ഇറച്ചി, 1973, *ജനയുഗം* ഓണപ്പതിപ്പ്, കൊല്ലം.

91. മാധവിക്കുട്ടി - ചന്ദ്രന്റെ ഇറച്ചി, *എന്റെ ചെറുകഥകൾ* (ഒന്നാം ഭാഗം), പുറം 288, മാതൃഭൂമി പ്രിന്റിങ് ആന്റ് പബ്ലിഷിങ് കമ്പനി, കോഴിക്കോട്.

92. മാധവിക്കുട്ടി - ചതുരംഗം, *എന്റെ ചെറുകഥകൾ* (ഒന്നാം ഭാഗം), പുറം 32, 1985, മാതൃഭൂമി പ്രിന്റിങ് ആന്റ് പബ്ലിഷിങ് കമ്പനി, കോഴിക്കോട്.

93. മാധവിക്കുട്ടി - ചതി, *മാതൃഭൂമി* ആഴ്ചപ്പതിപ്പ്, 1959 മാർച്ച് 22.

94. മാധവിക്കുട്ടി - കൂത്തുപാവ, *പ്രേമത്തിന്റെ വിലാപകാവ്യം,* 1971 നവംബർ, കറന്റ് ബുക്സ്, തൃശൂർ.

95. മാധവിക്കുട്ടി - ആ സ്ത്രീ, *രാജാവിന്റെ പ്രേമഭാജനം,* 1969 മേയ്, കറന്റ് ബുക്സ്, തൃശൂർ.

96. മാധവിക്കുട്ടി - പവിഴമാല, *മാതൃഭൂമി* ആഴ്ചപ്പതിപ്പ്, 1966 കറന്റ് ബുക്സ്, തൃശൂർ.

97. മാധവിക്കുട്ടി - കാലിച്ചന്ത, *എന്റെ സ്നേഹിത അരുണ,* 1963 ഒക്ടോബർ, കറന്റ് ബുക്സ്, തൃശൂർ.

98. അച്യുതൻ എം - *ചെറുകഥ ഇന്നലെ ഇന്ന്,* പുറം 309, 1973, സാഹിത്യ പ്രവർത്തക സഹകരണ സംഘം, കോട്ടയം.

99. മുരളീധരൻ നായർ, വി - മാധവിക്കുട്ടിയുടെ വൈകാരിക ലോകം, കലാകൗമുദി, ലക്കം 316, 1981 സെപ്റ്റംബർ 13.

100. മാധവിക്കുട്ടി - *മാനസി,* 1978 ജൂൺ, പ്രഭാത് ബുക്ക്ഹൗസ്, തിരുവനന്തപുരം.

101. മാധവിക്കുട്ടി - കൂടുകൾ, *മാതൃഭൂമി* ആഴ്ചപ്പതിപ്പ്, 1956 ഫെബ്രുവരി 26.

102. മാധവിക്കുട്ടി - രുഗ്മിണിക്കൊരു പാവക്കുട്ടി, *മാധവിക്കുട്ടിയുടെ മൂന്നു നോവലുകൾ,* 1977 ആഗസ്ത്, നവധാര പബ്ലിഷിങ് കോ-ഓപ്പറേറ്റീവ് സൊസൈറ്റി, തിരുവനന്തപുരം.

103. മുരളീധരൻ നായർ, വി - മാധവിക്കുട്ടിയുടെ വൈകാരിക ലോകം, *കലാകൗമുദി,* ലക്കം 318, 1981 സെപ്തംബർ 31.

104. മാധവിക്കുട്ടി - റാണി, *മാതൃഭൂമി* ആഴ്ചപതിപ്പ് 1968 നവംബർ 3.

105. മാധവിക്കുട്ടി - ഉണ്ണി, *പക്ഷിയുടെ മണം* 1964, കറന്റ് ബുക്സ്, തൃശൂർ.

106. മാധവിക്കുട്ടി - ഒരു സ്നേഹത്തിന്റെ കഥ, *മാതൃഭൂമി* ആഴ്ചപ്പതിപ്പ്, 1956 ജൂലൈ 22.

107. വാസുദേവൻ നായർ എം ടി - ഇരുട്ടിന്റെ ആത്മാവ്, *മാതൃഭൂമി ആഴ്ചപ്പതിപ്പ്* 1957 മേയ് 19.

108. Devedi, A,N - Kamala Das and her poetry, *Indian poetry in English, a Literary History and Anthology,* 1980, New Delhi.

109. മാധവിക്കുട്ടി - കല്യാണി, *എന്റെ ചെറുകഥകൾ* (ഒന്നാംഭാഗം), പുറം 30, 1985, മാതൃഭൂമി പ്രിന്റിങ് ആന്റ് പബ്ലിഷിങ് കമ്പനി, കോഴിക്കോട്.

110. രാജീവ് കുമാർ, എം (എഡിറ്റർ) - രാഘവൻപിള്ള , കെ ഡോക്ടർ (ആമുഖ പഠനം), *അന്തർജ്ജനം മുതൽ അഷിത വരെ,* പുറം 20, 1984 ഫെബ്രുവരി, പരിധി പബ്ലിക്കേഷൻസ്, തിരുവനന്തപുരം.

111. മാധവിക്കുട്ടി - ചതുരംഗം, *എന്റെ ചെറുകഥകൾ* (ഒന്നാം ഭാഗം), പുറം 36, 1985, മാതൃഭൂമി പ്രിന്റിങ് ആന്റ് പബ്ലിഷിങ് കമ്പനി, കോഴിക്കോട്.

112. അതിൽത്തന്നെ പുറം 38.

113. മാധവിക്കുട്ടി - മഞ്ഞ്, *മാതൃഭൂമി* ആഴ്ചപ്പതിപ്പ്, 1963 ഡിസംബർ 29.

114. Das Kamala - The best of Kamala Das, 1991, Bodhi Publishing House, Kozhikode.
"Vrindavan lives on in every women's mind and the flute luring her from home and her husband." (P. 48)

115. മാധവിക്കുട്ടി - മൂന്നു കഥകൾ. *മലയാളനാട്* വാരിക, 1970 ജനുവരി 4.

116. മാധവിക്കുട്ടി - രക്താർബ്ബുദം. *പ്രേമത്തിന്റെ വിലാപകാവ്യം,* 1971, കറന്റ് ബുക്സ്, തൃശൂർ.

117. മാധവിക്കുട്ടി - പക്ഷിയുടെ മണം, *മാതൃഭൂമി* ആഴ്ചപ്പതിപ്പ്, 1961 ആഗസ്ത് 27.

118. മാധവിക്കുട്ടി - നീർമാതളത്തിന്റെ പൂക്കൾ, *എന്റെ ചെറുകഥകൾ* (രണ്ടാം ഭാഗം), പുറം 266, 1985, മാതൃഭൂമി പ്രിന്റിങ് ആന്റ് പബ്ലിഷിങ് കമ്പനി, കോഴിക്കോട്.

മാധവിക്കുട്ടിയുടെ കഥകളിലെ ബാഹ്യശില്പം

രചനാസങ്കേതം

"**അ**ടുത്തകാലത്ത് സാഹിത്യത്തിലെ പല പരീക്ഷണങ്ങളും നടന്നുവരുന്നുണ്ട്. പ്രത്യേകിച്ച് ചെറുകഥയുടെ മേഖലയിൽ. അനാവശ്യമേദസ്സു കളഞ്ഞ് ചെറുകഥയെ സുന്ദരമാക്കിക്കൊണ്ടിരിക്കുന്നു എഴുത്തുകാർ. യാഥാസ്ഥിതികരുടെ കണ്ണുകളിൽ ഈ കഥകൾക്ക് പ്ലോട്ടില്ല. തക്കതായ ഒരു തുടക്കവും അവസാനവുമില്ല. ഇത്തരത്തിലുള്ള ഒരു കഥ ദുഃഖപര്യവസായിയുമല്ല, സുഖപര്യവസായിയുമല്ല. കാരണം, യാഥാർത്ഥ്യത്തെ സുഖപര്യവസായിയോ ദുഃഖപര്യവസായിയോ ആയിട്ടല്ല എഴുത്തുകാരൻ കാണുന്നത്. യാതൊരു വികാരത്തിനും നിത്യതയില്ല ; സ്ഥിരതയില്ല. കഥാപാത്രങ്ങളെപ്പറ്റി കഥയുടെ അവസാനത്തിൽ "അവർ പിന്നീട് സുഖമായി ജീവിച്ചു"എന്ന് ആത്മാർത്ഥതയോടെ പറയുവാൻ ഇപ്പോഴത്തെ എഴുത്തുകാരന് കഴിയുന്നില്ല. അവർ കുനിഞ്ഞു നിന്ന് കാൽവിരലുകൾക്കിടയിൽ ചൊറിയുമ്പോഴോ ബസു പിടിക്കാനോടുമ്പോഴോ മറ്റോ യാതൊരു ചടങ്ങും കൂടാതെ അവരോട് യാത്ര ചോദിച്ച് എഴുത്തുകാരൻ കഥ അവസാനിപ്പിക്കുന്നു."[1] കഥാരചനയെപ്പറ്റി മേൽകൊടുത്തിട്ടുള്ള മാധവിക്കുട്ടിയുടെ അഭിപ്രായം അവരുടെ കഥാരചനാ സങ്കേതം അപഗ്രഥിക്കുമ്പോൾ പ്രസക്തമാണ്. ദൈർഘ്യംകുറഞ്ഞ കഥകളാണ് ഈ എഴുത്തുകാരി എഴുതിയിട്ടുള്ളതിൽ സിംഹഭാഗവും. പ്ലോട്ടിന്റെ അഭാവം അവരുടെ കഥകളിൽ ദൃശ്യമാണ്. "പ്ലോട്ട് ആവശ്യമില്ല കഥയ്ക്ക്, വിചാരങ്ങൾ മാത്രം മതി. കാരണം മനുഷ്യന്റെ ജീവിതം ജീവിക്കപ്പെടുന്ന വിചാരങ്ങളിലാണ്"[2] എന്ന വിശ്വാസം കഥാകാരി വച്ചു പുലർത്തുന്നു. വിചാരങ്ങൾക്ക് പ്രാമുഖ്യമുണ്ടാവുകയും സംഭവങ്ങൾ കുറയുകയും ചെയ്യുന്നു അവരുടെ കഥകളിൽ. ഒരൊറ്റ സംഭവം മാത്രം ചിത്രീകരിക്കപ്പെടുന്ന കഥകളിലാകട്ടെ

ബിംബങ്ങളിലൂടെ വൈകാരികമായൊരു ലോകം തുറന്നിടാൻ അവർ തയ്യാറാകുന്നു. 'പക്ഷിയുടെ മണം', 'കല്യാണി,' 'സ്വയംവരം', 'കുളക്കോഴി' തുടങ്ങിയ കഥകൾ ഉദാഹരിക്കാം.

അനുഭവിപ്പിക്കുന്ന കല

മാധവിക്കുട്ടിയുടെ തലമുറയിൽ ഉൾപ്പെട്ട പുതിയ കഥാകൃത്തുക്കൾ, അനുവാചകരിലേക്ക് അനുഭവങ്ങൾ പകർന്നു കൊടുക്കുന്നതിലായിരുന്നു ശ്രദ്ധിച്ചിരുന്നത്.[3] എന്നാൽ അതിനു തൊട്ടു മുമ്പ് വരെ പ്രബലമായ വിശ്വാസം, പി കേശവദേവിന്റെ ഈ അഭിപ്രായത്തിൽ അടങ്ങിയിരിക്കുന്നു: "കഥയില്ലാതെ കഥയുണ്ടാകുമോ എന്നു ചോദിച്ചാൽ ഉണ്ടാകും. തലയ്ക്കുള്ളിലും നെഞ്ചിനകത്തും ഒന്നുമില്ലാത്ത സുന്ദരിയെപ്പോലെ."[4] ഇതേ അഭിപ്രായത്തിന്റെ സാധൂകരണം തന്നെയാണ്, "പ്ലോട്ടുണ്ടാക്കുക എന്നതാണ് കഥാകാരന്റെ പ്രധാനജോലി"[5] എന്ന് തകഴി പ്രസ്താവിക്കുന്നതിൽനിന്ന് വ്യക്തമാകുന്നത്.

ശില്പചാരുത

കഥയ്ക്ക് നിയതമായൊരു പ്ലോട്ടില്ലാതെ വരികയും ഒരു പ്രത്യേക ഭാവത്തിന്റെ സംക്രമണം രചനയിലൂടെ സാദ്ധ്യമാക്കുകയും ചെയ്യുമ്പോൾ അത് കവിതയോട് ഏറെ അടുക്കുന്നു. എന്നാൽ കഥ ഏത് അർത്ഥത്തിലാണ് കവിതയിൽനിന്നും വേറിട്ടു നില്ക്കുന്നത്? ഒരവസ്ഥയുടെ നിർദ്ധാരണത്തിനുവേണ്ടി ആകസ്മികമായി സംഭവിക്കുന്ന നിമിഷത്തിലേക്കുള്ള ക്രിയയുടെ കൊണ്ടുവരലാണ് കഥയെ മൗലികമാക്കി മാറ്റുന്നത്. ഇങ്ങനെയൊക്കെ പറഞ്ഞാലും രൂപപരമായൊരു പ്രത്യേകതയാണ് പുതിയ ചെറുകഥയ്ക്കുള്ളത്. പ്രതിപാദിക്കുന്ന ജീവിതത്തിന്റെ ദൈർഘ്യം നോവലിനെ രൂപപ്പെടുത്തുമ്പോൾ ചെറുകഥയിലാകട്ടെ അതിന്റെ രൂപമാണ് ദൈർഘ്യത്തെ ചിട്ടപ്പെടുത്തുന്നത്.[6] ജീവിതം കെട്ടുപിണഞ്ഞു കിടക്കുന്ന ഒരു പ്രതിഭാസമായിത്തീരുമ്പോൾ അത് ആവിഷ്കരിക്കാൻ കവിതയേക്കാളും നോവലിനേക്കാളും ഏറ്റവും പറ്റിയ മാധ്യമം ചെറുകഥയുടെ രൂപസംവിധാനമാണെന്നും ഒരു പക്ഷമുണ്ട്.[7] എന്തായാലും സൂക്ഷ്മമായൊരു ശില്പം ചെറുകഥയ്ക്ക് ആവശ്യമാണെന്ന കാര്യത്തിൽ തർക്കമില്ല. അതായത് ശില്പത്തിന്റെ പ്രത്യേകതയാണ് ചെറുകഥയെ തനതായൊരു വ്യക്തിത്വമുള്ളതാക്കിത്തീർക്കുന്നത്.

ശില്പപരമായ ചാരുത പുലർത്തുന്നവയാണ് മാധവിക്കുട്ടി എഴുതിയിട്ടുള്ള കഥകൾ. അവരുടെ കൃതികൾ മലയാള ചെറുകഥയ്ക്ക് നല്കിയിട്ടുള്ള സംഭാവനകളിൽ ശില്പവൈദഗ്ദ്ധ്യവും അപ്രധാനമല്ലാത്തൊരു സ്ഥാനം വഹിക്കുന്നു. എന്താണ് മാധവിക്കുട്ടിയുടെ കഥകളിലെ ബാഹ്യശില്പത്തിന്റെ പ്രത്യേകത? രചനാ സങ്കേതങ്ങളുടെ സവിശേഷത എന്തൊക്കെയാണ്? ഇവയുടെ വിശദാംശങ്ങൾ പരിശോധിക്കുകയാണ് ഈ അദ്ധ്യായത്തിൽ.

നാടകീയത

സ്വാധീനത

നോവൽ ഒരു വീടാണെങ്കിൽ ചെറുകഥ അതിലെ ഒരു മുറിയാണ്. ജീവിതത്തിന്റെ ഏതെങ്കിലും ഒരു മണ്ഡലത്തിലെ ഒരംശം അല്ലെങ്കിൽ ഒരു സംഭവം വിവരിക്കാൻ കൂടുതൽ ശക്തി കിട്ടുക ചെറുകഥയ്ക്കാണ്. ഒരു അഗ്നിബിന്ദുകൊണ്ട് ഇരുട്ടിൽ ഒരു മായാവലയം സൃഷ്ടിക്കുക എന്നതാണ് കഥാകൃത്തിന്റെ കഴിവ്.[8] കഴിഞ്ഞ തലമുറയിലെ എഴുത്തുകാരെ സ്വാധീനിച്ച എസ് കെ പൊറ്റെക്കാട്ടിന്റെ വാക്കുകളാണിത്. എം ടി യെയും. ടി പത്മനാഭനെയും പൊറ്റെക്കാട്ട് സ്വാധീനിച്ചിട്ടുണ്ട്. മാധവിക്കുട്ടിയേയും പൊറ്റെക്കാട്ടിന്റെ കഥകൾ ബാല്യത്തിൽ സ്വാധീനിച്ചിരുന്നു. നാലപ്പാട് കുടുംബത്തിൽ പൊറ്റെക്കാട്ടിന്റെ തുടർക്കഥകൾ കൂടിയിരുന്നു വായിക്കാറുണ്ടായിരുന്നു.[9] കഥാന്ത്യം എങ്ങനെയാകുമെന്നതിനെക്കുറിച്ചോർത്ത് ഉൽക്കണ്ഠപ്പെടാറുണ്ടായിരുന്നു. ബാല്യത്തിലെ ഒരു എഴുത്തുകാരിയുടെ ജീവിതത്തിലുണ്ടാകുന്ന അനുഭവങ്ങൾ പില്ക്കാല ജീവിതത്തെ സ്വാധീനിച്ചു എന്നു വരാം. കഥാകൗതുകത്തിന് പൊറ്റെക്കാട്ടിന്റെ കൃതികൾ പ്രേരണയേകിയിട്ടുണ്ട് എന്നതൊഴിച്ചാൽ മാധവിക്കുട്ടിയുടെ കഥകളിൽ പൊറ്റെക്കാട്ടിന്റെ സ്വാധീനം പ്രകടമാണ് എന്നു പറയുക വയ്യ. എന്നാൽ നാടകീയതയുടെ ഒരംശം പൊറ്റെക്കാട്ടിന്റെ കൃതികളിൽനിന്നും മാധവിക്കുട്ടിയുടെ കഥകളിലേക്കു കടന്നു വരുന്നുണ്ട്. ഈ കഥാകാരിയുടെ രചനാശില്പത്തിൽ കാണുന്ന ഒരു വൈശിഷ്ട്യവും നാടകീയതയാണ്.

പൊറ്റെക്കാട്ടിൽനിന്ന് മാധവിക്കുട്ടിയിലേക്ക്

പൊറ്റെക്കാട്ടിന്റെ കഥകളിലെ നാടകീയതയ്ക്ക് സൂക്ഷ്മതയുടെ ധ്വനി നഷ്ടമാവുന്നു. അദ്ദേഹത്തിന്റെ ഏറ്റവും മികച്ച കഥകളിലൊന്നായ 'ഏഴിലം പാല' യുടെ ആരംഭത്തിൽ കഥാകൃത്ത് ഡിറ്റക്ടീവ് നോവലിന്റെ അവസാനഭാഗം വായിച്ചുകൊണ്ടിരിക്കുന്നതിനിടയിൽ വന്ന പഞ്ചായത്ത് ഓഫീസറെ സ്വീകരിക്കുന്നത് ഇപ്രകാരമാണ്: "അങ്ങ് ആപ്പീസറോ? വരൂ" ഞാൻ നോവലിൽ, വില്ലന്റെ പിൻകഴുത്തിലേക്കു നീണ്ടുവരുന്ന രോമാവൃതമായ കൈയിന്റെയടുക്കൽ വിരലമർത്തി വച്ച് ആപ്പീസറെ അകത്തേക്കു ക്ഷണിച്ചു[10] - വിരലമർത്തിവച്ച ഭാഗവും ആപ്പീസറും തമ്മിലുള്ള ബന്ധത്തിന്റെ ധ്വനിയാണ് ഈ സന്ദർഭത്തിലെ നാടകീയതയ്ക്ക് അർത്ഥമേകുന്നത്. എന്നാൽ വില്ലന്റെ കഴുത്തിലെ രോമാവൃതമായ കൈയെപ്പറ്റി വളരെ വെളിവായി പല സന്ദർഭങ്ങളിലും ആവർത്തിക്കുമ്പോൾ ആദ്യത്തെ പ്രയോഗത്തിന്റെ ധ്വന്യാത്മകത നഷ്ടമായിത്തീരുന്നു. കൃത്രിമമായി മെനഞ്ഞെടുത്ത ഒരു ക്രിയയാണ് അതെന്നു വന്നുകൂടുന്നു. ഇപ്രകാരം അസ്വാഭാവികമായ രചനാ ശില്പമാണ് എസ് കെ യുടെ മിക്ക കഥകളിലും ദർശിക്കാൻ കഴിയുന്നത്. ഈ ന്യൂനത സമർത്ഥമായി പരിഹരിച്ച എഴുത്തുകാരിയാണ് മാധവിക്കുട്ടി. മാധവിക്കുട്ടിയുടെ കഥകളിലെ നാടകീയതയെ പലതായി തരംതിരിക്കാം. (1) ആന്തരിക

ഭാവം വ്യഞ്ജിപ്പിക്കാനുള്ള ബാഹ്യപ്രക്രിയയുടെ സൂക്ഷ്മമായ അപഗ്രഥനം. (2) ഔചിത്യപൂർവ്വമായ രംഗ സംവിധാനം. (3) സംഭാഷണത്തിന്റെ തുടർച്ച പോലുള്ള ക്രിയകൾ. (4) ധ്വന്യാത്മകത നിറഞ്ഞ നിഗൂഢ സാഹചര്യങ്ങളും അവ സൃഷ്ടിക്കുന്ന നാടകീയമായ അന്തരീക്ഷവും.

ബാഹ്യവല്ക്കരണം

ഒരൊറ്റ ക്രിയയുടെ വിശദമായ ആവിഷ്കരണമാണ് രചനാശില്പത്തിൽ മികച്ചുനില്ക്കുന്ന മാധവിക്കുട്ടിയുടെ കഥകളിലെ ഒരു സവിശേഷത. ധ്വനി പ്രധാനമായിരിക്കുന്നതിനാൽ നാടകീയത കഥകൾക്ക് കൂടുതൽ ഉണ്ടെന്ന അഭിപ്രായവും ഇവിടെ പ്രസക്തമാണ്.[11] ആന്തരിക സംഘർഷങ്ങൾ ബാഹ്യ ക്രിയകളായി അവസ്ഥാന്തരം പ്രാപിക്കുന്നതാണ്, മാധവിക്കുട്ടിയുടെ കഥകളിലെ നാടകീയത. ഇതെങ്ങനെ സംഭവിക്കുന്നു എന്ന് 'നുണകൾ' എന്ന കഥയെ മുൻനിർത്തി പരിശോധിക്കാം. ഒരു പ്രത്യേക സന്ദർഭത്തിലെ വിവിധ ഭാവങ്ങൾ, ഒരു സിഗരറ്റിന്റെ സഹായത്തോടെ ഈ കഥയിൽ വെളിവാക്കുന്നു. ആ അവസ്ഥകൾ താഴെ കൊടുക്കുന്നവയാണ്.

(1)"അച്ഛൻ സിഗരറ്റ് വായിൽ നിന്നെടുത്ത് ചുണ്ടുകൾ കുറച്ച് കൂർപ്പിച്ച് അവനെ നോക്കി പുകവിട്ടു.[12] (2) അച്ഛൻ കടലാസ് താഴത്തിട്ട് അവന്റെ മുഖത്തുനോക്കി. സിഗരറ്റിന്റെ ചെറിയ കഷണം കത്തിക്കൊണ്ട് അച്ഛന്റെ ചുണ്ടിന്മേൽ പറ്റി നിന്നിരുന്നു.[13] (3) "അച്ഛൻ സിഗരറ്റ് കുറ്റി ചായക്കപ്പിന്റെ തട്ടിൽ അമർത്തിക്കെടുത്തി ഉറക്കെച്ചിരിച്ചു."[14] (4) "അച്ഛൻ വീണ്ടും ഒരു സിഗരറ്റെടുത്ത് കൊളുത്തി, തീപ്പെട്ടിക്കോൽ വീശിക്കെടുത്തി."[15] "അച്ഛൻ എഴുന്നേറ്റ് സിഗരറ്റുകുറ്റി നിലത്തടിച്ചു ചവിട്ടിക്കെടുത്തി."[16]

ഈ അഞ്ച് ക്രിയകളും അഞ്ച് അവസ്ഥകളെ പ്രതിനിധാനം ചെയ്യുന്നു. ഒരു നാടകത്തിലെ സംഭാഷണങ്ങൾക്കിടയിലുള്ള ധ്വന്യാത്മകമായ പ്രവൃത്തികളായിട്ടാണ് ഇവ അനുഭവപ്പെടുക. ഓരോ സന്ദർഭത്തിന്റേയും സൂക്ഷ്മഭാവം വ്യക്തമാക്കാൻ സിഗരറ്റ് വഹിക്കുന്ന പങ്ക് എന്താണെന്ന് പരിശോധിക്കാം. അച്ഛൻ മറ്റൊരുവളുമായി അമ്മയില്ലാത്ത തക്കം നോക്കി രഹസ്യബന്ധത്തിലേർപ്പെട്ട വിവരം അറിയാവുന്ന കുട്ടി, അമ്മ വന്നപ്പോൾ ആ രഹസ്യം പുറത്തുവിട്ടേക്കുമോ എന്ന ഭയാശങ്കയാണ് അച്ഛന്റെ മനസ്സിൽ. "പാവം, ചെറിയ കുട്ടിയല്ലേ?" എന്ന് അമ്മ അനുതാപപൂർവ്വം പറയുമ്പോൾ അയാൾക്കറിയാം, കുട്ടി കാര്യങ്ങൾ മനസ്സിലാക്കാൻ തുടങ്ങുന്ന പ്രായത്തിലാണെന്ന് - നിഗൂഢമായ ഈ മാനസിക ഭാവം നിസ്സാരമായി ബാഹ്യവല്ക്കരിക്കപ്പെടുകയാണ്, സിഗരറ്റ് വായിൽ നിന്നെടുത്ത് ചുണ്ടുകൾ കുറച്ച് കൂർപ്പിച്ച് അവനെ നോക്കി പുകവിടുന്ന ക്രിയയിലൂടെ. അമ്മയുടെ വാക്കുകളിലുള്ള "പാവം കുട്ടിയല്ലേ" ഇവൻ, എന്ന ധ്വനി ഈ ക്രിയയിലുണ്ട്. "അമ്മയില്ലാത്തപ്പോൾ പിന്നെ വൈകുന്നേരം സ്റ്റെല്ല വന്നപ്പോൾ..." എന്ന കുട്ടിയുടെ പറച്ചിലും, "ആര്" എന്ന അമ്മയുടെ ചോദ്യവും

കൂടിയാവുമ്പോഴാണ് രണ്ടാമത്തെ അവസ്ഥ സംജാതമാകുന്നത്. തന്റെ രഹസ്യങ്ങൾ ചോരുന്നോ എന്ന സംശയത്തിൽ നിന്നുള്ള സ്തബ്ധമായ അവസ്ഥയാണ് ഇവിടെ; കടലാസ് താഴെ വീഴുന്നു... കത്തിക്കൊണ്ട് സിഗരറ്റ് കഷണം ചുണ്ടിന്മേൽ പറ്റി നില്ക്കുന്നു. "സ്റ്റെല്ലയില്ലേ സ്റ്റെല്ല? നീണ്ടിട്ടുള്ള സ്റ്റെല്ല? മുഖത്തൊക്കെ ചായം ഇട്ട്" - എന്ന് കുട്ടി, സ്റ്റെല്ലയെപ്പറ്റി അറിയാതെ വ്യക്തമാക്കാൻ ശ്രമിക്കുമ്പോഴാണ് മൂന്നാമത്തെ അവസ്ഥ ജനിക്കുന്നത്. അസ്വസ്ഥത വർദ്ധിച്ച് മൂർദ്ധന്യാവസ്ഥയിലെത്തുമ്പോൾ അയാൾ സിഗരറ്റുകുറ്റി അമർത്തിക്കെടുത്തുന്നു. കുട്ടി പറഞ്ഞത് നുണയാണെന്ന തോന്നലുണ്ടാക്കാൻ അയാൾ ഉറക്കെ ചിരിക്കുകയും അവൻ പറഞ്ഞത് നുണയാണെന്ന് സമർത്ഥിക്കുകയും ചെയ്യുന്നു. ഇപ്രകാരം സന്ദർഭത്തെ സമീകരിച്ച ശേഷമാണ് നാലാമത്തെ അവസ്ഥയിലേക്ക് കടക്കുന്നത്; സിഗരറ്റെടുത്ത് കൊളുത്തി തീപ്പെട്ടിയിൽ വീശിക്കെടുത്തുന്നു. പക്ഷേ, കുട്ടിയുടെ വിരൽ കാപ്പിയിൽ മുക്കിയുള്ള ആലോചന കാണുമ്പോൾ അയാൾക്ക് മനസ്സിലാകുന്നു പ്രശ്നം തീരുന്നില്ലെന്ന്. അയാൾ എഴുന്നേറ്റ് സിഗരറ്റുകുറ്റി നിലത്തിട്ട് ചവിട്ടിക്കെടുത്തുന്നു. എന്നിട്ട് ഒരു ഭീഷണി മുഴക്കുന്നു. 'ഇനി ഈ വക നുണകൾ ഉണ്ടാക്കിപ്പറഞ്ഞാൽ ഞാൻ...

മേൽ വിശദമാക്കിയ അഞ്ച് അവസ്ഥകളിലൂടെ കഥാപാത്രത്തിന്റെ ആന്തരിക ഭാവം വ്യഞ്ജിപ്പിക്കാൻ നാടകത്തിലെന്നതു പോലെ കഥാകൃത്ത് വസ്തുക്കളെ ഉപാധിയാക്കുന്നു. നാടകവുമായി കഥയ്ക്കുള്ള ബന്ധം അഭേദ്യമാണ്. വസ്തുനിഷ്ഠമായ ദൃശ്യചിത്രങ്ങളിലൂടെ ആവിഷ്കരിക്കാനുള്ള സ്വാതന്ത്ര്യം കഥാകൃത്തിനേക്കാൾ നാടകകൃത്തിനാണുള്ളത്.[17] പക്ഷേ, ആ സ്വാതന്ത്ര്യം നിമിത്തം ചില നഷ്ടങ്ങളും സംഭവിക്കുന്നു. പ്രധാനമായി സൂക്ഷ്മതയുടെ കാര്യം തന്നെയെടുക്കാം. ഒരു ദൃശ്യത്തിലൂടെ നിയതമായ ആശയതലം അത് കൈവരിക്കാതെ പോകും. നാടകവും കഥയും പരസ്പരം ബന്ധപ്പെട്ടതാകയാൽ നാടകത്തിന്റെ ദൃശ്യസ്വഭാവമുള്ള സങ്കേതങ്ങൾ കഥയിലേക്ക് പകരം കൊള്ളാം. മേൽ വിശദമാക്കിയ സന്ദർഭങ്ങൾ അതിന് ഉദാഹരണം. സൂക്ഷ്മ ക്രിയകൾ ഭാവതലത്തിലേക്ക് ഇറങ്ങിച്ചെല്ലാൻ പര്യാപ്തമാണെന്ന് അവ തെളിയിക്കുന്നു.

ക്രിയകൾ

സംഭാഷണങ്ങളും ക്രിയകളും നാടകീയതയുടെ പ്രത്യേകതകളാണ്. ഇവ കഥാകൃത്തിന് ഒഴിച്ചുകൂടാൻ പാടില്ലാത്ത ഉപാധികളുമാണ്. ഒരു ഡ്രാഫ്റ്റ്സ്മാന് കടലാസുപോലെ അത്യാവശ്യമായിരിക്കുന്നു നോവലിസ്റ്റിന് നാടകത്തിൽനിന്നുള്ള പ്രചോദനം[18] എന്ന അഭിപ്രായം കഥയുടെ കാര്യത്തിലും യോജിക്കുന്നു. സംഭാഷണത്തിൽ നിന്നുണ്ടാവുന്ന ഭാവത്തിന് തുടർച്ചപോലുള്ള ക്രിയകളും അതിന്റെ തുടർച്ചയായ സംഭാഷണങ്ങളും ഇടകലർന്ന് ഒന്നിടവിട്ട് കണ്ണികൾപോലെ നീളുന്ന നാടകീയത 'പ്രഭാതം'[19] എന്ന കഥയിലെ ഒരു സന്ദർഭത്തെ മുൻനിർത്തി പരിശോധിക്കാം -

കുട്ടി ഉമ്മറപ്പടിമേലിരുന്നു. "ഉമ്മറപ്പടീല് കുത്തിയിരിക്കരുത് കുട്ട്യേ" ലക്ഷ്മി കുമ്പളങ്ങ കഷണമാക്കി മുറിക്കുന്നതിനിടയിൽ തല ഉയർത്തിക്കൊണ്ട് പറഞ്ഞു. ഉമ്മറപ്പടീല് ഇരുന്നാ ശ്രീത്തം പൂവും." "ശ്രീത്തം പോയാലേ" കുട്ടി ചോദിച്ചു "നാലെന്ത്?" "നാ... പ്പിന്നെ കാശുണ്ടാവില്യ" ലക്ഷ്മി പറഞ്ഞു. "കാശില്യാത്തോനും കാലില്യാത്തോനും പെണ്ണുങ്ങൾക്ക് ഒരുപോലെയാ....അല്ലെ ലെക്ഷ്യേ?" വെപ്പുകാരൻ ചോദിച്ചു. അയാളുടെ കൈയിലുണ്ടായിരുന്ന ഗ്ലാസിൽനിന്നു പാൽ തുളുമ്പി നിലത്തു വീണുകൊണ്ടിരുന്നു.

"കാലില്ലാത്തോനേ പിന്നീം ആവാം. പക്ഷേ, കാശില്ലാത്തോനേ തീരെ വേണ്ട. അല്ലേ ലെക്ഷ്യേ?"

അയാൾ വീണ്ടും ചോദിച്ചു.

"നിങ്ങളെ ഈ ചോദ്യോന്നും ഇയ്ക്ക് പിടിക്കിണില്യാട്ടോ രാമന്നായരേ" ലക്ഷ്മി പറഞ്ഞു.

അവളുടെ കൈവിരൽ കത്തി തട്ടി ഒരു ചോരത്തുള്ളി പെട്ടെന്നു പ്രത്യക്ഷപ്പെട്ടു.

"കയ്യ് മുറിഞ്ഞു" അവൾ പറഞ്ഞു "ന്റെയമ്മേ ചോരവരണ് കണ്ടോ?" അവൾ ആരോടെന്നില്ലാതെ ചോദിച്ചു.

"ഇങ്ങ്ട്ട് കാട്ടോ;" രാമന്നായർ പറഞ്ഞു. "ഞാനത് ഇപ്പൊശ്ശരിയാക്കാം, വായേലിട്ടിട്ട്..... തുപ്പലാവെല്യേ മരുന്ന്. തുപ്പലില്യെങ്കി തെങ്ങിന്റെ മൊരി." "വേണ്ട രാമന്നായരേ, കളിക്കണ്ട." ലക്ഷ്മി ചൊടിച്ചുകൊണ്ടു പറഞ്ഞു.[20]

ഈ ഭാഗത്ത് സംഭാഷണത്തിലൂടെയും ക്രിയകളിലൂടെയും വളർന്ന് വികസിച്ച കഥാപാത്രങ്ങളുടെ നിഗൂഢമായ മാനസികഭാവം വ്യക്തമാക്കുന്ന സൂചനകൾ വരെ ഉൾപ്പെട്ടിരിക്കുന്നു. രാമന്നായരും ലക്ഷ്മിയും രണ്ടുതരം സ്വഭാവക്കാരാണ്. രാമന്നായർക്ക് ലക്ഷ്മിയോട് സ്നേഹമുണ്ട്, അവളാകട്ടെ അയാളെപ്പോലെ അത് സംഭാഷണത്തിൽ പ്രകടിപ്പിക്കുന്നില്ല. 'കാശാ'ണ് ഇരുവർക്കും പ്രശ്നം. അതിന് അനുയോജ്യമായൊരു മുഹൂർത്തമാണ് കഥാകാരി സൃഷ്ടിച്ചിരിക്കുന്നത്. ഉമ്മറപ്പടിയിൽ കുത്തിയിരുന്നാൽ ശ്രീത്തം പോകും എന്ന പാരമ്പര്യവിശ്വാസത്തിൽ നിന്നും സംഭാഷണം ആരംഭിക്കുന്നു. കുട്ടിയും ലക്ഷ്മിയും തമ്മിലുള്ള സംഭാഷണം ക്രമേണ ലക്ഷ്മിയും രാമന്നായരും തമ്മിലായിത്തീരുന്നു. കാശില്ലാത്തവനും കാലില്ലാത്തവനും പെണ്ണുങ്ങൾക്ക് ഒരുപോലെയായിരിക്കും എന്ന ഉദ്ദേശ്യത്തോടെ ലക്ഷ്മിയോട് ഒരു ചോദ്യം തൊടുത്തുവിടുമ്പോൾ കൈയിലിരുന്ന ഗ്ലാസിൽ നിന്നു പാൽ തുളുമ്പി നിലത്തു വീണുകൊണ്ടിരുന്നത് കുട്ടിയുടെ വീക്ഷണത്തിലൂടെ കഥാകൃത്ത് കാണുന്നു. ഇവിടെ ലക്ഷ്മിയുടെ മറുപടി എന്തായിരിക്കും എന്ന ആശങ്കയും വെപ്പുകാരന്റെ മനസ്സിലുള്ള ദുർബ്ബലതയും ബാഹ്യവല്ക്കരിക്കപ്പെടാൻ അനുയോജ്യമായൊരു സന്ദർഭമൊരുക്കിയിരിക്കുകയാണ്, കഥാകാരി. ഗ്ലാസിൽ നിന്ന് പാൽ തുളുമ്പി നിലത്ത് വീണുകൊണ്ടിരുന്നത് കൈവിറച്ചിട്ടാക

ണമല്ലോ, അല്ലെങ്കിൽ ചെയ്യുന്ന പ്രവൃത്തിയിൽനിന്ന് മനസ്സ് വ്യതിചലിച്ചതുകൊണ്ടാകണം. ഇതുപോലെ മറ്റൊരു സന്ദർഭമാണ്, ലക്ഷ്മിയുടെ "കൈവിരലിൽ കത്തി തട്ടി ഒരു ചോരത്തുള്ളി പെട്ടെന്ന് പ്രത്യക്ഷപ്പെടുന്നത്." അവളുടെ മനസ്സും സ്വന്തം പ്രവൃത്തിയിൽനിന്ന് മാറിപ്പോയിരുന്നു; എന്ന് ഈ സന്ദർഭം വ്യക്തമാക്കുന്നു. ഇപ്രകാരം സംഭാഷണങ്ങൾക്കും വിവരണങ്ങൾക്കും അതീതമായ സൂക്ഷ്മമായ മാനസികാവസ്ഥകളെ ക്രിയകളിലൂടെ പ്രത്യക്ഷമാക്കാൻ കഥാകാരി നാടകത്തിന്റെ ദൃശ്യസങ്കേതങ്ങളെ ആശ്രയിക്കുന്നു. സംഭാഷണങ്ങളും ക്രിയകളും പരസ്പര പൂരകമായി ഈ ശില്പവിദ്യയ്ക്ക് സഹായകമേകുന്നു.

വിരുദ്ധാംശങ്ങൾ

ഇനി മറ്റൊരു നാടക സങ്കേതം കഥയിൽ സ്വീകരിച്ചിരിക്കുന്നതിനെ പറ്റി പ്രതിപാദിക്കാം. വിരുദ്ധമായ രണ്ട് അവസ്ഥകളെ കൂട്ടിയിണക്കി അന്തരീക്ഷത്തിന് പിരിമുറുക്കം നല്കുന്ന നാടകത്തിലെ സൂക്ഷ്മമായൊരു സങ്കേതം 'നെയ്പായസം'[21] എന്ന കഥയിൽ കഥാകാരി വിദഗ്ദ്ധമായി കൈകാര്യം ചെയ്തിരിക്കുന്നു.

ഓഫീസിൽ നിന്നു വന്നപ്പോൾ താൻ അടുക്കളയിൽ ജനൽ വാതിലിൽക്കൂടി അകത്തേക്കു നോക്കി. അവൾ അവിടെ ഉണ്ടായിരുന്നില്ല. മുറ്റത്തു കുട്ടികൾ കളിക്കുന്നതിന്റെ ശബ്ദം ഉയർന്നിരിക്കുന്നു. ഉണ്ണി വിളിച്ചു പറയുകയാണ് "ഫസ്റ്റ്ക്ലാസ് ഷോട്ട്"[22].

ഇവിടെ, അമ്മ മരിച്ചു കിടക്കുകയാണെന്നുള്ള സത്യം ഉണ്ണി അറിയുന്നില്ല. അവൻ കളിയുടെ ലഹരിയിലാണ്. അച്ഛനാകട്ടെ ഓഫീസ് വിട്ട് വന്നനേരവും. "വായ് അല്പം തുറന്ന് നിലത്തു ചരിഞ്ഞു കിടക്കുന്ന"[23] തന്റെ ഭാര്യയെ കാണുമ്പോഴുള്ള അയാളുടെ അവസ്ഥയ്ക്ക് നേരെവിപരീതമാണ് കളിയിൽ മുഴുകിയ ഉണ്ണിയുടെ "ഫസ്റ്റ്ക്ലാസ് ഷോട്ട്!" എന്ന വിളി. ഒരേ മുഹൂർത്തത്തിന്റെ ദൃശ്യവും ശ്രവ്യവുമായി വരുന്ന വിപരീത ഭാവങ്ങളുടെ ഏറ്റുമുട്ടൽ നാടക സങ്കേതത്തിന്റെ നന്മയെ പ്രതിനിധാനം ചെയ്യുന്നു. അമ്മ മരിച്ചത് അറിയാത്ത കുട്ടികൾ അച്ഛൻ ചോദിച്ചതിന് ഉത്തരം പറയുന്നത് ഇപ്രകാരമാണ്:

"ചോറു വേണ്ടേ ഉണ്ണി?"

"വേണ്ട. പായസം മതി. നല്ല സ്വാദുണ്ട്." അപ്പോൾ രാജനും ചിരിച്ചുകൊണ്ട് പറഞ്ഞു. "ശരിയാ.. അമ്മ അസല് നെയ്പ്പായസാ ഉണ്ടാക്കിയത്...

തന്റെ കണ്ണുനീർ കുട്ടികളിൽനിന്ന് മറച്ചുവെയ്ക്കാൻ വേണ്ടി അയാൾ പെട്ടെന്ന് എഴുന്നേറ്റ് കുളിമുറിയിലേക്ക് നടന്നു."[24]

കഥയുടെ അവസാനത്തിൽ കണ്ണുനീർ വരുന്ന ഈ നിമിഷത്തിലേക്കാണ് കഥയുടെ മറ്റെല്ലാ ഭാഗങ്ങളേയും ഏകാഗ്രമാക്കുന്നത്. കുട്ടികളുടെ നിഷ്കളങ്കതയിലൂടെയാണ് അയാൾ ഭാര്യയുടെ വിയോഗത്തിന്റെ തീവ്രത അനുഭവിക്കുന്നത്. കുട്ടികളുടെ വാക്കുകളും അയാളുടെ മന

സ്സിന്റെ ഭാരവും തമ്മിലുള്ള വൈരുദ്ധ്യം സൃഷ്ടിക്കുന്ന അന്തരീക്ഷമാണ് ഈ കഥയെ നാടകവുമായി അടുപ്പിക്കുന്നത്.

ആഖ്യാന രീതികൾ

വീക്ഷണ സ്ഥാനം

ആഖ്യാന രീതി കഥയുടെ ബാഹ്യശില്പത്തിൽ പ്രാധാന്യമർഹിക്കുന്നൊരു ഘടകമാകുന്നു. പ്രാചീനകാലം മുതൽക്കുതന്നെ ഭാരതത്തിൽ വിവിധ തരം കഥാകഥന രീതി നിലവിലുണ്ടായിരുന്നു. *മഹാഭാരത കഥകൾ, ജാതക കഥകൾ, വിക്രമാദിത്യ കഥകൾ, പഞ്ചതന്ത്രം കഥകൾ* തുടങ്ങി നിരവധി മാതൃകകൾ. ആഖ്യാന രീതിയുടെ പ്രത്യേകതകൾ അനുസരിച്ച് അവ തരംതിരിക്കപ്പെടുകയും ചെയ്തിരിക്കുന്നു. ഒരു കഥയെ സംബന്ധിച്ചിടത്തോളം ആഖ്യാന രീതിയെ സ്വാധീനിക്കുന്ന ഘടകങ്ങൾ കഥ പറയുന്ന ആളും കഥാപാത്രങ്ങളുമാണ്. അതായത് കഥാകൃത്തും കഥാപാത്രങ്ങളും അതുകഴിഞ്ഞു മാത്രമേ കഥാ സംഭവങ്ങൾ അല്ലെങ്കിൽ സന്ദർഭങ്ങൾ വിഷയമാകുന്നുള്ളു. കഥാപാത്രങ്ങളുടെ കാഴ്ചപ്പാടിലൂടെ കടന്നുപോകുന്ന സംഭവങ്ങളാണ് സമകാലിക കഥയിൽ പ്രത്യക്ഷപ്പെടുന്നത്. അതിനാൽ സംഭവവും കഥാപാത്രവും തമ്മിലുള്ള ബന്ധമാണ് കഥയെ നിയന്ത്രിക്കുന്നതെന്നു പറയാം. കുറെക്കൂടി സൂക്ഷ്മമായി അപഗ്രഥിക്കുന്ന പക്ഷം എഴുത്തുകാരന്റെ ആത്മവത്തയുടെ പ്രകാശനം കഥാപാത്രത്തിലൂടെ സാദ്ധ്യമാക്കുകയാണ് മാധവിക്കുട്ടിയുടെ തലമുറയിലെ എഴുത്തുകാർ ചെയ്യുന്നതെന്ന് വ്യക്തമാകും. അതിനാൽ സംഭവങ്ങളേക്കാൾ പ്രാധാന്യം അതിനോട് പ്രതികരിക്കുന്ന എഴുത്തുകാരന്റെ പ്രതിനിധിയായ കഥാപാത്രത്തിനുണ്ട്; എന്ന സത്യം അംഗീകരിക്കേണ്ടി വരുന്നു. കഥ പറയുന്ന ആളിന്റെ സ്ഥാനം കഥയിൽ പ്രധാനമാണ്.[25] കഥ പറയുന്ന ആളും പ്രധാന കഥാപാത്രവും ചില കൃതികളിൽ ഒരാളാകാം. അല്ലാതെയുമാകാം. ഇങ്ങനെ വരുമ്പോൾ ഏതു വീക്ഷണകോണിലൂടെയാണ് കഥ പറയുന്നത് എന്നതിനെ ആസ്പദപ്പെടുത്തി വേണം കഥാകൃത്തിന്റെ ആത്മവത്തയിലേക്കു കടന്നു ചെല്ലാൻ. വിവിധ തരത്തിലുള്ള ആഖ്യാന മാതൃകകൾ മാധവിക്കുട്ടിയുടെ കഥാ പ്രപഞ്ചത്തിൽ കാണാം. അവയെ വിശദമായി പരിശോധിക്കുക ആവശ്യമാണ്. വിശകലനം ചെയ്യാനുള്ള സൗകര്യാർത്ഥം ആഖ്യാന മാതൃകകളെ പതിനൊന്നായി തരംതിരിക്കാം.

മറഞ്ഞു നിന്നുകൊണ്ട്

കഥാകൃത്ത് മറഞ്ഞു നിന്നുകൊണ്ട് കഥ പറയുന്ന രീതിയാണിത്. ഇപ്രകാരമുള്ള ആഖ്യാനത്തിൽ കഥാകൃത്തിന്റെ ആത്മവത്ത കഥാപാത്രങ്ങളിൽ ആരോപിക്കപ്പെടണമെന്നില്ല. പഴയ തലമുറയിലെ എഴുത്തു

കാർ ഈ രീതി കൈകാര്യം ചെയ്തു വിജയിച്ചവരാണ്. കാരൂർ, തകഴി, കേശവദേവ് എന്നിവരുടെ കഥകൾ എത്രവേണമെങ്കിലും ഉദാഹരണമായി കാണിക്കാം. ഏണസ്റ്റ് ഹെമിങ്‌വേയുടെ 'ദി കില്ലേഴ്സ്', 'ബിഗ് ടു ഹേർട്ടഡ് റിവർ'[26] എഗ്ഗർ അല്ലൻപോവിന്റെ 'ദി മാസ്ക് ഓഫ് ദി റെഡ് ഡെത്ത്'[27] എന്നീ കഥകൾ ഈ വിഭാഗത്തിൽ മികച്ച ഉദാഹരണങ്ങളാണ്. മാധവിക്കുട്ടിയുടെ 'ദയ എന്ന വികാരം'[28], 'മന്ത്രവാദിയുടെ മകൾ'[29] തുടങ്ങിയ ചുരുക്കം ചില കഥകളിൽ മാത്രമേ ഈ വ്യാഖ്യാന സമ്പ്രദായം സ്വീകരിച്ചു കാണുന്നുള്ളു. സൂക്ഷ്മമായൊരു ഭാവത്തിൽ ശ്രദ്ധ കേന്ദ്രീകരിക്കാൻ ഈ രീതിക്കു കഴിയാത്തതുകൊണ്ടാവും കഥാകാരി ഈ സമ്പ്രദായം ഉപേക്ഷിച്ചിരിക്കുന്നത്.

കഥാപാത്രത്തിനു പിന്നാലെ

പ്രധാന കഥാപാത്രത്തിന്റെ വീക്ഷണത്തിലൂടെ കഥ നടക്കുന്ന സമ്പ്രദായമാണിത്. കഥാകൃത്ത് മറഞ്ഞു നിന്നുകൊണ്ട് പ്രധാന കഥാപാത്രത്തിന്റെ ചിന്തയിലൂടെ കഥ പറയുന്ന ഈ രീതിക്ക് 'ലിമിറ്റഡ് ഓമ്നിസെന്റ് പോയിന്റ് ഓഫ് വ്യൂ' എന്നത്രേ നാമകരണം ചെയ്യപ്പെട്ടിരിക്കുന്നത്.[30] മലയാള കഥയിലെ മികച്ച ഉദാഹരണങ്ങൾ എം ടി വാസുദേവൻ നായരുടെ വിത്തുകൾ[31], 'ദുഃഖത്തിന്റെ താഴ്‌വരകൾ'[32], ടി പത്മനാഭന്റെ 'ശിഥില ബന്ധങ്ങൾ'[33] തുടങ്ങിയ കഥകളാണ്. മാധവിക്കുട്ടിയുടെ കഥാലോകത്ത് ഈ ആഖ്യാനരീതിക്ക് ഉദാഹരണങ്ങൾ നിരവധിയുണ്ട്. കഥകളുടെ ആദ്യ വാചകത്തിൽ നിന്നു തന്നെ ആരുടെ വീക്ഷണത്തിലൂടെയാണ് കഥ നടക്കുന്നതെന്നു സ്പഷ്ടമാവുന്നു. ഏതാനും കഥാസംഭവങ്ങളുടെ മാതൃകകൾ താഴെ കൊടുക്കുന്നു:

(1)"പാതിരായ്ക്കോ മറ്റോ ദാഹിച്ചുകൊണ്ട് ഉണർന്നപ്പോൾ മുത്തശ്ശി തന്റെ കിടക്കയിൽ ചുരുണ്ടുകൂടി കിടന്നുറങ്ങുന്ന പതിനഞ്ചുകാരിയെ കണ്ട് ആശ്ചര്യപ്പെട്ടു" (ശിക്ഷ)[34]

(2)"വൈകുന്നേരം അപരിചിതനായ ഒരാൾ പടി കടന്നു വരുന്നതു കണ്ടപ്പോൾ കമലാക്ഷി കൈയിലുണ്ടായിരുന്ന ചൂല് നിലത്തിട്ട് കോലായിലേക്ക് ഓടി വന്ന്, ഒരു തൂണും ചാരി നിന്നു. (കാലിച്ചന്ത)[35]

(3)"കല്ക്കത്തയിൽ വന്നിട്ട് ഒരാഴ്ച കഴിഞ്ഞാണ് അവൾ ആ പരസ്യം രാവിലത്തെ വർത്തമാനക്കടലാസിൽ കണ്ടത്." (പക്ഷിയുടെ മണം)[36]

(4)"അവൾ തന്റെ ഭർത്താവിനെ ഓഫീസിൽ ആക്കി, വീട്ടിലേക്ക് കാറോടിച്ചു മടങ്ങുകയായിരുന്നു. പാലത്തിന്റെ അടുത്തെത്തിയപ്പോൾ അവൾ, തന്റെ വഴി മുടക്കിക്കൊണ്ട് റോഡിൽ നിരന്നു നില്ക്കുന്ന അഞ്ചു പേരെ കണ്ടു ഭയത്തോടെ കാറു നിർത്തി." (കല്യാണി)[37]

(5)"അവൾ പെട്ടിയിൽ സാമാനങ്ങൾ അടുക്കി വയ്ക്കുമ്പോഴാണ് അയാൾ വന്നത്." (മലഞ്ചരിവുകളിൽ)[38]

കഥാരംഭത്തിലെ വാക്യത്തിൽനിന്നു തന്നെ കഥയുടെ മുന്നോട്ടുള്ള

ഗതിയെപ്പറ്റി സൂചന ലഭിക്കുന്നു. കഥാമർമ്മത്തിന്റെ വികാസത്തിന് അനുയോജ്യമായ ആരംഭമാണ് മാധവിക്കുട്ടിയുടെ കഥകൾക്കുള്ളത്. ഒരു നിമിഷത്തിന്റേയോ ഒരു പ്രവൃത്തിയുടേയൊ അനുക്രമമായ വളർച്ച ഒരു കഥാപാത്രത്തിന്റെ വീക്ഷണത്തിലൂടെ ആവിഷ്കരിക്കാനുള്ള പാടവം ഈ എഴുത്തുകാരിയുടെ ആഖ്യാനരീതിയുടെ ഒരു സവിശേഷതയാണ്. അവർ സ്വന്തം രചനാ പ്രക്രിയയെപ്പറ്റി ഇങ്ങനെ എഴുതുന്നു: "ചില സന്ദർഭങ്ങളിൽ ഏതെങ്കിലും മുഖത്തു വന്നു വീഴുന്ന ഒരു വെയിൽ നാളം, അല്ലെങ്കിൽ പെട്ടെന്നു കേൾക്കുന്ന ഒരു പൊട്ടിച്ചിരി ഇങ്ങനെ പലതും ഞാൻ മനസ്സിൽ സൂക്ഷിച്ചു വയ്ക്കാറുണ്ട്. ചിലപ്പോൾ ഉച്ചയ്ക്ക് ഉറങ്ങാൻ കിടക്കുമ്പോഴോ മറ്റോ, അവയോരോന്നും എടുത്തു പരിശോധിക്കും. അപ്പോൾ ചില കഥാപാത്രങ്ങൾ ആ മുറിയിൽ ജനിക്കുന്നു. എന്നെപ്പറ്റി എഴുതൂ എന്ന് പറയുന്നു. ഉറക്കം വരുത്തുന്ന ആലസ്യമായിരിക്കും ഈ തോന്നലിനാകെ കാരണം. ഏതായാലും എന്റെ വിശ്രമം ആ നിമിഷത്തിൽ അവസാനിക്കും.... പലപ്പോഴും എന്റെ പേന സ്വതന്ത്രശീലനായ കുതിരയെപ്പോലെയാണ് പെരുമാറുക. അതിന് കല്പനകൾ ഇഷ്ടപ്പെടാറില്ല. ഒരു കഥയിൽ ഒന്നോ രണ്ടോ മണിക്കൂറുകൾ ഒതുക്കി നിർത്താൻ ശ്രമിക്കാറുണ്ടായിരുന്നു. ഒരു കഥാപാത്രത്തെ അനുഗമിക്കുകയായിരിക്കും പേന....."[39] ഇത്തരം ആഖ്യാനരീതിക്ക് ഉദാഹരണങ്ങളാണ് അവരുടെ മിക്ക കഥകളും. ഇതിൽനിന്നും സൂക്ഷ്മമായ അപഗ്രഥന സ്വഭാവം പുലർത്തുന്ന കഥാകാരിയാണ് മാധവിക്കുട്ടി എന്ന് സ്പഷ്ടമാകുന്നു.

കഥാകൃത്ത് നേരിട്ട്

കഥാകൃത്ത് നേരിട്ട് വന്ന് കഥ പറയുന്ന സമ്പ്രദായമാണ് മൂന്നാമത്തേത്. ഇതിൽ 'ഞാൻ' പ്രാധാന്യമർഹിക്കുന്ന ഘടകമാകുന്നു. മാത്രമല്ല പ്രധാന കഥാപാത്രമായി പ്രതിഷ്ഠ നേടുകയും ചെയ്യുന്നു. ഇത്തരം ആഖ്യാന രീതി തികഞ്ഞ സത്യസന്ധത ആവശ്യപ്പെടുന്നു. ആത്മകഥാകഥനം സാദ്ധ്യമാക്കുന്ന ചതുരംഗം[40], രാജാവിന്റെ പ്രേമഭാജനം[41], പ്രേമത്തിന്റെ വിലാപകാവ്യം[42] എന്നീ കഥകൾ ഇതിനുദാഹരണമായി എടുത്തുകാട്ടാവുന്നവയാണ്. പലപ്പോഴും കഥാകാരിയുമായി ആത്മബന്ധമുള്ള കഥകളിൽ മാത്രമേ 'ഞാൻ' കഥ പറയുന്ന ആളും കഥാപാത്രവുമാകുന്നുള്ളൂ. ഇത്തരം കഥകളിൽക്കൂടിയാണ് മാധവിക്കുട്ടി രചനയുടെ പരിപൂർണ്ണ സ്വാതന്ത്ര്യം കണ്ടെത്തുകയും വിജയിപ്പിക്കുകയും ചെയ്യുന്നത്. 'ചതുരംഗം' 'രാജാവിന്റെ പ്രേമഭാജനം' 'പ്രേമത്തിന്റെ വിലാപ കാവ്യം' എന്നീ കഥകളുടെ ആരംഭം യഥാക്രമം ചുവടെ ചേർത്തിരിക്കുന്നു.

(1)"ഞാൻ സ്നേഹിക്കുന്ന ആളുടെ മുഖത്ത് വാർദ്ധക്യത്തിന്റെ ചുളിവുകൾ വീണു കഴിഞ്ഞിരിക്കുന്നു. വെറുതെ നില്ക്കുമ്പോൾ മാത്രമല്ല, നടക്കുമ്പോഴും ആ കനത്ത കൈകൾ അദ്ദേഹത്തിന് ഒരു കൂത്തുപാവയുടെ നിർജ്ജീവത കൊടുക്കുന്നു."[43]

(2)"ഒരു രാജാവിന്റെ പ്രേമഭാജനത്തിൽ എന്നെന്നും ആഗ്രഹിച്ചിരു

ന്നവളായ ഞാൻ എന്റെ മുപ്പത്തഞ്ചാമത്തെ വയസ്സിൽ ഒരുദിവസം മദ്ധ്യാഹ്നത്തിൽ സ്ഥലത്തെ ഏറ്റവും പ്രധാനപ്പെട്ട ഹോട്ടലിലെ ചുവന്ന പരവതാനിക്കീറുകൾ വിരിച്ച ഇടനാഴികളിൽക്കൂടി തലയുയർത്തിപ്പിടിച്ചും വലത്തെ കൈകൊണ്ട് സാരിയുടെ അടിവക്ക് ഒരംഗുലത്തോളം നിലത്തുനിന്നു ഉയർത്തിപ്പിടിച്ചുംകൊണ്ട് നടന്ന്, എന്റെ വാർദ്ധക്യം ബാധിച്ചു തുടങ്ങിയ കാമുകൻ കിടന്നിരുന്ന മുറിയുടെ വാതില്ക്കലെത്തി."[44]

(3)"നീ എന്റെ പ്രേമഭാജനമാണ്. എന്റെ മുല്ലവല്ലിക്കു പടരാനുള്ള വൃദ്ധൻ തേന്മാവ് നീയാണ്."[45]

താളം തെറ്റിയ മനസ്സിന്റെ തേങ്ങലുകളാണ് മേൽകൊടുത്തിരിക്കുന്ന മൂന്ന് കഥാരംഭങ്ങളിലും സ്പഷ്ടമാകുന്നത്. മുപ്പത്തഞ്ചാം വയസ്സ് (1967) കഥാകാരിയെ സംബന്ധിച്ചിടത്തോളം മാനസികത്തകർച്ചയുടെ കാലമാണ്. രോഗത്തിന്റെ പിടിയിലമർന്ന് മരണത്തോടു മല്ലടിച്ച് ചികിത്സയിൽ കഴിയുന്ന കാലത്താണ് മേൽ സൂചിപ്പിച്ച കഥകൾ എഴുതിയതെന്ന വസ്തുത സ്മരിക്കേണ്ടതുണ്ട്. ഏതാണ്ട് ഇതേ കാലത്താണ് *എന്റെ കഥ*[46] എഴുതിത്തുടങ്ങുന്നതും. മരണത്തിന്റെ വക്കിൽനിന്നും മനസ്സ് നഗ്നയാക്കുന്ന ഒരു ജീവിതോപാസകയുടെ ഏറ്റു പറച്ചിലായിരുന്നു അക്കാലത്തെഴുതിയ കൃതികൾ. പ്രച്ഛന്നത കൂടാതെ "ഞാൻ" എന്ന കഥാപാത്രത്തെ പേർ നല്കി സ്വന്തം ജീവിതം ചിത്രീകരിക്കുന്നതിനുള്ള ധൈര്യം, ഒരുപക്ഷേ, മരണത്തെ മുന്നിൽ കണ്ടതുകൊണ്ട് ലഭിച്ചതായിരിക്കാം. എന്തായാലും ഈ ആഖ്യാനരീതി ആത്മഭാഷണത്തിന്റേതാണ്.

എന്നിലൂടെ

"ഞാൻ": കഥയിൽ എഴുത്തുകാരിയുടെ ആത്മവത്തയെ പ്രതിനിധീകരിക്കാതെ വരുന്നിടങ്ങളുമുണ്ട്. അപ്രധാന കഥാപാത്രത്തിന്റെ വീക്ഷണത്തിലൂടെയായിരിക്കും കഥ നീങ്ങുന്നത്. ഉദാഹരണമായി റോബിൻസൻ ക്രുസോ[47] ജോസഫ് കോൺട്രാസിന്റെ "ദി സീക്രട്ട് ഷെയറർ", "ദി ഷാഡോ ലൈൻ"[48] തുടങ്ങിയ കഥകൾ പരിശോധിച്ചാൽ മതിയാവും. മാധവിക്കുട്ടിയുടെ കഥാലോകത്തിൽ ചിത്തഭ്രമം[49], ചന്ദ്രരശ്മികൾ[50], കൂത്തുപാവ[51], ഘനശ്യാം[52], അരുണയുടെ സൽക്കാരം[53], പ്രഭാതത്തിന്റെ രഹസ്യം[54] എന്നീ കഥകൾ ഈ മാതൃകയ്ക്ക് ഉദാഹരണങ്ങളാണ്.

(1)അരുണയ്ക്ക് ചിത്തഭ്രമം തുടങ്ങിയിരിക്കുന്നു എന്ന് പലരിൽ നിന്നും കേട്ടു തുടങ്ങിയപ്പോഴാണ് ഞാൻ ആ വാർത്ത വിശ്വസിക്കുവാൻ തയ്യാറായത്.[55]

(2)ഇക്ബാൽ ഒരു ആത്മഹത്യാശ്രമത്തിനുശേഷം ആശുപത്രിയിൽ എത്തിച്ചേർന്നപ്പോൾ ഞാനും അയാളെ കാണുവാൻ ചെന്നു.[56]

(3)എന്റെ പേര് മോണ എന്നാണ്. എനിക്ക് ഒരു വീടും വൈരമാലകളും വാഹനങ്ങളും സകല സുഖസാമഗ്രികളും തന്ന് എന്നെ കാത്തുസൂക്ഷിക്കുന്ന രാജാവ് എന്നെ മോണ എന്നു വിളിക്കുന്നു.[57]

(4)ഘനശ്യാം, എന്റെ ഹൃദയത്തിന്റെ പൂങ്കാവനത്തിൽ നീ ഒരു കുയിലെന്നപോലെ കൂടു കൂട്ടിക്കഴിഞ്ഞു.[58]

(5)ഞാൻ ചെന്ന സമയത്ത് അരുണയുടെ സൽക്കാര മുറിയിൽ ഒരൊറ്റ അതിഥിയുമുണ്ടായിരുന്നില്ല.[59]

(6)അവൾ ഊമയും മണ്ടിയുമാണെന്നു മനസ്സിലാക്കുവാൻ എനിക്ക് അധികനേരം വേണ്ടി വന്നില്ല.[60]

മേൽ കൊടുത്തിരിക്കുന്ന കഥകളുടെ ആദ്യ വാക്യങ്ങളിൽനിന്നും ഒരു കാഴ്ചക്കാരന്റെ പങ്കുവഹിക്കുക മാത്രമാണ് "ഞാൻ" ചെയ്യുന്നത്. ഉറൂബിന്റെ പ്രസിദ്ധമായ പല കഥകളും ഈ വിഭാഗത്തിൽപ്പെടുന്നു. "വാടക വീടുകൾ"[61] "പൊന്നു തൂക്കുന്ന തുലാസ്"[62] മുതലായ കഥകൾ ഇതിന് മികച്ച ഉദാഹരണങ്ങൾ. മറ്റുള്ളവരെ മനസ്സിലാക്കുന്നതിനുള്ള ഒരു ഉപാധി മാത്രമാണ് ഉറൂബിന്റെ കഥകളിലെ "ഞാൻ". എന്നാൽ മാധവിക്കുട്ടിയുടെ കഥകളിൽ അതിനുള്ള പ്രാധാന്യം, രണ്ടു കഥാപാത്രങ്ങളുടെ ഒരേ നിമിഷത്തിലെ അകൽച്ചയുടെയും അടുപ്പത്തിന്റെയും നിർദ്ധാരണം നിർവ്വഹിക്കുന്നു എന്നതാണ്. മൂന്നാം വിഭാഗത്തിൽ ഇത്തരം കഥകൾ പരിശോധിച്ചതാണല്ലോ. മുൻപ് സൂചിപ്പിച്ച കഥാമാതൃകകൾ ഒരു അവസ്ഥയുടെ നിർദ്ധാരണത്തിനാണ്, കഥാപാത്രങ്ങളുടെ സ്വഭാവത്തേക്കാൾ പ്രാധാന്യം നല്കുന്നത്. രതി, മരണം, സ്നേഹം, കരുണ തുടങ്ങിയ ഭാവങ്ങൾ വഹിക്കുന്ന ഉപകരണങ്ങൾ മാത്രമാണ് കഥാപാത്രങ്ങൾ. അതുകൊണ്ടാണ് അപ്രധാനമായ "ഞാൻ", വീക്ഷണസ്ഥാനമാകുമ്പോഴും അത് ക്രിയാ മുഹൂർത്തമായി ദൃഢബന്ധമുള്ളതായിത്തീരുന്നത്.

ഇനി "കഥാപാത്രമായ ഞാനും" യഥാർത്ഥത്തിൽ കഥാകാരിയുടെ ആത്മവത്തയായ "ഞാനും" തമ്മിൽ വ്യത്യാസപ്പെടുന്നത് എങ്ങനെയെന്ന് പരിശോധിക്കാം. എന്നാൽ "ചന്ദ്രരശ്മികൾ," "ചിത്തഭ്രമം" തുടങ്ങിയ കഥകളിൽ വരുന്ന "ഞാൻ" കഥാകാരിയുടെ ആത്മവത്ത കലർന്നതുമാണ്. ഇതത്രേ സ്വയം പ്രകാശനത്തിന് ഉപാധിയാക്കുന്ന മാധവിക്കുട്ടിയുടെ കഥകളിലെ "ഞാൻ" എന്ന വീക്ഷണസ്ഥാനത്തിന്റെ പ്രത്യേകത. വർത്തമാനകാലത്തിലാണ് പല കഥകളിലും ആ ഉത്തമ പുരുഷ സർവ്വനാമം കഥാകാരി പ്രയോഗിച്ചിരിക്കുന്നത് എന്ന് മേൽ ഉദ്ധരിച്ചിരിക്കുന്ന മാതൃകകളിൽനിന്ന് വ്യക്തമാകുന്നു.

ക്രിയകളിലൂടെ

കഥാപാത്രങ്ങളുടെ ക്രിയകളിൽക്കൂടിയും അവരുടെ സംഭാഷണങ്ങളിൽക്കൂടിയും ആഖ്യാനം നിർവ്വഹിക്കുന്ന രചനാ രീതിയാണ് മറ്റൊന്ന്. ഇത്തരം കഥകളിൽ ബിംബങ്ങളും പ്രതീകങ്ങളും സ്വാധീനം ചെലുത്തുന്നു. ദൃശ്യ ശ്രാവ്യ സാദ്ധ്യതകൾ ഫലപ്രദമായി കൂട്ടിയിണക്കാൻ കഥാകൃത്തിന് അവസരം ലഭിക്കുന്നു. കഥ പറയുന്ന ആൾ കൃതിയുടെ ആരംഭത്തിൽ കഥാപാത്രങ്ങളെ പരിചയപ്പെടുത്താൻ മാത്രമേ പ്രത്യക്ഷപ്പെടുന്നുള്ളൂ. പിന്നീട് വിചാരങ്ങളില്ലാത്ത അവരുടെ ക്രിയകളും സംഭാഷണവും

മാത്രം പകർത്തുകയാണ് കഥാകൃത്ത് ചെയ്യുന്നത്. മാധവിക്കുട്ടി എഴുതിയ "വക്കീലമ്മാവൻ"[63] എന്ന കഥ ഈ മാതൃകയിലെഴുതപ്പെട്ടിരിക്കുന്നു. കഥാപാത്രങ്ങളുടെ വേറിട്ടുള്ള സംഭാഷണവും പ്രവൃത്തിയും ഒടുവിൽ ഏകാഗ്രമായൊരു തന്തുവിൽ ബന്ധിക്കപ്പെടുമ്പോഴാണ് കഥാശില്പം ശ്രദ്ധേയമാകുന്നത്. "നാലു കുടുംബങ്ങൾ ഒന്നിച്ചു അന്നുരാവിലെ 11 മണിക്ക് കല്ക്കത്തയ്ക്കടുത്തുള്ള ബൊട്ടാണിക്കൽ ഗാർഡനിൽ പിക്നിക്കിനായി വന്നു ചേർന്നിരിക്കുന്നു. എല്ലാവരും കൂടിയായപ്പോൾ 12 പേർ, മടിയിൽ ഇരുത്താവുന്ന കുട്ടിയെ കൂട്ടാഞ്ഞാൽ മാത്രം."[64] ഇത്രയും കഥാപാത്രങ്ങൾ വിവിധ ലോകങ്ങളിൽ വ്യാപരിക്കുന്നവരാണെന്ന വസ്തുത അവരുടെ സംഭാഷണങ്ങളിൽ നിന്നു മാത്രമേ മനസ്സിലാക്കുവാൻ കഴിയുകയുള്ളു. ഉച്ചയ്ക്ക് ഒരു മണി കഴിയുന്നതുവരെയാണ് അവർ ഒത്തുകൂടുന്നത്. ഇതിനിടയിൽ ഇതിലുള്ള കഥാപാത്രങ്ങളെല്ലാം ഓരോന്ന് പ്രവർത്തിക്കുകയോ സംസാരിക്കുകയോ ചെയ്യുന്നുണ്ട്. ചെറു സംഘങ്ങൾ തിരിഞ്ഞുള്ള സംഭാഷണങ്ങളാണ് അധികവും. അവയെല്ലാം തമ്മിൽ ബന്ധപ്പെടുന്നുമുണ്ട്. ക്യാമറ, പ്രസക്തമായ ദൃശ്യങ്ങൾ ഒപ്പിയെടുക്കൽ പോലെയാണ് കഥാകൃത്ത് വാക്കുകളിലൂടെ ചിത്രണം നിർവ്വഹിക്കുന്നത്. ലോകസാഹിത്യത്തിൽ ഇതിന് മികച്ച ഉദാഹരണങ്ങൾ മോപ്പസാങ്ങിന്റെ[65] കഥകളിൽ കണ്ടെത്താം.

സംഭാഷണങ്ങൾ

സംഭാഷണങ്ങളിലൂടെ കഥ പറയുന്ന രീതിയാണ് അടുത്തത്. നാടകവുമായി ഏറെ അടുത്തു നില്ക്കുന്ന ഈ സങ്കേതം കഥകളെ ചലനാത്മകമാക്കുന്നു. മാധവിക്കുട്ടിയുടെ "പ്രഭാതം"എന്ന കഥ ഇതിന് മാതൃകയാണ്. ദൃശ്യ ചിത്രങ്ങളും സംഭാഷണങ്ങളും മാത്രമേ ഈ കഥയിലുള്ളൂ. സംഭാഷണങ്ങൾക്കിടയ്ക്കുള്ള വരികൾ രംഗ ക്രിയകളുടെ രൂപത്തിൽ ചിട്ടപ്പെടുത്തിയിരിക്കുന്നു. "കുട്ടി രാവിലെ എഴുന്നേറ്റ്, കോണിപ്പടികളിറങ്ങി ചുവട്ടിലെ തളത്തിലെത്തിയപ്പോൾ കിഴക്കേ കോലായിൽനിന്ന് മുത്തശ്ശി അവിടെ ഇടയ്ക്കിടയ്ക്ക് വരാറുള്ള മാതുവമ്മയെ ശകാരിക്കുന്നുണ്ടായിരുന്നു.[66] ഇത്രയും രംഗസൂചന ചെയ്തിട്ട് സംഭാഷണം ആരംഭിക്കുകയാണ്. ഇടയ്ക്കിടയ്ക്ക് കുട്ടി മച്ചിന്റെ മുൻപിൽ എത്തിയപ്പോൾ നിന്നു. മുത്തശ്ശി കുനിഞ്ഞുനിന്ന് അരി അളന്നു കൊടുക്കുകയായിരുന്നു. വേലക്കാരി ഒരു വട്ടിയും കാണിച്ചുകൊണ്ട് അടുത്ത് നിന്നിരുന്നു", "മാതുവമ്മ തന്റെ തോർത്തുമുണ്ടുകൊണ്ട് മൂക്കു തുടച്ചു കുട്ടിയെ നോക്കി. കുട്ടി മുത്തശ്ശിയുടെ പിന്നിൽ ഒളിച്ചു" - ഇപ്രകാരം ഇടയ്ക്ക് ദൃശ്യങ്ങളിലൂടെയുള്ള സൂചനകളല്ലാതെ ഇക്കഥയിലും മനസ്സിന്റെ ഭാഷ കഥാകൃത്ത് എഴുതിപ്പിടിപ്പിക്കുന്നില്ല. മുൻ മാതൃകയിൽ സൂചിപ്പിച്ചതുപോലെ പത്തിലധികം കഥാപാത്രങ്ങൾ "പ്രഭാത"ത്തിലില്ല. രണ്ട് മൂന്ന് കഥാപാത്രങ്ങളിൽ കേന്ദ്രീകരിച്ച് കഥാതന്തു അനുക്രമ വികാസം പ്രാപിക്കുന്നത് നാടകത്തിന്റെ സന്ധികളിലെന്നതുപോലെ ഇത്തരം ആഖ്യാന മാതൃകയിൽ

കണ്ടെത്താം. ഭാവത്തിന്റെ ഏകാഗ്രത സാദ്ധ്യമാക്കാൻ ഇതുപകരിക്കുന്നു. കതെറൈൻ മാൻസിഫിൽഡിന്റെയും[67] ഹെമിങ്വേയുടേയും[68] കത്തുകൾ, ചില കഥകൾ, ഈ സമ്പ്രദായത്തിന് ഉത്തമ ദൃഷ്ടാന്തങ്ങളാണ്.

കത്തിന്റെ രൂപത്തിലുള്ള ആഖ്യാനമാണ് ഇനി. ഡോസ്റ്റോവ്സ്കി,[69] റിങ് ലാർഡനർ[70], ഹെൻട്രി ജെയിംസ്[71] തുടങ്ങിയവർ വിദഗ്ദ്ധമായി കൈകാര്യം ചെയ്ത രീതിയാണിത്. മാധവിക്കുട്ടിയുടെ കഥാപ്രപഞ്ചത്തിലും ഇതിന് മാതൃകകൾ കണ്ടെത്താം. 'രാധയുടെ കത്ത്' എന്ന കഥ തന്നെ ഉദാഹരണം. "എന്റെ ഓമനേ, എന്നെ വിട്ടുപോകുന്നതിന്റെ തലേനാൾ നീ എന്നെ സമാശ്വസിപ്പിച്ചിട്ടു പറഞ്ഞു: എല്ലാ പുരുഷന്മാരിലും എന്നെ കാണുവാൻ നീ പഠിക്കണം...."

കഥയുടെ ഒടുവിൽ "എന്ന് സ്വന്തം രാധ"[72]

ആത്മാലാപത്തിന്റെ സ്വരമുള്ള കത്തിന്റെ മാതൃകയിലെഴുതപ്പെട്ട ഈ കഥ കവിതയുമായി ഏറെ അടുത്തു നില്ക്കുന്നു. കാവ്യ വ്യക്തിത്വം പുലർത്തുന്ന ഭാഷ ഒരു വ്യക്തിയിൽ കേന്ദ്രീകരിക്കുന്നതു കൊണ്ടാവാം ഈ എഴുത്തുകാരിയുടെ ഈ മാതൃകയിലെഴുതപ്പെട്ട കൃതികൾ മറ്റ് എഴുത്തുകാരിൽനിന്നും വേറിട്ടു നില്ക്കുന്നത്.

ഡയറിക്കുറിപ്പ്

ഡയറിക്കുറിപ്പിന്റെ രൂപത്തിലുള്ള ആഖ്യാനമാണ് മറ്റൊന്ന്. കത്തിന്റെ മാതൃകയിലുള്ള ഭാഷയായിരിക്കും ഇതിലും കണ്ടെത്താവുന്നത്. തന്നോടുതന്നെ സംസാരിക്കുന്ന സ്വയം സംഭാഷണ രീതി അവലംബിച്ചായിരിക്കും രചന നിർവ്വഹിക്കുന്നത്. "എന്റെ ഓമനേ, ഇത് നിന്റെ കഥയാണ് എന്റേയും. ഞാനിതെഴുതുവാൻ പലപ്പോഴും തുടങ്ങി. പലപ്പോഴും വേണ്ടെന്നു വയ്ക്കുകയും ചെയ്തു. തനിച്ചു വേണ്ടത്ര ധൈര്യം ഉണ്ടായിരുന്നില്ല. ഇന്നും ഇതിന്റെ ഓരോ വാക്കും എന്റെ സ്മരണയിൽ വേദനയും ഭാരവും പേറിക്കൊണ്ട് കൂലികളെപ്പോലെയാണ് എഴുന്നേല്ക്കുന്നത്."[73] "മാപ്പ്"[74] എന്ന കഥയിലും ഈ മാതൃക കണ്ടെത്താം. സംഭവം നടന്നിട്ട് കാലങ്ങൾ കഴിഞ്ഞായിരിക്കാം ഇത്തരം കുറിപ്പുകൾ എഴുതുന്നത്. കാലം ഒരു ബിന്ദുവിലേക്ക് പ്രവഹിക്കുന്നതിന്റെ വികാര തീവ്രത സ്പന്ദിക്കുന്നവയാകും ഇത്തരം കുറിപ്പുകൾ. മോപ്പസാങ്ങിന്റെയും[75], സാർത്രിന്റെയും[76] ആന്ദ്രേജിദെയുടെയും[77] ഈ മാതൃകയിലുള്ള രചനകൾ വൈവിദ്ധ്യം പുലർത്തുന്നു. രൂപംകൊണ്ട് സാദൃശ്യമുണ്ടെങ്കിലും.

തുടക്കമൊരു സംഭാഷണത്തിൽ

സംഭാഷണത്തോടെ ആരംഭിക്കുന്ന കഥകളാണിവ. ഈ കഥാകഥനരീതി മലയാളത്തിൽ പണ്ടുമുതല്ക്കേ പ്രചാരത്തിലുണ്ട്. കഥാപാത്രങ്ങളുടെ സംഭാഷണത്തിനിടയ്ക്ക് വച്ച് കഥ ആരംഭിക്കുന്ന രീതി. മാധവിക്കുട്ടിയുടെ 'വെറുമൊരു ലഹരിപദാർത്ഥം'[78] എന്ന കഥ ആരംഭിക്കുന്നതിപ്രകാരമാണ്:

"വിമലാ എന്തുകൊണ്ട് നിന്റെ ഭർത്താവ് വന്നില്ല" കഥയുടെ ആരംഭം ഇങ്ങനെയൊരു സംഭാഷണ ശകലത്തിൽനിന്നാണ്. കേശവദേവ്, തകഴി, പൊൻകുന്നം വർക്കി എന്നിവരുടെ കഥകളിൽ ഈ മാതൃക നിരവധി യുണ്ട്.

ബോധധാര

പരസ്പര ബന്ധമില്ലെന്ന് പ്രത്യക്ഷത്തിൽ തോന്നൽ ഉളവാക്കുന്ന ആഖ്യാനരീതിയാണിത്. മാനസിക ക്രിയകളുമായി ഈ ആഖ്യാനം ബന്ധപ്പെട്ടിരിക്കുന്നു. ചിന്തയും പ്രവൃത്തിയും ഏക കാലത്ത് കൂടിക്കുഴഞ്ഞ് അപഭ്രംശം ബാധിച്ച ഒരു ലോകത്തിലൂടെ ഈ കഥകൾ കടന്നു പോകുന്നു. യുളീസസിൽ ജെയിംസ് ജോയ്സ്[79] സമർത്ഥമായി കൈകാര്യം ചെയ്തിരിക്കുന്ന ഈ രചനാ സങ്കേതം വെർജീനിയാ വുൾഫിന്റെയും[80], വില്യം ഫോക്നറുടെയും[81] കൃതികളിൽ കണ്ടെത്താം. മാധവിക്കുട്ടിയുടെ കഥാപ്രപഞ്ചത്തിൽ ബോധധാരാ സമ്പ്രദായം താരതമ്യേന കുറവാണെന്നു പറയാം. 'മലഞ്ചരിവുകളിൽ', 'മനുഷ്യൻ പാവമാണ്' എന്നീ കഥകളിൽ ഈ സങ്കേതം സ്വീകരിച്ചിരിക്കുന്നു. കാറപകടത്തിൽപ്പെട്ട് ആശുപത്രിയിൽ കിടത്തിയിരിക്കുന്ന രോഗിയുടെ ചിന്തകളിലൂടെയാണ് "മലഞ്ചരിവുകളിൽ'' എന്ന കഥ മുന്നോട്ടു പോകുന്നത്. "സന്തോഷം മരിക്കുമ്പോഴല്ലേ ദുഃഖം വരുന്നത്? ഞാൻ നിനക്ക് ..... നിർത്തൂ, അവൾ കണ്ണുകളടയ്ക്കാൻ ശ്രമിച്ചു. ഇതെല്ലാം സ്വപ്നമാണെങ്കിലോ? താൻ അമ്മയുടെ അടുത്ത് കട്ടിലിന്മേൽ തലയണ കെട്ടിപ്പിടിച്ചു കിടക്കുകയാവണം. ഉണരുമ്പോൾ കുത്താൻ വരുന്ന കാട്ടുപോത്തുകളുമില്ല, കാലിനടിയിലേക്ക് ഇഴയുന്ന പാമ്പുകളുമില്ല, പൊട്ടിച്ചിരിക്കുന്ന ഭ്രാന്തനുമില്ല, ഒന്നുമില്ല."[82] സ്വപ്നവും വിഭ്രാന്തിയും നിറഞ്ഞ ലോകത്താണ് ഈ കഥ നടക്കുന്നത്. മരണവുമായി മല്ലടിക്കുന്ന ഒരുവളുടെ മനസ്സിന്റെ തോന്നലാണ് രചനാ സങ്കേതമായി ആഖ്യാനത്തിൽ കഥാകാരി സ്വീകരിച്ചിരിക്കുന്നത്.

ചിന്തകൾ

കഥാപാത്രങ്ങളുടെ ചിന്തകൾ അവരവരുടെ സ്വഭാവത്തിലൂടെ അവതരിപ്പിക്കുകയും കഥ പറയുന്ന ആൾ ആദ്യവാക്യം അവതരിപ്പിച്ചു മറയുകയും ചെയ്യുന്ന സമ്പ്രദായമാണ് മറ്റൊന്ന്. ഈ സങ്കേതമാണ് മാധവിക്കുട്ടിയുടെ കഥകൾക്ക് മിഴിവേകുന്നത്. ഇപ്രകാരമുള്ള കഥകളുടെ ആദ്യവാചകം തന്നെ വ്യത്യസ്തമായിരിക്കും. "നെയ്പ്പായസം" എന്ന കഥയുടെ ആരംഭം ഇപ്രകാരമാണ്: "ചുരുങ്ങിയ തോതിൽ ശവദഹനം കഴിച്ചുകൂട്ടി, ഓഫീസിലെ സ്നേഹിതന്മാരോട് വേണ്ടവിധം നന്ദി പ്രകടിപ്പിച്ചു, രാത്രി വീട്ടിലേക്കു മടങ്ങുന്ന ആ മനുഷ്യനെ നമുക്ക് അച്ഛനെന്ന് വിളിക്കാം."[83] ഇങ്ങനെ ആരംഭിക്കുന്ന കഥ മറ്റൊരു ഘട്ടത്തിലെത്തുമ്പോൾ പ്രധാന കഥാപാത്രമായ ഗൃഹനാഥന്റെ ചിന്തയിലേക്ക് വഴുതി വീഴുന്നു. ഭാര്യയുടെ മരണത്തെപ്പറ്റി അയാൾ ചിന്തിക്കുന്നു. "മേലുദ്യോ

ഗസ്ഥൻ ഒരുപക്ഷേ, തന്നെ മുറിയിലേക്ക് വിളിച്ചേക്കാം. 'ഞാൻ വളരെ വ്യസനിക്കുന്നു' അയാൾ പറയും. ഹഹ! അയാളുടെ വ്യസനം. അയാൾക്ക് അവളെ അറിയില്ല"[84] – വീണ്ടും കഥാകൃത്തിന്റെ സാന്നിദ്ധ്യം കഥയിൽ വരുന്നു. പിന്നീട് അച്ഛന്റെ കുട്ടികളുടെ ചിന്തകളിലേക്ക് വഴുതി മാറുന്നു. ഇവിടെ കഥാകൃത്ത് ആഖ്യാതാവു മാത്രമല്ല പ്രതികരിക്കുന്നൊരു മനുഷ്യ ജീവിയായി കഥാപാത്രത്തിൽ കടന്നു കൂടുന്നു. 'നെയ്പ്പായസം' എന്ന കഥയിൽ ഭാര്യ മരിച്ചതിലുള്ള ദുഃഖം ഉള്ളിലൊതുക്കുന്ന കഥാനായകനെ സഹാനുഭൂതിയോടെയാണ് കഥാകർത്രി അവതരിപ്പിക്കുന്നത്. വളർത്തി ക്കൊണ്ടു വരേണ്ട ഒരു മനോഭാവമാണ് സഹാനുഭൂതി എന്ന വിശ്വാസ പ്രമാണത്തെ കഥയിൽ സാധൂകരിക്കുന്നു.[85]

കഥാകാരിയുടെ സഹാനുഭൂതി കഥ പറയുന്ന അവളെ കഥാപാത്ര ത്തിൽനിന്നും വേറിട്ടു നിർത്തുന്നു. ഇരുവരുടേയും മുഖങ്ങൾ ഭിന്നമാ ക്കുന്നു. ഒരുജാതി അന്യവല്ക്കരണമാണ് ഇത്തരം കഥയിൽ കണ്ടെത്താ നാവുന്നത്. 'മെറീൻ ഡ്രൈവ്,' 'സനാതൻ ചൗധരിയുടെ ഭാര്യ' തുടങ്ങിയ കഥകളിൽ യഥാക്രമം ഇപ്രകാരമാണ് ആരംഭം. (1) ഈ കഥയിൽ മുഖ്യ മായി അടുത്ത കഥാപാത്രങ്ങളാണുള്ളത്. അനസൂയയും അവളുടെ പ്രിയ തമനായ വനമഹിഷവും.[86] (2) വിവാഹം കഴിഞ്ഞ് നാലോ അഞ്ചോ കൊല്ലങ്ങൾക്കുശേഷമാണ് ഗോപികാമേനോന് തന്റെ ഭാര്യയുടെ പാതി വ്രത്യത്തെപ്പറ്റി ചില ശങ്കകൾ മനസ്സിൽ പതിച്ചത്.[87]

ഗുണപാഠ രൂപം

'മറ്റൊരു കഥ' എന്ന കഥ അവസാനിക്കുന്നത് ഇപ്രകാരമാണ്: "ശങ്ക വിഷമാണെന്നല്ലേ പഴമക്കാർ പറഞ്ഞിരുന്നത്.?"[88] ഒരു ഗുണപാഠഘടന യുടെ രൂപ ഘടനയിൽ സംവിധാനം ചെയ്യപ്പെട്ട 'സനാതൻ ചൗധരിയുടെ ഭാര്യ' എന്ന കഥയുടെ അന്ത്യംപോലെയാണ് ഈ 'മെറീൻ ഡ്രൈവ്' എന്ന കഥയുടേയും അന്ത്യം. "ജീവിതത്തിന് ഒരവസാനമുണ്ടെങ്കിലും സ്നേഹത്തിന് ഒരവസാനം വേണമെന്നില്ല എന്ന് അവൾക്ക് അങ്ങനെ മനസ്സിലായി."[89] ഈ രണ്ടു കഥകളിലും കഥാകാരി ഒരു സംഭവത്തെ ഒരു ഗുണപാഠത്തിന്റെ ന്യായീകരണാർത്ഥമാണ് ആവിഷ്കരിച്ചിരിക്കുന്ന ത്. കഥയിൽനിന്ന് വേറിട്ട വ്യക്തിത്വം പുലർത്താൻ ആഖ്യാതാവിനു കഴി യുന്ന ഈ സമ്പ്രദായം പില്ക്കാലത്ത് സക്കറിയ മുതലായവരിലൂടെ കഥ കളിൽ പുഷ്ടി പ്രാപിച്ചു.

തുടക്കവും ഒടുക്കവും

മാധവിക്കുട്ടിയുടെ കഥകളുടെ തുടക്കവും ഒടുക്കവും ശ്രദ്ധയാകർഷി ക്കുന്നു. ഒരെഴുത്തുകാരിയുടെ കലാപാടവം വെളിവാക്കുന്ന ഘടകങ്ങ ളാണവ. മേൽ സൂചിപ്പിച്ച ഉദാഹരണങ്ങൾത്തന്നെ മതിയാവും തെളിവു കൾ. കഥയ്ക്ക് പേരു കൊടുക്കുന്ന കാര്യത്തിലും സൂക്ഷ്മത പുലർത്തു ന്നുണ്ട്. 'അന്ന് വെയിൽ ഏഴു മണിക്കേ മാഞ്ഞുള്ളൂ,' ജീവിതം അവസാ

നിക്കുന്നില്ല' തുടങ്ങിയ കഥകൾ അതിന് ദൃഷ്ടാന്തങ്ങളാണ്.

വൈവിദ്ധ്യം പുലർത്തുന്ന ആഖ്യാന മാതൃകകൾ മാധവിക്കുട്ടിയുടെ കഥാലോകത്തുണ്ടെന്ന് കണ്ട് കഴിഞ്ഞല്ലോ. ഇവിടെ ആന്തരികശില്പത്തിന് അനുയോജ്യമായ രൂപകല്പന കഥാകാരി സ്വീകരിച്ചിരിക്കുന്നു. പതിമൂന്ന് ആഖ്യാനമാതൃകകൾ ചെറുകഥാശില്പത്തിൽ കണ്ടെത്താമെന്ന് ഒരു അഭിജ്ഞമതമുണ്ട്.[90] എന്നാൽ ഒന്നിൽത്തന്നെ പരസ്പരം സാദൃശ്യമുള്ളതും, മേൽ വിശദമാക്കിയ സ്വഭാവഘടകങ്ങൾ കൂടിച്ചേർന്നവയുമായ മാതൃകകളിൽ എഴുതപ്പെട്ട കഥകളും ഉൾപ്പെടുന്നു. ആദ്യത്തെ അഞ്ച് വിഭാഗത്തിൽപ്പെട്ട കഥകളാണ് ഈ കഥാകാരിയുടെ സർഗ്ഗ പ്രപഞ്ചത്തിൽ ഏറിയ കൂറും. രചനയിൽ സൂക്ഷ്മത പുലർത്തുന്ന മാധവിക്കുട്ടിയുടെ കഥകൾ ആഖ്യാന മാതൃകകളുടെ ഉദാഹരണമെന്നതിനേക്കാൾ ഭാവരൂപ ഐക്യത്തിലൂടെയുള്ള ശില്പസൗന്ദര്യത്തിന്റെ മികവിനെ പ്രതിനിധാനം ചെയ്യുന്നു.

പ്രതീകങ്ങൾ

സ്വഭാവം

ഭാവത്തിന് രൂപം ഏകുമ്പോൾ കഥാകൃത്ത് ഏതെങ്കിലും സങ്കേതം സ്വീകരിക്കാതെ തരമില്ല. എപ്രകാരമാണ് ആശയത്തെ അവതരിപ്പിക്കേണ്ടതെന്ന് കഥാകൃത്ത് ചിന്തിക്കുന്നു. മനസ്സിന്റെ ഭാഷ പ്രതീകങ്ങളുടേതാണ്. വേഗത്തിൽ കടന്നു ചെല്ലാൻ പര്യാപ്തമായി മനസ്സിൽ ഉദിക്കുന്നതും പ്രതീകങ്ങളായിരിക്കും. പ്രതീകത്തിലൂടെയായാൽ ഏതു വിഷയവും എളുപ്പമായി.[91] ഒരു വസ്തുവിനെ നാം അറിയുന്നത് മനസ്സിൽ പുതിയ അനുഭവ ചിത്രത്തിലൂടെയാണ്. സാഹിത്യത്തിൽ വരുമ്പോൾ വസ്തുജ്ഞാനം നല്കുന്ന ചിത്രങ്ങൾക്ക് സ്വാഭാവികമായൊരു അർത്ഥതലത്തിനപ്പുറം അനുഭവതലം കൂടിയുണ്ടാവണം. വസ്തുവിനെ ഒരു പകരംവെയ്പായിട്ടല്ല പ്രതീകങ്ങൾ കടന്നുവരേണ്ടത് എന്നർത്ഥം. ആശയത്തിന്റെ അനുഭവങ്ങളെക്കൂടി വഹിക്കുന്ന ഒരു സ്ഥാനം അതിനുണ്ട്.[92] എഴുത്തുകാരൻ മനസ്സിന്റെ പ്രവർത്തനങ്ങൾ പഠിച്ച ആളെന്ന നിലയിൽ അവന്റെ അനുഭവത്തെ അതുമായി സാമ്യമുള്ള വസ്തുക്കളിൽ കണ്ടെത്തുകയാണ് ചെയ്യുന്നത്. വിശ്വാസത്തിലും വികാരത്തിലും പ്രയോഗത്തിലുമെല്ലാം അവന്റെ അനുഭവബോധം അവൻ സ്വീകരിക്കുന്ന വസ്തുവിലും ആരോപിക്കുന്നു. അവ മറ്റുള്ളവരുടെ അനുഭവവുമായി സാമ്യമുള്ളതാകയാൽ സംവേദനം സാദ്ധ്യമാകുന്നു. അപ്പോൾ ആ വസ്തു പ്രതീകമായിത്തീരുകയാണ് ചെയ്യുന്നത്.[93]

സമാന്തര പ്രതീകങ്ങൾ

ബിംബങ്ങൾ പ്രതീകങ്ങളായി മാറി. അത് കഥയുടെ സമാന്തര ഘടകമായി വളരുന്നത് മാധവിക്കുട്ടിയുടെ ചെറിയ കഥകളിൽ ദൃശ്യമാണ്. കവിതകളിൽ ബിംബങ്ങൾ മാത്രമായിട്ടാണ് ആവിഷ്കരിച്ചിരിക്കുന്നതെ

ങ്കിൽ അതേ കവിതകളുടെ വിവൃത് ചിത്രീകരണം തന്നെയാണ് അവരുടെ കഥകൾ.

കമലദാസിന്റെ പ്രതീകകല്പന തീവ്രമായ വേദനയുടേയും അതിന്റെ മോചനത്തിന്റേയും മനോഭാവങ്ങളുമായി ബന്ധപ്പെട്ടിരിക്കുന്നു എന്ന് അവരുടെ കവിതകളെപ്പറ്റി പഠനം നടത്തിയ ഒരു നിരൂപകൻ അഭിപ്രായപ്പെട്ടു.[94] ഈ അഭിപ്രായം കഥകളിലും പ്രസക്തമാണ്.

കവിതയിൽ നമ്മെ പിടിച്ചിരുത്തുന്ന മൂർച്ചയുള്ളയിടങ്ങളുണ്ട്. കവിതയ്ക്ക് ആത്മാവും ശരീരവുമുണ്ട്. വായിക്കുമ്പോൾ വളരെ അപൂർവ്വമായി കണ്ടെത്തുന്ന വാക്കുകളുടെ അടുക്കും ചിട്ടയുമാണത്. ശ്രദ്ധിക്കേണ്ട ചില സംഭവങ്ങൾക്കു കീഴടങ്ങുമ്പോഴാണ് ഈ മൂർത്തത കൈവരുന്നത്.[95] കവിതയിലെ ഈ മൂർത്തത പല കഥകളിലും ഏകാഗ്രതയോടെ കണ്ടെത്തുക പ്രയാസമാണ്. എന്നാൽ കഥയുടെ ആത്മാവുമായി ചേർന്ന മൂർത്തമായ ബിംബങ്ങൾ ആദ്യന്തം നിറഞ്ഞു നിന്ന് കഥയിൽ അതൊരു സമാന്തര പ്രതീകമായി മാറുന്ന പ്രക്രിയ മാധവിക്കുട്ടിയുടെ ചില കഥകളെ മുൻനിർത്തി പരിശോധിക്കാം.

ഞാവൽ മരം

'വേനലിന്റെ ഒഴിവ്'[96] എന്ന കഥയിലെ പ്രമേയം മരണത്തോടുള്ള കുട്ടിയുടെ പ്രതികരണമാണ്. മരണത്തെ വാർദ്ധക്യത്തിലെത്തി നില്ക്കുന്ന മുത്തശ്ശിയോടുള്ള കുട്ടിയുടെ സ്നേഹവുമായി ബന്ധപ്പെടുത്തിയാണ് ചിത്രീകരിച്ചിരിക്കുന്നത്. കഥാന്തരീക്ഷത്തെ ശാശ്വതമാക്കാൻ സ്വീകരിച്ചിരിക്കുന്ന പ്രതീകമാകട്ടെ ഒരു ഞാവൽ മരവും. ഈ ഞാവൽ മരവുമായി ബന്ധപ്പെട്ടാണ് കുട്ടിയിൽ വേർപാട് അനുഭവവേദ്യമാകുന്നത്. കഥയുടെ ആദ്യാവസാനഭാഗങ്ങളിൽ ഈ ഞാവൽ മരം എപ്രകാരമാണ് മൃത്യുവിനെ പ്രതിനിധാനം ചെയ്യുന്നതെന്ന് നിർദ്ധാരണം ചെയ്യാം.

കഥാരംഭം ഇപ്രകാരമാണ്. "മെലിഞ്ഞ്, വികൃതമായി വളഞ്ഞ്, ശുഷ്കിച്ചു കൊമ്പുകളോടുകൂടിയ ഒരു ചെറിയ മരമായിരുന്നു അത്. മഴ തീരെയില്ലാത്ത കാലമായിരുന്നതുകൊണ്ട് അതിന്റെ ഇലകൾക്കുമീതെ അരിവാളിന്റെ ആകൃതിയിൽ വളഞ്ഞിരുന്ന ഒരു ചുള്ളിക്കമ്പിൽ ഒരു എട്ടുകാലി തൂങ്ങിക്കിടന്നിരുന്നു"..... തെക്കെ പറമ്പിൽ മരിച്ചവരെ ദഹിപ്പിക്കുമ്പോൾ നടുന്ന തെങ്ങുകൾക്കിടയിൽ ഒരു വരമ്പിനോടു ചേർന്ന് നില്ക്കുകയായിരുന്നു ആ മരം. ഞാൻ ഇവിടെ വരേണ്ടവളല്ല, പക്ഷേ, എന്നെ നശിപ്പിക്കരുത് എന്ന് ഞങ്ങളോട് അതു പറയുന്നതായി എനിക്കു തോന്നി.

"അത് എന്തു മരം?"

"ഓ .....അത് ഞാവലാ?"

"ആ ......അമ്മു ഞാവലിന്റെ പഴം കണ്ടിട്ടില്യേ. കടും വയലറ്റ് നിറത്തില്. കോട്ടിക്കായുടെ വലിപ്പത്തില്. അമ്മു കണ്ടിട്ടുണ്ടാവില്യ."[97] ആ വാക്കുകൾ ക്രമേണ മരിച്ച ആളുകളെപ്പറ്റിയുള്ള ചിന്തകളിലേക്കാണ്

മുത്തശ്ശിയെ കൊണ്ടു പോകുന്നത്. ബാല്യ കൗമാര യൗവനങ്ങൾ നഷ്ടപ്പെട്ടതിന്റെ സ്മൃതി അയവിറക്കുകയാണ് മുത്തശ്ശി.

കഥാന്ത്യം ഇപ്രകാരമാണ് : "ഇനിയത്തെ കൊല്ലം വരുമ്പഴയ്ക്ക് അമ്മു ഇത്തിരിക്കൂടി വലുതായിട്ടുണ്ടാവും" മുത്തശ്ശി പറഞ്ഞു.

"മുത്തശ്ശിയോ? മുത്തശ്ശി വലുതായിട്ടുണ്ടാവ്യോ" മുത്തശ്ശി ചിരിച്ചു.

"മുത്തശ്ശി ഇനി വലുതാവ്യോ. മുത്തശ്ശി ഇനി ചെറുതാവാ ചെയ്യ്യാ, ചുളിഞ്ഞു ചുളിഞ്ഞു ചെറുതാവ് അതന്നെ."

എനിക്ക് പെട്ടെന്ന് ആ ചെറിയ ഞാവൽ മരത്തെപ്പറ്റി ഓർമ്മ വന്നു.

"മുത്തശ്ശി?"

"ഉം?"

"ആ ഞാവൽ മരല്യേ. ഞാവൽ മരം. അത് എത്രകാലമായി ഉണ്ടായിട്ട്? അത് ആരാ നട്ടത്?"

"ആരാ നട്ടത് എനിക്കറീല്യേ, ഞാൻ ഓർക്കുമ്പോഴൊക്കെ അതവിടൊണ്ട്."

"അതിമ്മല് പഴം ഉണ്ടാവ്വോ?"

"ഇനി പഴം ഉണ്ടാവോ അമ്മുവേ?"

എനിക്കറീല്യേ. ഉണ്ടായാത്തന്നെ വല്താവില്ല്യ. തീർച്ച."

"അതെന്താ?"

"അതെങ്ങനെയാ. അതന്നെ"[98]

മുത്തശ്ശിയും ഞാവൽ മരവുമായി ബന്ധമുണ്ടെന്ന് മേൽ കൊടുത്തരിക്കുന്ന കഥാസന്ദർഭത്തിൽ നിന്നു വ്യക്തമാണ്. മുത്തശ്ശിയെ ഓർക്കുമ്പോൾ കുട്ടി ഞാവൽ മരത്തേയും സ്മരിക്കുന്നു. അറുപത്തെട്ടു വയസ്സായ മുത്തശ്ശിയുടെ വാർദ്ധക്യവും അതിനു സമാന്തരമായി, മരിച്ചവരുടെ തെങ്ങുകൾക്കിടയിൽ നില്ക്കുന്ന ആ ഞാവൽ മരവും കഥയുടെ ആദ്യവും അവസാനവും പ്രാധാന്യമർഹിക്കുന്നു. കാക്കകൾ ചുടലത്തെങ്ങുകൾ, ചിലന്തിവല, അടർന്നു വീഴുന്ന ഞാവൽപ്പഴം എന്നിവ പ്രതീകത്തിന് കരുത്തേകുന്ന ബിംബങ്ങളായിത്തീരുകയാണ്. കുട്ടിയുടെ മനസ്സിലൂടെ കഥ നടക്കുമ്പോൾ അതിന് അനുരൂപമായ ബിംബങ്ങളാണ് ഞാവൽ മരത്തെ സമാന്തര പ്രതീകത്തിന്റെ സൃഷ്ടിക്കുവേണ്ടി കഥാകാരി തെരഞ്ഞെടുത്തിരിക്കുന്നത്.

പരുന്ത്

പരുന്ത് എന്ന പക്ഷി മാധവിക്കുട്ടിയുടെ പല കഥകളിലും ഒരു ബിംബമാണ്. എന്നാൽ അത് കഥയിൽ ഒരു പ്രതീകമായിത്തീരുന്നത് എങ്ങനെ എന്ന് 'പരുന്തുകൾ'[99] എന്ന കഥയെ ആസ്പദമാക്കി വിശദമാക്കാം.

"അവൾ ആദ്യമായി പരുന്തിനെക്കണ്ടപ്പോൾ അത് ആകാശത്തിൽ, കടലിന്റെ വളരെ മേലെ കടും നീലയിൽ മെല്ലെ വട്ടം ചുറ്റി പറക്കുകയായിരുന്നു. അവളുടെ ഉള്ളിൽ കഠിനമായ ഒരു വെറുപ്പ് പെട്ടെന്ന് വന്നു തുടങ്ങി.

അതിന്റെ കാരണങ്ങൾ അവൾ അന്വേഷിച്ചില്ല."

ആ പരുന്ത് പിന്നീട് വരുന്നത് ഇപ്രകാരമാണ്. "ആ പക്ഷി ഒരു നർത്തകി തന്റെ കൈയുകളെയെന്നപോലെ ചിറകു വിടർത്തിക്കൊണ്ട് ആകാശത്തിൽ വട്ടം ചുറ്റിക്കൊണ്ടിരുന്നു. ആദ്യം ചെറിയ വൃത്തങ്ങൾ. പിന്നീട് വലിയ വൃത്തങ്ങളായി. എന്നിട്ട് ആകാശത്തെ തന്റെ മൂർച്ചയുള്ള ചിറകുകൾകൊണ്ട് കീറിക്കൊണ്ട് അത് ദൂരെയെവിടേക്കോ പറന്നുപോയി. അതിന്റെ തേങ്ങൽ വളരെ നേരം ലീലയുടെ ചെവിയിൽ മുഴങ്ങിക്കൊണ്ടിരുന്നു.

"ഒരിക്കൽ ഞാനതിനെ പിടിക്കും" അമ്മ പറഞ്ഞു.

"എന്തിനാ?"

ഗുൽട്ടിയാനോ അമ്മയുടെ അടുത്തേക്ക് നീങ്ങിയിരുന്നുകൊണ്ട് വീണ്ടും ചോദിച്ചു. അതിന് അമ്മയുടെ ഉത്തരം ഇങ്ങനെയായിരുന്നു. "എനിക്ക് അതിനെ എന്റെ വരാന്തയഴികളിൽ കെട്ടിയിടണം. ഒരു തടവുപുള്ളിയെപ്പോലെ ഞാനതിനെ വെറുക്കുന്നു."[100]

ഇന്ദിര, വീണ്ടും അതിനെ കാണുന്നുണ്ട്: "ആ പരുന്തിനെ നോക്കൂ, നമുക്ക് അതിനെ പിടിക്കണം. എന്നിട്ട് വരാന്തയിൽ ചങ്ങലയ്ക്കിടണം. എന്നിട്ട് അതിനെ പട്ടിണി കിടത്തി, കഷ്ടപ്പെടുത്തി കഷ്ടപ്പെടുത്തി ഒടുവിൽ കൊല്ലണം."[101] വിഭ്രാന്തിയിൽ അവൾ ആ പരുന്തിനെ മെരുക്കിയെടുത്ത് തീക്കൊള്ളികൊണ്ട് അതിന്റെ കണ്ണിൽ കുത്തുന്നു. അപ്പോഴേക്കും ഇന്ദിരയെ ആശുപത്രിയിൽ പ്രവേശിപ്പിക്കുകയും ചെയ്യുന്നു.

പുരുഷസങ്കല്പത്തിന്റെ പ്രതീകമായിട്ടാണ് പരുന്ത് ഈ കഥയിൽ പ്രത്യക്ഷമാകുന്നത്. ഗുൽട്ടിയാനോ എന്ന വിദേശിയുമായി ഈ പ്രതീകം ബന്ധപ്പെട്ടിരിക്കുന്നു. അയാൾ ആർക്കും പിടികൊടുക്കുന്നില്ല. ഇന്ദിരയുടെ മകളാണ് ലീല. അമ്മയും മകളും ഗുൽട്ടിയാനോയെ കീഴടക്കാൻ ശ്രമിക്കുന്നു. അതിന് സമാന്തരമായിട്ടാണ് പരുന്ത് എന്ന പ്രതീകവും വളരുന്നത്. വിഭ്രമാത്മക മുഹൂർത്തത്തിൽ ഇന്ദിര സ്വയം പരുന്തായി മാറുന്നു: "ഞാൻ ഒരു പരുന്തായിരുന്നു. അവൾ ഇടറിക്കൊണ്ട് പറഞ്ഞു. വരമ്പുകളില്ലാത്ത ആകാശത്തിൽക്കൂടി ഞാൻ എത്ര പറന്നു. എന്നിട്ടും ഞാൻ വീണു.....വീണുപോയി.[102] ഇവിടെ പരുന്ത് ഇന്ദിരയുടെ അപ്രാപ്യമോഹങ്ങളുടെ ബിംബമായി മാറുകയാണ്. അതിൽ അവൾ സ്വയം ആരോപിതമാകുന്നു.

പരുന്ത് എന്ന പ്രതീകം സ്വീകരിക്കാൻ കാരണമെന്ത്? വ്യക്തിഗതമാണെങ്കിൽപ്പോലും അനേകം ഭാവങ്ങളുമായി ബന്ധപ്പെട്ടാണ് അതൊരു പ്രതീകമായി അബോധത്തിൽനിന്നും പിറക്കുന്നത്.[103] മറ്റുള്ളവരുടെ അനുഭവജ്ഞാനവും ഇത്തരം ബിംബങ്ങൾ സ്വീകരിക്കുന്നതിന് എഴുത്തുകാരിയെ പ്രേരിപ്പിച്ചിരിക്കാം. വസ്തുക്കളും സംഭവങ്ങളും തമ്മിലുള്ള സാമ്യത്തെക്കുറിച്ചുള്ള അബോധമായ സൂക്ഷ്മ നിശ്ചിതജ്ഞാനത്തിൽനിന്ന് പിറക്കുന്ന ഈ പ്രതീകം[104] വിശദമായ മനഃശാസ്ത്ര പഠനത്തിന് കാരണമാകുന്നു.

സമാന്തര പ്രതീകങ്ങൾ കഥാഘടനയിൽ ചെലുത്തുന്ന സ്വാധീനത്തെ വ്യക്തമാക്കാൻ കഥാകാരി പ്രയോഗിക്കുന്ന ബിംബങ്ങളുടെ സൂക്ഷ്മമായ അപഗ്രഥനം ആവശ്യമായി വരുന്നു. ബിംബങ്ങളിലൂടെ മനുഷ്യാവസ്ഥയെ നിർദ്ധാരണം ചെയ്യുന്ന കഥാകാരിയാണ് മാധവിക്കുട്ടി. അവരുടെ കഥകളിലെ ബാഹ്യ ശില്പത്തിൽ ബിംബങ്ങളുടെ പ്രാധാന്യം എത്രത്തോളമുണ്ടെന്ന് ഇനി അന്വേഷിക്കാം.

ബിംബകല്പന

അനുഭൂതികളെ ഇന്ദ്രിയ വേദ്യങ്ങളായ ചിത്രങ്ങളാക്കി മാറ്റുകയാണ് യഥാർത്ഥ കലാകാരൻ ചെയ്യുന്നത്. വൈകാരികവും ബുദ്ധിപരവുമായ സങ്കീർണ്ണതകളെ ആവിഷ്കരിക്കാൻ മറ്റു മാർഗ്ഗങ്ങളില്ലാതെ വരുമ്പോഴാണ് ബിംബങ്ങൾ സ്വീകരിക്കാറുള്ളത്. ഇവിടെ കഥാകാരിയുടെ അനുഭവങ്ങളുമായി ആഴത്തിൽ വേരോടി നില്ക്കുകയാണ് അവർ പ്രയോഗിക്കുന്ന ബിംബങ്ങൾ. യാഥാർത്ഥ്യത്തിന്റെ പ്രതീതി വിട്ടുയരുന്ന കഥകൾ ആഗ്രഹപൂർത്തിയുടെ സാഫല്യത്തിന്റെ ലോകമാണ് തേടുന്നത്. അതിലൂടെ അനുവാചകനെ സംബന്ധിച്ചിടത്തോളം നേർത്ത ഒരു ലഹരിയായി കല അനുഭവപ്പെടുന്നു.[105] ബിംബങ്ങൾ നിർദ്ധാരണം ചെയ്യുന്നതുവഴി അബോധതലത്തിൽ കുടിയിരിക്കുന്ന അടിസ്ഥാന വാസനകളെ ചികഞ്ഞെടുക്കാനും കഴിയുന്നു. വാക്കുകളിലൂടെ വൈകാരികമായ ഈ അനുഭവ ചിത്രങ്ങളുടെ പരമ്പരയെ ബിംബങ്ങളിൽ തളയ്ക്കാനും കലാകാരൻ ശ്രമിക്കുന്നു.

പ്രകൃതി ബിംബങ്ങൾ

ദുരൂഹമായ പ്രകൃതി വസ്തുക്കളിൽക്കൂടിയാണ് മാധവിക്കുട്ടിയുടെ കഥകളിൽ ബിംബങ്ങൾ അവതരിപ്പിക്കുന്നത്. സന്ധ്യ, ഇരുട്ട്, വെയിൽ, ഉച്ച, സൂര്യൻ, നക്ഷത്രം, ചന്ദ്രൻ, തണുപ്പ്, മഞ്ഞ്, ആകാശം, മഴ, പുഴ, കടൽ, മരം, പക്ഷി, കൂട്, പാറ എന്നിങ്ങനെ മൂർത്തവും അമൂർത്തവുമായ ബിംബങ്ങൾ കൃതിയിൽ സ്ഥാനം പിടിക്കുന്നു. ഇവയോരോന്നും വെവ്വേറെ പരിശോധിച്ചാൽ അവയിലും ഉപവിഭാഗങ്ങൾ കണ്ടെത്താം. പക്ഷികളിൽ പരുന്ത്, കിളികൾ, നരിച്ചീറ് മുതലായവ വിഭാഗങ്ങളായി വേറിടുന്നു. വർണ്ണങ്ങൾ മഞ്ഞ, നീല, ചുവപ്പ് എന്നിങ്ങനെ സൂക്ഷ്മമായി തരം തിരിക്കുന്നു. പ്രകൃതി വസ്തുക്കളെ ബിംബങ്ങളാക്കി മാറ്റുന്ന മാധവിക്കുട്ടിയുടെ കൃതികൾ കവിതയോട് അടുത്തു നില്ക്കുന്നു.

കവയിത്രി

അടിസ്ഥാനപരമായി മാധവിക്കുട്ടി ഒരു കവയിത്രിയാണ്. കഥയേക്കാൾ അവർ എഴുതുന്നത് കവിതയായി വ്യാഖ്യാനിക്കപ്പെടാൻ ഇഷ്ടപ്പെടുന്നു. മനസ്സിന്റെ നേരിട്ടുള്ള സംവേദനം കവിതയിൽ പല

പ്പോഴും ഫലപ്രദമാകുന്നു. ഭാവത്തിലേക്ക് കടന്നുചെല്ലാൻ വേഗത്തിൽ സാദ്ധ്യമാണത്. അതിന് വൈയക്തികമായ ബിംബങ്ങൾ അവർ സ്വീകരിക്കുന്നു. അങ്ങനെയാവുമ്പോൾ ആവിഷ്കാരം ഏറെ അനുഭവപ്രധാനമായിത്തീരുകയും ചെയ്യും.

വാക്കുകൾ കഥാകാരന്മാർക്ക് കഥ പറയാനുള്ള ഉപാധിയാണ്. മാധവിക്കുട്ടി അതിനെ അനുഭവമാക്കിമാറ്റുകയാണ് ചെയ്യുന്നത്. “എന്റെ കൈവശം വളരെ ചുരുക്കം വാക്കുകൾ മാത്രമേയുള്ളൂ. അവയെ വേണ്ടതുപോലെ ഉപയോഗിക്കുവാൻ ഓരോ കഥയെഴുതുമ്പോഴും ഞാൻ ശ്രമം നടത്താറുണ്ട്.”[106] കുറച്ച് വാക്കുകൾകൊണ്ട് കഥയെഴുതുന്ന ഈ കഥാകാരിയുടെ കൃതികളിൽ നിഘണ്ടുവിന്റെ സഹായത്തോടെ അർത്ഥം കണ്ടെത്തേണ്ട പദങ്ങൾ ഇല്ലെന്നുതന്നെപറയാം.

ഭാഷയുടെ കരുത്ത്

ഭാഷയുടെ കരുത്ത് മാധവിക്കുട്ടിയുടെ കഥകളിലെ ബിംബങ്ങളുടെ കരുത്തായിത്തീരുന്നു. ഒരു ഉദാഹരണത്തിലൂടെ അത് വ്യക്തമാക്കാം. “എന്റെ ഉള്ളിലെ ചോരപ്പുഴയുടെ വക്കത്ത് നായാടിത്തളർന്ന രാജാവിനെപ്പോലെ നീ വിശ്രമിക്കുന്നു. എന്റെ ഞരമ്പുകളെ പാപ്പാസിട്ട കാലടികൊണ്ട് നീ ചവിട്ടി മെതിക്കുന്നു. അവ മൺമറഞ്ഞുപോയ കാട്ടുമരങ്ങളുടെ വേരുകളാണോ എന്ന് നീ സംശയിക്കുന്നു”[107] ഇതിൽ “എന്റെ ഉള്ളിലെ ചോരപ്പുഴയുടെ വക്കത്ത് നായാടിത്തളർന്ന രാജാവ്” എന്ന വാക്യത്തിലെ ആന്തരിക ഭാവം ഒന്നിച്ചുചേർന്ന് ഒരു ബിംബമായിത്തീരുകയാണ്. ഇവിടെ ആ പദാവലിക്ക് ഒറ്റയടുക്കിൽ മാത്രമേ അർത്ഥം കൈവരുന്നുള്ളൂ. വേറിട്ടാൽ അത് ശിഥിലമായിപ്പോകും. ചോരപ്പുഴയും രാജാവും തമ്മിലുള്ള ബന്ധമാണ് ഈ വാക്യത്തിന് പ്രത്യക്ഷത്തിൽ യുക്തിയുടെ അർത്ഥബോധം നല്കുന്നത്. പിന്നീട് അവ സന്ദർഭവുമായി ബന്ധപ്പെട്ടാൽ ഭാഷാതീതമായൊരു അനുഭവതലം സൃഷ്ടിക്കുന്നു.

മാപ്പ് എന്ന കാവ്യഖണ്ഡത്തിൽ മാധവിക്കുട്ടി എഴുതുന്നു: “ആ രാത്രിയിൽ ആകാശം ചുവന്ന ചോരയായിരുന്നു”[108] ഈ പ്രയോഗത്തിലെ ആകാശത്തിൽ ആരോപിതമാകുന്നത് ആ കഥാപാത്രത്തിന്റെ മനസ്സിന്റെ അവസ്ഥയാകാം. അതാകട്ടെ ‘ചുവന്ന’ ചോരയുമായി കൂടിക്കുഴഞ്ഞിരിക്കുന്നത്. വൈകാരിക ഭാഷാപ്രയോഗമാണ് ഇവിടെ ‘ചുവന്ന ചോര.’ ചോരയുടെ നിറം ചുവപ്പാണെന്ന് പ്രത്യേകം എടുത്തു പറയേണ്ടതില്ലല്ലോ. എന്നാൽ ‘ചുവപ്പ്” എന്ന നിറം രതിയുടെ ഒറ്റപ്പെട്ട ബിംബമായി മറ്റ് പല കഥകളിലും അവർ ഉപയോഗിക്കുന്നുണ്ട്.[109] ഇവിടെയും അത്തരം ഒരു ഭാവം ജനിപ്പിക്കുന്നതിനാണ് അമൂർത്തമായ ആ ബിംബ പ്രയോഗം. മനസ്സിന്റെ വൈകാരികഭാവങ്ങളെ വെളിപ്പെടുത്താനുള്ള ഒരു അടയാളമായി ഉചിതമായ സ്ഥാനത്ത് പ്രയോഗിക്കുമ്പോൾ ആ അടയാളം ബിംബമായി മാറുക സാധാരണമാണ്. ഇപ്രകാരമാണ് ‘ചുവന്ന ചോര’ ഒരു ബിംബമായി മാറിയത്.

സൂര്യൻ

ഭാഷ പ്രയോഗിക്കുന്നതിനെ ആശ്രയിച്ചു രൂപപ്പെടുന്ന അമൂർത്തമായ കാവ്യബിംബങ്ങളിൽനിന്ന് വ്യത്യസ്തമായി മൂർത്ത ബിംബങ്ങൾ കൃതികളിൽ സ്വാധീനം ചെലുത്തുന്നത് എങ്ങനെയെന്ന് ഇനി പരിശോധിക്കാം. കാവ്യഭാഷ നിറഞ്ഞു നില്ക്കുന്ന 'രാധയുടെ കത്ത്'[110] എന്ന കഥയിലെ ഒരു സന്ദർഭം: "കൃഷ്ണാ, നമുക്ക് ഒരു വീടുണ്ടാക്കണം. നമ്മുടെ രണ്ടാളുടേയും സ്വന്തമായൊരു വീട്. അതിന് ചുറ്റും ചൂടിലും നശിക്കാത്ത കള്ളിച്ചെടികൾ നട്ടുവളർത്തണം. ചുവന്ന് രോമാവൃതങ്ങളായ ഇതളുകളുള്ള വനപുഷ്പങ്ങൾ അവിടെ വിരിയും. രാവിലെ സൂര്യൻ ജനലിൽ കൂടി വന്നെത്തുമ്പോൾ നിന്റെ ഇരുണ്ട ശരീരം കൊണ്ട് നീ എന്റെ നഗ്നതയെ ഒളിപ്പിക്കും."[111]

ഇതിൽ കള്ളിച്ചെടി, ചുവന്ന് രോമാവൃതങ്ങളായ ഇതളുകളുള്ള വനപുഷ്പം, സൂര്യൻ എന്നിവ ബിംബങ്ങളാകുന്നത് എപ്രകാരമാണെന്ന് വിശദീകരിക്കാം.

ചൂടിലും നശിക്കാത്ത കള്ളിച്ചെടികൾ സുരക്ഷിതത്വത്തെ ഉദ്ദേശിച്ചാണ് വീടിന് ചുറ്റും നടുന്നത്. ആ സുരക്ഷിതത്വത്തിനു മേലെയാണ് സ്നേഹം ചുവന്ന പുഷ്പം വിരിയിക്കുന്നത്. രതി ഉൾച്ചേർന്ന സ്നേഹത്തിന്റെ പുഷ്പമാകാമിത്. 'ചുവപ്പ്' എന്ന വർണ്ണബിംബം തീവ്രമായ സ്നേഹവാഞ്ഛയെ കുറിക്കുന്നതുകൊണ്ടാവാം "ചുവന്ന രോമാവൃതങ്ങളായ ഇതളുകളുള്ള വനപുഷ്പം" എന്നു പ്രയോഗിച്ചിരിക്കുന്നത്. അടുത്ത വാക്യം "രാവിലെ സൂര്യൻ ജനലിൽ കൂടി വന്നെത്തു"മെന്നാണ്. പകൽ, യാഥാർത്ഥ്യത്തിന്റെ ലോകമാണ്. അവിടെ സൂര്യൻ വന്നെത്തുമെന്നുറപ്പാണ്. പക്ഷേ, "സൂര്യൻ കാണാതെ ഇരുണ്ട നിന്റെ ശരീരം കൊണ്ട് നീ എന്റെ നഗ്നത ഒളിപ്പിക്കും" എന്നവൾ ആശ്വസിക്കുകയോ നിരാശപ്പെടുകയോ ചെയ്യുന്നു. എന്തായാലും, ഇവിടെ യഥാർത്ഥ ജീവിതത്തിലെ അടിച്ചമർത്തപ്പെട്ട സ്നേഹതൃഷ്ണയല്ലേ, കൃഷ്ണനോട് അർച്ചനരൂപത്തിലുള്ള ആഖ്യാനത്തിലെ ബിംബങ്ങൾക്കുള്ളത്?

'സൂര്യന്റെ സൂരത്വം' എന്ന ആത്മഭാഷണക്കുറിപ്പിൽ കഥാകാരി എഴുതുന്നു: "സൂര്യ വെളിച്ചവും പുൽത്തകിടിയും എന്റെ പല്ലില്ലാത്ത കൊച്ചു മകനും ജീവിതാനന്ദത്തിന്റെ പ്രതീകങ്ങളായി എന്റെ ചിന്തയിൽ പ്രത്യക്ഷപ്പെട്ടു."[112] സൂര്യൻ മാധവിക്കുട്ടിയുടെ കഥകളിലെ പ്രധാന ബിംബമാണ്. പല കഥകളിലും ഈ ബിംബം സവിശേഷ ശ്രദ്ധയർഹിക്കുന്നു. 'സൂര്യൻ' എന്ന കഥയിൽ കാമുകൻ വിമാനത്തിൽ യാത്രയാകുന്നത് നോക്കി നില്ക്കുന്ന കഥാപാത്രം, "കുറച്ചു കഴിഞ്ഞപ്പോൾ എന്റെ കണ്ണിൽ സൂര്യൻ മാത്രമായി. എന്റെയുള്ളിൽനിന്ന് പെട്ടെന്ന് ഒരു തേങ്ങൽ ഉയർന്നു."[113] എന്നു രേഖപ്പെടുത്തുന്നു. 'ചതുരംഗം' എന്ന കഥയിൽ "തെരുവ് രാവിലത്തെ സൂര്യന്റെ വെള്ളിവെളിച്ചത്തിൽ തരിച്ചു കിടക്കുന്നു."[114] ഞാൻ അന്നത്തെ സൂര്യനെയോർക്കുന്നു; അദ്ദേഹത്തിന്റെ കണ്ണുകൾക്കിടയിലുള്ള ചുളിവുകളെ ഓർക്കുന്നു......"[115] തുടങ്ങിയ പരാമർശ

ങ്ങളും വെറുമൊരു ലഹരി പദാർത്ഥത്തിലെ "മനുഷ്യന്റെ വെളിച്ചമെന്ന താണ് സൂര്യൻ, സൂര്യൻ ഇല്ലാതായാൽ ചന്ദ്രൻ, ചന്ദ്രൻ ഇല്ലാതായാൽ അഗ്നി....."[116] ഇപ്രകാരമുള്ള സംഭാഷണ ഭാഗങ്ങളും പരിശോധിച്ചാൽ പുരുഷ സങ്കല്പവുമായി ബന്ധപ്പെട്ടാണ് സൂര്യൻ എന്ന ബിംബം നില കൊള്ളുന്നത് എന്നു വ്യക്തമാകും. സ്ത്രീയുടെ പൂർത്തീകരിക്കപ്പെടാത്ത സ്നേഹവാഞ്ഛയുടെ സാക്ഷാൽക്കാരം സൂര്യനിൽ അവൾ കണ്ടെത്തു ന്നു. അതിൽ വിലയിക്കാനുള്ള അബോധപൂർവ്വമായ പ്രേരണയാകാം ഇപ്ര കാരമൊരു ബിംബത്തിന്റെ സൃഷ്ടിയിലുള്ളത്. ഇതിന് തെളിവേകുന്ന ഒരു ഉദാഹരണം കമലദാസിന്റെ കവിതയിൽനിന്നും ഉദ്ധരിക്കാം.

ആകാശത്തിന്റെ അപാരതയി
ലിപ്പോളേകാന്തമായി കത്തിത്തീരുന്ന
സൂര്യന്റെ വ്രണമുഖം എന്നെ ഓർമ്മി
പ്പിക്കുന്നതെന്താവാം, മാംസഭോജിയായ
ഒരു സസ്യത്തെപ്പോലെ എന്നെ
കീഴടക്കാനൊരുങ്ങുന്ന നിന്റെ
ശരീരത്തിനരികെ ശമനമറിയാത്ത
ദാഹവുമായിക്കിടക്കുന്ന എന്റെ തീവ്ര
നൈരാശ്യമോ? (സ്നേഹത്തിന്റെ പേരിൽ)[117]

കടൽ

കടൽ മാധവിക്കുട്ടിയുടെ കഥകളിൽ സ്ത്രീയായും മാതാവായും വർത്തിക്കുന്നു. "അവരുടെ മുമ്പിൽ മഴവെള്ളം വീണു വീർത്ത കടൽ കാമവിവശയായ ഒരു സ്ത്രീയെപ്പോലെ നിശ്വസിക്കുകയും കിടന്നുറങ്ങു കയും ചെയ്തുകൊണ്ടിരുന്നു."[118] 'തരിശുനിലം' എന്ന കഥയിൽ കാമ വിവശയായ സ്ത്രീയാണ് കടൽ. 'വെള്ളിത്തകിട്' എന്ന കഥയിൽ അമ്മ യുടെ ബിംബമായിട്ടാണ് കടൽ ചിത്രീകരിക്കപ്പെട്ടിരിക്കുന്നത്. "ഇളയ വൻ അവനെ പിന്തുടർന്നു. ശക്തനായ കടൽക്കാറ്റ് അവന്റെ ചെവിയിൽ എന്റെ, അമ്മേ എന്റെ അമ്മേ എന്ന് മോങ്ങിക്കൊണ്ടിരുന്നു."[119] കടൽ ഒരേ സമയം മദ്യപാനിയുടെയും തെരുവുചെറുക്കന്മാരുടെയും അമ്മയായി മാറുകയാണ്. സ്ത്രീയുടെയും അമ്മയുടെയും ശക്തിയാർജ്ജിക്കുന്ന ബിംബമായി കടൽ രൂപപ്പെടുന്നു. സൂര്യനാകട്ടെ പുരുഷന്റെ ബിംബവും. ആത്മവത്തയുമായി കലർന്ന വൈകാരികമായ ഒരു അഭിനിവേശം അവ യോടുള്ളതുകൊണ്ടാണ് ബിംബമായി അത് വേറിടുന്നത്. കാമുകീ കാമുക ബന്ധത്തിലേക്കും മാതൃപിതൃ ബന്ധത്തിലേക്കും എത്തി നില്ക്കുന്ന സ്ത്രീപുരുഷ ബന്ധത്തിന്റെ ഉദാത്തമായ സ്നേഹഭാവമാണ് 'സൂര്യനും', 'കടലും.' കവിതയിൽ കമലദാസ് സ്നേഹത്തിനു വേണ്ടിയുള്ള ശരീരശാസ്ത്രപരമായ അന്വേഷണമാണ് നടത്തുന്നത്. രതിയുടെയും സ്നേഹത്തിന്റെയും കവയിത്രിയാണവർ എന്ന അഭിപ്രായം കഥയുടെ കാര്യത്തിലും പ്രസക്തമാണ്.

മരം

സ്നേഹത്തിന്റെ തീവ്രത ആവിഷ്കരിക്കാനാണ് വിവിധ ബിംബങ്ങൾ കഥാകാരി തേടുന്നത്. അതിന് സ്വകാര്യ ബിംബങ്ങളല്ല മറിച്ച് വിശ്വമാനവികതയുൾക്കൊള്ളുന്ന ബിംബങ്ങളാണ് സ്വീകരിക്കാറുള്ളത്. മരം അത്തരത്തിൽ പ്രാധാന്യമർഹിക്കുന്ന ബിംബമാണ്. വേരുകൾ ഭൂമിയിൽ താഴ്ന്ന് ഉറച്ച് നില്ക്കുന്ന വൃക്ഷം ഈ കഥാകാരിയെ സംബന്ധിച്ചിടത്തോളം വന്യമായ സ്നേഹത്തിന്റെ ബിംബമാണ്. 'തരിശുനിലം' എന്ന കഥയുടെ അവസാനം: "പിന്നീട്, ആ മുറിയിൽ വളർന്നു നിന്നിരുന്ന കാട്ടുമരം വീണ്ടും വളർന്നു തട്ടിനോളം ഉയർന്നു. അതിന്റെ ചില്ലകൾ ചുമരുകളിന്മേൽ തട്ടിയുരഞ്ഞു വിള്ളലുകളുണ്ടാക്കി. രാത്രിയുടെ വിഷം കലർന്ന വായുവിൽ ഒരു നീരാളിയെപ്പോലെ തന്റെ അനേകം കൈകൾ ഇളക്കിക്കൊണ്ടു വീണ്ടും അവൾ കിടന്നു."[120] ഭൂമിയുമായി ജൈവബന്ധമുള്ള വൃക്ഷം കഥാകാരിയുടെ സ്നേഹാന്വേഷണത്തിന്റെ സഫല രൂപമായതുകൊണ്ടാവാം വളരുന്ന മരത്തെ ഇവിടെ ചിത്രീകരിച്ചത്. ഒരു കാട്ടുമരമായി മുറി മുഴുവൻ നിറയുന്നത് അവളുടെ മനസ്സിലെ അസംതൃപ്തമായ സ്നേഹതൃഷ്ണയാണ്. കാമുകനുമായുള്ള കൂടിക്കാഴ്ചയിൽനിന്ന് ജനിച്ച ഭാവവുമായി കൂടിക്കുഴഞ്ഞാവാം അബോധ മനസ്സിൽനിന്നും മരം സ്രഷ്ടമാകുന്നത്.

'പുനഃസമാഗമം' എന്ന കഥയിൽ അകം മാത്രം നനവു കടന്ന് കുതിർന്നുപോയ ഒരു മരത്തടി പോലെയായിത്തീർന്നു അവൾ"[121] എന്ന പ്രയോഗം മരത്തെ ശരീരവുമായി ബന്ധിപ്പിക്കാനുള്ള ശ്രമത്തിന്റെ ഭാഗമാണ്. 'വക്കീലമ്മാവൻ' എന്ന കഥയിൽ ആൽമരത്തെപ്പറ്റിയുള്ള പരാമർശം ഇപ്രകാരമാണ്. "ഞാൻ പതിനേഴു കൊല്ലമായി ഈ ബൊട്ടാണിക്കൽ ഗാർഡനിൽ വന്നു തുടങ്ങിയിട്ട്. ഞാൻ ഇതുവരെ ആ മരം കണ്ടിട്ടില്ല."

"മരം കണ്ടിട്ടില്ലന്നോ?"

"മരത്തിന്റെ കൊമ്പുകളൊക്കെ കണ്ടു: പക്ഷേ, പ്രധാനപ്പെട്ട മരം മാത്രം കണ്ടിട്ടില്ല."

"ഞാനും കണ്ടിട്ടില്ല."

"കണ്ടിട്ടില്ല. ഇനിയൊട്ടു കാണുകയും വേണ്ട."[122]

ഇവിടെ കഥയിൽ പ്രത്യക്ഷപ്പെടാത്തൊരു മരത്തെപ്പറ്റിയാണ് പരാമർശം. അസംതൃപ്ത ദാമ്പത്യത്തിന്റെ ഉടമകളാണ് ബൊട്ടാണിക്കൽ ഗാർഡനിൽ പിക്നിക്കിന് വന്ന കുടുംബാംഗങ്ങളിൽ പലരും. വേരുകൾ ഭൂമിയിലാഴ്ത്തി പുഷ്ടിയോടു വളരുന്ന ആൽമരത്തെ കഥാകാരി സ്നേഹത്തിന്റെ ബിംബകല്പനയാക്കി മാറ്റിയിരിക്കുന്നു.

ഇല

ഇലകളെപ്പറ്റിയുള്ള പരാമർശവും കൃതികളിൽ കാണാം. അത്തിമരത്തിന്റെ ഇല, വാടിയ ഇല, ഉണങ്ങിയ ഇല എന്നിവയാണ് ഇതിൽ പ്രധാനം.

"അത്തിമരത്തിന്റെ ഇല കൂടി അയാളുടെ മേൽ നില്ക്കുവാൻ അവൾ അനുവദിച്ചില്ല."[123] "അവളുടെ മടിയിലേക്കു വാടിയ ഒരു ഇല പറന്നു വീണു."[124] "പൂഴിയിൽ വീണു കിടക്കുന്ന ഇലകളെ അവൾ നിലാവെളിച്ചത്തിൽ കണ്ടു"[125] തുടങ്ങിയ പരാമർശങ്ങൾ സൂക്ഷ്മതയുടെ ബിംബമായിട്ടാണ് കഥയിൽ പ്രകടമാകുന്നത്.

ഉണങ്ങിയ ഇല ജിവസ്സറ്റ സ്നേഹ ശൂന്യമായൊരവസ്ഥയെ പ്രതിനിധാനം ചെയ്യുന്നു. "അവന്റെ തലമുടിയിൽ വീണുകിടന്നിരുന്ന ഒരു ഉണങ്ങിയ ഇല അവളുടെ കണ്ണിൽപ്പെട്ടു."[126] "ഉണങ്ങി നിലത്തു വീണ ഒരില പോലെ മഞ്ഞച്ച് നീരുവറ്റിക്കഴിഞ്ഞിരുന്ന മുഖം"[127] എന്നും മറ്റുമുള്ള ആലങ്കാരിക കല്പനകളിൽക്കൂടി തെളിയുന്നത്, സ്നേഹം വൃക്ഷം പോലെ കല്പിക്കപ്പെടുമ്പോൾ ഇലകൾ അതിന്റെ ഭാഗങ്ങളായി മാറുന്നു എന്ന യുക്തിയാണ്. അപ്പോൾ സ്വാഭാവികമായി മരവും ഇലകളും ബിംബങ്ങളായി മാറുന്നു. പൂക്കൾ പോലും മാധവിക്കുട്ടിയുടെ കഥാ ലോകത്തെ കാവ്യ ബിംബങ്ങളാണ്. "ആകാശത്തിന്റെ വക്കുകൾ കത്തിക്കുന്ന ആ ഗുൽമോഹർ മരം"[128] എന്ന കല്പന പൂക്കളെ കുറിച്ചുള്ളതാണ്. ഇത്തരം സവിശേഷതയാർജ്ജിക്കുന്ന ബിംബങ്ങൾ വർണ്ണങ്ങളെപ്പറ്റിയുള്ള സൂക്ഷ്മമായ പഠനത്തിന് വഴിതെളിക്കുന്നു.

വർണ്ണ ബിംബങ്ങൾ

നിറങ്ങളായിട്ടാണ് പല ബിംബങ്ങളും കഥാകാരിയുടെ ഭാവത്തെ വഹിക്കുന്നത്. "നിറങ്ങൾ തിന്നുകൊണ്ടാണ് ഞാൻ എഴുതുന്നത്"[129] എന്ന് കഥാകാരി ഇതിനെപ്പറ്റി വിശദീകരിക്കുന്നു. ഒരു ചിത്രകാരന്റെ സൂക്ഷ്മതയും ഔചിത്യബോധവുമാണ് കഥകളിലെ വർണ്ണ പ്രയോഗത്തിൽ കഥാകാരി ദീക്ഷിക്കുന്നത്. മഞ്ഞ, ചുവപ്പ്, നീല എന്നീ നിറങ്ങളുടെ സന്നിവേശത്തിലൂടെ ഏതേതെല്ലാം ഭാവത്തെയാണ് അത് ബിംബവല്ക്കരിക്കുന്നതെന്ന് ഇനി പരിശോധിക്കാം.

മഞ്ഞ

മഞ്ഞനിറം കഥകളിൽ പലയിടത്തും മരണമോ ദുരന്തമോ പ്രതിനിധാനം ചെയ്യപ്പെടുന്നു. "എന്റെ യൗവനം നിലക്കണ്ണാടിയിൽ മഞ്ഞയിലകൾ പോലെ കൊഴിഞ്ഞു വീഴുന്നതു മാത്രം ഞാൻ നോക്കിക്കണ്ടു"[130]എന്ന ഒരു പരാമർശം *എന്റെ കഥ*യിൽ കാണുന്നു. *നീർമാതളത്തിന്റെ പൂക്കളിൽ* "രാവിലെത്തെ സ്വർണ്ണവെളിച്ചത്തിൽ അയാളുടെ മുടിയും സ്വർണ്ണമുടിയായിരുന്നു"[131] എന്ന് സൂചനയുണ്ട്. കൊയ്ത്തടുക്കുമ്പോൾ ഉച്ച വെയിൽ തിളങ്ങുന്ന നെൽപ്പാടങ്ങളെ അനുസ്മരിപ്പിക്കുന്ന ആ മുടിയുടെ നിറം ദുരന്തത്തിന്റെ സൂചനയായിട്ടാണ് അവളുടെ മനസ്സിൽ നിറയുന്നത്. 'നരിച്ചീറുകൾ പറക്കുമ്പോൾ' എന്ന കഥയിൽ ദുരന്തമിറ്റുന്ന ഭൂതകാലത്തെ ചിത്രീകരിക്കുന്നത് ഇപ്രകാരമാണ്. "മങ്ങിക്കത്തുന്ന ഒരു വിളക്ക്. രണ്ടു കുട്ടികളേയും ഒന്നിച്ചു മൂടുന്ന ഒരു

മഞ്ഞപ്പുതപ്പ്"[132] ഇവിടെ മഞ്ഞപ്പുതപ്പ് ദുരന്തസൂചകമാണ്. 'വിരുന്നുകാരൻ' എന്ന കഥയിലെ മുത്തശ്ശി വാർദ്ധക്യത്തിന്റെ വക്കിൽ മരണത്തിലേക്കെത്തി നില്ക്കുകയാണ്. "വെയിലിൽ അരിച്ചരിച്ച് പാടത്തിന്റെ വക്കത്തു നില്ക്കുന്ന മഞ്ഞരളിപ്പൂക്കളിൽച്ചെന്നു വീഴുകയാണ്"[133] കഥാന്ത്യത്തിൽ, മുത്തശ്ശിയുടെ ദൃഷ്ടി മഞ്ഞരളിപ്പൂക്കൾ മരണത്തെയാണ് ബിംബവല്ക്കരിക്കുന്നത്. പക്ഷിയുടെ മണത്തിലെ നായികയോട് മരണത്തിന്റെ പ്രതീകം പറയുന്നതിപ്രകാരമാണ്. "മഞ്ഞക്കാമല പിടിച്ച്, കിടക്കയിൽനിന്നു തല യുയർത്താൻ വയ്യാതെ കിടന്നിരുന്ന കാലം. അന്നു നിന്റെ അമ്മ ജനൽ വാതിലുകൾ തുറന്നപ്പോൾ നീ പറഞ്ഞു, അമ്മേ, ഞാൻ മഞ്ഞപ്പൂക്കൾ കാണുന്നു. മഞ്ഞ അലരിപ്പൂക്കൾ കാണുന്നു. എല്ലായിടത്തും മഞ്ഞപ്പൂക്കൾത്തന്നെ .... നിന്റെ കണ്ണുകൾക്കു മാത്രം കാണാൻ കഴിഞ്ഞ ആ മഞ്ഞപ്പൂക്കൾക്കിടയിൽ ഞാൻ നിന്നിരുന്നു."[134] മഞ്ഞക്കാമലയും മഞ്ഞരളിപ്പൂക്കളും എഴുത്തുകാരിയുടെ ജീവിതാനുഭവങ്ങളുമായി ബന്ധപ്പെട്ടതാണ്. അവർ മഞ്ഞക്കാമല പിടിച്ചുകിടപ്പായ കൂട്ടുകാരിയെപ്പറ്റിയും മരണത്തിലേക്ക് വഴുതിപ്പോയ ദിനങ്ങളെപ്പറ്റിയും ആത്മകഥയിൽ രേഖപ്പെടുത്തിയിട്ടുണ്ട്.[135] ഇപ്രകാരം ആത്മവത്തയുമായി കൂടിക്കലർന്ന നിറങ്ങൾ എഴുത്തുകാരിയുടെ അബോധ മനസ്സിൽ കുടിയിരുപ്പുണ്ട്.

ചുവപ്പ്

സ്നേഹത്തിന്റെ തീവ്രത ആവാഹിക്കുന്ന ഒരു വർണ്ണ ബിംബമായിട്ടാണ് മാധവിക്കുട്ടിയുടെ കഥകളിൽ ചുവപ്പ് കടന്നു വരുന്നത്. എഴുത്തുകാരിക്ക് ഏറ്റവും പ്രിയപ്പെട്ട നിറവും ചുവപ്പു തന്നെയാണെന്ന് അവർ തുറന്നു സമ്മതിച്ചിട്ടുണ്ട്.[136] 'ചുവന്ന പാവാടയിലെ വേലക്കാരിപ്പെണ്ണ് തന്റെ കിലുങ്ങുന്ന വളകളോട് പറയുന്നു: "നിങ്ങള് പറഞ്ഞതാശെരി. ഓണത്തിന് ചോന്ന ബ്ലൗസ് ഇയ്ക്ക് വേണ്ട. ചോപ്പാ ഇയ്ക്ക് ചേർച്ച"[137]. കഥാവസാനത്തിൽ വീണ്ടും അവൾ പറയുന്നു: "ഇയ്ക്ക് ചോന്ന പാവാടയാ ചേർച്ച. ഇയ്ക്ക് ഓണത്തിന് ചോന്ന പാവാടയാ വേണ്ട്....ഇയ്ക്ക് അതാ ചേർച്ച."[138] വേലക്കാരിപ്പെണ്ണിന്റെ വളർച്ചയും യജമാനന്റേയും യജമാനത്തിയുടേയും സംഘർഷവും ചുവപ്പിന് രതിയുമായി ബന്ധപ്പെട്ട ഒരർത്ഥതലം കൂടി ആരോപിക്കാൻ വഴിയൊരുക്കുന്നു. മറ്റ് ചില കഥകളിലെ സൂചനകൾ കൂടി പരിശോധിക്കാം. 'കാലിച്ചന്ത'യിലെ നായിക ധരിക്കുന്നത് 'ചോന്ന' ജാക്കറ്റാണ്. 'കാളവണ്ടി'യിലെ നായികയ്ക്ക് ചുറ്റും ചിതറിക്കിടക്കുന്നത് ഇളം ചുവപ്പു നിറത്തിന്റെ പട്ടു തുണ്ടുകളാണ്. 'ചിത്തഭ്രമ'ത്തിലെ നായിക ചുവന്ന സാരിയാണ് ഉടുത്തിരിക്കുന്നത്. 'പട്ടങ്ങളി'ലെ നായിക ചെന്നെത്തുന്ന ഹോട്ടൽ മുറിയിലെ ജനൽശ്ശീലകൾ ചുവന്നതായിരുന്നു. 'തരിശുനില'ത്തിലെ തീ ജ്വലിക്കുന്നത് ചുവന്ന പൂക്കളെപ്പോലെയും ചുവന്ന പൂമ്പാറ്റകളെപ്പോലെയുമാണ്. 'രാജാവിന്റെ പ്രേമഭാജനം' ത്തിലെ പ്രധാന ഹോട്ടലിന്റെ ചുവന്ന പരവതാനിക്കീറുകൾ വിരിച്ച ഇടനാഴികളിൽ കൂടിയാണ് മുപ്പത്തഞ്ചു വയസ്സുകാരി കാമു

കസന്നിധിയിലേക്ക് പോകുന്നത്. കല്യാണിയിലെ ചുവന്ന ചുവരുകൾ ചുവന്ന സന്ധ്യയിലെ ചുവപ്പുനാട തലമുടിയിൽ കെട്ടിയ ലില്ലി ....ഇങ്ങനെ നിരവധി കഥകളിൽ ചുവപ്പ് ഉപയോഗിച്ചിരിക്കുന്നത് കാണാം.

സ്നേഹതീവ്രത പ്രകടിപ്പിക്കുന്ന ഈ വർണ്ണബിംബങ്ങൾ കഥാപാത്രങ്ങളുടെ മാനസികഭാവങ്ങളുമായി താരതമ്യം ചെയ്യുമ്പോഴാണ് വ്യഥാവിലല്ല എന്നു വ്യക്തമാകുന്നത്.

വർണ്ണബിംബങ്ങളിലുള്ള എഴുത്തുകാരിയുടെ അതീവ ശ്രദ്ധയ്ക്കു വേരന്വേഷിക്കുമ്പോൾ അവ ബോധപൂർവ്വമാണെന്ന് കണ്ടെത്താം. 'നീല' എന്ന വർണ്ണത്തെ ആസ്പദമാക്കി ഇതു തെളിയിക്കാം. മഞ്ഞയും ചുവപ്പും അബോധത്തിൽനിന്ന് സൃഷ്ടിക്കപ്പെട്ടതാണെങ്കിൽ 'നീല' സ്വപ്നത്തിൽ നിന്നും യാഥാർത്ഥ്യത്തെ വേർതിരിക്കാൻ ബോധപൂർവ്വം കഥാകാരി നല്കുന്ന വർണ്ണബിംബമായിട്ടാണ് അനുഭവപ്പെടുന്നത്. വിശദാംശങ്ങൾ തുടർന്നുള്ള ഭാഗങ്ങളിൽ ഉൾപ്പെടുത്തിയിട്ടുണ്ട്. 'ഉണ്ണി' എന്ന കഥയിലെ അപരിചിതനായ പത്തുവയസ്സുകാരൻ ഉച്ചയിൽ കിനാവിൽ വരുന്നൊരു രൂപമാണ്. അവൻ ധരിച്ചിരിക്കുന്നത് നീല ഷർട്ടാണ്. ഇവിടെ 'നീല' അയഥാർത്ഥമായൊരു ഭാവത്തിന്റെ സൃഷ്ടിക്കുവേണ്ടിയാണ് കഥാകാരി പ്രയോഗിച്ചിരിക്കുന്നതെന്ന് മനസ്സിലാകുന്നു. അവൻ വരുമ്പോൾ ഉമ്മറത്ത് ചവിട്ടു പടിമേൽ ഉറങ്ങിക്കിടന്നിരുന്ന പട്ടിയുടെ മേൽ പറന്നിരുന്നതാകട്ടെ ഒരു 'നീല' ഈച്ച. ഇതും കൂടിയാകുമ്പോൾ അയഥാർത്ഥ ലോകമായ സ്വപ്നസൃഷ്ടിക്ക് നീലവർണ്ണം ബോധപൂർവ്വമുള്ള ശ്രമമാണെന്ന് വരുന്നു. ഇതിനാസ്പദമായ തെളിവുകൾ ഇനിയും നിരത്താവുന്നതാണ്. 'ദൃക്സാക്ഷിയിൽ' കുട്ടിയുടെ സ്വപ്നത്തിൽ വരുന്ന ടുക്കാറാം ധരിച്ചിരുന്നത് നീല ഷർട്ടാണ്. 'സനാതൻ ചൗധരിയുടെ ഭാര്യ' എന്ന കഥയിൽ ഗോപിമേനോന്റെ ഭാര്യ നീല സാരിയുമുടുത്തുകൊണ്ടാണ് കാമുക സന്നിധിയിലേക്ക് പോകുന്നത്. 'പരുന്തുകൾ' എന്ന കഥയിൽ ആ വർണ്ണബിംബം കുറെക്കൂടി സ്പഷ്ടമാകുന്നു: അന്നത്തെ ദിവസത്തിന്റെ നിറം തന്നെ നീലയായിരുന്നു. ആകാശത്തിൽ ഒറ്റപ്പെട്ടു കിടന്ന മേഘക്കഷണം ഒഴിച്ചാൽ കണ്ടെത്താവുന്നിടത്തെല്ലാം നീല. നീല വരമ്പുകളുള്ള നീലാകാശം. നീലസാരി....നീലശംഖുപുഷ്പങ്ങൾ. അപ്പോഴാണ് അമ്മ പറഞ്ഞത്, നോക്കൂ എന്റെ പരുന്ത്!"[139] പരുന്തിനെ ആദ്യം കണ്ടപ്പോഴും കടുംനീലയുടെ പശ്ചാത്തലത്തിലാണ് അത് പറന്നത്. മനസ്സിന്റെ അവ്യക്തമായ തോന്നലുകളിലാണ് 'നീല' നിറത്തിന് പലപ്പോഴും മാധവിക്കുട്ടിയുടെ കഥകളിൽ സ്ഥാനം. 'മലഞ്ചെരിവുകൾ' എന്ന കഥയിലെ നീല മലകളുടെ ചരിവ് ശ്രദ്ധേയമാണ്. അപകടം നടക്കുന്നത് അവിടെ വച്ചാണ്. അവളുടെ മനസ്സിന്റെ വിഭ്രാന്തിയിൽ പിറന്നു വീഴുന്ന സ്വപ്നചിത്രങ്ങൾക്കു കാരണവും ആ 'നീല' മലകളാണ്. നിറങ്ങളുടെ സമ്മേളനത്തിലൂടെ ഭാവത്തെ ആവിഷ്കരിക്കാനുള്ള ചിത്രകാരന്റെ വൈഭവം, കഥകളിലൂടെ മാധവിക്കുട്ടി സമർത്ഥമായി പ്രദർശിപ്പിക്കുന്നു. 'മനുഷ്യൻ പാവമാണ്' എന്ന കഥയുടെ അവസാനം ഇതിന് തെളിവാണ് : ഇലകളുടെ പച്ച, കടും

പച്ചയായി, പൂക്കൾ സ്വർണ്ണനിറം പിടിച്ച്, മലകൾ മഞ്ഞിൻകട്ടകൾ പോലെ ആകാശത്തിന്റെ നീലയിൽ അലിഞ്ഞു."[140]

സ്പർശബിംബങ്ങൾ

വെയിൽ, ഉച്ച ഇവ സ്വപ്നമോ പകൽക്കിനാവോ കാണുന്നതിന് മുൻപത്തെ അവസ്ഥയെ സൂചിപ്പിക്കുന്നു. 'ഉണ്ണി' എന്ന കഥയിലെ പത്തു വയസ്സുകാരനും വിരുന്നുകാരനിലെ പന്ത്രണ്ടു വയസ്സുകാരനും കടന്നു വരുന്നത് ഉച്ചനേരത്താണ്. 'അന്ന് വെയിൽ ഏഴു മണിക്കേ മാഞ്ഞുള്ളൂ'[141] എന്ന കഥയിൽ സ്നേഹത്തിന്റെ ബിംബമാണ് ഇളവെയിൽ.

മഞ്ഞ്, തണുപ്പ് എന്നീ അമൂർത്ത ബിംബങ്ങൾ പല കഥകളിലുമുണ്ട്. മരണത്തിന്റേയും അകൽച്ചയുടേയും ദുഃഖത്തിന്റേയും പ്രതീതി സൃഷ്ടിക്കുന്നവയാണ് അത്തരത്തിലുള്ള ബിംബങ്ങൾ. 'മഞ്ഞ്'[142], 'തണുപ്പ്'[143] എന്നീ പേരിൽ എഴുതിയിട്ടുള്ള കഥകൾ തന്നെ ഇവയ്ക്ക് തെളിവുകളാകുന്നു.

ആതിഭൗതികതലം

വാൾട്ട് വിറ്റ്മാന്റെ കവിതകളിലെന്നപോലെ മാധവിക്കുട്ടിയുടെ കഥകളിലും പ്രകൃതിയിലെ ബിംബങ്ങൾ ആതിഭൗതികമായ തലത്തിൽ നില്ക്കുന്നവയാണ്. ഇത്തരം ബിംബങ്ങൾ സ്വീകരിക്കുന്നതിന് കഥാകാരിയെ പ്രേരിപ്പിച്ചത് യഥാർത്ഥലോകത്തിലുള്ള അതൃപ്തിയാകാം. സൃഷ്ടിയുടെ ലോകത്ത് സ്വാതന്ത്ര്യവും സംതൃപ്തിയും നേടാൻ കലാകാരൻ വ്യഗ്രത കൊള്ളുന്നത് അപ്പോഴാണല്ലോ.[144] മനുഷ്യാവസ്ഥ തന്നെ നശ്വരമാണെന്ന് ബോദ്ധ്യമാകുന്നു. മരണമെന്ന ജീവിത സത്യത്തിൽനിന്നും ഒളിച്ചോടാൻ കഴിയില്ലെന്ന് ബോദ്ധ്യമാകുമ്പോൾ കലയിലൂടെ അനശ്വരമായൊരു ലോകത്തിന്റെ സൃഷ്ടിയിൽ ഏർപ്പെടുന്നു. ഈ സ്വപ്നവ്യാപാരത്തിൽ തന്റെ അഭിലാഷങ്ങൾക്ക് അനശ്വരത ആവാഹിക്കാൻ അവൻ ഇച്ഛിക്കുന്നു. അപ്പോഴാണ് അബോധത്തിൽ ഒളിഞ്ഞു കിടക്കുന്ന ജന്മവാസനകൾ ബാല്യാനുഭവങ്ങളുമായി കൂടിക്കുഴഞ്ഞു ബിംബങ്ങളായി സ്വപ്നത്തിൽ ജനിക്കുന്നത്. ഈ ബിംബങ്ങളാകട്ടെ യഥാർത്ഥ ലോകത്തിന്റെ ദൃശ്യങ്ങളായിരിക്കും. ആ ദൃശ്യങ്ങൾക്കു പിന്നിലുള്ള സംഭവങ്ങളായിരിക്കും സ്വപ്നത്തെ സംബന്ധിച്ചിടത്തോളം പ്രാധാന്യമർഹിക്കുന്നത്. വൈയക്തികമായ അനുഭവങ്ങൾ പലതായിരിക്കെ സന്ദർഭ ശക്തിയുടെ അടിസ്ഥാനത്തിൽ മാത്രമേ ബിംബങ്ങളെ പരിശോധിക്കാൻ കഴിയൂ. ബാല്യത്തിൽ അനുഭവങ്ങൾ ചിത്രങ്ങളായിട്ടാണ് മനസ്സിൽ പതിയുക. പിന്നീട് കലാസൃഷ്ടിക്കൊരുമ്പെടുന്ന നിമിഷത്തിൽ ഈ ചിത്രങ്ങളെ അനുഭവങ്ങളാക്കി മാറ്റുകയാണ് ചെയ്യുന്നത്. മൂർത്തതയിൽനിന്നും അമൂർത്തതയിലേക്കാണ് കലാപ്രവർത്തനം കടന്നു പോകുന്നത്.[145]

സ്വപ്നം

സ്വപ്നങ്ങളും വിഭ്രാന്തികളും മാധവിക്കുട്ടിയുടെ കഥകൾക്ക് അസാധാരണമായൊരു മാനം നല്കുന്നുണ്ട്. രചനാശില്പത്തിന്റെ ഗഹനത വർദ്ധിപ്പിക്കുന്ന ഇത്തരം സങ്കേതങ്ങൾ ആന്തരിക ശില്പവുമായി കെട്ടുപിണഞ്ഞു കിടക്കുന്നു. കുട്ടികളുടെ മനസ്സിൽ സ്വപ്നങ്ങൾ കുമിഞ്ഞുകൂടുമ്പോൾ അവ എപ്രകാരമാണ് എഴുത്തുകാരൻ പകർത്തുക? സ്വപ്നസങ്കേതത്തെ കഥയുടെ ബാഹ്യശില്പമായി രൂപപ്പെടുത്തി അതിന് അനുയോജ്യമായ വിധം ക്രിയകളെ രൂപപ്പെടുത്തുക. അല്ലെങ്കിൽ മുതിർന്നവരുടെ മനസ്സിലൂടെ കുട്ടിയോടുള്ള പ്രതികരണം കടത്തിവിടുക. ഇതിൽ ആദ്യത്തെ സങ്കേതമാണ് മാധവിക്കുട്ടിയുടെ കഥകളിൽ കണ്ടെത്താൻ കഴിയുന്നത്. സങ്കീർണ്ണമായ മാനസിക തലം ചിത്രീകരിക്കുമ്പോൾ രചന സ്വപ്നാത്മക പ്രതീതിയുണർത്തുന്നു. ഇപ്രകാരം ആന്തരിക ശില്പത്തിന് അനുയോജ്യമായ വിധം ബാഹ്യശില്പത്തെ കണ്ടെത്തുമ്പോൾ ഭാഷയും ബിംബങ്ങളും ആഖ്യാനരീതിയും വ്യത്യസ്തമായിത്തീരുന്നു. ഇത്തരം കഥകളിൽ കല്പന ചെയ്തിട്ടുള്ള ബിംബങ്ങൾ എഴുത്തുകാരിയുടെ വ്യക്തിത്വവുമായി ബന്ധപ്പെട്ടവയാണ്.

പുനഃസൃഷ്ടി

ക്രമാനുഗതമായ ഒരു നിരീക്ഷണത്തിന് വിധേയമാക്കുന്നപക്ഷം കഥാകാരിയുടെ ജീവിതത്തിന്റെ വഴിത്താരയിലുള്ള ഓരോ പ്രധാന സംഭവങ്ങളും കഥയിൽ പുനഃസൃഷ്ടിക്കപ്പെട്ടിരിക്കുന്നതു കാണാം. കഥാപാത്രങ്ങൾക്കു മാറ്റമുണ്ടെങ്കിലും അവരുടെ ജീവിതം കഥാകാരിയുടെ അനുഭവങ്ങളുമായി ബന്ധമുള്ളവയാണ്. അവ സ്വകാര്യമാവാതെ മൂന്നാമതൊരു തലമായ കലാനുഭൂതിയുടെ മണ്ഡലത്തിലേക്ക് പരിവർത്തിപ്പിക്കുന്നതിലുള്ള വിജയമാണ് ഈ കഥാകാരിയുടെ രചനാ വിജയം. മനഃക്ഷോഭങ്ങളുടെ അവസ്ഥയ്ക്ക് അനുയോജ്യമായ ബഹിരംഗ ശില്പം എപ്രകാരമാണ് ഈ കഥാകാരി കണ്ടെത്തുന്നതെന്ന് ഇനി പരിശോധിക്കാം.

പക്ഷിയുടെ മണം

'പക്ഷിയുടെ മണ'ത്തിലെ നായിക ഇരുപത്തേഴുകാരിയും വിവാഹിതയും അമ്മയുമാണ്. ഭർത്താവിനെപ്പോലും വകവെക്കാതെയാണ് അവൾ ജോലി അന്വേഷിച്ചു പോകുന്നത്. സമയം പന്ത്രണ്ടര ഡൈയിങ് എന്ന് എഴുതി തൂക്കിയിരുന്ന ബോർഡ് കണ്ട് അവൾ സ്പെല്ലിങ്ങിന്റെ തെറ്റാണെന്ന് വിചാരിച്ച് ചിരിക്കുന്നു. ആ മുറിയിൽ കയറിയശേഷം പലതും ചിന്തിച്ച് അവൾ ഉറങ്ങിപ്പോകുന്നു. പിന്നീട് ഒരു കുപ്പിയുടെ കോർക്ക് വലിച്ചു തുറക്കുന്ന ശബ്ദം കേട്ടാണ് ഞെട്ടി ഉണരുന്നത്. അവിടെ അവൾ കാണുന്നത് ശക്തമായ കൈവിരലുകളുള്ള ഒരു പുരുഷനെയാണ്. അവൾ പരിഭ്രമിച്ചു.

മേൽ കൊടുത്തിരിക്കുന്ന കഥാസൂചനയിൽ ഉച്ച, ഉറക്കം എന്നിവ ശ്രദ്ധിക്കപ്പെടേണ്ടതുണ്ട്. ഉറക്കത്തിനുശേഷമുള്ള ഉണർച്ച സ്വപ്നത്തിലേക്കാണ് വഴുതി വീഴുന്നത്. അതിൽ കുതിരയുടേതുപോലെ നീണ്ട മുഖമുള്ള ഒരു ചെറുപ്പക്കാരൻ മരണത്തിന്റെ പ്രതീകമായി മുന്നിൽ നില്ക്കുന്നു. അയാളുടെ ഓരോ വാക്കുകളും മരണത്തിന്റെ ലോകത്തേക്ക് അവളുടെ പ്രജ്ഞയെ കൂട്ടിക്കൊണ്ടു പോകുന്നു. സ്വപ്നാത്മകമായൊരു ഘട്ടത്തിലേക്കാണ് കഥ ചെന്നെത്തുന്നത്. കഥാന്ത്യത്തിൽ അലൗകികമായ തലത്തിൽനിന്നും യഥാർത്ഥ പ്രതീതിയിലേക്കെത്തുന്നു.

കല്ല്യാണി

'കല്ല്യാണി'യിൽ അയഥാർത്ഥമായൊരു ലോകത്തേക്ക് അവൾ പ്രവേശിക്കുന്നത് ഒരു കയ്പുള്ള പാനീയം കുടിച്ച ശേഷം മാത്രമാണ്. മയക്കവുമായി ബന്ധപ്പെട്ട ഏതെങ്കിലും ലഹരിപദാർത്ഥമാവാം അത്. ആരാലും മനസ്സിലാക്കപ്പെട്ടിട്ടില്ലാത്ത 'കല്ല്യാണി' യിലെ കഥാനായിക ചോദിക്കുന്നു: "ഞാൻ കല്ല്യാണിയാണോ?" "അതെ നീ കല്ല്യാണിയാണ്." ഇതു കേട്ട മാത്രയിൽ അവൾ അസ്തപ്രജ്ഞയായി നിലംപതിച്ചു.[146] കഥാന്ത്യത്തിലെ അപരിചിതത്വം ആദ്യം മുതൽക്കേ അനുഭവപ്പെടുന്നു. 'പക്ഷിയുടെ മണ' ത്തിലെ നിഗൂഢത നിറഞ്ഞ അന്തരീക്ഷം പോലെയാണ് 'കല്ല്യാണി'യിലും. കല്ല്യാണി ചെന്നെത്തുന്ന സ്ഥലം കഥാകാരി ചിത്രീകരിച്ചിരിക്കുന്നത് ഇപ്രകാരമാണ്: "അവിടെയെങ്ങും വേറെ പൊലീസുകാരെ അവൾ കണ്ടില്ല. അവൾ നടന്നു ഒരു കോണിച്ചുവട്ടിലെത്തി. ആ മൂലയിൽ ആരോ വെറ്റില മുറുക്കിത്തുപ്പിയത് ഉണങ്ങിക്കിടന്നിരുന്നു. കോണിയുടെ ഇടതുവശത്തെ ചുമരിന്മേൽ ബംഗാളിയിൽ എന്തൊക്കെയോ എഴുതി വച്ചിരുന്നു."[147] അപരിചിതത്വവും ഭീതിയും നിറഞ്ഞു നില്ക്കുന്ന ഒരിടത്തേക്കാണ് ആ സ്ത്രീ കൊണ്ടുവരപ്പെട്ടത്. ഏകാന്തമായ അവളുടെ യാത്രയിൽ സംഭവിച്ച അപരിചിതത്വം കഥയുടെ ശില്പഘടനയിൽ സ്വാധീനം ചെലുത്തിയിരിക്കുന്നു എന്നുവേണം അനുമാനിക്കാൻ.

'സനാതൻ ചൗധരിയുടെ ഭാര്യ'യിലും ഇതേ അപരിചിതത്വമാണ് പ്രകടമാകുന്നത്. ഭാര്യയിൽ സംശയാലുവായ ഒരാളുടെ മനോരോഗതുല്യമായ അവസ്ഥ, അയാൾക്ക് ഭാര്യയെ തിരിച്ചറിയാനാവാത്ത സ്ഥിതിയിലേക്കെത്തിക്കുന്നു.

ഉണ്ണി

'ഉണ്ണി' എന്ന കഥയിൽ ഉച്ചനേരത്ത് കടന്നു വരുന്ന പത്തു വയസ്സു പ്രായം തോന്നിക്കുന്ന ആൺകുട്ടി സൂക്ഷ്മാവലോകനത്തിൽ അവളുടെ മനസ്സിന്റെ തോന്നലാണ്. ബാല്യവുമായി കെട്ടുപിണഞ്ഞു കിടക്കുന്ന അപക്വവാഞ്ഛയിൽനിന്നുള്ള പുരുഷ സങ്കല്പമാണ് ഉച്ചനേരത്തെ ഉറക്കത്തിലൂടെ കടന്നു വരുന്ന കുട്ടി. പകൽക്കിനാവിലൂടെയാണ് 'ഉണ്ണി' എന്ന

കഥയിൽ പ്രതല മാറ്റം സംഭവിച്ചിരിക്കുന്നത്. വിശദമായി ഈ കഥയും അടുത്ത അദ്ധ്യായത്തിൽ ചർച്ച ചെയ്യുന്നുണ്ട്.

വിരുന്നുകാരൻ

'വിരുന്നുകാരൻ' എന്ന കഥയിൽ ഉച്ചയാകുന്നതിന് അല്പം മുമ്പാണ് മുത്തശ്ശിയുടെ വിരുന്നുകാരൻ വന്നെത്തുന്നത്. കഥയുടെ ആരംഭത്തിൽ തന്നെ മുത്തശ്ശിയുടെ ഏകാന്തതയിൽനിന്നു ജനിച്ചതാണ് വിരുന്നുകാരൻ എന്ന് വ്യക്തമാകുന്നു. മുത്തശ്ശിക്ക് പന്ത്രണ്ടു വയസ്സിൽ വന്ന കല്യാണാലോചനയിലെ നായകനാണ് വിരുന്നുകാരനായി വാർദ്ധക്യത്തിൽ അവരുടെ സ്വപ്നത്തിൽ വന്നു നില്ക്കുന്നത്. ഇവിടെയും അബോധ മനസ്സിന്റെ പ്രവർത്തനമാണ് കലാപരമായൊരു പ്രക്രിയയിലൂടെ രൂപപ്പെട്ടിരിക്കുന്ന ശില്പം.

മലഞ്ചെരിവുകളിൽ

ദുർബ്ബല മനസ്സിന്റെ തോന്നലുകളാണ് 'മലഞ്ചെരുവുകളിൽ' എന്ന കഥയിലും സ്വപ്നതുല്യമായ ശയ്യ ഒരുക്കുന്നത്. ഈ കഥയിലെ 'അയാൾ' യാഥാർത്ഥ്യമല്ല. ഒരു കാറപകടത്തിൽപ്പെട്ട് പ്രജ്ഞയ്ക്ക് തകരാറു സംഭവിച്ച സ്ത്രീയുടെ അബോധത്തിന്റെ സൃഷ്ടിയാണത്. മരണഭീതിയുമായി ബന്ധപ്പെട്ട കാമുകസങ്കല്പമായി ഒരു വേള തെറ്റിദ്ധരിക്കാം. യാഥാർത്ഥ്യത്തിന്റെ ലോകത്ത് അവളുടെ ഭർത്താവ് വരുമ്പോൾ ഏകാന്തതയിൽ അവളെ പിരിയാതെ നിന്ന 'അയാൾ' അപ്രത്യക്ഷമാകുന്നു. ഇപ്രകാരമാണ് കഥാകാരി ആ സന്ദർഭം ചിത്രീകരിക്കുന്നത്. "അവളുടെ ഭർത്താവ് ചിരിച്ചുകൊണ്ട് അകത്തേക്കു വന്നു. അയാളുടെ കനത്ത കൈ അവളുടെ ചുമലിൽ വന്നു വീണു. അവൾ മുറിയുടെ മൂലയിലേക്കു നോക്കി. അവിടെ ആരും ഉണ്ടായിരുന്നില്ല. ആശ്വാസത്തോടെ അവൾ ഭർത്താവിനെ കെട്ടിപ്പിടിച്ചു."[148] വീണ്ടും അവൾ അയഥാർത്ഥ ലോകത്തേക്കു പോകുന്നുണ്ട്. സ്വപ്നവും യാഥാർത്ഥ്യവും തമ്മിൽ കൂടിക്കുഴഞ്ഞ് വിഭ്രാന്തിയിലേക്ക് പരിവർത്തിപ്പിക്കുന്ന രീതിയിൽ ശില്പ സങ്കേതം മെനഞ്ഞ് കഥയെഴുതി വിജയിച്ച മലയാളത്തിലെ ഏക കഥാകാരി മാധവിക്കുട്ടിയാണ്. ഈ രചനാ സങ്കേതം ഉപയോഗിക്കുന്നതിലെ പ്രാഗത്ഭ്യത്തിന്റെ തെളിവുകളാണ് മാധവിക്കുട്ടിയുടെ മികച്ച കഥകളായ 'പക്ഷിയുടെ മണം!' 'കല്ല്യാണി', 'മലഞ്ചെരിവുകളിൽ', 'വിരുന്നുകാരൻ', 'ഉണ്ണി' മുതലായവ.

എന്റെ കഥ

*എന്റെ കഥ*യിലും മേൽ കൊടുത്തിരിക്കുന്ന രചനാ സങ്കേതം കണ്ടെത്താം. കലാപരമായി ഈ രചനാ പ്രക്രിയയുടെ ഉറവിടം മനസ്സിലാക്കാതെ അപ്രകാരമുള്ള കഥാപാത്രങ്ങളും സംഭവങ്ങളും കഥാകാരിയുടെ യഥാർത്ഥ ജീവിതവുമായി കൂട്ടിയിണക്കുമ്പോഴാണ് പിശകു പറ്റുന്നത്. 'രാജാവ്'[149] എന്ന സങ്കല്പത്തിനു പിന്നിലെ കഥാകാരിയുടെ ശില്പവൈ

ദഗ്ദ്ധ്യവും 'അന്ധകാരത്തിന്റെ ആദ്യത്തെ അദ്ധ്യായം' എന്ന ഭാഗത്തിലെ അർദ്ധരാത്രിയിൽ കടന്നു വരുന്ന പുരുഷനെപ്പറ്റിയുള്ള പരാമർശവും പരിശോധിച്ചാൽ കലാ പ്രവർത്തനവും യാഥാർത്ഥ്യവും ഒന്നല്ലെന്നു വ്യക്തമാകും. വാസ്തവികതയുടെ അതിർ ലംഘിച്ച് അയഥാർത്ഥത്തിന്റെ ലോകത്തേക്കാണ് അവ രണ്ടും കടക്കുന്നത്.[150] കഥാനായികയുടെ അബോധത്തിൽ അമർത്തപ്പെട്ടവ സ്വപ്ന തുല്യമായി പുനർജ്ജനിക്കുകയാണ് ഇവിടെ. കഥാകാരനുമാത്രം സൃഷ്ടിക്കാൻ കഴിയുന്ന ലോകമാണിത്. ഈ ലോകം ഏറെ വിശ്വസനീയമാവുമ്പോഴാണ് കലാകാരൻ വിജയിക്കുന്നതും. അയഥാർത്ഥമായൊരു ലോകത്തിലേക്ക് മാധവിക്കുട്ടി ഇടയ്ക്കിടെ അഭയം കൊള്ളുന്നത് കൃതിയിലൂടെയാണ്. അതുകൊണ്ട് കൃതിയിൽ വിശ്വസനീയമായ സ്വപ്നങ്ങൾ നിറയ്ക്കുകയാണ് എഴുത്തുകാരി. *എന്റെ കഥ*യെ മാധവിക്കുട്ടിയുടെ ചെറുകഥകളുടെ കൂട്ടത്തിലും ഉൾപ്പെടുത്താവുന്നതാണ്. കാരണം, അതൊരു സൃഷ്ടിയാണ്. സ്വപ്നത്തിന് സൃഷ്ടിയുമായി ബന്ധമുണ്ട്. സ്വപ്നം കാണുന്നതുപോലൊരു കർമ്മമാണ് സൃഷ്ടി നടത്തലും. മാധവിക്കുട്ടിയുടെ സ്വപ്ന സൃഷ്ടിയാണ് രചന എന്ന തത്ത്വത്തെ ഉദാഹരിക്കുന്ന അവരുടെ കൃതികൾ. എഴുത്തുകാരിയുടെ മനോഘടനയാണ് ഇവയ്ക്കെല്ലാം നിദാനം.

ചുരുക്കത്തിൽ കഥാപാത്രത്തിന്റെ വിഭ്രമത്തിലോ സ്വപ്നത്തിലോ ഉണ്ടാകുന്ന പ്രത്യേക ദൃശ്യങ്ങൾ എഴുത്തുകാരുടെ ജീവിതവുമായി ബന്ധപ്പെട്ട് അബോധ മനസ്സിൽ കുടികൊള്ളുന്നവ കൂടിയായിരിക്കും.[151] മനഃശാസ്ത്രപരമായ അപഗ്രഥനത്തിൽക്കൂടി മാത്രമേ ഇതിന്റെ കാരണങ്ങൾ വ്യക്തമാക്കാൻ കഴിയൂ. അങ്ങനെയൊരു അന്വേഷണം മാധവിക്കുട്ടിയുടെ കൃതികളിൽ ഇനിയും പ്രസക്തമാണ്.

അടിക്കുറിപ്പുകൾ

1. മാധവിക്കുട്ടി - പരിചയം, *മാതൃഭൂമി* ആഴ്ചപ്പതിപ്പ്, പുറം 17, 1963 ജൂലായ് 21.
2. മാധവിക്കുട്ടി - ഞാൻ എന്തിന് എഴുതുന്നു?, *തിലകം,* 1962 ഒക്ടോബർ.
3. വാസുദേവൻ നായർ, എം.ടി - ഞാൻ എന്തിന് എഴുതുന്നു? *തിലകം,* 1962 ഒക്ടോബർ.
4. കേശവദേവ് പി - ഞാൻ എന്തിന് എഴുതുന്നു?, *തിലകം,* 1962 ഒക്ടോബർ.
5. ശിവശങ്കരപ്പിള്ള, തകഴി - മുഖവുര, *തെരഞ്ഞെടുത്ത കഥകൾ,* പുറം 12, 1965, സാഹിത്യ പ്രവർത്തക സഹകരണ സംഘം, കോട്ടയം.
6. O'Connor, Frank - *The Lonely Voice, A study of the short story,* Introduction, P.27, 1965, Mamillan, London.
"One can put this crudely by saying that
the form of the novel is given by the length;

is given by the form. There is simple no criterion of the length of a short story other than that provided by the material itself, and either padding to bring it up to a conventional length or cutting it bring it down to a conventional length is liable to injure. I am afraid that the modern short story is being seriously affected by editorial ideas of what its length should be. Like most story tellers I have been told that nobody reads anything longer than three thousand words."

7. Ward Alfred C.- *Aspects of the modern short story*, P.210, 1974 repr. of 1946 edn, Folcroft.
8. ജയചന്ദ്രൻ ടി എൻ - എസ് കെ പൊറ്റെക്കാട്ട്, *കഥയുടെ പിന്നിലെ കഥ,* പുറം 8, രണ്ടാം പതിപ്പ് 1986, സാഹിത്യ പ്രവർത്തക സഹകരണ സംഘം, കോട്ടയം.
9. മാധവിക്കുട്ടി - *എന്റെ കഥ*, പുറം 36, 1973, കറന്റ് ബുക്സ്, തൃശൂർ
10. പൊറ്റെക്കാട്ട്, എസ് കെ - ഏഴിലം പാല, *എസ് കെ പൊറ്റെക്കാട്ടിന്റെ ചെറുകഥകൾ,* പുറം 9, 1981, മാതൃഭൂമി പ്രിന്റിങ് ആന്റ് പബ്ലിഷിങ് കമ്പനി, കോഴിക്കോട്.
11. Albright, Evelyn M. - The short story: Its principles and structure, p.86, 1907, Folcroft.
12. മാധവിക്കുട്ടി - നുണകൾ, *പത്തുകഥകൾ,* പുറം 8, രണ്ടാം പതിപ്പ് 1968, കറന്റ് ബുക്സ്, തൃശൂർ.
13. അതിൽത്തന്നെ പുറം 11,
14. അതിൽത്തന്നെ പുറം 111,
15. അതിൽത്തന്നെ പുറം 111,
16. അതിൽത്തന്നെ പുറം 12
17. Lubbock, Percy - The craft of the fiction, p.122, 1954, Jonathan Cape.
"The freedom which pictorial method gives to the novelist is unknown to the playwright; but that freedom has to be paid for by the same loss of intensity, and the question is how to pay little as possible."
18. Ibid p.120
"It has to be remembered that drama is the novelist's highest light, like the white paper or white paint of a draughtsman; to use it prodigally where it is not needed is to lessen its force

where it is essential."

19. മാധവിക്കുട്ടി - പ്രഭാതം, *മാതൃഭൂമി* ആഴ്ചപ്പതിപ്പ്, 1962 ജനുവരി 28.
20. മാധവിക്കുട്ടി - *മാധവിക്കുട്ടിയുടെ കഥകൾ,* പുറം 79 - 80, 1982, ഡി സി ബുക്സ്, കോട്ടയം.
21. മാധവിക്കുട്ടി - നെയ്പ്പായസം, *മാതൃഭൂമി* ആഴ്ചപ്പതിപ്പ്, 1962 മാർച്ച് 21.
22. മാധവിക്കുട്ടി - *മാധവിക്കുട്ടിയുടെ കഥകൾ,* പുറം 86, 1982, ഡി സി ബുക്സ്, കോട്ടയം.
23. അതിൽത്തന്നെ പുറം 86.
24. അതിൽത്തന്നെ പുറം 88.
25. Lubbock, Percy - *The craft of the fiction* p.251, 1954, Jonathan Cape.
26. Hemingway, Ernest - *The Killers, the first forty nine stories,* 1944
27. Poe, Edgar Allan - *The mosque of the red death, Tales of mystery and imagintation,* 1955, Dutton.
28. മാധവിക്കുട്ടി - *ദയ എന്ന വികാരം, മാതൃഭൂമി* ആഴ്ചപ്പതിപ്പ്, 1956, ഡിസംബർ 9.
29. മാധവിക്കുട്ടി - *മന്ത്രവാദിയുടെ മകൾ, എന്റെ സ്നേഹിത അരുണ,* 1963 കറന്റ് ബുക്സ്, തൃശൂർ
30. Perrine, Laurence - Story and structure, P.120, Fifth edn. 1978, Har Bracej.
31. വാസുദേവൻ നായർ എം ടി - വിത്തുകൾ, *എം ടിയുടെ തെരഞ്ഞെടുത്ത കഥകൾ,* പുറം 273, 1968, കറന്റ് ബുക്സ്, തൃശൂർ.
32. അതിൽത്തന്നെ, പുറം 256
33. പത്മനാഭൻ ടി - *ശിഥിലബന്ധങ്ങൾ,* സഹൃദയനായ ചെറുപ്പക്കാരന്റെ ജീവിതത്തിൽനിന്ന്, പുറം 49, 1961.
34. മാധവിക്കുട്ടി, *ശിക്ഷ, അന്വേഷണം* മാസിക, 1968 മാർച്ച്
35. മാധവിക്കുട്ടി - *കാലിച്ചന്ത,* എന്റെ സ്നേഹിത അരുണ, പുറം 19, രണ്ടാം പതിപ്പ് 1970, കറന്റ് ബുക്സ്, തൃശൂർ.
36. മാധവിക്കുട്ടി - പക്ഷിയുടെ മണം. *മാതൃഭൂമി* ആഴ്ചപ്പതിപ്പ്, 1961 ആഗസ്ത് 27.
37. മാധവിക്കുട്ടി - കല്യാണി, *പക്ഷിയുടെ മണം,* പുറം 88 , 1964, കറന്റ് ബുക്സ്, തൃശൂർ.
38. മാധവിക്കുട്ടി - മലഞ്ചെരിവുകളിൽ, *പത്തുകഥകൾ,* പുറം 35, രണ്ടാം പതിപ്പ് 1968, കറന്റ് ബുക്സ്, തൃശൂർ.
39. മാധവിക്കുട്ടി - ഞാൻ എന്തിന് എഴുതുന്നു? *തിലകം,* 1962 ഒക്ടോബർ
40. മാധവിക്കുട്ടി - ചതുരംഗം, *മാതൃഭൂമി* ആഴ്ചപ്പതിപ്പ്, 1962 ഏപ്രിൽ 1
41. മാധവിക്കുട്ടി - *രാജാവിന്റെ പ്രേമഭാജനം,* 1968, കറന്റ് ബുക്സ്, തൃശൂർ.

42. മാധവിക്കുട്ടി - പ്രേമത്തിന്റെ വിലാപകാവ്യം, *മലയാളനാട്* വാർഷികപ്പതിപ്പ്, 1970.
43. മാധവിക്കുട്ടി - ചതുരംഗം, *മാധവിക്കുട്ടിയുടെ കഥകൾ*, പുറം 21, 1982, ഡി സി ബുക്സ്, കോട്ടയം.
44. മാധവിക്കുട്ടി - *രാജാവിന്റെ പ്രേമഭാജനം,* പുറം 61, 1969, കറന്റ് ബുക്സ്, തൃശൂർ.
45. മാധവിക്കുട്ടി - *പ്രേമത്തിന്റെ വിലാപകാവ്യം*, പുറം 34, 1971, കറന്റ് ബുക്സ്, തൃശൂർ
46. മാധവിക്കുട്ടി - *എന്റെ കഥ*, പുറം 20 1973 ഫെബ്രുവരി, കറന്റ് ബുക്സ്, തൃശൂർ.
47. Defoe, Daniel - Robinson Crusoe, 1964, Airmount.
48. Conrad, Joseph - The secret sharer, The shadow line, 'Twist Land and Sea', 1974, AMSC Sch.
49. മാധവിക്കുട്ടി - ചിത്തഭ്രമം, *രാജാവിന്റെ പ്രേമഭാജനം*, 1969, കറന്റ് ബുക്സ്, തൃശൂർ.
50. മാധവിക്കുട്ടി - ചന്ദ്രരശ്മികൾ, *മലയാളനാട്* വാരിക, 1969 സെപ്തംബർ 21.
51. മാധവിക്കുട്ടി - കൂത്തുപാവ, *മലയാളനാട്* വാർഷികപ്പതിപ്പ്, 1971 ജൂൺ.
52. മാധവിക്കുട്ടി - ഘനശ്യാം, *പ്രേമത്തിന്റെ വിലാപകാവ്യം,* 1971, കറന്റ് ബുക്സ്, തൃശൂർ.
53. മാധവിക്കുട്ടി - *അരുണയുടെ സൽക്കാരം, മാതൃഭൂമി* ആഴ്ചപ്പതിപ്പ്, 1962 ജൂൺ 10.
54. മാധവിക്കുട്ടി - പ്രഭാതത്തിന്റെ രഹസ്യം, *മലയാളരാജ്യം* വിശേഷാൽപ്രതി, 1969.
55. മാധവിക്കുട്ടി - ചിത്തഭ്രമം, *രാജാവിന്റെ പ്രേമഭാജനം*, പുറം 30, 1969, കറന്റ് ബുക്സ്, തൃശൂർ
56. മാധവിക്കുട്ടി - ചന്ദ്രരശ്മികൾ, *പ്രേമത്തിന്റെ വിലാപകാവ്യം*, പുറം 13, 1971, കറന്റ് ബുക്സ്, തൃശൂർ
57. മാധവിക്കുട്ടി - കൂത്തുപാവ, *പ്രേമത്തിന്റെ വിലാപകാവ്യം*, പുറം 66, 1971, കറന്റ് ബുക്സ്, തൃശൂർ.
58. മാധവിക്കുട്ടി - ഘനശ്യാം, *പ്രേമത്തിന്റെ വിലാപകാവ്യം*, പുറം 73, രണ്ടാം പതിപ്പ് 1967, കറന്റ് ബുക്സ്, തശൂർ
59. മാധവിക്കുട്ടി - അരുണയുടെ സൽക്കാരം, *ചുവന്ന പാവാട,* പുറം 29, രണ്ടാം പതിപ്പ് 1967, കറന്റ് ബുക്സ്, തൃശൂർ.
60. മാധവിക്കുട്ടി - പ്രഭാതത്തിന്റെ രഹസ്യം, *രാജാവിന്റെ പ്രേമഭാജനം,* പുറം 91, കറന്റ് ബുക്സ്, തൃശൂർ.
61. കുട്ടികൃഷ്ണൻ പി സി (ഉറൂബ്)- വാടകവീടുകൾ, *ഉറൂബിന്റെ തെരഞ്ഞെടുത്ത കഥകൾ,* പുറം 581, 1967, കറന്റ് ബുക്സ്, തൃശൂർ.

62. മാധവിക്കുട്ടി - പൊന്നുതൂക്കുന്ന തുലാസ്, *മൗലവിയും ചങ്ങാതിമാരും*, 1956, സാഹിത്യ പ്രവർത്തക സഹകരണ സംഘം, കോട്ടയം.
63. മാധവിക്കുട്ടി - വക്കീലമ്മാവൻ, *മാതൃഭൂമി* ആഴ്ചപ്പതിപ്പ്, 1963 മാർച്ച് 3.
64. അതിൽത്തന്നെ - വക്കീലമ്മാവൻ, *പക്ഷിയുടെ മണം*, പുറം 95, 1964, കറന്റ് ബുക്സ്.
65. Maupassant, Guy De- 'Looking Back', 'The pool', 'Miss Harriet', 'Cemetery Walkers', 'Old vestey', complete short stories, Vol.II, 1970, cassel, London.
66. മാധവിക്കുട്ടി - പ്രഭാതം, *എന്റെ സ്നേഹിത അരുണ*, പുറം 61, രണ്ടാം പതിപ്പ് 1970, കറന്റ് ബുക്സ്, തൃശൂർ.
67. Mansfield, Katherine, 'Two Tuppeny one please', 'The Black Cap', The collected stories.
68. Hemingway, Ernest - *Today is friday, short stories of Ernest Hemingway,* pp.356 - 359, 1953, Charles Scribner's sons.
69. Dostoyevsky, Fyodor - 'Porr fold' trans. Hogarth, 1960, Dutton.
70. Lardner, Ring - Some Like them cold, *The best short stories of Ring Lardner,* Scribner.
71. James, Henry - *A Bundle of letters,* 1980 rept. of 1980, Folcroft.
72. മാധവിക്കുട്ടി - രാധയുടെ കത്ത്, *രാജാവിന്റെ പ്രേമഭാജനം*, 1969, കറന്റ് ബുക്സ്, തൃശൂർ
73. മാധവിക്കുട്ടി - സൂര്യൻ, *മാതൃഭൂമി* ആഴ്ചപ്പതിപ്പ്, 1961 സെപ്തംബർ 24.
74. മാധവിക്കുട്ടി - മാപ്പ്, *പ്രേമത്തിന്റെ വിലാപകാവ്യം*, പുറം 7, 1971, കറന്റ് ബുക്സ്, തൃശൂർ.
75. Maupassant, Guy De - *The Horla and other stories*, pp.47-74, 1980, Alfred A Knpf, London.
76. Sartre, Jean - Paul -Le Nausea, *Journal of Antoine Roquention* , 1972.
77. Gide, Andre - *The Journals of Andre Guide,* Trans. Justine O' Brien, 1948, Secker and Warbewrg, London
78. മാധവിക്കുട്ടി - വെറുമൊരു ലഹരിപദാർത്ഥം, *എന്റെ സ്നേഹിത അരുണ*, പുറം 26, രണ്ടാം പതിപ്പ് 1970, കറന്റ് ബുക്സ്, തൃശൂർ.
79. Joyce, James - Ulysses, 1934, Random.
80. Woolf, Wirginia - Mrs.Dalloway, *Modern Classic Seri: 1942,* HarbraceJ, New York.
81. Faulkner, William - *The sound and the fury*, 1966, Random.
82. മാധവിക്കുട്ടി - മലഞ്ചെരിവുകളിൽ, *പത്തു കഥകൾ*, പുറം 38, 1958, കറന്റ് ബുക്സ്, തൃശൂർ.
83. മാധവിക്കുട്ടി - നെയ്പ്പായസം, *എന്റെ സ്നേഹിത അരുണ*, പുറം

100, രണ്ടാം പതിപ്പ് 1970, കറന്റ് ബുക്സ്, തൃശൂർ.
84. അതിൽത്തന്നെ പുറം 104
85. ഷൺമുഖദാസ് എം - മലയാളത്തിൽ ചെറുകഥ, *മാതൃഭൂമി* ആഴ്ചപ്പതിപ്പ്, പുറം 38, 1975 സെപ്തംബർ 1.
86. മാധവിക്കുട്ടി - മെറീൻ ഡ്രൈവ്, *പ്രേമത്തിന്റെ വിലാപകാവ്യം*, പുറം 44, 1971, കറന്റ് ബുക്സ്, തൃശൂർ
87. മാധവിക്കുട്ടി - സനാതൻ ചൗധരിയുടെ ഭാര്യ, *പ്രേമത്തിന്റെ വിലാപകാവ്യം*, പുറം 37, 1971, കറന്റ് ബുക്സ്, തൃശൂർ.
88. അതിൽത്തന്നെ പുറം 41
89. മാധവിക്കുട്ടി - മെറീൻ ഡ്രൈവ്, *പ്രേമത്തിന്റെ വിലാപകാവ്യം*, പുറം 60, 1971 കറന്റ് ബുക്സ്, തൃശൂർ.
90. Hildick, Wallace - *13 types of narratives*, p.170, 1968, Macmillan.
91. Jung, C.G. - Psychology and Alchemy, *The collected works of C G Jung* Vo.I, P.215, 1953, London.
"For those who have the symbol the passage is easy."
92. Langer, Susanne K - *Philosophy in new key,* P.61, 1951, Newyork.
"Symbol are not proxy for their objects, but are vehicles for the conception of objects."
93. Whitehead, A N - '*Symbolism: Its meaning and effect,* p.9, 1928, Cambridge.'
"Human mind is said to function symbolically when some components of its experience- elict consciousness, beliefs, emotions and usages respecting other components of its experience. The former set of components becomes symbol and the meaning of it."
94. Kohili, D - *Kamala Das,* p.32, 1975, Arnold Hem.
95. Leavis, F R - *Imagery and movement Twentieth Century poetry,* p.33, 1975
96. മാധവിക്കുട്ടി - വേനലിന്റെ ഒഴിവ്, *മാതൃഭൂമി* ആഴ്ചപ്പതിപ്പ്, 1961 ഏപ്രിൽ 16.
97. മാധവിക്കുട്ടി - വേനലിന്റെ ഒഴിവ്, *ചുവന്ന പാവാട,* പുറം 90, രണ്ടാം പതിപ്പ് 1967, കറന്റ് ബുക്സ്, തൃശൂർ.
98. അതിൽത്തന്നെ പുറം 107.
99. മാധവിക്കുട്ടി - പരുന്തുകൾ; *മതിലുകൾ, തണുപ്പ്* എന്നീ സമാഹാരങ്ങളിൽ ഒരേ പേരിൽ കഥ കാണുന്നു.
100. മാധവിക്കുട്ടി - പരുന്തുകൾ, *തണുപ്പ്,* പുറം 16, രണ്ടാം പതിപ്പ് 1969, കറന്റ് ബുക്സ്, തൃശൂർ

101. അതിൽത്തന്നെ പുറം 23-24
102. അതിൽത്തന്നെ പുറം 40
103. Freud, Sigmund - Introductory Lectures on Psychonalysis, Trans. Jon Riviere, P.139, 1952, London.
"We can only say that the dreamers knowledge of symbolism is unconscious and belongs his uncoscious mental life, but even this assumption does not help as much uptil now we have only had to assume the existence of unconscious tendencies which are temporarily or permanently unknown to us; but now the question is a bigger one and we have actually to believe in unconscious knowledge, thought relations, and comparisons between different objects in virtue of which one idea can constantly be substituted for another."
104. Freud, Sigmund - Civilization and its discontents, p.35, 1949, London.
".......Art affects us but a mild narcotic can provide no more than a temporary refuge for us from hardships of ife; its influence is not strong enough to make us forget real misery."
105. Lewis, C. Day - *The poetic Image,* p.22, fourth impression, 1949, Jonathan Cape, London.
"The poetic image is a more or less sensous picture in words, to some degree metaphorical, with an undernote of some human emotion in its context, but also charged with and releasing into the reader a special poetic emotion or passion which no, it won't do, the thing has got out of hand."
106. മാധവിക്കുട്ടി - ഞാൻ എന്തിന് എഴുതുന്നു? *തിലകം*, 1962 ഒക്ടോബർ.
107. മാധവിക്കുട്ടി - *പ്രേമത്തിന്റെ വിലാപകാവ്യം*, പുറം 34, 1971, കറന്റ് ബുക്സ്, തൃശൂർ.
108. മാധവിക്കുട്ടി - മാപ്പ്, *പ്രേമത്തിന്റെ വിലാപകാവ്യം* 1971, കറന്റ് ബുക്സ്, തൃശൂർ.
109. മാധവിക്കുട്ടി - ചുവന്ന പാവാട, ചുവന്ന മാളിക, ചുവന്ന സന്ധ്യ എന്നീ കഥകൾ.
110. മാധവിക്കുട്ടി - രാധയുടെ കത്ത്, *രാജാവിന്റെ പ്രേമഭാജനം*, 1969, കറന്റ് ബുക്സ്, തൃശൂർ.
111. അതിൽത്തന്നെ പുറം 78
112. മാധവിക്കുട്ടി - സൂര്യന്റെ സൂര്യത്വം, *രാജാവിന്റെ പ്രേമഭാജനം*, 1969, കറന്റ് ബുക്സ്, തൃശൂർ.
113. മാധവിക്കുട്ടി - സൂര്യൻ, *മാതൃഭൂമി* ആഴ്ചപ്പതിപ്പ്, 1961 സെപ്തംബർ 24.

114. മാധവിക്കുട്ടി - ചതുരംഗം, *മാധവിക്കുട്ടിയുടെ കഥകൾ,* പുറം 199, 1982, ഡി സി ബുക്ക്സ്, കോട്ടയം
115. അതിൽത്തന്നെ പുറം 200
116. മാധവിക്കുട്ടി - വെറുമൊരു ലഹരിപദാർത്ഥം, *മാതൃഭൂമി* ആഴ്ചപ്പതിപ്പ് 1963 ഏപ്രിൽ 28.
117. Das Kamala - In love, *collected poems* Vol.I, p.76, 1984, Navakerala Printers, Trivandrum
"of what does the burning mouth
of sun, burning in today's
sky remind me ......oh, yes his
Mouth, and his limbs like pale and
Carnivorous plants reaching
out for me, and the sad lie
of my unending lust."
118. മാധവിക്കുട്ടി - തരിശുനിലം, *മാതൃഭൂമി* ആഴ്ചപ്പതിപ്പ്, 1958 ആഗസ്ത് 17
119. മാധവിക്കുട്ടി - വെള്ളിത്തകിട്, *രാജാവിന്റെ പ്രേമഭാജനം,* പുറം 86, 1969, കറന്റ് ബുക്ക്സ്, തൃശൂർ.
120. മാധവിക്കുട്ടി - *തരിശുനിലം,* പുറം 39, രണ്ടാം പതിപ്പ് 1970, കറന്റ് ബുക്ക്സ്, തൃശൂർ
121. മാധവിക്കുട്ടി - പുനഃസമാഗമം, *മാതൃഭൂമി* ആഴ്ചപ്പതിപ്പ്, 1957 സെപ്തംബർ 29.
122. മാധവിക്കുട്ടി - വക്കീലമ്മാവൻ, *പക്ഷിയുടെ മണം,* പുറം 111, 1964, കറന്റ് ബുക്ക്സ്, തൃശൂർ.
123. മാധവിക്കുട്ടി - ലോകം ഒരു കവയിത്രിയെ നിർമ്മിക്കുന്നു, *മാധവിക്കുട്ടിയുടെ കഥകൾ,* പുറം 162, 1982, ഡി സി ബുക്ക്സ്, കോട്ടയം.
124. അതിൽത്തന്നെ പുറം 163
125. മാധവിക്കുട്ടി - നീർമാതളത്തിന്റെ പൂക്കൾ, *മാധവിക്കുട്ടിയുടെ കഥകൾ,* പുറം 280, 1982, ഡി സി ബുക്ക്സ്, കോട്ടയം.
126. മാധവിക്കുട്ടി - ഉണ്ണി, *മാധവിക്കുട്ടിയുടെ കഥകൾ,* പുറം 303, 1982, ഡി സി ബുക്ക്സ്, കോട്ടയം.
127. മാധവിക്കുട്ടി - രോമക്കുപ്പായം, *എന്റെ ചെറുകഥകൾ* (ഒന്നാം ഭാഗം), പുറം 178, 1985, മാതൃഭൂമി പ്രിന്റിങ് ആന്റ് പബ്ലിഷിങ് കമ്പനി, കോഴിക്കോട്.
128. മാധവിക്കുട്ടി - പട്ടങ്ങൾ, *എന്റെ ചെറുകഥകൾ* (ഒന്നാം ഭാഗം), പുറം 142, 1985, മാതൃഭൂമി പ്രിന്റിങ് ആന്റ് പബ്ലിഷിങ് കമ്പനി, കോഴിക്കോട്.
129. രാജീവ്കുമാർ എം - നീർമാതളത്തിന്റെ ഓർമ്മയ്ക്ക്, *കേരളകൗമുദി* ഓണം വിശേഷാൽപ്രതി 1990

130. മാധവിക്കുട്ടി - *എന്റെ കഥ,* പുറം 143, ഒന്നാം പതിപ്പ് 1973, കറന്റ് ബുക്സ്, തൃശൂർ.
131. മാധവിക്കുട്ടി - നീർമാതളത്തിന്റെ പൂക്കൾ, *എന്റെ ചെറുകഥകൾ* (രണ്ടാം ഭാഗം) പുറം 268, 1985, മാതൃഭൂമി പ്രിന്റിങ് ആന്റ് പബ്ലിഷിങ് കമ്പനി, കോഴിക്കോട്.
132. മാധവിക്കുട്ടി - *നരിച്ചീറുകൾ പറക്കുമ്പോൾ,* പുറം 128, 1960, സാഹിത്യ പരിഷത്ത് സഹകരണ സംഘം, എറണാകുളം.
133. മാധവിക്കുട്ടി - വിരുന്നുകാരൻ, *നരിച്ചീറുകൾ പറക്കുമ്പോൾ,* പുറം 75, രണ്ടാം പതിപ്പ് 1970, കറന്റ് ബുക്സ്, തൃശൂർ.
134. മാധവിക്കുട്ടി - *പക്ഷിയുടെ മണം*, പുറം 79, 1964, കറന്റ് ബുക്സ്, തൃശൂർ.
135. മാധവിക്കുട്ടി - *എന്റെ കഥ,* പുറം 134, 1986, ഡി സി ബുക്സ്, കോട്ടയം.
136. മാധവിക്കുട്ടി - എന്റെ ലോകം, *മാതൃഭൂമി* ആഴ്ചപ്പതിപ്പ്, 1972 സെപ്തംബർ 17.
"എനിക്കൊരു പെൺകുട്ടിയുണ്ടായിരുന്നെങ്കിൽ ഞാനവളെ ചുവന്ന പാവാടകൾ ധരിപ്പിക്കുമായിരുന്നു."
137. മാധവിക്കുട്ടി - *ചുവന്ന പാവാട,* പുറം 10, രണ്ടാം പതിപ്പ് 1967, കറന്റ് ബുക്സ്, തൃശൂർ.
138. അതിൽത്തന്നെ പുറം 16
139. മാധവിക്കുട്ടി - പരുന്തുകൾ, *തണുപ്പ്,* പുറം 15, രണ്ടാം പതിപ്പ്, 1969, കറന്റ് ബുക്സ്, തൃശൂർ
140. മാധവിക്കുട്ടി - മനുഷ്യൻ പാവമാണ്, *മാധവിക്കുട്ടിയുടെ കഥകൾ,* പുറം 259, 19
141. മാധവിക്കുട്ടി - അന്ന് വെയിൽ ഏഴുമണിക്കേ മാഞ്ഞുള്ളൂ, *മാതൃഭൂമി* ആഴ്ചപ്പതിപ്പ്, 1955 നവംബർ 13.
142. മാധവിക്കുട്ടി - മഞ്ഞ്, *മാതൃഭൂമി* ആഴ്ചപ്പതിപ്പ്, 1963 ഡിസംബർ 29
143. മാധവിക്കുട്ടി - തണുപ്പ്, *മാതൃഭൂമി* ആഴ്ചപ്പതിപ്പ്, 1965 ജനുവരി 24,
144. Freud, Sigmund - Formulations regarding the two priciples of mental functioning collected papers vol.iv. Trans. Joan Riviere, P.19, 1915, London.
"The artist is originally a man who turns from reality because he cannot come to terms with the demand for the renunciation of instinctual satisfaction as it is first made, and who then in phantasy-life allows full play to his erotic and ambitious wishes."
145. Freud, Sigmund - Introductory lecturers on psychoanalysis, Trans. Joan Riviere, p.152, 1952, London.
"Every word grows from its concrete meaning to an abstract

one; and similar is the case with the development of thought. This process is reversed in dream-work. Abstract thought again concretizes itself in terms of its raw material from which it arose."

146. മാധവിക്കുട്ടി - കല്യാണി, *പക്ഷിയുടെ മണം,* പുറം 87, 1964, കറന്റ് ബുക്സ്, തൃശൂർ.
147. മാധവിക്കുട്ടി - കല്യാണി, *പക്ഷിയുടെ മണം,* പുറം 82, 1964, കറന്റ് ബുക്സ്, തൃശൂർ
148. മാധവിക്കുട്ടി - മലഞ്ചെരിവുകളിൽ, *മാധവിക്കുട്ടിയുടെ കഥകൾ,* പുറം 261, 1982, ഡി.സി. ബുക്ക്സ്, കോട്ടയം.
149. മാധവിക്കുട്ടി - *എന്റെ കഥ,* പുറം 191, 1986, ഡി സി ബുക്സ്, കോട്ടയം.
150. Freud, Sigmund - *The relation of the poet to day dreaming in collected papers* Vol.IV, Trans. Joan Riviere, P.174, 1915, London.
"rt work and dream both presuppose a fight from reality. The artist and dreamer transcend the everyday world around them and create and live in an unreal world.....The writer does the same as the child at play; he creates world of phantasy which he takes very seriously; that is he invests it with a great deal of effect, while separating it sharply from reality."
151. Freud, Sigmund - *The paths of sympton formation, introductory lectures on psychoanlysis,* Trans. Joan Rivere, p.311, 1952, London.
"Every longing is soon transformed into the idea of its fulfilment; there is no doubt that dwelling upon a wish-fulfilment in phantasy brings satisfaction, although the knowledge that it is not reality remains there by unobscured. In phantasy, therefore man can continues to enjoy a freedom from the grip of the external world......"

മാധവിക്കുട്ടിയുടെ കഥാഘടനയും മനോഘടനയും

അപഭ്രംശം ബാധിച്ച മനസ്സ്

സങ്കീർണ്ണമായ മനസ്സിന്റെ ഉടമകളായ സൃഷ്ടികർത്താക്കളുടെ കൃതികളെ മനഃശാസ്ത്രതത്ത്വങ്ങളുടെ അടിസ്ഥാനത്തിൽ അപഗ്രഥിക്കുന്ന പക്ഷം രചനാപ്രക്രിയയുടെ ഉറവിടം ഏതാണ്ട് കണ്ടെത്താൻ കഴിയും. മാധവിക്കുട്ടിയുടെ കൃതികൾ ഇപ്രകാരമുള്ള പഠനത്തിന് വിധേയമാക്കാവുന്നതാണ്. ബോധാബോധ മനസ്സുകളുടെ സീമകൾ വ്യക്തമല്ലാത്ത മൂടൽമഞ്ഞു പോലുള്ള മാന്ത്രികവശ്യശക്തിയുള്ള ഇത്തരം കഥകൾ മലയാളത്തിൽ മറ്റാരും രചിച്ചിട്ടില്ല.[1] അപഭ്രംശം ബാധിച്ച മനസ്സാണ് മാധവിക്കുട്ടിക്കുള്ളതെന്നു പറയാം. ഇക്കഥകൾ അപഗ്രഥിച്ചാൽ മാധവിക്കുട്ടിയുടെ പ്രതിഭാവ്യക്തിത്വത്തിലേക്കു കടന്നു ചെല്ലാൻ നമുക്ക് കഴിയും. അതുകൊണ്ട് അത്തരം കഥകളാണ് ഇവിടെ പഠനത്തിന് സ്വീകരിച്ചിരിക്കുന്നത്. എഴുത്തുകാരിയുടെ ജീവിതത്തിലെ നിർണ്ണായകമുഹൂർത്തങ്ങളിലൂടെ രൂപപ്പെട്ടു വന്ന മാനസികാവസ്ഥയുടെ നിദർശനങ്ങളായ എട്ടു കഥകളും അവ എഴുതിയ കാലവുമാണ് ഇനി കൊടുത്തിരിക്കുന്നത്.

മനുഷ്യൻ പാവമാണ്	1955[2]
മലഞ്ചെരിവുകളിൽ	1956[3]
വിരുന്നുകാരൻ	1958[4]
ഉണ്ണി	1959[5]
കല്ല്യാണി	1960[6]
പക്ഷിയുടെ മണം	1961[7]
നാവികവേഷം ധരിച്ച കുട്ടി	1967[8]
സനാതൻ ചൗധരിയുടെ ഭാര്യ	1969[9]

മേൽ കൊടുത്തിരിക്കുന്ന കഥകൾ കലാപരമായ മേന്മ അവകാശപ്പെടാവുന്നവ കൂടിയാണ്. സ്വപ്നങ്ങളുമായി കൂടിക്കുഴഞ്ഞ് ബോധാ

ബോധ മനസ്സുകളുടെ സീമകൾ വ്യക്തമല്ലാത്ത കഥകളാണ് ഇവ. യാഥാർത്ഥ്യത്തിന്റെ ലോകത്തിൽനിന്നും ഞൊടിയിടകൊണ്ട് തെന്നിയകന്ന് പോകുന്ന ഈ കഥകളിൽ പ്രമേയമായിട്ടുള്ളത് സ്ത്രീ പുരുഷ ബന്ധമാണ്. മരണവും രതിയും ഇതിൽ മുഖ്യ ഭാവങ്ങളാകുന്നു. അടിച്ചമർത്തപ്പെട്ട രതിയിൽ നിന്നുണ്ടാകുന്ന മനഃക്ഷോഭമാണ് കാതലായ പ്രശ്നം. അതിനാൽ ഫ്രോയ്ഡിന്റെ മനഃശാസ്ത്ര സിദ്ധാന്തങ്ങളായിരിക്കും ഈ കഥകളെ അപഗ്രഥിക്കാൻ കൂടുതൽ സഹായകരമായിത്തീരുന്നത്.

ഫ്രോയിഡിന്റെ സിദ്ധാന്തം

സാമൂഹികമായ നിരോധനത്തിൽനിന്നാണ് മനസ്സിന്റെ അപഭ്രംശ പ്രവർത്തനങ്ങളുണ്ടാകുന്നതെന്ന് ഫ്രോയ്ഡ് വിശ്വസിച്ചു. അതിനു പാത്രമാകുന്ന മനസ്സിനെ അദ്ദേഹം 'ഇദ്ദ്', 'ഈഗോ', 'സൂപ്പർ ഈഗോ,' എന്നിങ്ങനെയാണ് വേർതിരിക്കുന്നത്. ഫ്രോയ്ഡിന്റെ അപഗ്രഥനത്തിൽ ഉപബോധമനസ്സിന് സ്ഥാനമില്ല. ഫ്രോയ്ഡ്, മനസ്സിന് രണ്ട് മുറികൾ കല്പിക്കുന്നു. ബോധ മനസ്സും അബോധ മനസ്സും.[10] ഇതിനിടയിൽ കാവല്ക്കാരനെപ്പോലെ 'സൂപ്പർ ഈഗോ' നിലയുറപ്പിച്ചിരിക്കുന്നു. 'ഇദ്ദ്' ആകട്ടെ വികാരങ്ങൾ നിറഞ്ഞതാണ്.[11] ഇടയ്ക്കിടെ അബോധ മനസ്സിൽനിന്നും ബോധ മനസ്സിലേക്ക് നുഴഞ്ഞു കയറാൻ ശ്രമിക്കുന്ന 'ഇദ്ദി'നെ 'സൂപ്പർ ഈഗോ' അബോധ മനസ്സിലേക്കുതന്നെ തള്ളി മാറ്റുന്നു. ബാഹ്യലോകവുമായും അതിന്റെ യാഥാർത്ഥ്യങ്ങളുമായും ബന്ധപ്പെട്ട 'സൂപ്പർ ഈഗോ' ഈഗോയുടെ പ്രത്യേക രീതിയിലുള്ള വളർച്ചയാണ്. രക്ഷാകർത്താക്കൾക്ക് വിധേയമായി ജീവിച്ച് മാനസികമായൊരു വിധേയത്വം ശീലിക്കുന്നതുപോലെ മനുഷ്യരാശിയും സംസ്കാരവും സമൂഹവുമായി വ്യക്തിക്കുള്ള നിരന്തര സമ്പർക്കത്തിൽനിന്നായിരിക്കും സൂപ്പർ ഈഗോ വളരുന്നത്.[12] ഈഗോയുടെ കർത്തവ്യമാകട്ടെ യാഥാർത്ഥ്യവുമായി നീക്കുപോക്കോടെ വർത്തിക്കുക എന്നതാണ്.[13] കാര്യ കാരണങ്ങൾക്കാണ് ഈഗോ പ്രതിനിധീഭവിക്കുന്നത്.

സ്വപ്നാപഗ്രഥനം

ഇനി മനസ്സിന്റെ പ്രവർത്തന ഫലമായി രൂപപ്പെടുന്ന സ്വപ്നത്തെ അപഗ്രഥിക്കാം. ഉറക്കത്തിൽ ഈഗോയുടെ പിടി അയയുന്നു. ഈ സമയം അബോധത്തിൽനിന്നും അപക്വവാസനകൾ ബോധമനസ്സിലേക്കു വരുന്നു. എന്നാൽ എല്ലായ്പ്പോഴും ഇങ്ങനെ സംഭവിക്കാത്തത് ബോധമനസ്സിന്റെ നിരോധന ശക്തി നിമിത്തമാണ്. ഇപ്രകാരം നിരോധിക്കപ്പെടുന്ന അപക്വ വാസനകളാണ് സ്വപ്നത്തിന് കാരണമാകുന്നത്. സമീപകാല സംഭവങ്ങളുമായി ബന്ധപ്പെട്ട് അവ സ്വപ്നത്തിൽ ദൃശ്യമാകുന്നു.[14]

സ്വപ്നം മാനസികമായൊരു പ്രവർത്തനമാണ്. അത് ബാഹ്യ യാഥാർത്ഥ്യങ്ങളുമായി ബന്ധപ്പെട്ടിരിക്കുന്നു. അചഞ്ചലമായ തൃഷ്ണയുടെയും സാഫല്യം നേടാത്ത ആഗ്രഹങ്ങളുടെയും സമാഹാരമായി

രിക്കും അത്. മാനസികമായ തിരോധാനത്താൽ അബോധമനസ്സിൽ തന്നെ കുടികൊള്ളുന്ന തൃഷ്ണ, സ്വപ്നത്തിൽ അസംബന്ധങ്ങളും വിചിത്രമായ പ്രത്യേകതകളും അടങ്ങിയതായിത്തീരുന്നു. സ്വപ്നം രൂപപ്പെടുന്നത് നൈരന്തര്യമുള്ള പ്രക്രിയയിലൂടെയാണ്. ആദ്യം വിഷയം സംഗ്രഹിക്കുകയും അവ ഐന്ദ്രിയ ബിംബങ്ങളിലൂടെ മാറ്റപ്പെടുകയും പിന്നീട് പ്രജ്ഞാബിംബമായി പരിവർത്തിക്കപ്പെടുകയും ഒടുവിൽ നൈരന്തര്യമുള്ള സ്വപ്നഘടനയായി രൂപപ്രാപ്തി കൈവരിക്കുകയും ചെയ്യുന്നു.[15]

പ്രതിരൂപാത്മക ഘടനയായ സ്വപ്നങ്ങൾ എല്ലാം അബോധമനസ്സിന്റെ ചിന്തകളാണെന്ന് പറഞ്ഞുവല്ലോ. സ്വപ്നത്തെ വ്യക്തമാക്കാൻ ഫ്രോയ്ഡ് സ്വപ്നചിന്ത, സ്വപ്നപ്രമേയം എന്നിങ്ങനെ തിരിക്കുന്നു. സമൂഹത്തിലെ ആചാരങ്ങളും മിത്തുകളും പാരമ്പര്യവും ഭാഷാപ്രയോഗങ്ങളുമെല്ലാം സ്വപ്നചിന്തയ്ക്ക് കാരണമാകുന്നു.[16] സ്വപ്നപ്രമേയമാകട്ടെ പ്രത്യക്ഷസ്വപ്നത്തിൽ കണ്ടെത്തുന്ന വസ്തുക്കളും. സ്വപ്നചിന്തകളെ സ്വപ്ന പ്രതീകമാക്കി മാറ്റുന്ന പ്രക്രിയയാണ് ഫ്രോയ്ഡിന്റെ ഭാഷയിൽ സ്വപ്നപ്രക്രിയ.

നാല് അവസ്ഥകൾ

സ്വപ്നം രൂപപ്പെടുന്നത് നാല് അവസ്ഥകളിലൂടെയാണെന്ന് നേരത്തെ സൂചിപ്പിച്ചുവല്ലോ. ഫ്രോയ്ഡ് അവയെ നാമകരണം ചെയ്യുന്നത് ഇപ്രകാരമാണ്.

(1) സംക്ഷേപണം(2)വിസ്ഥാപനം(3)സംവേദന ബിംബങ്ങളിലൂടെയുള്ള പ്രതിനിധീഭവനം(4)രണ്ടാം വിപുലനം.

ഈ അവസ്ഥകളെ ഒന്ന് വിശദമാക്കാം.

സംക്ഷേപണം

സ്വപ്നപ്രതീകങ്ങളിൽ നിരവധി ചിന്തകളും അനുഭവങ്ങളും ഉൾച്ചേർന്നിരിക്കുന്നു. ഇതിനു കാരണം സംക്ഷേപണം ആകുന്നു. മൂന്ന് പ്രത്യേകതകൾ ഈ പ്രക്രിയയിലടങ്ങിയിരിക്കുന്നു.

(1)അത്യാവശ്യം ഉള്ള വസ്തുതകൾ മാത്രം സ്വീകരിച്ച് മറ്റുള്ളവയെ പിന്തള്ളുന്നു.

(2)വളരെക്കാലങ്ങൾക്കു മുമ്പുള്ളവയോ അബോധത്തിൽ തങ്ങിനില്ക്കാത്തവയോ സംക്ഷേപണ പരിധിയിൽപ്പെടുന്നില്ല.

(3)മുന്നിട്ടു നിന്ന് എല്ലാത്തിനും ബാധകമായ ചില സ്വഭാവവിശേഷങ്ങളായിരിക്കും സ്വപ്നത്തിൽ ഒന്നായി ലയിക്കുന്നത്.[17]

സവിശേഷ സ്വഭാവങ്ങളുടെ ഉടമയായ വ്യക്തി ആ സ്വഭാവങ്ങളുടെ പൊതുവായ അംശത്തിൽ ഏകീകരിക്കപ്പെട്ട് പ്രത്യേക വിധത്തിലാണ് സ്വപ്നത്തിൽ പ്രത്യക്ഷപ്പെടുന്നത്. വ്യക്തമായ ഒരു ഉദാഹരണത്തിലൂടെ ഫ്രോയ്ഡ് ഇക്കാര്യം വെളിവാക്കുന്നു. കാഴ്ചയിൽ 'എ' പോലെയും വേഷത്തിൽ 'ബി' പോലെയും തൊഴിലിൽ 'സി' പോലെയും ആയിരിക്കുമെങ്കിലും ആ സമയങ്ങളിലെല്ലാം അത് 'ഡി'യാണെന്നു നാം അറിയുന്നു.[18]

യുക്തിശൂന്യമായി സ്വപ്നത്തിൽ വ്യക്തികളും സംഭവങ്ങളും കുഴഞ്ഞു മറിയുന്നു. ഒരേ പ്ലേറ്റിൽ അനേകം ഫോട്ടോ എടുത്താലെന്നതുപോലെ അവ ഓർമ്മയിൽ തങ്ങി നില്ക്കാത്തതുമായിരിക്കും.[19]

വിസ്ഥാപനം

ഒരു ഘടകം മറ്റൊന്നുമായി കൂടിക്കുഴഞ്ഞ് സ്വപ്നത്തിൽ പ്രത്യക്ഷ മാകുന്നുവെന്ന് കണ്ടുവല്ലോ. ഇത് രണ്ടു വിധത്തിൽ സംഭവിക്കാം.

(1) ലീന സ്വപ്നത്തിൽനിന്നും ചെറിയൊരു ഭാഗം അടർത്തിക്കളഞ്ഞ് വളരെ പഴയൊരു രൂപവുമായി കൂട്ടിച്ചേർത്ത് അയഥാർത്ഥമായൊരു പ്രതീതി ജനിപ്പിക്കുന്നു.

(2)സംഭാഷണ രീതി വ്യത്യാസപ്പെടുത്തി പ്രധാനഘടകം അപ്രധാന ഘടകത്തിലേക്കു മാറ്റി അന്യമുഖച്ഛായ സ്വപ്നത്തിലുണ്ടാക്കുന്നു.[20] ഇപ്രകാരമുള്ള പ്രവർത്തനങ്ങളാണ് വിസ്ഥാപനത്തിൽ സംഭവിക്കുന്നത്.

മാധവിക്കുട്ടിയുടെ 'ഉണ്ണി' എന്ന കഥ ഉദാഹരണമായെടുക്കാം. ഉണ്ണിയുടെ രൂപം കഥാനായികയുടെ അബോധത്തിൽ കുടികൊള്ളുന്ന ബാല്യത്തിലേയും യൗവനത്തിലേയും അനുഭവങ്ങളുമായി സാമ്യമുള്ളവയാണ്. ഭർത്താവിന്റെ സ്വഭാവവുമായി ബന്ധപ്പെട്ട ചലനങ്ങളും ആംഗ്യങ്ങളുമാണ് ഉണ്ണിയിലുള്ളത്. പക്ഷേ, രൂപത്തിന്റെ കാര്യത്തിൽ അവൻ പത്തുവയസ്സുകാരൻ മാത്രമാണ്. നിലക്കണ്ണാടിക്കു മുൻപിൽ നിന്നുകൊണ്ട് അവൻ പറയുന്നു- "ഒരു കുളം പോലെയുണ്ട്, വെള്ളനിറത്തിലുള്ള ഒരു കുളം."[21] മറ്റൊരവസരത്തിൽ "ഇവിടെ വല്ലാത്ത ഇരുട്ടാണ്" എന്നും ഒരു കുട്ടിക്ക് നിരക്കാത്തവിധത്തിൽ അവൻ സംസാരിക്കുന്നു. രൂപവും പ്രത്യേകതകളുമായി ഇണങ്ങുന്നില്ല 'ഉണ്ണി' എന്ന കഥയിലെ കുട്ടിയുടെ സംഭാഷണ രീതി. വിസ്ഥാപനത്തിന് വിധേയമാകുമ്പോഴാണ് ഇപ്രകാരം ഒരു കഥാപാത്രം രൂപംകൊള്ളുന്നത്.

പ്രതിനിധീഭവനം

മൂന്നാമത്തെ, സ്വപ്ന പ്രക്രിയയുടെ ഒരു പ്രത്യേകതയാണിത്. ലീന ചിന്തയെ വാക്കുകളായും പ്രത്യേക ചിത്രങ്ങളായും രൂപപ്പെടുത്തിയെടുക്കുകയാണല്ലോ സ്വപ്ന പ്രക്രിയകൊണ്ട് സാദ്ധ്യമാകുന്നത്. സ്വപ്നം കാണുന്നവന്റെ അറിവും അനുഭൂതിയുമാണ് ഇതിന് അസംസ്കൃത വസ്തുക്കളായി നിലകൊള്ളുന്നത്. ഓർമ്മയിൽ തങ്ങുന്ന ചിത്രങ്ങൾ എടുത്ത് അവയ്ക്ക് ശബ്ദം നല്കി പിന്നീട് ആശയരൂപം ഏകുകയാണ് ചെയ്യുന്നത്. അങ്ങനെയാകുന്നതുകൊണ്ടാണ് സ്വപ്നങ്ങൾ സംഘർഷങ്ങൾക്കു കാരണമായിത്തീരുന്നത്.[22]

'മലഞ്ചെരിവുകളിൽ' എന്ന കഥയിൽ അപകടത്തിൽപ്പെട്ട് ആശുപത്രിയിൽ കിടത്തിയിരിക്കുന്ന ഒരു സ്ത്രീയുടെ സ്വപ്ന തുല്യമായ ഓർമ്മകളാണ് ചിത്രീകരിക്കപ്പെട്ടിരിക്കുന്നത്. ലോറി ഡ്രൈവറുടെ മുഖം, നീല മലകളുടെ താഴ്വര എന്നിവ പ്രജ്ഞാബിംബങ്ങളാണ്. ആദ്യത്തേത് അപ

കട കാരണവും രണ്ടാമത്തേത് പശ്ചാത്തലവുമാണെങ്കിലും അവ സ്വപ്നത്തിൽ മരണത്തിന്റെ മുഖമായിട്ടാണ് പ്രതിനിധീകരിക്കപ്പെടുന്നത്. അതിൽ യന്ത്രത്തിന്റേയും കടലിന്റേയും ഇരമ്പലും നീല മലകളുടെ ചരിവുകളും തണുത്ത വിരലിന്റെ സ്പർശവും ഉൾപ്പെടുന്നു.

രണ്ടാം വിപുലനം

ഈ പ്രക്രിയ നിമിത്തമാണ് സ്വപ്നത്തിന് സ്ഥിരതയും യുക്തിബദ്ധതയും ഉണ്ടാകുന്നത്. പ്രവർത്തനം ഫലപ്രദമല്ലെങ്കിൽ അത്തരം സ്വപ്നങ്ങൾ അവ്യക്തവും വൈരുദ്ധ്യജനകവുമാണെന്ന് ഫ്രോയ്ഡ് അഭിപ്രായപ്പെടുന്നു.[23] സ്വപ്നത്തിന്റെ പ്രാധാന്യം ഈ പ്രക്രിയയെ ആശ്രയിച്ചാണിരിക്കുന്നത്.

മൂർത്തതയിൽനിന്നും അമൂർത്തതയിലേക്ക് ചിന്തയും സാഹിത്യവും സഞ്ചരിക്കുമ്പോൾ അമൂർത്തതയിൽനിന്നും മൂർത്തതയിലേക്ക് സ്വപ്നങ്ങൾ പ്രവർത്തിക്കുന്നു. ഇത്തരത്തിലുള്ള സ്വപ്ന പ്രക്രിയയ്ക്ക് ഫ്രോയ്ഡ് 'ആദിമം' എന്നാണ് പേരു നല്കിയിരിക്കുന്നത്. അവ ആദിബോധത്തിന്റെ ഭാഷകളുമായിട്ട് ബന്ധപ്പെട്ടിരിക്കുന്നു.[24] അതുകൊണ്ടാണ് 'വ്യക്തസ്വപ്ന'ത്തിൽനിന്നും അതിനു കാരണമായ ആദിരൂപമായി ചേർന്നു കിടക്കുന്ന ആശയത്തെ മനസ്സിലാക്കാൻ പ്രയാസമായിത്തീരുന്നത്.

ഓരോ സ്വപ്നത്തിലും നിരവധി വികാരങ്ങൾ കൂടിച്ചേർന്നിരിക്കുന്നു. ഒറ്റ ഭാവത്തിൽ ഉറച്ച ഒരു സ്വപ്നം പിറക്കുകയില്ല. അതിനാൽ ഓരോ സ്വപ്നം അപഗ്രഥിക്കുമ്പോഴും അത് പല ഇച്ഛാശക്തികളുടേയും സമാഹാരമായി വരുന്നു. മാനസികാപഗ്രഥനവും സ്വപ്നാപഗ്രഥനവും ആവശ്യമായി വരുന്ന മാധവിക്കുട്ടിയുടെ കഥകളിൽ രതിയുടെയും മരണത്തിന്റെയും വിവിധ അവസ്ഥകൾ ഉൾപ്പെടുത്തിയിരിക്കുന്നു. സൂക്ഷ്മമായി അപഗ്രഥിച്ചാൽ മാത്രം പ്രകടമാകുന്ന ഭാവങ്ങൾക്ക് അനുയോജ്യമായ ആവിഷ്കരണം എന്ന നിലയിലായിരിക്കാം കഥകളിൽ ബോധാബോധതലത്തിൽ നിലകൊള്ളുന്ന സ്വപ്നത്തിൽ ഏറെ പ്രസക്തിയുണ്ടാകുന്നത്. മലഞ്ചെരിവുകളിൽ, വിരുന്നുകാരൻ, ഉണ്ണി, കല്ല്യാണി, പക്ഷിയുടെ മണം, നാവികവേഷം ധരിച്ച കുട്ടി, സനാതൻ ചൗധരിയുടെ ഭാര്യ എന്നീ കഥകളിൽ സൃഷ്ടിക്കപ്പെടുന്ന അവാസ്തവികമായ ലോകം അതിന്റെ ദൃഷ്ടാന്തങ്ങളാണ്.

കഥയിലെ സ്വപ്നം

കലയുടെ അടിസ്ഥാന സ്വഭാവം മൂർത്തതയിൽനിന്ന് അമൂർത്തതയിലേക്കാണെങ്കിലും കൃതിയിൽ വരുന്ന സ്വപ്നങ്ങളുടെ സ്വഭാവം അമൂർത്തതയിൽനിന്നുള്ള മൂർത്തതയാണല്ലോ. അമൂർത്തതയെ സമാഹരിച്ച് മൂർത്തത ബിംബമാക്കുമ്പോൾ അതിനെ അപഗ്രഥിക്കുക ദുഷ്കരമാകുന്നു. ഏതേതെല്ലാം ഭാവത്തിന്റെ സങ്കല്പമാണ് അത് എന്ന് മാത്രമേ അനുമാനിക്കാനാവൂ. 'ലിയാനോർഡോ ഡാവിഞ്ചി'യെ കൃത്യമായി അപ

ഗ്രഥിക്കുവാൻ ഫ്രോയിഡിനു കഴിയാത്തതിനു കാരണം, ആ കലാകാരന്റെ കുട്ടിക്കാലത്തെപ്പറ്റിയുള്ള അറിവിന്റെ അപര്യാപ്തതയാണ്. ചോദനകളെ അമർത്താനുള്ള സവിശേഷ സിദ്ധിയും ആദിബോധത്തെ ഉദാത്തവല്ക്കരിക്കാനുള്ള അനിതരസാധാരണമായ സിദ്ധിയും എപ്രകാരമാണ് വ്യക്തിയിലുണ്ടാവുന്നത് എന്നതിനെപ്പറ്റി ഫ്രോയ്ഡിന് വ്യക്തമായ ഉത്തരമില്ല. 'ലി'യുടെ ജീവിതവും കുട്ടിക്കാലവുമുള്ള ഒരു വ്യക്തിക്കു മാത്രമേ അദ്ദേഹം വരച്ചതുപോലുള്ള ചിത്രങ്ങൾ രചിക്കാൻ കഴിയൂ. സാമ്യമുള്ള ജീവിതത്തിന്റെ ഉടമയ്ക്ക് അതിനു കഴിയുകയുമില്ലെന്ന് ഫ്രോയ്ഡ് വ്യക്തമാക്കുന്നു.[25] അതിനാൽ കലാകാരന്മാരുടെ വ്യക്തിത്വം അപഗ്രഥിക്കുന്നതിന് കലാസൃഷ്ടികൾ പരിശോധിക്കുകയാണ് ഉത്തമ മാർഗ്ഗം.

സ്വപ്നാപഗ്രഥനം കഥകളിൽ

ഫ്രോയിഡിന്റെ സ്വപ്നാപഗ്രഥനത്തിന്റെ നാലവസ്ഥകളെക്കുറിച്ചുള്ള ചർച്ചകളും മാധവിക്കുട്ടിയുടെ കഥകളിൽ പ്രായോഗികമാക്കാവുന്നതാണ്. ഫ്രോയിഡിന്റെ മനഃശാസ്ത്ര സിദ്ധാന്തങ്ങൾ പാരായണം ചെയ്ത കഥാകാരി അതിന് മുതിർന്നതാണെന്ന വിവക്ഷ ഇവിടില്ല. 'ഉണ്ണി', 'പക്ഷിയുടെ മണം', 'നാവികവേഷം ധരിച്ച കുട്ടി' - എന്നീ കഥകളാണ് പഠനത്തിനായി തെരഞ്ഞെടുത്തിരിക്കുന്നത്.

ഉണ്ണി

1955 ആഗസ്ത് 7-ാം തീയതി പ്രസിദ്ധപ്പെടുത്തിയ 'മനുഷ്യൻ പാവമാണ്'[26] എന്ന കഥയ്ക്കുശേഷം 1959 ലാണ് 'ഉണ്ണി' പ്രസിദ്ധപ്പെടുന്നത്. മനുഷ്യൻ പാവമാണ് എന്ന കഥയിലെ അപകടമരണത്തിൽപ്പെട്ട 'ഉണ്ണി' എന്ന കുഞ്ഞിന്റെ പേര് തന്നെയാണ് നാലുവർഷത്തിനുശേഷം എഴുതിയ കഥയുടെ തലക്കെട്ടായി സ്വീകരിച്ചിരിക്കുന്നതും. ഇതിൽനിന്നുതന്നെ ഒരു വസ്തുത വ്യക്തമാണ്. എഴുത്തുകാരിയുടെ മനസ്സിൽ 'ഉണ്ണി'യോടുള്ള മമത ആഴത്തിൽ വേരോടിയിരിക്കുന്നു. ഈ സങ്കല്പം എപ്രകാരമാണ് രചനയെ സ്വാധീനിച്ചിരിക്കുന്നത് എന്ന് അപഗ്രഥിക്കുന്നതിലൂടെ അതിന് പിന്നിലുള്ള മനോഭാവത്തേയും അന്വേഷിക്കാം.

അപരിചിതമായ ഒരു കാലൊച്ച കേട്ട് അവൾ ജനൽ വാതിലിലേക്കു ചെന്നപ്പോൾ കാണുന്നത് പത്തുവയസ്സു പ്രായം തോന്നിക്കുന്ന ഒരാൺകുട്ടിയേയാണ് - ഉണ്ണി. നേരം ഉച്ച കഴിഞ്ഞിരിക്കുന്നു. മറ്റെല്ലാവരും ഉറക്കമാണ്. അവളുടെ ഭർത്താവിന്റെ രൂപസാദൃശ്യങ്ങൾ ആ കുട്ടിക്കുണ്ടായിരുന്നു. പേരിൽ, നിറത്തിൽ, നുണക്കുഴിയുടെയും ചുരുണ്ട മുടിയുടെയും കാര്യത്തിൽ, അവളാകട്ടെ ഭർത്താവിനെ അതിയായി സ്നേഹിക്കുന്നവളാണ്. അബോധ മനസ്സിൽ ഒരു കുട്ടിയില്ലാത്തതിന്റെ വ്യസനം ഒതുക്കി നിർത്തുന്നവളും. ഉണ്ണി ബാല്യാനുഭവങ്ങളുടെ പ്രതിനിധിയാണെന്ന് തീർത്തു പറയുക വയ്യ. ഒരു സ്വകാര്യ ബിംബത്തിൽ പലേടത്തു നിന്നുമുള്ള സ്വാംശീകരണങ്ങൾ ഉണ്ടെന്ന് പ്രതിപാദിച്ചുവല്ലോ. അനപത്യതാദുഃഖം, ഭർത്താവിന്റെ കർക്കശ സ്വഭാവം, സ്നേഹത്തിന്റെ പാരമ്യത്തിലെ

ഭാര്യയുടെ കീഴടക്കൽ മനോഭാവം, ഭർത്താവിനെ സ്നേഹിക്കാൻ വിധിക്കപ്പെട്ട ഭാര്യയുടെ അസംതൃപ്തി, ഭർത്താവിനു മുന്നിൽ കളങ്കമില്ലാത്തവളായിത്തീരാനുള്ള ആഗ്രഹം, അടിച്ചമർത്തപ്പെട്ട രതി എന്നിവയെല്ലാം അവളുടെ മനസ്സിലുണ്ട്. ഭർത്താവ് യാത്രയ്ക്കു പോയിരിക്കുമ്പോഴാണ് അവളുടെ അരികിലേക്ക് ഉണ്ണി കടന്നു വരുന്നത്. ഉറക്കം നിറഞ്ഞ കണ്ണുകളോടെയാണ് അവൾ അവനെ പരിശോധിക്കുന്നത്.[27] സ്വപ്നസദൃശമായ അന്തരീക്ഷത്തിലാണ് ഉണ്ണിയുടെ ആഗമനം എന്ന് വ്യക്തമാക്കാൻ മറ്റു രണ്ടു തെളിവുകൾ കൂടി കഥയിൽനിന്നും ഹാജരാക്കാം.

(1)ഉമ്മറത്ത് ചവിട്ടുംപടിമേൽ അവളുടെ നായ് ഉറങ്ങി കിടന്നിരുന്നു. അതിന്റെ തലയ്ക്കു ചുറ്റും നീല ഈച്ച പറന്നുകൊണ്ടിരുന്നു.

(2)കാവല്ക്കാരൻ അവൻ വരുമ്പോഴും പോകുമ്പോഴും തന്റെ പീഠത്തിലിരുന്നു ഉറങ്ങുകയായിരുന്നു.[28]

സ്വപ്നം എപ്പോഴും സ്വകാര്യമാണ്. അപക്വമായ വാസനകൾ മൂർത്തമാകുമ്പോഴാണ് സ്വപ്നം ഉണ്ടാവുന്നത്[29] എന്ന തത്ത്വത്തിന്റെ അടിസ്ഥാനത്തിൽ പരിശോധിക്കുമ്പോൾ ഉണ്ണി അവളുടെ സ്വകാര്യ ചിന്തയുടെ പ്രതീകമാണെന്നതിൽ സംശയമില്ല. ബാല്യാനുഭവങ്ങളുമായി സ്വാധീനിച്ച് സ്വപ്നത്തിലെ പത്തുവയസ്സുകാരൻ കടന്നു വരുന്നു. അവളുടെ ബാല്യത്തിൽ ഒരു പത്തുവയസ്സുകാരൻ "ഞാൻ നിന്നെ മാത്രമേ കല്യാണം കഴിക്കുകയുള്ളൂ"[30] എന്ന് പറഞ്ഞിരുന്നു. നടക്കാതിരുന്ന ഒരു വിവാഹത്തിന്റെയോ സാഫല്യമടയാതെ പോയൊരു സ്നേഹത്തിന്റെയോ ബാല്യത്തിലെ സാക്ഷിയാകാം ആ കുട്ടി. അത് ആ നാല്പത്തെട്ടുകാരിയുടെ അബോധ മനസ്സിൽ കുടികൊള്ളുന്ന ഒരു വിചാരമാണ്. ഈ ബാല്യാനുഭവം അവളുടെ സ്വപ്നത്തിനൊരു നിമിത്തമാവാം. പക്ഷേ, സ്വപ്നത്തിൽ പ്രത്യക്ഷമാകുന്ന കുട്ടി കേവലം ബാലനല്ല. യഥാർത്ഥ ലോകത്തുള്ള കുട്ടിയുമല്ല. കാലം കഴിഞ്ഞതോടെ ആ നാല്പത്തെട്ടുകാരിക്ക് ഉണ്ടാകാതെപോയ കുട്ടിയെപ്പറ്റി അവൾ അബോധ മനസ്സിൽ സൃഷ്ടിച്ചെടുത്ത സങ്കല്പവുമായി ബാല്യത്തിലെ "ഞാൻ നിന്നെ മാത്രമേ കല്യാണം കഴിക്കൂ" എന്നു പറഞ്ഞ കുട്ടിയുടെ രൂപം കൂടിച്ചേരുന്നു.

ഇനി മറ്റൊന്നു കൂടിയുണ്ട്. ഭർത്താവിന്റെ പ്രത്യേകതകൾ. അവളുടെ രക്ഷാകേന്ദ്രമായി വർത്തിക്കുന്നത് ഭർത്താവാണ്. അദ്ദേഹത്തോടുള്ള സവിശേഷ മനോഭാവവും അവൾ അബോധ മനസ്സിൽ സൂക്ഷിച്ചിട്ടുണ്ട്. സ്വപ്നത്തിൽ ആ പ്രത്യേകതകൂടി ഉണ്ണിയിൽ ലയിച്ചുചേരുന്നു. അതിനാലാണ് സ്വപ്നത്തിൽ വരുന്ന ആ പത്തു വയസ്സുകാരൻ പക്വമതിയെപ്പോലെ പെരുമാറുന്നത്. ഉണ്ണി തികഞ്ഞ ഒരു സ്വപ്നബിംബമായി പരിവർത്തിക്കപ്പെട്ടു കഴിയുന്നു ഈ കഥയിൽ. അങ്ങനെ സ്വപ്നത്തിൽ നിന്നുണ്ടാകുന്ന പ്രതിരൂപാത്മകമായ ഈ സംയോജനം നിമിത്തം പ്രതീകം വൈയക്തികമോ സ്വകാര്യമോ അല്ലാതാവുന്നു. ഇവിടെയാണ് കലാസൃഷ്ടിയായി അത് മാറുന്നത്. മിത്തുകളിലും അമ്മൂമ്മക്കഥകളിലും നാടൻ പാട്ടുകളിലും പഴഞ്ചൊല്ലുകളിലും കാവ്യകല്പനകളിലുമെല്ലാം ഇതേ പ്രക്രിയ തന്നെയാണ് സംഭവിക്കുന്നത്.[31] ഒരു ജനതയുടെ വികാരവുമായി അഭേദ്യബന്ധം പുലർത്തുന്ന ബിംബങ്ങളാണെങ്കിൽ അതിന് കൂടുതൽ

അനുഭവ തീവ്രതയുണ്ടാകുന്നു. ഒരു സ്ത്രീയെ സംബന്ധിച്ചിടത്തോളം അവളുടെ മനസ്സിന്റെ ലോലഭാവങ്ങൾക്കാവും കൂടുതൽ പ്രാധാന്യം കല്പിക്കപ്പെടുക. അബോധത്തിന്റെ ആഴത്തിൽനിന്നും സൃഷ്ടി രൂപപ്പെടുന്നതിനെ അമ്മയോടുള്ള ബന്ധത്തോട് ഉദാഹരിക്കാറുണ്ട്.

'കുഞ്ഞ്' എന്ന സങ്കല്പം ഒരു പുരുഷനേക്കാൾ സ്ത്രീയുടെ ആഴത്തിൽ പതിയുന്നു. മാധവിക്കുട്ടിയുടെ കഥകളിൽ സ്വപ്ന പ്രതീകമായി വരുന്ന ഈ കുഞ്ഞ് 'നാവികവേഷം' ധരിച്ച കുട്ടിയിലും പ്രകടമാണ്. 'വിരുന്നുകാരൻ' എന്ന കഥയിൽ ബാല്യാനുഭവത്തിന്റെ ഇച്ഛാഭംഗത്തിലെ നായകനെയാണ് മുത്തശ്ശി നട്ടുച്ച നേരത്ത് കടന്നു വരുന്ന വിരുന്നുകാരനിലൂടെ ദർശിക്കുന്നത്.[32] അക്കഥയിലും കുഞ്ഞ് പ്രസക്തമാകുന്നുണ്ട്. വാത്സല്യവും സ്നേഹവും ആവിഷ്കരിക്കുന്നതിന് പറ്റിയ ഉപാധി എന്ന നിലയിലാണ് അത്തരം ബിംബങ്ങൾ കഥാകാരി പ്രയോഗിക്കുന്നത്. വസാരിയുടെ അഭിപ്രായത്തിൽ സ്ത്രീകളുടേയും സുന്ദരന്മാരായ ആൺകുട്ടികളുടേയും ചിരിക്കുന്ന മുഖങ്ങൾ രതിവസ്തുക്കളെയാണ് ഓർമ്മിപ്പിക്കുന്നതെന്ന് ഫ്രോയ്ഡ് ഉദ്ധരിക്കുന്നുണ്ട്.[33]

അടിച്ചമർത്തപ്പെട്ട രതിയിൽനിന്നാണ് കുഞ്ഞിനെപ്പറ്റിയുള്ള ചിന്ത ഈ കഥാകാരിക്കുണ്ടാകുന്നത്. ഭർത്താവിനോട് അമിതമായ സ്നേഹമുള്ളവളാണ് 'ഉണ്ണി' എന്ന കഥയിലെ നായിക. കഥാന്ത്യത്തിൽ യാത്രയ്ക്കു പോയിരിക്കുന്ന ഭർത്താവിന്റെ സെക്രട്ടറി വന്ന് വിമാനാപകടത്തിൽപ്പെട്ടിരിക്കുന്നു തന്റെ ഭർത്താവെന്നു പറയുമ്പോൾ "മരിച്ചുവോ? അദ്ദേഹം മരിച്ചു അല്ലേ?"[34] എന്ന് അവൾ നിയന്ത്രണം വിട്ട സ്വരത്തിൽ ചോദിച്ചു പോവുന്നു. സെക്രട്ടറി തലകുലുക്കുന്നു. അപ്പോൾ അവൾ അയാളുടെ ചുമലുകളിൽ മെല്ലെ തടവിക്കൊണ്ടു പറയുന്നു. "ധൈര്യമായിരിക്കു...... എപ്പോഴാണ് ഉണ്ടായത്?"[35] ഇവിടെ അവളെ സമാശ്വസിപ്പിക്കേണ്ട ചുമതല സെക്രട്ടറിയുടേതാണ്. പക്ഷേ, മറിച്ചാണ് സംഭവിക്കുന്നത്. അവൾക്ക് ഭർതൃ മരണം കടുത്ത ദുഃഖം ചെയ്യുന്നില്ല. മരണം അവർ മുൻകൂട്ടി പ്രതീക്ഷിച്ചിരിക്കാം. അതിനും കഥയിൽ സൂചനയുണ്ട്: "അവൾ കരഞ്ഞില്ല, താൻ ഇതേവരെ ഏതോ ഒരു പ്രശ്നത്തെ അന്വേഷിക്കുകയായിരുന്നുവെന്നും ഈ നിമിഷത്തിൽ അതിനെ മാത്രമല്ല, അതിന്റെ ഉത്തരവും കൂടി അവൾ കണ്ടെത്തിക്കഴിഞ്ഞുവെന്നും അവൾക്കു തോന്നി."[36]

ഭർത്താവിന്റെ മരണത്തെപ്പറ്റി എപ്പോഴെങ്കിലും മനസ്സിൽ അവൾ കണ്ടിരിക്കാം. അബോധമനസ്സിൽ കുടിയിരുന്ന ഈ ചിന്ത അസംതൃപ്തിയിൽ നിന്നുണ്ടായതാണ്. പുറമേ സന്തുഷ്ടമായ ദാമ്പത്യ ബന്ധത്തിനിടയിൽ കലുഷമായ ഒരവസ്ഥയെ ഇത് ചിത്രീകരിക്കുന്നു.

മരണ ചിന്ത മാധവിക്കുട്ടിയുടെ കഥകളിലെ സ്വപ്നബിംബങ്ങളിലെല്ലാം മുഖ്യ പ്രമേയമാണ്. 'മലഞ്ചെരിവുകളിൽ' എന്ന കഥയിൽ മൃത്യു, മൂർത്തമായി വന്ന് പറയുന്നു: "സ്വപ്നങ്ങളാണ് എന്നും നിലനില്ക്കുന്നത്. മറ്റെല്ലാം നശിച്ചു പോകുമ്പോഴും സ്വപ്നങ്ങൾ നമ്മുടെ കൂടെ നില്ക്കുന്നു. നീ കുട്ടിക്കാലം മുതൽക്കു കണ്ട സ്വപ്നങ്ങൾ മരണത്തിന്റെ ഓരോ കഷണങ്ങളായിരുന്നു."[37] 'പക്ഷിയുടെ മണ'ത്തിൽ ബാല്യാനുഭവങ്ങളുമായി ബന്ധപ്പെട്ട് രൂപപ്രാപ്തി കൈവരിക്കുന്ന മരണം ഒരു ലഹരിയായി

അവൾ അനുഭവിക്കുന്നതു കാണാം. ജീവിതത്തിനും മരണത്തിനുമിടയിൽപ്പെട്ടുഴറിയ ഒരു മാനസികാവസ്ഥയുടെ കാലത്താണ് കഥാകാരി ഇത്തരം കഥകളെഴുതിയിട്ടുള്ളതെന്ന് വ്യക്തമാണ്.[38]

പക്ഷിയുടെ മണം

1961 ൽ എഴുതിയ 'പക്ഷിയുടെ മണ'ത്തിലേക്കു വരുമ്പോൾ സ്വപ്നഘടകങ്ങൾ പ്രയോഗികമായിത്തീരുന്നു. ഫ്രോയ്ഡ് വിശദീകരിച്ചവിധം സ്വപ്നത്തിന്റെ സ്വഭാവം ഉൾക്കൊള്ളുന്നതാണ് ഈ കഥ. കഥാപാത്രത്തിന്റെ മനോഘടനയിലേക്ക് വെളിച്ചം വീശാൻ അതുപകരിക്കുന്നു.

ഒരു ഉറക്കത്തിനുശേഷം, പ്രധാന കഥാപാത്രമായ 'അവളുടെ' അബോധ മനസ്സിലുള്ള മരണ ചിന്തയാണ് സ്വപ്ന രൂപത്തിൽ കഥയിൽ പിറന്നു വീഴുന്നത്. എന്നാൽ സ്വപ്നമാണെന്ന് പ്രത്യക്ഷത്തിൽ തോന്നാത്ത വിധത്തിലാണ് രചന നിർവ്വഹിച്ചിരിക്കുന്നത്. സ്വപ്നത്തിൽ തെളിയുന്ന പുരുഷൻ "വെണ്ണ നിറത്തിലുള്ള ടെർലിൻ ബുഷ് ഷർട്ട് ധരിച്ച ആളാണ്."[39] അയാളുടെ കൈവിരലുകളുടെ മുകൾഭാഗത്ത് കനത്ത രോമങ്ങൾ വളർന്നു നിന്നിരുന്നു. "ബുഷ് ഷർട്ട് ധരിച്ച ചെറുപ്പക്കാരൻ' ' അവളുടെ അബോധ മനസ്സിലെ രണ്ട് വിരുദ്ധ ചിത്രങ്ങളുടെ ഫലമാണ്. മദ്ധ്യവയസ്കരുടെ വേഷമായ 'ബുഷ് ഷർട്ട്' ചെറുപ്പക്കാരൻ ധരിക്കുക എന്നത് വേഷത്തിലെ വൈരുദ്ധ്യത്തെ വിളിച്ചു പറയുന്നു. അതുപോലെ "അയാളുടെ മുഖം ഒരു കുതിരയുടേതുപോലെ നീണ്ടതായിരുന്നു"[40] എന്ന പ്രസ്താവത്തിലും ഫ്രോയ്ഡ് സ്വപ്നാപഗ്രഥനത്തിൽ പ്രത്യേകം സൂചിപ്പിക്കുന്ന 'വിസ്ഥാപനം' സംഭവിക്കുന്നു. സ്വപ്നത്തിൽ മുന്നിട്ടു നില്ക്കുന്ന സ്വഭാവങ്ങളുടെ സാമാന്യമായ തത്ത്വങ്ങളിൽ ഏകീകരിക്കപ്പെട്ട് അപ്രധാനമായവ പ്രധാനമായവയിൽ ഉരുകിച്ചേർന്ന് സ്വപ്നത്തിൽ പുതിയ രൂപമുണ്ടാക്കുന്നു. രതിയും മരണവുമായി ബന്ധപ്പെട്ടതാകാം 'പക്ഷിയുടെ മണ' ത്തിലെ ഇരുപത്തേഴുകാരിയുടെ സ്വപ്നം. യുവത്വവും വാർദ്ധക്യവും ഇവിടെ പ്രാധാന്യം അർഹിക്കുന്നു. അതിന്റെ സാമാന്യ സ്വഭാവങ്ങളെ സ്വാംശീകരിച്ചുകൊണ്ടാവാം ബുഷ് ഷർട്ടും കൈവിരലുകളുടെ മുകൾഭാഗത്തെ കനത്ത രോമങ്ങളും ഒരാളിൽത്തന്നെ പ്രത്യേകതകളായി ആരോപിച്ചിരിക്കുന്നത്.

മരണം അവളുടെ അബോധ മനസ്സിൽ അമർത്തപ്പെട്ടിരിക്കുന്നു എന്ന് വ്യക്തമാണ്. മരണത്തിന്റെ മണം എന്തെന്ന് സ്വപ്നത്തിലെ അപരിചിതൻ ചോദിക്കുമ്പോൾ ഒന്നും പറയാൻ അവളുടെ നാവ് ഉയരുന്നില്ല. "പറയുവാൻ മറുപടി ഇല്ലാഞ്ഞിട്ടല്ല. മരണത്തിന്റെ വിവിധ മണങ്ങൾ തന്നെപ്പോലെ ആർക്കാണ് അറിയുക[41]" എന്നു കൂടി അവൾ ആലോചിക്കുന്നു. അവൾക്കു അത് പറയാൻ കഴിയുന്നില്ല. അബോധ മനസ്സിൽ പതിയിരിക്കുന്ന മരണം അവളുടെ ബാല്യമായി ബന്ധപ്പെട്ടതു കൂടിയാണെന്നറിയുമ്പോഴാണ് സ്വപ്നത്തിന് പലപ്പോഴും കാരണമായിത്തീരുന്നത്, ബാല്യാനുഭവങ്ങൾ കൂടിയാണെന്ന മനഃശാസ്ത്ര സിദ്ധാന്തം ഈ കഥയിൽ സാധൂകരിക്കപ്പെടുന്നത്.

പഴുത്ത വ്രണങ്ങളുടെയും പഴത്തോട്ടങ്ങളിൽനിന്നു വരുന്ന കാറ്റിന്റെയും ചന്ദനത്തിരിയുടെയും മണങ്ങളുമായി ബന്ധപ്പെട്ടതാണ് അവളെ സംബന്ധിച്ചിടത്തോളം മരണത്തിന്റെ മണം. പഴുത്ത വ്രണം അമ്മയുടെ കാലിന്മേൽ ഉണ്ടായിരുന്ന വ്രണത്തേയും പഴത്തോട്ടങ്ങളിൽ നിന്നു വരുന്ന കാറ്റ് പ്രമേഹ രോഗിയായ അച്ഛൻ തളർന്നു കിടക്കുമ്പോൾ അനുഭവിച്ചതിന്റേതുമായ സ്മരണകളിൽ കുടുങ്ങിക്കിടക്കുന്നു. അത്തരം ഗന്ധങ്ങളിലൂടെയാണ് അവൾ മരണം അനുഭവിച്ചത്. അച്ഛന്റെയും അമ്മയുടെയും മരണം അപ്രകാരം അവൾക്ക് പഴുത്ത വ്രണങ്ങളുടെയും പഴത്തോട്ടങ്ങളുടെയും മണമായിത്തീരുന്നു. അബോധ മനസ്സിലുള്ള ഈ മരണ ഭീതി അനുഭവമായിത്തീരുന്നത് പതിനൊന്നു വയസ്സുള്ളപ്പോഴാണ്. മഞ്ഞക്കാമല പിടിച്ച് കിടക്കയിൽ തലയുയർത്താൻ വയ്യാതെ കിടക്കുമ്പോൾ തുറന്ന ജനാല നോക്കി അന്ന് അവൾ വിളിച്ചു "അമ്മേ ഞാൻ മഞ്ഞപ്പൂക്കൾ കാണുന്നു. മഞ്ഞ അലരിപ്പൂക്കൾ കാണുന്നു. എല്ലായിടത്തും മഞ്ഞപ്പൂക്കൾത്തന്നെ."[42] അപ്പോൾ അയാൾ പറയുന്നു: "നിന്റെ കണ്ണുകൾക്കു മാത്രം കാണാൻ കഴിഞ്ഞ ആ മഞ്ഞപ്പൂക്കൾക്കിടയിൽ ഞാൻ നിന്നിരുന്നു. നിന്റെ കൈപിടിച്ച് നിന്നെ എത്തേണ്ടിടത്തെത്തിക്കുവാൻ......പക്ഷേ, അന്നു നീ വന്നില്ല. നീ എന്റെ സ്നേഹത്തെപ്പറ്റി അറിഞ്ഞിരുന്നില്ല. ഞാനാണ് നിന്റെയും എല്ലാവരുടേയും മാർഗ്ഗദർശി എന്നു നീ അറിഞ്ഞിരുന്നില്ല. ഈ സംഭാഷണത്തിന്റെ ഉടമ മരണത്തിന്റെ പ്രതീകമാണ്. ബാല്യാനുഭവങ്ങളുമായി കൂടിക്കുഴഞ്ഞ് അബോധത്തിൽ അമർന്നു കിടക്കുകയായിരുന്നു, മൃത്യുബോധം. പതിനൊന്നു വയസ്സായ കുട്ടിയെ സംബന്ധിച്ചിടത്തോളം പുരുഷന്റെ സ്പർശവും അയാളുടെ ദൃഷ്ടിയും ആകർഷണ കാരണമാകുകയില്ല. അതുകൊണ്ടാണ് അവൾ അന്ന് പൂക്കളിൽക്കൂടി മരണത്തെ കണ്ടതും അതിനിടയിൽ ഒളിച്ചിരുന്ന പുരുഷനെ കാണാതെ പോയതും. എന്നാൽ സംഹാര പുരുഷന്റെ കരുത്തുമായി, ഇരുപത്തേഴാം വയസ്സിൽ വിവാഹിതയും മാതാവുമായ അവളിലേക്ക് ബാല്യത്തിലേ ആരംഭിച്ച മൃത്യുചിന്ത കടന്നു വരുന്നു.

മഞ്ഞപ്പൂക്കൾക്കിടയിൽ മറഞ്ഞു നിന്ന പുരുഷൻ അവളുടെ അബോധ മനസ്സിലെ ഉദാത്ത സ്നേഹത്തിന്റെ വിങ്ങലാണ്. പരിപൂർണ്ണത കാണിച്ചു തരുവാൻ കെല്പുള്ളവനുമാണ്. അവളുടെ സർവ്വസ്വവും അതിനു കാഴ്ചവച്ചാൽ മാത്രം നല്കുന്ന സ്വാതന്ത്ര്യമാണ് സ്നേഹത്തിന്റെ പരിപൂർണ്ണാവസ്ഥ.

ഇപ്രകാരമാണ് അയാൾ ആ അവസ്ഥയെപ്പറ്റി പറയുന്നത്: "ഒന്നും നിന്റേതല്ലാതാവും. പക്ഷേ, എല്ലാമായിത്തീരും; കടലിന്റെ ഇരമ്പലിലും നീ ഉണ്ടാവും, മഴക്കാലത്ത് കൂമ്പുകൾ പൊട്ടിമുളയ്ക്കുന്ന പഴയ മരങ്ങളിൽ നീ ചലിക്കുന്നുണ്ടാവും; പ്രസവവേദന അനുഭവിക്കുന്ന വിത്തുകൾ മണ്ണിന്റെയടിയിൽ കിടന്നു തേങ്ങുമ്പോൾ; നിന്റെ കരച്ചിലും ആ തേങ്ങലോടൊപ്പം ഉയരും. നീ കാറ്റാവും, നീ മഴത്തുള്ളികളാവും, നീ മണ്ണിന്റെ തരികളാവും......നീയായിത്തീരും ഈ ലോകത്തിന്റെ സൗന്ദര്യം."[43] ഇവിടെ വിവക്ഷിക്കപ്പെടുന്ന സ്നേഹദർശനം വിശ്വമാനവികതയുടേതാണ്. ഭാരതീയമായ സൗന്ദര്യ ദർശനത്തിൽ ഔപനിഷദികമായൊരടിത്തറ കൂടി

ഈ ദർശനം ഉൾക്കൊള്ളുന്നു. ശിവശക്തി സംയോഗത്താലുണ്ടാകുന്ന സൗന്ദര്യ ലഹരിയുടെ ഉയരങ്ങളിലേക്ക് സ്നേഹ സങ്കല്പത്തെ വ്യാവർത്തിപ്പിക്കുന്നു.

മരണത്തിന്റെ പ്രതീകമായ ശിവനും കാമരൂപിണിയായ പാർവ്വതിയും സംയോജിക്കുന്ന അവസ്ഥയിൽ സൗന്ദര്യം ജാതമാകുന്നുവെന്ന ദാർശനിക ധ്വനി മേൽക്കൊടുത്തിരിക്കുന്ന കഥാഭാഗത്തെ മുൻനിർത്തി അപഗ്രഥിക്കുന്ന പക്ഷം കണ്ടെത്താം. കലാസൃഷ്ടിയിൽ മരണം സാധാരണമായി മാറ്റുകയാണ് കലാകാരന്റെ ധർമ്മം. അസംതൃപ്തിയെ കലയിലൂടെ പൂർത്തീകരിക്കുന്നു. മരണത്തെ കലാകാരൻ അനശ്വരമാക്കുകയാണ് കലയിൽ ചെയ്യുന്നത്. സാഹിത്യത്തിലും നാടകത്തിലും അതിന്റെ സൃഷ്ടികർത്താക്കൾക്ക് കൊല്ലാനും മരിക്കാനുമറിയാം. അങ്ങനെയാണ് കലാകാരന്മാർ മരണത്തോട് താദാത്മ്യം പ്രാപിക്കുന്നത്.[44] അബോധ മനസ്സിൽ കുടിയിരിക്കുന്ന മൃത്യുബോധത്തെ സൗന്ദര്യാത്മകമായി പരിവർത്തിപ്പിക്കുന്നതു വഴി കലാകാരൻ സാധിച്ചെടുക്കുന്നതെന്താണ്? മരണത്തെ ചിത്രീകരിക്കുന്നതുവഴി അതിനെ അതിജീവിക്കുവാനുള്ള കരുത്തു നേടുകയാണ് യഥാർത്ഥത്തിൽ കലാകാരൻ ചെയ്യുന്നത്.[45] സ്വപ്നത്തിലൂടെ അവൻ ഒരു സമനില കൈയടക്കുന്നു. അബോധ മനസ്സിലെ ചിന്തകൾ ഭാവനയിലെ ഒരു സ്വപ്നത്തിൽ ഭാരമിറക്കുന്നതുപോലെ കലാസൃഷ്ടിയിൽ ഇറക്കി വയ്ക്കുന്നു. 'പക്ഷിയുടെ മണ'ത്തിലും കലാകാരിയുടെ മനസ്സ് അപ്രകാരമാണ് പ്രവർത്തിച്ചത്.

സ്വപ്നത്തിന്റെ അന്ത്യത്തിൽ യാഥാർത്ഥ്യത്തിന്റെ ലോകത്ത് കടന്നിട്ട് കഥാനായിക പറയുന്നു: "എനിക്ക് മരിക്കുവാൻ സമയമായിട്ടില്ല. ഞാൻ ഒരു ഇരുപത്തേഴുകാരിയാണ്. വിവാഹിതയാണ്. ഞാൻ ഒരു ഉദ്യോഗം നോക്കിവന്നതാണ്. ഇപ്പോൾ നേരം പന്ത്രണ്ടരയോ മറ്റോ ആയിരിക്കണം. ഞാൻ വീട്ടിലേക്കു മടങ്ങട്ടെ."[46] ഇവിടെ യാഥാർത്ഥ്യങ്ങളുമായി നീക്കുപോക്കുകളോടെ വർത്തിക്കാൻ, കുടുംബ ബന്ധങ്ങളിൽ അസംതൃപ്തി കണ്ടെത്താനുള്ള സമൂഹ പ്രേരണയാണ് നിദാനം. ഇച്ഛാശക്തി കൊണ്ട് അബോധ മനസ്സിനെ നിയന്ത്രിച്ചു നിർത്തിയിരിക്കുകയാണിവിടെ.

കഥയുടെ അന്ത്യത്തിൽ അബോധ മനസ്സിന്റെ പ്രേരണയിൽ ഇച്ഛ കീഴടങ്ങുന്നു. കലയിൽ സ്വാഭാവികമായി സംഭവിക്കുന്നതാണെങ്കിൽ പോലും അസ്വാഭാവികമായി അനുഭവപ്പെടുന്നൊരു മരണമാണ് കഥാന്ത്യത്തിൽ അവളുടേത്. കേടായ ലിഫ്റ്റിലേക്കു കയറിയതും മരണത്തെ വരിച്ചതും, അസുഖകരമായ ദാമ്പത്യത്തിലേക്ക് പ്രവേശിച്ചതിന്റെ ധ്വന്യാത്മകതയെ വിളിച്ചോതുന്നു.

ഈ കഥ എഴുതിയ കാലത്ത് കഥാകാരിയുടെ മനസ്സിൽ മരണ ചിന്തയുണ്ടായിരുന്നു. അവർ ടെറസിൽനിന്ന് ചാടി ആത്മഹത്യയ്ക്കൊരുമ്പെട്ടതായും മാനസികമായി ഏറെ അസ്വസ്ഥമായിരുന്നുവെന്നും *എന്റെ കഥയിൽ* സൂചിപ്പിച്ചിട്ടുണ്ട്.[47] ഈ ഭീതി കഥാപാത്രമായ അവളിൽ കൂടി എപ്രകാരമാണ് കഥയുടെ അന്തരീക്ഷവുമായി യോജിപ്പിക്കുന്നതെന്ന് പരിശോധിക്കാം. കഥയിൽ ഭീതിദമായ സ്വപ്നത്തിന് നിമിത്തങ്ങളായ സാഹചര്യങ്ങൾ താഴെ കൊടുക്കുന്നു.

(1) കല്ക്കത്തയിൽ വന്നിട്ട് ഒരാഴ്ച കഴിഞ്ഞതേയുള്ളൂ.[48]

(2) ഭർത്താവ് അറിയാതെയാണ് അവൾ ഉദ്യോഗത്തിന് വരുന്നത്.

(3) അവൾ ധരിച്ചിരുന്നത് ഇളം മഞ്ഞ നിറത്തിലുള്ള സാരിയാണ്. (മഞ്ഞ മരണത്തിന്റെ വർണ്ണമായിട്ടാണ് കഥാകാരി കരുതുന്നത്.)[49]

(4) അവൾ ഏഴു നിലകളും ഇരുനൂറിലധികം മുറികളും വളരെയധികം വരാന്തകളുമുള്ള അവിടെ ഒരൊറ്റ സ്ത്രീയേയും കണ്ടില്ല. (സ്ഥലത്തിന്റെ നിഗൂഢ സ്വഭാവവും, യാഥാർത്ഥ്യത്തിൽനിന്ന് അകലുന്ന പ്രത്യേകതകളും).

(5) അവൾ ആണുങ്ങളുടെ ദേഹത്തിൽ തൊടാതിരിക്കാൻ ക്ലേശിച്ചുകൊണ്ടാണ് ലിഫ്റ്റ് കയറിയത്. (ഉത്തമയായ ഒരു കുടുംബിനിയും ഭാര്യയുമാകാനുള്ള ശ്രമം അവളുടെ പ്രവൃത്തിയിലുണ്ട്).

(6)അവൾ അന്വേഷിച്ച ബോർഡ് കണ്ടെത്തുന്നില്ല.

(7)തന്നെ ആപാദചൂഡം പരിശോധിച്ച ഇടുങ്ങിയ ചുവന്ന കണ്ണുകളുള്ള കൈനഖങ്ങളിൽ ചളിയുണ്ടായിരുന്ന ഉയരം കുറഞ്ഞ ഒരു മദ്ധ്യവയസ്കനെ അവൾ ഇടയ്ക്ക് കണ്ട് ഭയപ്പെടുന്നു. അവൾ കയറിയ മുറിയിൽ ആരുമുണ്ടായിരുന്നില്ല.

(8)ക്ഷീണംകൊണ്ട് അവൾ മുറിക്കു നടുവിലുള്ള കസേരയിലിരുന്ന് ഉറങ്ങുന്നു.

ഈ സാഹചര്യങ്ങൾ ഭീതിദമായ ഒരു സ്വപ്നത്തിന്റെ നിമിത്തങ്ങളാണ്. ഉറക്കത്തിൽ അവളുടെ 'ഈഗോ' നഷ്ടമാവുകയും അബോധമനസ്സിൽനിന്നും ഇച്ഛകൾ പുറത്തുവരികയും ചെയ്യുന്നു. അതിലുള്ള രൂപങ്ങൾ അതിന്റെ കാരണമായിട്ടുള്ളവയുടെ പൊതുസ്വഭാവങ്ങളുമായി കൂടിച്ചേർന്ന് വിസ്ഥാപനത്തിന് വിധേയമാകുന്നു. സംവേദന ബിംബങ്ങളിലൂടെ പ്രതിനിധീകരിക്കപ്പെട്ട് മൂർത്തമായൊരു രൂപാന്തരത്തിൽ അത് സ്വപ്നത്തിൽ പ്രതിഷ്ഠിക്കപ്പെടുന്നു. അവയ്ക്ക് രണ്ടാം വിപുലനം ഉള്ളതുകൊണ്ട് സ്വപ്നത്തിനുശേഷവും അത് ഓർമ്മിക്കപ്പെടുന്നു.

ഈ കഥയിൽനിന്നു വെളിവാകുന്ന എഴുത്തുകാരിയുടെ മാനസികാവസ്ഥയ്ക്ക് മനഃശാസ്ത്രത്തിലൂടെയുള്ള ന്യായീകരണം ഇതാണ്. വൈയക്തികമായ ആഗ്രഹങ്ങൾ മുന്നിട്ടു നില്ക്കുകയും സമൂഹം വ്യക്തികളിൽനിന്ന് പ്രതീക്ഷിക്കുന്നവയും അതുപോലെ മുന്നിട്ടു നില്ക്കുകയും ചെയ്യുന്ന അവസ്ഥയുടെ വൈരുദ്ധ്യത്തിൽനിന്നാണ് 'ഫാന്റസി'യിൽ ജീവിക്കാനുള്ള താല്പര്യമുണ്ടാവുന്നത്. യാഥാർത്ഥ്യബോധം നഷ്ടപ്പെടുമ്പോൾ ഒരു രക്ഷായുക്തി കണ്ടെത്താൻ യത്നിക്കുന്നു.[50] കലാകാരനായ വ്യക്തി അതിൽ ആഗ്രഹങ്ങൾ നിറവേറ്റി ജീവിതവുമായി തന്റെ സ്വപ്നത്തെ അടുപ്പിക്കുന്നു. കഥയിൽ സൃഷ്ടിക്കപ്പെടുന്ന സ്വപ്നം എഴുത്തുകാരിയെ സംബന്ധിച്ചിടത്തോളം ആഗ്രഹങ്ങൾ നിറവേറ്റാനുള്ള ഉപാധിയാണ്. അത് ജീവിതത്തിന്റെ പകർപ്പ് ആകുന്നില്ല.

നാവികവേഷം ധരിച്ച കുട്ടി

ഗർഭിണിയായ കൊച്ചമ്മിണി, ഭർത്താവ്, മന്ത്രി, അദ്ദേഹത്തിന്റെ മച്ചിയായ ഭാര്യ ഇത്രയുമാണ് ഈ കഥയിലുള്ളവർ. മന്ത്രിയുടെ അസാന്നി

ദ്ധ്യത്തിൽ അദ്ദേഹത്തിന്റെ ഭാര്യ അതിഥികളായെത്തുന്ന കീഴുദ്യോഗസ്ഥനും ഭാര്യയ്ക്കും പടം നോക്കുവാനായി തന്റെ ഭാരിച്ച ഫോട്ടോ ആൽബം നീട്ടുന്നു. കൊച്ചമ്മിണി ഉന്മേഷവതിയായി ഒരു ഫോട്ടോയിൽ കണ്ണും നട്ടിരിക്കുന്നു. ആ പടമാകട്ടെ മന്ത്രിയുടെ ബാല്യത്തിന്റേതാണ്. അദ്ദേഹത്തിന്റെ അമ്മ കൂട്ടിലിട്ട് കുറെക്കാലം മുറിയിൽ തൂക്കിയിരുന്ന ആ പടം, അവർ മരിച്ചു കഴിഞ്ഞപ്പോൾ ആൽബത്തിൽ പതിച്ചു വച്ചതായിരുന്നു. നാവികവേഷം ധരിച്ച് നാലുവയസ്സിൽ എടുത്ത മന്ത്രിയുടെ ഫോട്ടോ കൊച്ചമ്മിണി സ്വന്തമാക്കാൻ ആഗ്രഹിക്കുന്നു. അമ്മയ്ക്ക് ഏറ്റവും പ്രിയപ്പെട്ടതായിരുന്ന ആ ചിത്രം മന്ത്രി അവൾക്കു നല്കുന്നില്ല. രണ്ടു ഭാഗമായിട്ടാണ് കഥ. ആദ്യഭാഗം മന്ത്രിയുടെ വീട്ടിൽ വച്ചും രണ്ടാം ഭാഗം കൊച്ചമ്മിണിയുടെ വീട്ടിലും. സ്വപ്നത്തിലെന്നോണം വിചിത്രത തോന്നിയേക്കാവുന്ന ഒരന്തരീക്ഷമാണ് രണ്ടാം ഭാഗത്തിലുള്ളത്. ഭർത്താവ് ഓഫീസിൽ പോയ തക്കം നോക്കി മന്ത്രി കൊച്ചമ്മിണിയുടെ വീട്ടിൽ വരുന്നു. മന്ത്രി മുറിയിൽ പ്രവേശിച്ചപ്പോൾ അവൾ എഴുന്നേറ്റില്ല. അവളുടെ വിടർന്ന കണ്ണുകളിലേക്കു നോക്കിക്കൊണ്ട് മന്ത്രി പറഞ്ഞു: "ഞാൻ ഫോട്ടോ കൊണ്ടുവന്നിട്ടുണ്ട്." "ഉം...." അദ്ദേഹം തന്റെ കീശയിൽനിന്നും ആ ഫോട്ടോ എടുത്ത് അവളുടെ കൈയിൽ വച്ചുകൊടുത്തു. അവളുടെ നേർത്ത വിരലുകൾ പടത്തിലെ കുട്ടിയെ വാത്സല്യത്തോടെ തലോടി. അദ്ദേഹം സോഫായ്ക്കരികിൽ, വെറും നിലത്ത് മുട്ടുകുത്തി. "എനിക്ക് ഇന്നലെ ആളെ മനസ്സിലായില്ല." അദ്ദേഹം പിറുപിറുത്തു. കുറച്ചുനേരത്തേക്ക് അവൾ അദ്ദേഹത്തിന്റെ നരച്ച മുടിയിൽ വിരലുകൾ ഓടിച്ചുകൊണ്ടിരുന്നു. എന്നിട്ട് തന്റെ കാതുകൾക്കു തന്നെ അപരിചിതമായ ഒരു സ്വരത്തിൽ അവൾ പറഞ്ഞു.

"ഇനി എഴുന്നേല്ക്ക്"[51]

കഥ ഇപ്രകാരമാണ് അവസാനിക്കുന്നത്.

യാഥാർത്ഥ്യത്തിൽനിന്നും ഉയർന്ന വിചിത്ര കല്പനയിലേക്കു പോകുകയാണ് ഈ കഥ. ഇതിനു കാരണങ്ങൾ അന്വേഷിക്കുമ്പോൾ ഇരുവരുടേയും അബോധ മനസ്സിന്റെ അപഗ്രഥനം ആവശ്യമായി വരുന്നു. രണ്ടു വസ്തുതകൾ വ്യക്തമാണ്.

(1)കൊച്ചമ്മിണി ഗർഭിണിയാണ്

(2)മന്ത്രി അനപത്യ ദുഃഖം അനുഭവിക്കുന്നൊരുവനും.

രണ്ടു കൂട്ടരിലും കുഞ്ഞ് അബോധത്തിന്റെ പ്രശ്നമായിത്തീർന്നിരിക്കുന്നു. പിറക്കാനിരിക്കുന്ന കുഞ്ഞിനെപ്പറ്റിയുള്ള ചിന്ത കുഞ്ഞമ്മിണിയിലും പിറക്കാതെപോയ കുഞ്ഞിനെപ്പറ്റിയുള്ള വേപഥു മന്ത്രിയിലും അബോധത്തിൽ ഒളിഞ്ഞിരിക്കുന്നു. ഇരുവരുടേയും മനസ്സിൽനിന്നും ഒരു പ്രത്യേക മുഹൂർത്തത്തിൽ അബോധ ചിന്ത പുറത്തേക്കു വരുന്നു. കൊച്ചമ്മിണിക്ക് മാതൃത്വവുമായി കൂടിക്കുഴഞ്ഞ ഇച്ഛാശക്തിയാണെങ്കിൽ മന്ത്രിക്ക് സന്താനമില്ലാത്തതിൽനിന്നുള്ള ദുഃഖം ബാല്യവുമായി ബന്ധപ്പെട്ടു കൂടുതൽ വിധേയത്വമുണ്ടായിരുന്ന അമ്മയിൽ ആശ്രയം കൊള്ളാനുള്ള വ്യഗ്രതയാണ്.

മന്ത്രിയുടെ അബോധ മനസ്സ് അമ്മയോടുള്ള വിധേയത്വത്തിൽ അടിയുറച്ചതാണ്. അമ്മയുടെ സാന്നിദ്ധ്യമാണ് യഥാർത്ഥത്തിൽ കൊച്ചമ്മിണിയുടെ സാമീപ്യത്തിലൂടെ മന്ത്രി അനുഭവിക്കുന്നത്. അതുകൊണ്ടാവണം അദ്ദേഹം കൊച്ചമ്മിണിക്കരികിൽ വെറും നിലത്ത് മുട്ടുകുത്തി അമ്മയോടെന്നവണ്ണം സംസാരിക്കുന്നത്. കൊച്ചമ്മിണിക്ക് ജനിക്കാനിരിക്കുന്ന കുട്ടിയെപ്പറ്റിയുള്ള ആകാംക്ഷയിലാണ് 'നാവിക വേഷം ധരിച്ച കുട്ടി' യുടെ ചിത്രം നിലകൊള്ളുന്നത്. അബോധത്തിൽനിന്നും ഇരുവരുടേയും ഇച്ഛകൾ പുറത്തുവരുന്നതിലുണ്ടായിരുന്ന ഒരു നിമിത്തം മാത്രമായിരുന്നു ആ ചിത്രം. അബോധത്തിലെ വാസനകൾ സമാഹരിക്കപ്പെടുമ്പോൾ എന്തു സംഭവിക്കുമെന്ന് മുൻപ് സൂചിപ്പിച്ചുവല്ലോ. പരസ്പര ബന്ധമില്ലാത്തവ ഒന്നിച്ചു ചേരുമ്പോൾ ബന്ധമുള്ള ഏതെങ്കിലും ഒരംശത്തിൽ അവ ഏകീകരിക്കപ്പെടുന്നു. കൊച്ചമ്മിണിയിലെ മാതൃത്വവും മന്ത്രിയിലെ മാതൃസ്നേഹവും അവരെ തമ്മിൽ മാതാവും പുത്രനുമാക്കി മാറ്റുന്ന പ്രക്രിയയാണ് ഈ കഥയിൽ യഥാർത്ഥത്തിൽ നടന്നിരിക്കുന്നത്.

മന്ത്രിയുടെ അബോധ മനസ്സിൽ മാതൃചിന്ത കടന്നു വരുന്നത് മനഃശാസ്ത്ര വിഷയമാണ്. പുത്രനില്ലാതെ വരുമ്പോൾ ഏറ്റവും കൂടുതൽ ചിന്തിക്കുന്നത് മാതൃ പുത്ര ബന്ധത്തെപ്പറ്റിയായിരിക്കും. മാതാവിന്റെ ലാളനയും പുത്രന്റെ സ്നേഹവും ഇതിൽ വിഷയമാകുന്നു. ബാല്യത്തിലെ, അമ്മയുമൊത്തുള്ള കാലം മന്ത്രിയുടെ അസംതൃപ്ത മനസ്സിന്റെ പൂർത്തീകരണമായതുകൊണ്ടാകണം ജനിക്കാത്ത പുത്രനെ തന്നിൽത്തന്നെ ദർശിക്കുകയും പുത്രനോടുള്ള അമ്മയുടെ വാത്സല്യം സ്വന്തം മാതാവിലൂടെ ആ എഴുപതുകാരൻ അനുഭവിക്കുകയും ചെയ്യുന്നത്. ഈ മനോഭാവങ്ങൾ ഒരു സ്വപ്നത്തിന്റെ വിസ്ഥാപനത്തിന് വിധേയമാകുമ്പോൾ ആദ്യ പ്രസവത്തിനു തയ്യാറാകുന്ന ഇരുപതുകാരി അമ്മയും എഴുപതു കഴിഞ്ഞ വൃദ്ധൻ കുഞ്ഞുമായിത്തീരും. സ്വപ്നത്തിന്റെ പ്രവർത്തനം അപ്രകാരമാണ് സംഭവിക്കുന്നത്. പ്രധാനമായി വർത്തിക്കുന്ന ഭാവത്തിന്റെ സമാന ഘടകത്തിൽ ഏകീകരിച്ച് വൈരുദ്ധ്യങ്ങളെ തമ്മിലിണക്കുന്ന സ്വപ്ന പ്രക്രിയയാണ് ഈ കഥയിലും കഥാകാരി പ്രയോഗിച്ചിരിക്കുന്നത്.

'ഉണ്ണി' എന്ന കഥയിൽ കുട്ടികളില്ലാത്ത ഒരു സ്ത്രീയുടെ മാനസിക തലമാണെങ്കിൽ ഇവിടെ കുട്ടികളില്ലാത്ത ഒരു പുരുഷന്റെ മനസ്സാണ് വിഷയം. രണ്ടും അബോധത്തിന്റെ പ്രേരണയാലാണ്. സ്ത്രീകൾ പുരുഷനെ കുഞ്ഞായിട്ടും പുരുഷൻ സ്ത്രീയെ അമ്മയായിട്ടും സ്വപ്നത്തിൽ ദർശിക്കുന്നു. രണ്ടു കഥയിലും ബാല്യത്തിന്റെ സ്വാധീനം പ്രധാന ഘടകമാണെന്ന് തെളിയുന്നു. അപക്വമായ ഇച്ഛയാണ് സ്വപ്നത്തിനു നിദാനമെന്ന മനഃശാസ്ത്ര സിദ്ധാന്തവും ഇവിടെ പ്രസക്തമാവുന്നു.

മനസ്സിന്റെ കാഥിക

ഫ്രോയ്ഡിന്റെ സ്വപ്ന പ്രക്രിയയുടെ പ്രായോഗികത, മാധവിക്കുട്ടിയുടെ കഥകളിൽ ഒളിഞ്ഞിരിക്കുന്ന മനഃസംഭവങ്ങൾ അന്വേഷിക്കുന്ന

തിന് സഹായകമാണ്. പക്ഷേ, എഴുത്തുകാരിയിൽനിന്നു വേറിട്ട വ്യക്തിയുടെ ജീവിതത്തിന്റെ സ്വാധീനം കൃതികളിൽ എത്രത്തോളം സ്പഷ്ടമാണ് എന്ന വിഷയം ഈ എഴുത്തുകാരിയുടെ കൃതികൾ മുൻനിർത്തി പരിശോധിക്കുക അസാദ്ധ്യമാണ്. എഴുത്തുകാരിയുടെ ജീവിതവും കഥാകാരി എന്ന നിലയിലുള്ള എഴുത്തുകാരിയുടെ വ്യക്തിത്വവും രണ്ടും രണ്ടാണ്.[52] ഫ്രോയിഡിന്റെ സിദ്ധാന്തവുമായി അത് പൊരുത്തപ്പെടുന്നില്ല. മേൽ അപഗ്രഥന വിഷയമായ കഥകൾക്കുള്ളിൽ എഴുത്തുകാരിയുടെ കാവ്യജീവിതമാണ് കഥാപാത്രങ്ങളിലൂടെ സ്വപ്നപ്രാപ്തി കൈവരിച്ചിരിക്കുന്നത്. അങ്ങനെ ആത്മാർത്ഥത മാധവിക്കുട്ടിയുടെ രചനകളെ മനഃശാസ്ത്ര സിദ്ധാന്തങ്ങളുമായി ബന്ധിപ്പിക്കുന്നു. മനസ്സിന്റെ കാഥികയായി അവർ മാറുന്നത് ഇപ്രകാരമാണ്.

കുറിപ്പുകൾ

1. അച്യുതൻ, എം - സ്വാന്ത പ്രവാസികളായ സജ്ജനങ്ങൾ, *ചെറുകഥ ഇന്നലെ ഇന്ന്,* പുറം 307, 1973, സാഹിത്യ പ്രവർത്തക സഹകരണ സംഘം, കോട്ടയം.
2. മാധവിക്കുട്ടി - മനുഷ്യൻ പാവമാണ്, *മാതൃഭൂമി* ആഴ്ചപ്പതിപ്പ്, 1955 മാർച്ച് 17, *മതിലുകൾ* എന്ന ഗ്രന്ഥത്തിൽ ഈ കഥ ഉൾപ്പെടുത്തിയിട്ടുണ്ട്. 1955, കറന്റ് ബുക്സ്, തൃശൂർ.
3. മാധവിക്കുട്ടി - മലഞ്ചെരിവുകളിൽ, 1956 ജനുവരിയിൽ കഥ എഴുതി. *പത്തുകഥകൾ* എന്ന ഗ്രന്ഥത്തിൽ ഈ കഥ ഉൾപ്പെടുത്തിയിട്ടുണ്ട്, 1958, കറന്റ് ബുക്സ്, തൃശൂർ.
4. മാധവിക്കുട്ടി - വിരുന്നുകാരൻ, *മാതൃഭൂമി* ആഴ്ചപ്പതിപ്പ്, 1958 മാർച്ച് 9, *നരിച്ചീറുകൾ പറക്കുമ്പോൾ* എന്ന ഗ്രന്ഥത്തിൽ ഈ കഥ ഉൾപ്പെടുത്തിയിട്ടുണ്ട്. 1964, ജൂൺ, സാഹിത്യ പരിഷത്ത് കോ-ഓപ്പറേറ്റീവ് സൊസൈറ്റി, എറണാകുളം.
5. മാധവിക്കുട്ടി - ഉണ്ണി, 1960 ൽ കഥ എഴുതി. *പക്ഷിയുടെ മണം* എന്ന ഗ്രന്ഥത്തിൽ ഈ കഥ ഉൾപ്പെടുത്തിയിട്ടുണ്ട്, 1964, കറന്റ് ബുക്സ്, തൃശൂർ.
6. മാധവിക്കുട്ടി - കല്യാണി, 1960 ആഗസ്തിൽ എഴുതി. *പക്ഷിയുടെ മണം* എന്ന ഗ്രന്ഥത്തിൽ ഈ കഥ ഉൾപ്പെടുത്തിയിട്ടുണ്ട്, 1964, കറന്റ് ബുക്സ്, തൃശൂർ.
7. മാധവിക്കുട്ടി - പക്ഷിയുടെ മണം, *മാതൃഭൂമി* ആഴ്ചപ്പതിപ്പ്, 1961 ആഗസ്ത് 27.
8. മാധവിക്കുട്ടി - നാവികവേഷം ധരിച്ച കുട്ടി, 1967 ഡിസംബറിൽ കഥ എഴുതി. *രാജാവിന്റെ പ്രേമഭാജനം* എന്ന ഗ്രന്ഥത്തിൽ ഈ കഥ ഉൾപ്പെടുത്തിയിട്ടുണ്ട്, 1969, കറന്റ് ബുക്സ്, തൃശൂർ.
9. മാധവിക്കുട്ടി - സനാതൻ ചൗധരിയുടെ ഭാര്യ, 1969 ഡിസംബറിൽ കഥ എഴുതി. *പ്രേമത്തിന്റെ വിലാപകാവ്യം* എന്ന ഗ്രന്ഥത്തിൽ ഈ കഥ ഉൾപ്പെടുത്തിയിട്ടുണ്ട്, 1971, കറന്റ് ബുക്സ്, തൃശൂർ.

10. Freud, Sigmund - *Introductory Lectures on psychoanalysis*, Trans. Joan Riviere, P.249, 1952 London.
"The excitation in the unconsious in the antechamber, are not visible to the consciousness, which is of course in the other room, so to begin they remain unconscious. When they are pressed forward to the threshold and been turned back by the doorkeeper, they are incapable of becoming conscious, we call them then repressed......Being repressed, when applied to any single impulse, means being unable to pass out of the unconsious system because of the doorkeeper's refusal of admittance into the preconscious."

11. Freud, Sigmund -*The Ego and the Id*, Trans. Joan Riviere, P.10, 1949, London.
"The Ego represents what we call reason and sanity, in contrast to the Id which contains the passions."

12. Freud, Sigmund - *An outline of psychoanalysis,* Trans. James Strachey, P.3, 1949, London.
"The long period of childhood during which the growing human being lives in dependence upon his parents, leaves behind it a precipitate, which forms within his ego a special agency in which this prental influence is prolonged. It has received the name of super-ego.

13. Loewald, Hans W- *Ego and Reality,* The International journal of psychoanalysis (Vol XXXII), P.10, 1951.
"In psychoanalytic theory we are accustomed to think of the relationship between ego and reality as one of adjustment or adaptation. The so-called mature ego has renounced the pleasure principle and has substituted for it the reality principle."

14. Freud, Sigmund - *The Interpretation of Dreams*, The Basic writings of Sigmund Freud, Trans. A A Brill, P.495, 1938, Modern Library, New York.
"------Pursuing this conception, we may further describe the dream as the substitute for the infantile scene modified by transference to recent material."

15. Ibid P.485
" The dream is a psychic act full of import; its motive power is invariably a wish craving fulfilment; the fact that is has many peculiarities and absurdities, are due to the influence of the psychic censorship to which it has been subjected during its formations...... The following facts have played a part in its formation; first, a need of condensing the pyschic material;

second regard for representability in sensory images and third regard for rational and intelligible exterior of the dream structure."

16. Freud, Sigmund - *Introductory Lectures on psychoanalysis*, Trans. Joan Riviere, P.100, 1952, London.
" Let us call the dream as related to the manifest dream content and the hidden meaning which we should come by in following out the association, the latent dream thought."

17. Ibid P.139.
"Certain latent elements are altogether omited; of many complexes in the latent dream only a fragment passes over into the manifest content; and latent elements sharing some common characteristics are in the manifest dream put together, blended into a single whole."

18. Ibid P.144
"Such a composite figure resembles A in appearance, but is dressed like B, pursues some occupation which recalls C. and yet all the time you know that it is really D.... And it is possible also for a composite picture to be formed with object or places, as with persons. Provided only that the single objects or places have some common attribute upon which the latent dream lays stress."

19. Ibid P.144
"From the super-imposing of the separate parts which undergo condensation there usually results a blurred and indistinct picture, as if several photographs had been taken on the same plate.".

20. Ibid P.146
"Displacement takes two forms. First, a latent dream-element may be replaced, not by a part of itself, but by something more remote, something of the nature of an allusion, and secondly, the accent may be transferred from an important element to another which is unimportant, so that the centre of the dream is shifted as it were, giving the dream a foreign appearance."

21. മാധവിക്കുട്ടി - *മാധവിക്കുട്ടിയുടെ കഥകൾ*, പുറം 305, 1982, ഡി സി ബുക്സ്, കോട്ടയം.

22. Freud, Sigmund - *Introductory Lectures on psychoanalysis,* Trans. Joan Riviere, P.152 London.
"Clearly what has to be accomplished by the dream work is the transformation of the latent thoughts, as expressed in words, into perceptual forms,.......their earliest material and the first

stage in their development consisted of sense-impressions, or more accurately of memory pictures and then connected so as to form thoughts. So that the dream-work subjects our thoughts to a regressive process and retraces the steps in their development....".

23. Freud, Sigmund -*The Interpretation of Dreams,* The Basic writings of Sigmund Freud, Trans. A. A. Brill, P.463 1938, Modern Library, New York.
"Those parts of the dream seem to us clear in which the secondary elaboration has been able to accomplish something; those seem confused where the power of this performance have failed."
24. Freud, Sigmund - *Introductory Lectures on psychoanalysis,* Trans. Joan Riviere, P.152, 1952 London.
"........These features of the dream work may be termed archaic. They cling to the primitive modes of expression of language or scripts."
25. Freud, Sigmund -*Leonardo Da Vinci : A study in psycho-sexuality,* Trans. A A Brill, P.119, 1947, New York.
"It is quite probable that another person would not have succeeded in withdrawing the main part of his libido from the repression and then sublimating it into a desire for knowledge; under the same influence as Leonardo, another person might have sustained a permanent injury to his intellectual work, or an uncontrollable disposition to compulsion neurosis. The two characteristics of Leonardo also make it impossible for psychoanalytic investigation to explain, first his particular tendency to repress his impulses, and second his extra ordinary ability to sublimate the primitive impulses."
26. മാധവിക്കുട്ടി - *മാധവിക്കുട്ടിയുടെ കഥകൾ,* പുറം 254, 1982, ഡി.സി. ബുക്സ്, കോട്ടയം.
27. അതിൽത്തന്നെ പുറം 302.
28. അതിൽത്തന്നെ പുറം 306.
29. Freud Sigmund - *The relation of the poet to Day Dreaming, collected papers* (Vol.IV), Trans. Joan Riviere, P.174, 1915 London.
30. മാധവിക്കുട്ടി - *മാധവിക്കുട്ടിയുടെ കഥകൾ,* പുറം 306, 1982, ഡി സി ബുക്സ്, കോട്ടയം.
31. Freud, Sigmund - *Introductory Lectures on pshychoanalysis,* Trans. Joan Riviere, P.140, 1952 London.
"......The same symbolism is employed in myths and fairy tales,

in colloquial speech and poetic phantasy."

32. മാധവിക്കുട്ടി - *മാധവിക്കുട്ടിയുടെ കഥകൾ*, പുറം 288, 1982, ഡി.സി. ബുക്സ്, കോട്ടയം.
33. Freud, Sigmund - *Leonardo Da Vinci : A study in psycho-sexuality*, Trans. A A Brill, P.115, 1947, New York.
"We content ourselves by emphasizing the fact, concerning which there is now hardly any doubt, that the productions of the artist also give an outlet to his sexual desire. In the case of Leonardo we can refer to the information imparted by vasari that heads of laughing woman and pretty boys, that is representations of his sexual objects, attracted attention among his first artistic efforts."
34. മാധവിക്കുട്ടി - *മാധവിക്കുട്ടിയുടെ കഥകൾ,* പുറം 305, 1982, ഡി സി ബുക്സ്, കോട്ടയം.
35. അതിൽത്തന്നെ പുറം 365.
36. അതിൽത്തന്നെ പുറം 306
37. അതിൽത്തന്നെ പുറം 263
38. മാധവിക്കുട്ടി - നായാടിയായ കുട്ടി, *എന്റെ കഥ,* പുറം 19–20, 1973, കറന്റ് ബുക്സ്, തൃശൂർ.
"എനിക്ക് കഴിഞ്ഞ ആറ് കൊല്ലമായി കരൾ ദീനം പിടിപെട്ടിരിക്കുന്നു. ഡൽഹിയിൽ വച്ചും ബോംബെയിൽ വച്ചും എന്റെ രോഗം മൂർച്ഛിക്കുകയും ഞാൻ കുറെ ദിവസങ്ങൾ ആശുപത്രിയിൽ പ്രജ്ഞ നശിച്ച മട്ടിൽ കിടക്കുകയുമുണ്ടായി. മരണത്തിന്റെ മണിമുഴക്കം എന്ന് കവി പാടിപ്പുകഴ്ത്തിയ ആ വിശുദ്ധ നാദം ഞാൻ രണ്ടുതവണ കേട്ടു. മൂന്നാമത്തെ ബെല്ലടിക്കുമ്പോൾ എന്റെ തീവണ്ടി പ്ലാറ്റ്ഫോം വിട്ട് കിതച്ചുകൊണ്ട് മുന്നോട്ടു നീങ്ങുമെന്ന് എനിക്ക് തോന്നുന്നു."
39. മാധവിക്കുട്ടി - പക്ഷിയുടെ മണം, *മാധവിക്കുട്ടിയുടെ കഥകൾ*, പുറം 230, 1982, ഡി സി ബുക്സ്, കോട്ടയം.
40. മാധവിക്കുട്ടി - പക്ഷിയുടെ മണം, *മാധവിക്കുട്ടിയുടെ കഥകൾ,* പുറം 230, 1982, ഡി സി ബുക്സ്, കോട്ടയം.
41. അതിൽത്തന്നെ പുറം 232.
42. അതിൽത്തന്നെ പുറം 233.
43. അതിൽത്തന്നെ പുറം 234.
44. Freud, Sigmund - *The theme of thre casket's, collected papers* (Vol.IV), Trans. Joan Riviere, pp.244-256, 1952, London.
45. Freud, Sigmund -*Thoughts for the time of war and death,* collected papers (Vol.IV), p.301.
46. മാധവിക്കുട്ടി - *മാധവിക്കുട്ടിയുടെ കഥകൾ,* പുറം 234, 1982, ഡി സി ബുക്സ്, കോട്ടയം.
47. മാധവിക്കുട്ടി - അന്ധകാരത്തിന്റെ ആദ്യത്തെ അദ്ധ്യായം, *എന്റെ*

കഥ, പുറം 104, പതിപ്പ് 1986, ഡി സി ബുക്സ്, കോട്ടയം.

"ഒരു രാത്രിയിൽ ഞാൻ ഉറങ്ങിക്കിടന്നിരുന്ന ഭർത്താവിനെയും മകനെയും വിട്ട്, വീടിന്റെ ടെറസ്സിലേക്ക് ചെന്ന്, കീഴ്പ്പോട്ടു നോക്കി. മുറ്റത്തും മതിലിനപ്പുറത്തുള്ള നിരത്തിലും തളംകെട്ടിയിരുന്ന നിലാവിൽ എന്റെ ചോരത്തുള്ളികൾ തെറിപ്പിച്ചുകൊണ്ട് ആത്മഹത്യ ചെയ്യാൻ ഞാൻ തീരുമാനിച്ചു.

48. മാധവിക്കുട്ടി - കൽക്കത്ത, *എന്റെ കഥ*, പുറം 159, പതിപ്പ് 1986, ഡി സി ബുക്സ്, കോട്ടയം.

"എനിക്ക് മനുഷ്യനിലുണ്ടായിരുന്ന വിശ്വാസം ആദ്യമായി തകർത്തത് കൽക്കത്തയിൽ വെച്ചാണ്. ഞാൻ കൽക്കത്തയെ ഭയന്നു. അവിടെ നിന്നും രക്ഷപ്പെടുവാൻ ഞാൻ എല്ലായ്പോഴും ആഗ്രഹിച്ചുകൊണ്ടിരുന്നു."

"ഞാൻ തെല്ലൊരമ്പരപ്പോടെയാണ് കൽക്കത്തയിൽ വന്നിറങ്ങിയത്. കൽക്കത്ത ക്രമേണ എനിക്കൊരു നരകമായി രൂപാന്തരപ്പെട്ടു."

49. മാധവിക്കുട്ടിയുടെ കഥകളിലെ ബാഹ്യശില്പ സംവിധാനം എന്ന അദ്ധ്യായം കാണുക. പുറം 90

50. Freud, Sigmund - *Civilization and its discontents,* P.31, 1949, London.

"The gratification of instincts is happiness, but when the outer world lets us starve, refuses us satisfaction of our needs, they become the cause of very great suffering. So the hope is born that by influencing these impulses one may escape some measure of suffering. This type of defence against pain no longer relates to the sensory apparatus; it seeks to control the internal sources of our needs themselves."

51. മാധവിക്കുട്ടി - നാവികവേഷം ധരിച്ച കുട്ടി, *എന്റെ ചെറുകഥകൾ* (ഒന്നാം ഭാഗം), പുറം 49, 1985, മാതൃഭൂമി പ്രിന്റിങ് ആന്റ് പബ്ലിഷിങ കമ്പനി, കോഴിക്കോട്.

52. Jung, G G- *The spirit in man, Art and literature, psychology and literature*, Trans. R.F.C. Hull, P.108, ARK edition 1984.

"Every creative person is a duality or synthesis of contradictory qualities on the one side he is a human being with a personal life, while on the other he is an impersonal creative process."

മാധവിക്കുട്ടിയുടെ വ്യക്തിത്വം; കൃതിയിലും ജീവിതത്തിലും

എഴുത്തുകാരുടെ ഇരട്ട വ്യക്തിത്വം

സ്വന്തം കഥകളിൽ കാണുന്ന സ്ത്രീ കഥാപാത്രങ്ങളുടെ പ്രതിനിധിയാണോ നിത്യജീവിതത്തിലെ കമലദാസ്? കൃതിയിലൂടെ പ്രതിഫലിക്കുന്ന എഴുത്തുകാരിയുടെ വ്യക്തിത്വവും സാധാരണ ജീവിതത്തിലെ വ്യക്തിത്വവും തമ്മിൽ വൈരുദ്ധ്യമുണ്ട്. രണ്ടു ജീവിതങ്ങളാണ് എഴുത്തുകാർക്കുള്ളത്. ഒന്ന് ബാഹ്യജീവിതം; മറ്റത് ആന്തരികം. ഇവയെ സമന്വയിപ്പിച്ചുകൊണ്ടുള്ള ഒരന്വേഷണമാണിവിടെ.

ജീവിത സാഹചര്യങ്ങൾ

മാധവിക്കുട്ടിയുടെ സമകാലികരായി കഥാരംഗത്ത് കടന്നുവന്നവരിൽ പ്രധാനികളാണ് ടി പത്മനാഭനും എം ടി വാസുദേവൻ നായരും. ഇവരുടെ കഥകളിൽനിന്ന് മാധവിക്കുട്ടിയുടെ കഥകൾ എങ്ങനെ വ്യത്യസ്തപ്പെട്ടിരിക്കുന്നു എന്ന് പരിശോധിക്കാം. എഴുത്തുകാരിയുടെ ജീവിതവും കൃതികളും തമ്മിൽ ബന്ധമുള്ളതുകൊണ്ട് അത്തരത്തിലുള്ള ഒരന്വേഷണത്തിന് ഇവിടെ പ്രസക്തിയുണ്ട്. "ഭൗതികമായ ഇല്ലായ്മകളെയും വിടവുകളെയും പുസ്തകങ്ങൾകൊണ്ടു നികത്തിയ ഒരു വീട്ടിലാണ് ഞാൻ ജനിച്ചത്. രാത്രി പട്ടിണി കിടക്കുക ഒരു വിഷമമായിരുന്നില്ല. വായിക്കാൻ നോവലുണ്ടല്ലോ. പക്ഷേ, ചിമ്മിനിയില്ലാത്ത പുകയുന്ന വിളക്കിൽ വേണ്ടത്ര മണ്ണെണ്ണ ഒഴിക്കാൻ വിഷമങ്ങളുണ്ടായിരുന്നു"[1] - ടി പത്മനാഭന്റെ വാക്കുകളാണിത്. 1931 ഫെബ്രുവരി 5 ന് കണ്ണൂരിൽ ജനിച്ച് ചിറയ്ക്കൽ രാജാസ് ഹൈസ്കൂളിലും മംഗലാപുരം ഗവണ്മെന്റ് കോളേജിലും മദ്രാസ് ലാകോളേജിലുമായി വിദ്യാഭ്യാസം പൂർത്തിയാക്കിയ പത്മനാഭന്റെ ബാല്യം ദാരിദ്ര്യത്തിന്റേതായിരുന്നു. 1933 ജൂലൈ 15 ന് പാലക്കാട്ടെ

കൂടല്ലൂരിൽ ജനിച്ച് പാലക്കാട് വിക്ടോറിയ കോളേജിൽ രസതന്ത്രം ഐച്ഛിക വിഷയമെടുത്ത് ബി എസ് സി പാസായ എം ടി വാസുദേവൻ നായരുടെ ബാല്യവും ക്ഷയിച്ച ഒരു നായർ കുടുംബത്തിലെ സാമ്പത്തിക പരാധീനതയിലായിരുന്നു.[2] എന്നാൽ 1932 മാർച്ച് മാസം 31-ാം തീയതി ചിത്തിര നക്ഷത്രത്തിൽ തൃശ്ശിവപേരൂർ ചാവക്കാട്ടു താലൂക്കിൽ പുന്നയൂർക്കുളം ഗ്രാമത്തിൽ വി എം നായരുടെയും ബാലാമണിയമ്മയുടെയും മകളായി ജനിച്ച കമലയ്ക്ക് ഇന്ത്യയിലെ സമ്പന്നരായ ചില ആളുകൾക്ക് മാത്രം കിട്ടുന്ന മെച്ചപ്പെട്ട പ്രാഥമിക വിദ്യാഭ്യാസവും ഒരു കുലീന കുടുംബത്തിലെ സന്താനമെന്ന നിലയ്ക്ക് പാരമ്പര്യമായിക്കിട്ടിയ സുഖസൗകര്യങ്ങളുമുണ്ടായിരുന്നു.

ജീവിതത്തിലേക്ക്

ടി പത്മനാഭനും എം ടി വാസുദേവൻ നായരും കോളേജു വിദ്യാഭ്യാസം തുടരുമ്പോൾ മാധവിക്കുട്ടി വിവാഹിതയായിക്കഴിഞ്ഞിരുന്നു. 1949 ഫെബ്രുവരി 5 ന് പുന്നയൂർക്കുളം ഗ്രാമത്തിൽ കാളിപുറേത്തു തറവാട്ടിലെ (അമ്പാഴത്തെ) മാധവദാസ് 'കമല'യെ വിവാഹം കഴിക്കുമ്പോൾ അവർക്ക് പതിനാറ് വയസ്സായിരുന്നു പ്രായം. 1949 ൽ എം ടിക്ക് 16 വയസ്സും ടി പത്മനാഭന് 18 വയസ്സും മാത്രം.

വിവാഹിതയായ കമല ബോംബെയിൽ ഭർത്താവിനോടൊപ്പം താമസമാക്കി. തന്നേക്കാൾ പതിമൂന്നു വയസ്സിന്റെ പ്രായക്കൂടുതലുണ്ടായിരുന്നു ഭർത്താവിന്. 1950 ൽ ആദ്യ പ്രസവത്തിന് കമല നാട്ടിലെത്തിയപ്പോൾ തന്നെ നിരവധി കഥകൾ എഴുതിക്കഴിഞ്ഞിരുന്നു. 1950 മുതൽ 1955 വരെയാണ് ടി പത്മനാഭൻ ഏറ്റവുമധികം എഴുതിയത്. അതായത് കോളേജു വിദ്യാഭ്യാസകാലത്ത്. 1955ൽ കണ്ണൂരിൽ വക്കീലായി പ്രാക്ടീസ് ആരംഭിച്ചതു മുതൽ എഴുത്തു ചുരുങ്ങി. പിന്നീട് ഒരു കഥ എഴുതുന്നത് 1969 ഒടുവിൽ *മാതൃഭൂമി* വാർഷികപ്പതിപ്പിൽ പ്രസിദ്ധപ്പെടുത്തിയ 'സാക്ഷി' എന്ന കഥയാണ്. എം ടി വാസുദേവൻ നായരാകട്ടെ കഥാകാരനായി പേരെടുക്കുന്നത് 1953 ൽ *മാതൃഭൂമിയും ഹിന്ദുസ്ഥാൻ ടൈംസും ന്യൂയോർക്ക് ഹെറാൾഡി*നോട് സഹകരിച്ച് സംഘടിപ്പിച്ച കഥാമത്സരത്തിൽ 'വളർത്തു മൃഗങ്ങൾ' എന്ന കഥയ്ക്ക് സമ്മാനം കിട്ടിയതു മുതൽക്കും. അന്ന് എം ടി വിദ്യാർത്ഥിയായിരുന്നു. മറ്റു രണ്ടു കഥാകാരന്മാരും വിദ്യാർത്ഥികളായിരിക്കുമ്പോൾ മാധവിക്കുട്ടി ദാമ്പത്യ ജീവിതാനുഭവത്തിലേക്കും ജീവിതത്തിന്റെ പരുക്കൻ യാഥാർത്ഥ്യങ്ങളിലേക്കും ഇറങ്ങി കഥാരചന നടത്തിയിരുന്നു എന്ന് ഇതിൽനിന്ന് വ്യക്തമാകുന്നു.

കാല്പനിക പ്രവണതകൾ

"ശിഥിലപ്രേമങ്ങളെക്കുറിച്ചുള്ള വിലപനം, ഗൃഹാതുരത്വം, വിഷാദാത്മകത, പാപബോധം എന്നിങ്ങനെ ചങ്ങമ്പുഴയിൽ കാണുന്ന രോഗാതുരമെന്നു പറയാവുന്ന 'റൊമാന്റിക്' പ്രവണതകൾ പലതും പിന്നീട്

നാം കാണുന്നത് എം ടിയുടെ കഥാലോകത്തിലാണ്."[3] - ഈ അഭിപ്രായത്തിന്റെ മറ്റൊരു പതിപ്പാണ് ടി പത്മനാഭന്റെ കഥകളും. 'തിന്നുവാൻ പറ്റാത്ത ബിസ്കറ്റ്' എന്ന കഥയിൽ ടി പത്മനാഭൻ എഴുതി: "ഇന്ന് രാവിലെ അവിചാരിതമായി ഒരു സന്തോഷ വാർത്ത കേട്ടു - എന്റെ പഴയ അമ്മുക്കുട്ടിയുടെ വിവാഹം കഴിഞ്ഞുവത്രേ. ജാതിയും മതവുമൊന്നും നോക്കാതെ, ഇഷ്ടപ്പെട്ട ഒരു പുരുഷനെ ഭർത്താവാക്കിയെടുക്കുകയാണ് അവൾ ചെയ്തത്. ഞാൻ പ്രാർത്ഥിക്കുന്നു - ആ പുതിയ കുടുംബം സുഖമായി കഴിഞ്ഞു കൂടട്ടെ." 'ഗോട്ടി' എന്ന കഥ അവസാനിക്കുന്നത് ഇപ്രകാരമാണ്: "അശ്രുവീണു നനഞ്ഞ അമ്മയുടെ കവിളിൽ അവൻ മുഖമമർത്തി. അവന്റെ ഹൃദയത്തിൽ അപ്പോൾ സന്തോഷം വഴിഞ്ഞൊഴുകുകയായിരുന്നു."[4] "ഒരിക്കലും രൂപത്തിന് പരമപ്രാധാന്യമില്ല ഭാവം മാത്രമാണ് പ്രധാനം"[5] എന്ന് ടി പത്മനാഭൻത്തന്നെ ഉറപ്പിച്ചു പറയുമ്പോൾ രൂപശില്പം ശിഥിലമാകുന്നതിന് ഉത്തമ ഉദാഹരണമാണ് മുകളിൽ കൊടുത്തിരിക്കുന്ന വാചാലമായ വാക്യങ്ങൾ. എം ടി വാസുദേവൻ നായരുടെ കൃതികളെപ്പറ്റി പഠനം നടത്തിയ ലേഖ എഴുതി: "അദ്ദേഹത്തിന്റെ അന്തർഭാവവും കാല്പനിക പ്രവണതയാണ്. യാഥാർത്ഥ്യത്തിൽനിന്നും അകന്നു പോകാനുള്ള പ്രവണത, വ്യക്തി മഹത്വത്തിലുള്ള വിശ്വാസം, ആത്മപീഡനപരപീഡന രതികൾ, പാപബോധം, ഗൃഹാതുരത, ഏകാന്തതയോടുള്ള ആഭിമുഖ്യം എന്നിവയെല്ലാം അദ്ദേഹത്തിന്റെ കഥാപാത്രങ്ങളുടെ മനോഘടനയിൽ കാണാം."[6] ടി പത്മനാഭന്റെ കഥകൾക്കും ചേരുന്നതാണിത്. ജീവിത സത്യങ്ങളുടെ വ്യർത്ഥത ജനിപ്പിക്കുന്ന ദുരന്തത്തെപ്പറ്റി ബോധവാന്മാരായി അതിന്റേതായ കറുത്ത ലോകത്തിലേക്ക് കഥകൾ കൂട്ടിക്കൊണ്ടുപോകാൻ ഉപകരിക്കണം. കലാപരമായ തലത്തിൽ അതിനു കഴിയാതെ വന്നാൽ വെറും വികാര ദൗർബല്യം മാത്രമായി ത്തീരും. വൈകാരിക ഭാവങ്ങൾക്ക് അയവുണ്ടാക്കാൻ കല സഹായമാകുന്നത് മനസ്സിന്റെ ഉന്മേഷം കൂടി വർദ്ധിപ്പിച്ചുകൊണ്ടാണ്. പുതിയൊരു രൂപംകണ്ടെത്തുകയാണത്. കലാസൃഷ്ടി വികാരങ്ങൾക്കൊരു ക്രമമുണ്ടാക്കുന്നു.[7]

ഭാവാന്തരീക്ഷം

ഭാവാന്തരീക്ഷ സൃഷ്ടിയിൽ മാധവിക്കുട്ടി തന്റെ തലമുറയിലെ മറ്റു രണ്ടുപേരെയും അപേക്ഷിച്ച് മുന്നിലാണ്. സ്ത്രീപുരുഷന്മാർ തമ്മിലുള്ള മാനസികമായ അടുപ്പം ഒരിടത്തും സംഭവിക്കുന്നില്ല. എം ടി യുടെ കൃതികളിൽ, പലപ്പോഴും തന്നോടുതന്നെയോ മറ്റുള്ളവരോടോ ഉള്ള പ്രതികാരമാണ് കഥാനായകന്മാരെ സ്ത്രീകളോട് അടുപ്പിക്കുന്നത്. സ്ത്രീകൾ നിസ്സഹായരാണ് എം ടിയുടെ കഥയിൽ. പുരുഷന്മാരാകട്ടെ തെറ്റുചെയ്യുകയാണെന്ന ബോധത്തോടുകൂടി തെറ്റു ചെയ്യുന്നവരും പിന്നീട് പശ്ചാത്തപിക്കുന്നവരും. ആൾകൂട്ടത്തിൽ ഒറ്റപ്പെടുന്നവരാണ് എം ടിയുടെ നായകന്മാർ. മാധവിക്കുട്ടിയുടെ നായികമാരാകട്ടെ ആൾക്കൂട്ടത്തിൽ സ്വന്തം

അസ്തിത്വം അന്വേഷിക്കുന്നവരാണ്. എം ടിയുടെ സ്ഥായിയായ ഭാവം വിഷാദമാണ്. 1970 നുശേഷം എം ടി എഴുതിയ ചെറുകഥകളിൽ മാത്രമേ വ്യക്തിത്വം അന്വേഷിക്കുന്ന കഥാപാത്രങ്ങൾ പ്രത്യക്ഷപ്പെടുന്നുള്ളു. 'അഭയം തേടി വീണ്ടും', 'അഭയം', 'മരണം' തുടങ്ങിയ കഥകൾ ഇതിന് ഉദാഹരണം. എന്നാൽ മാധവിക്കുട്ടി 1953 ൽത്തന്നെ സ്വന്തം കൃതികളിലൂടെ ഈ അന്വേഷണം ആരംഭിച്ചു കഴിഞ്ഞു. 1960 ൽ എഴുതിയ 'കല്ല്യാണി' സമഗ്രലാവണ്യമുള്ള അസ്തിത്വദർശനം ഉൾക്കൊള്ളുന്ന കഥയാണ്. മൂല്യ നിർദ്ധാരണപരമായ കഥകൾ ഈ കഥാകാരി എഴുതിയപ്പോൾ "തന്നിലേക്കു തന്നെ ചുരുണ്ടുകൂടി പരിമിതമായ അനുഭവ സീമയെ മറ നീക്കി കാണിക്കുകയാണ് ടി പത്മനാഭൻ ചെയ്തത്."[8]

ജീവിതപ്പതിപ്പുകൾ

മാധവിക്കുട്ടിയുടെ കഥകൾ അവരുടെ വ്യക്തിത്വത്തെ പൂർണ്ണമായി പ്രതിനിധീകരിക്കുന്നില്ല. "എന്നെ പൂർണ്ണമായി പ്രതിനിധീകരിക്കുന്ന ഒരൊറ്റ കഥാപാത്രവും എന്റെ കഥകളിലില്ല. അവരുടെ ജീവിതരീതി എന്റെ ജീവിത രീതിയിൽനിന്ന് തുലോം വ്യത്യസ്തമാണ്"[9] – മാധവിക്കുട്ടിയുടെ ഈ വാക്കുകൾ, സ്വന്തം ജീവിതം കഥാപാത്രങ്ങൾക്കു നല്കി അതിന്റെ പതിപ്പുകളായി കഥയെഴുതുന്ന സമ്പ്രദായമല്ല കഥാകാരിയുടേത് എന്ന വസ്തുത വെളിവാക്കുന്നു. പിന്നെ, ആത്മപ്രകാശനം കഥയിലൂടെ ഈ എഴുത്തുകാരി എങ്ങനെയാണ് നിർവ്വഹിക്കുന്നത്? ബാല്യം മുതൽക്കുള്ള എഴുത്തുകാരിയുടെ ജീവിതസാഹചര്യം അപഗ്രഥിക്കേണ്ടത് ആവശ്യമായിത്തീരുന്നു.

പതിനഞ്ചു വയസ്സിനു മുമ്പ്

പതിനഞ്ചു വയസ്സിനു മുമ്പ് തന്നെ മഹാനഗരങ്ങളും ഗ്രാമത്തിന്റെ സ്വച്ഛതയും തമ്മിലുള്ള വിപുലമായ അനുഭവജ്ഞാനം മാധവിക്കുട്ടി ആർജ്ജിച്ചു. രണ്ടു വയസ്സിൽ കല്ക്കത്തയിലെ പാർക്ക്സ്ട്രീറ്റിൽ താമസമാക്കി. രണ്ടാംലോകമഹായുദ്ധകാലത്ത് അഞ്ചാം വയസ്സിൽ കല്ക്കത്തയിലെ 'ഇംഗ്ലീഷ് ചിട്ട'യിൽനിന്ന് നാലപ്പാട്ടെ എലിമെന്ററി സ്കൂളിൽ ചേർന്നു. എട്ടാം വയസ്സിൽ വീണ്ടും കല്ക്കത്തയിലേക്ക്. അവിടത്തെ ഇംഗ്ലീഷ് സ്കൂളിൽ ടേം കഴിഞ്ഞതിനാൽ പഠിക്കാൻ കഴിയാതെ വീട്ടിൽ പല വിഷയങ്ങൾക്ക് ട്യൂഷൻ. വീണ്ടും എട്ടാം വയസ്സിൽ നാലപ്പാട്ട് തറവാട്ടിൽ വന്നശേഷം തൃശൂരുള്ള കന്യാസ്ത്രീ മഠത്തിന്റെ ബോർഡിങ്ങിൽ പഠിച്ചു. രണ്ടാംലോകമഹായുദ്ധം കഴിയുന്നതോടെ ഒൻപതാം വയസ്സിൽ വീണ്ടും കല്ക്കത്തയിലെ കോൺവെന്റിൽ വിദ്യാഭ്യാസം നടത്തി. കല്ക്കത്തയിലായിരുന്നപ്പോഴും ഇടയ്ക്കിടയ്ക്ക് വേനലവധിക്ക് പുന്നയൂർകുളത്തെ നാലപ്പാട്ടു തറവാട്ടിൽ വരുമായിരുന്നു. അവിടെയുള്ള മുത്തശ്ശിമാരും ബന്ധുക്കളും ആശ്രിതരും കല്ക്കത്തയിലുള്ള മുതിർന്നവരും – പ്രായവ്യത്യാസമില്ലാതെ എല്ലാവരോടും നാലു വയസ്സുമുതൽ കമല

ചോദ്യങ്ങൾ ചോദിക്കുകയും മറ്റുള്ളവർ ചെയ്യുന്ന പ്രവൃത്തികൾ സൂക്ഷ്മതയോടെ മനസ്സിലാക്കാൻ ശ്രമിക്കുകയും ചെയ്തു. പതിനഞ്ചു വയസ്സായപ്പോഴേക്കും ഈ എഴുത്തുകാരിയുടെ മനസ്സിൽ എണ്ണിയാലൊടുങ്ങാത്ത കഥാപാത്രങ്ങളും വൈചിത്ര്യമുള്ള അനുഭവങ്ങളും നിറഞ്ഞിരുന്നു. അതിന് ഉദാഹരണമാണ് അവരുടെ നാലു വയസ്സു മുതൽ പതിനൊന്നു വയസ്സുവരെയുള്ള അനുഭവങ്ങളുടെ സമാഹാരമായ *ബാല്യകാല സ്മരണകൾ*[10], "വർഷങ്ങൾക്കു മുമ്പ്"[11] എന്നീ ഗ്രന്ഥങ്ങൾ ബാല്യാനുഭവങ്ങളാണ്. ഒരു സർഗ്ഗാത്മക സാഹിത്യ കൃതിയുടെ രചനയ്ക്ക് എഴുത്തുകാരന് പ്രേരണ നല്കുന്നതെന്ന് കഴിഞ്ഞ അദ്ധ്യായത്തിൽ വിവരിച്ചുവല്ലോ. ബാല്യത്തിലെ അനുഭവങ്ങളാണ് മാധവിക്കുട്ടിയുടെ കൃതികളെ പഠിക്കുമ്പോൾ അവരുടെ വ്യക്തിത്വസൂചകങ്ങളായി നിലകൊള്ളുന്നത്. ബാല്യാനുഭവങ്ങളിൽ ഏറിയകൂറും നാലപ്പാട് തറവാടിനെ ചുറ്റിപ്പറ്റിയുള്ളതാണ്. അതിനാൽ തറവാടു വീട്ടിൽനിന്ന് തുടങ്ങാം.

നായർ തറവാട്

കേരളത്തിന്റെ ചരിത്രവും സംസ്കാരവുമായി ബന്ധപ്പെട്ടുകിടക്കുന്ന നാലപ്പാട് കുടുംബം പഴയ നായർ തറവാടുകളിൽ സവിശേഷ ശ്രദ്ധ അർഹിക്കുന്നു. ഉയർന്ന നായന്മാരുടെ പഴയകാല ഭവനങ്ങൾ വിസ്തീർണ്ണമായ വയലുകളുടെ രണ്ടു ഭാഗത്തുമായിട്ടായിരിക്കും. വയലിൽനിന്ന് പഠിപ്പുരയ്ക്കും കിഴക്കേ ദിക്കിനഭിമുഖമായ പൂമുഖത്തിനും ഇടയ്ക്കുള്ള മദ്ധ്യഭാഗം മുഴുവനും ചാണകം മെഴുകി വൃത്തിയാക്കിയിരിക്കും. അതിനു മദ്ധ്യത്തിൽ തുളസിത്തറ കാണും. നാലുപുരയ്ക്കു നടുവിലുള്ള ഒരു മുറ്റത്തിന്റെ നാലുഭാഗവും പുരയായിരിക്കും. ഇതിൽ നടുമുറ്റത്തിനു നാലുപുറവുമുള്ള പുരകളിൽ ഒന്ന്; വടക്ക് ഭാഗത്തെ വടക്കിനിയാണ്. രണ്ട് ; തെക്കുഭാഗത്തുള്ള തെക്കിനി, മൂന്ന്; കിഴക്കു ഭാഗത്തുള്ള കിഴക്കിനി, നാല്; പടിഞ്ഞാറു ഭാഗത്തുള്ള പടിഞ്ഞാറ്റി. ഇത്രയുമായാൽ ഒരൊറ്റ നാലുപുരയായി. ഇതിൽ പടിഞ്ഞാറ്റിനിയിൽ മൂന്നു മുറികളുണ്ടാവും. വടക്കേയറ്റത്തെ ആദ്യത്തെ മുറി പേറ്റുമുറിയാണ്. പേറ്, തീണ്ടാരി തുടങ്ങിയ അശുദ്ധകാലങ്ങളിൽ സ്ത്രീകൾ ഇതിലാണ് കിടപ്പ്. മദ്ധ്യത്തുള്ള മുറി പടിഞ്ഞാറ്റി മച്ചാണ്. നെല്ലുസൂക്ഷിക്കുന്നതും തറവാട്ടുവക ദൈവങ്ങളെ കുടിയിരുത്തുന്നതും ഇതിലാണ്. തെക്കെ അറ്റത്തെ ഒരു മുറി ഉറക്കറയോ കലവറയോ ആകാം. അടുക്കളയ്ക്കടുത്താണ് കിണറ്. വെള്ളം അകത്തുനിന്ന് കോരത്തക്ക വിധം തുടിയും കയറും അരവാതിലിനോടു ബന്ധിച്ചിരിക്കും. വടക്കിനി ഭക്ഷണത്തിനും ശ്രാദ്ധകർമ്മാദികൾക്കും ഉപയോഗിക്കും. കിഴക്കിനിയും തെക്കിനിയും തുറന്ന വരാന്തപോലെയുള്ളതാണ്. വരാന്തയ്ക്ക് ഭീമാകാരങ്ങളായ ഉത്തരങ്ങളെ താങ്ങുന്ന വിശേഷപ്പെട്ട ചിത്രപ്പണികളോടുകൂടിയ തൂണുകളുണ്ടാവും. നാലുപുരയുടെ നാലുവശവും വരാന്തയുണ്ട്. ചുറ്റും മരംകൊണ്ടുള്ള മനോഹരമായ അഴികളുണ്ട്. മേലേ നിലയിൽ തെക്കിനിയുടെ മുകളിലെ മുറി പുരുഷന്മാർക്കു ഉറങ്ങാനുള്ളതാണ്. പടിഞ്ഞാറ്റിനിയുടെയും വടക്കിനിയുടെയും മുകളി

ലുള്ള മുറികളാണ് സ്ത്രീകളുടെ കിടപ്പുമുറി. മുകളിലേക്ക് മച്ചിൽ കയറാൻ വിചിത്രമായ പണിത്തരങ്ങളോടുകൂടിയ കോവണിപ്പടികൾ പുരുഷന്മാർക്കും സ്ത്രീകൾക്കും വെവ്വേറെയുണ്ടാകും. പറമ്പിലേക്കു നോക്കത്തക്ക വിധമാവും പുരുഷന്മാരുടെ മുറിവാതിലുകൾ. സ്ത്രീകൾക്ക് അതില്ല. വലിയ തറവാടുകളിൽ ഇങ്ങനെയുള്ള പല നാലുപുരകളുണ്ടാവും.

ഇപ്പോഴുള്ള നാലപ്പാടു തറവാടിന്റെ വിശദാംശങ്ങൾ കൂടി എഴുത്തുകാരിയുടെ ബാല്യകാല ജീവിതം അപഗ്രഥിക്കുന്നതിനുമുമ്പ് വ്യക്തമാക്കേണ്ടതുണ്ട്. വീടിന്റെ ഘടനപോലും വ്യക്തിത്വത്തെ സ്വാധീനിക്കാം.

നാലപ്പാട്ടെ പടിപ്പുര മാളികയിൽ കിടപ്പുമുറിയാണ്. പടിപ്പുര കടന്ന് ഉയർന്ന നാടകശാലയോടു കൂടിയ വിശാലമായ പൂമുഖം കഴിഞ്ഞാൽ തെക്കിനിയായി. കാരണവർക്കും വിശിഷ്ട വ്യക്തികൾക്കും ഭക്ഷണം ഒരുക്കുന്നത് അവിടെയാണ്. അതിന്റെ തെക്കേ മുറിയിലാണ് മുത്തശ്ശിയുടെ കിടപ്പുമുറി. പിന്നെ തിരി കത്തിച്ചു വയ്ക്കുന്ന മച്ച്. മച്ച് കഴിഞ്ഞ് വടക്കിനി. വടക്കിനിയിലാണ് സാധുക്കൾക്ക് ഭക്ഷണം വിളമ്പുക. ഈ വടക്കിനിയുടെ രണ്ട് വശത്തായി രണ്ട് അറകളുണ്ട്. വടക്കേ അറയിലിരുന്നാണ് സ്ത്രീകൾ ചായയുണ്ടാക്കിക്കഴിക്കുക. വടക്കിനി കഴിഞ്ഞാൽ അഞ്ചാം പുര. ഈ അഞ്ചാം പുരയിലാണ് വിശാലമായ നാലപ്പാട്ടു ഭവനത്തിലെ സ്ത്രീകൾക്ക് സൈ്വരമായി പെരുമാറാനുള്ള ഇടം. അതിനോടു ചേർന്നാണ് അടുക്കള. ഓരോ മുറിയുടെയും അറയുടെയും ഹാളിന്റെയും വശങ്ങളിലായി വിശാലമായി നീണ്ടു കിടക്കുന്ന വരാന്ത. പടിപ്പുര മാളികയുടെ വേലിക്കരികിൽ മഞ്ഞ അരളിച്ചെടികൾ, “ഇടത്ത് പച്ചിലപ്പാമ്പുകളെ വഹിക്കുന്ന രണ്ട് വട്ടകപ്പുളി നാരകമരങ്ങൾ. അതിലും ഇടത്ത് വേലിക്കരികിൽ ഓല മേഞ്ഞ തണ്ണീർപ്പന്തൽ. ചാഞ്ഞു നില്ക്കുന്ന പ്ലാശു മരം. ചെറിയമ്മയുടെ ഓമനയായ ചുവന്ന നന്ദിനിയുൾപ്പെടെ മൂന്നു പശുക്കൾ താമസിച്ചിരുന്ന തൊഴുത്ത്. നെല്ലി, ആകാശത്തേക്ക് കൈ നീട്ടിയ പാരിജാതം, പാമ്പിൻകാവിലെ വൃദ്ധ രാക്ഷസനായ കാഞ്ഞിരമരം, ഇലഞ്ഞി, ഇലഞ്ഞിയിൽ പടർന്ന തിപ്പലി, കുളക്കോഴികൾ വസിക്കുന്ന പൊന്തക്കാടുകൾ, ചീങ്കണ്ണികൾ, ഇളം വെയിലിൽ വായ് തുറന്നു വിശ്രമിക്കുന്ന കുളക്കടവുകൾ, ഉമ്മറത്ത് അമ്മാവൻ നട്ടു വളർത്തിയ പനിനീർപ്പൂന്തോട്ടം. കാക്കകളും അണ്ണാനുകളും മാത്രം ഭക്ഷിക്കുന്ന പുളിയൻ മാങ്ങയുണ്ടാകുന്ന തെക്കൻ മാവും. ചുവരിന്റെയും ചുടുകല്ലിന്റെയും അരികിൽ വളർന്നു നിന്നിരുന്ന പുളിയാറൽച്ചെടി.... ഇതൊക്കെയായിരുന്നു അക്കാലത്തെ നാലപ്പാട്ടു വീട്.”[12] - അനുഭവക്കുറിപ്പുകളിൽ കഥാകാരി തന്നെ സ്വന്തം വീട്ടിനെപ്പറ്റി വിശദമായി എഴുതിയിട്ടുണ്ട്. ബാല്യത്തിലേ കഥാന്തരീക്ഷം സ്വന്തം വീട്ടുമുറ്റത്തുണ്ടായിരുന്നു.

അമ്മമ്മ

ബാല്യത്തിൽ മാധവിക്കുട്ടിക്ക് (കമല) ഏറെ ഇഷ്ടം മുത്തശ്ശിയോടായിരുന്നു. അതിനു കാരണം, അമ്മമ്മയുടെ സംരക്ഷണയിലും വാത്സ

ല്യത്തിലുമാണ് കമല നാലപ്പാട്ട് കഴിഞ്ഞിരുന്നത്. സ്വന്തം അമ്മയേക്കാൾ ഇഷ്ടമായിരുന്നു അമ്മയുടെ അമ്മയായ 'അമ്മമ്മ'യോട്. കമലയുടെ ബാല്യസ്മൃതികളിൽ ഏറ്റവും തിളക്കമുള്ള 'അമ്മമ്മ'യെപ്പറ്റി പില്ക്കാലത്ത് മാധവിക്കുട്ടി എഴുതി: "എല്ലാ രാത്രിയിലും ഉറക്കം വരുന്നതുവരെ ഞാൻ അമ്മമ്മയോട് ഉള്ളു തുറന്ന് സംസാരിക്കാറുണ്ടായിരുന്നു."[13] മാധവിക്കുട്ടിയുടെ കഥകളിലെ മുത്തശ്ശി യഥാർത്ഥ ജീവിതത്തിലെ അമ്മമ്മയുടെ മറ്റൊരു പകർപ്പാണെന്നു തോന്നും. കുട്ടിക്കു സ്നേഹം എപ്പോഴും മുത്തശ്ശിയോടാണ്. 'വേനലിന്റെ ഒഴിവ്,' 'പ്രഭാതം' തുടങ്ങി രണ്ടാമത്തെ അദ്ധ്യായത്തിൽ സൂചിപ്പിച്ച നിരവധി കഥകളിലെ മുത്തശ്ശി കുട്ടിയുടെ വീട്ടിലെ സംരക്ഷകയാണ്. അമ്മയോട് കുട്ടിക്ക് സ്നേഹമുള്ള കഥകൾ മാധവിക്കുട്ടിയുടെ കഥാപ്രപഞ്ചത്തിൽ വിരളമാണ്.

മുതിർന്ന കൂട്ടുകാർ

എഴുത്തുകാരിയുടെ ബാല്യാനുഭവങ്ങൾ അബോധത്തിൽ കുടിയിരിപ്പുണ്ട്. "എന്റെ അച്ഛനും അമ്മയും അധികനേരം കുട്ടികളോട് സംസാരിക്കുന്നത് ഇഷ്ടപ്പെട്ടിരുന്നില്ല."[14] എന്ന് കഥാകാരി രേഖപ്പെടുത്തുന്നു. നാലപ്പാട്ട് ഭവനത്തിൽ പലപ്പോഴായി വരാറുള്ള മുതിർന്നവരുടെ ചെയ്തികൾ മനസ്സിലാക്കുകയായിരുന്നു കമല. വടക്കേ പറമ്പിലെ മാവിൻ ചുവട്ടിൽ ജോലി ചെയ്യാറുള്ള ആശാരി കുഞ്ചു, തട്ടാൻ കറുപ്പൻ, അയാളുടെ മകൻ നാരായണൻ, പടം വരപ്പുകാരൻ ചോമ്പൻ, ബാർബർ ചാത്തു, വളക്കാരൻ ചേറപ്പൻ, ഡ്രൈവർ കരുവാൻ, കോൺവെന്റിൽ വന്നുകൊണ്ടിരുന്ന പൈലി, മന്ത്രവാദിനി ആമിന ഉമ്മ, കയ്യാവി, കുമ്പളചേറു, തുകിലുണർത്താൻ വരാറുള്ള പാട്ടിച്ചീരു, കൽപ്പണിക്കാരി മാത്തിരി, വസൂരി വന്നാൽ ചികിത്സയ്ക്കു സഹായിയാകാറുള്ള തോണിയാറെ പാറുവമ്മ, ഡോക്ടർ ഇട്ടൂപ്പ്, കുട്ടപ്പ ഭാഗവതർ, വീട്ടുജോലിക്കാരായ ലക്ഷ്മി, ഉണ്ണിമായ, ദേവകി, ഉഞ്ഞൂട്ടി, അരിവെയ്പുകാരൻ ശങ്കരൻ, ചാപ്പൻ നായർ, അമ്പാഴത്തെ പാചകക്കാരൻ കുഞ്ചുനായർ, വീട്ടുകാര്യങ്ങൾ നോക്കുന്ന മീനാക്ഷിയേട്ടത്തി, ഗോയിശ്ശാര്, റപ്പായി .... ഇങ്ങനെ നീളുന്ന പട്ടികയാണ് കമലയുടെ ചങ്ങാതിമാർ. മാധവിക്കുട്ടി എഴുതുന്നു: "കല്ക്കത്തയിൽ താമസിക്കുന്ന കാലത്ത് ഒരിക്കലും കവയിത്രിയായ അമ്മ ഗൃഹഭരണം ഏറ്റെടുത്തിരുന്നില്ല. അമ്മയെ അച്ഛൻ കുട്ടി എന്നാണ് വിളിച്ചിരുന്നത്. അമ്മയെ ഒരു കുട്ടിയായിത്തന്നെ അദ്ദേഹം പരിഗണിക്കുകയും ചെയ്തിരുന്നു. അടുക്കളയിൽ പ്രവേശിക്കുവാനോ വീട്ടുജോലികൾ ചെയ്യുവാനോ അമ്മയ്ക്ക് സ്വാതന്ത്ര്യം ഉണ്ടായിരുന്നില്ല ..... ഗൃഹഭരണം കാര്യസ്ഥനായ നാരായണൻ നായരെയാണ് അച്ഛൻ ഏല്പിച്ചിരുന്നത്."[15] അവിടെയും കമല അലാവുദ്ദീൻ എന്ന ഡ്രൈവറോടൊപ്പവും പ്യൂൺ കുഞ്ഞാത്തുവിനോടൊപ്പവുമായിരുന്നു ഏറെ സംസാരിച്ചത്. അരിവെപ്പുകാരനും ജോലിക്കാരിയുമായിരുന്നു മറ്റ് രണ്ടു ചങ്ങാതിമാർ. കുഴയ്ക്കുന്ന ചോദ്യങ്ങൾ ചോദിക്കുകയും വിശദാംശങ്ങൾ അറിയാൻ ആഗ്രഹിക്കുകയും ചെയ്യുന്ന മനസ്സായിരുന്നു ബാല്യം മുതൽക്കേ കമലയ്ക്ക്.

വായനയുടെ ബാല്യം

ബാല്യത്തിൽത്തന്നെ എഴുതാനും വായിക്കാനുമുള്ള കുടുംബാന്തരീക്ഷമായിരുന്നു മാധവിക്കുട്ടിക്കു ലഭിച്ചത്. പഴങ്കഥകൾ ധാരാളം കേട്ടാണ് ഈ എഴുത്തുകാരി വളർന്നത്. യൂറോപ്യൻ സാഹിത്യകൃതികളിൽനിന്ന് തെരഞ്ഞെടുത്ത കഥകൾ അമ്മയിൽനിന്ന് കുട്ടിക്കാലത്തു തന്നെ ഹൃദിസ്ഥമാക്കി. മുത്തശ്ശിമാർ ഏകാദശി മാഹാത്മ്യവും *ഭാരതവും ഭാഗവതവും രാമായണ*വും പറഞ്ഞുകൊടുക്കാറുണ്ടായിരുന്നു. ചെറിയമ്മ *രമണനും നളിനിയും ലീലയും കരുണ*യും *ബന്ധനസ്ഥനായ അനിരുദ്ധനും* ചൊല്ലാറുണ്ടായിരുന്നു. മാത്രമല്ല മാധവിക്കുട്ടിയുടെ വല്യമ്മാവൻ നാലപ്പാട്ട് നാരായണ മേനോന്റെ പുസ്തകശേഖരവും ബാല്യത്തിലെ അവരുടെ വായനയ്ക്ക് കരുത്തേകി. അമ്മാവന്റെ ലൈബ്രറിയിൽനിന്ന് മാധവിക്കുട്ടി ആദ്യമായി വായിക്കാനെടുത്ത പുസ്തകം *പാവങ്ങൾ* ആയിരുന്നു. ഏഴുവയസ്സായപ്പോൾ പാവങ്ങളിലെ ഒരു രംഗം നാടകമാക്കി അതിൽ മാധവിക്കുട്ടി എപ്പാണൈന്റെ ഭാഗമെടുത്തു അഭിനയിച്ചു. അക്കാലത്തെപ്പറ്റി കഥാകാരിയുടെ വാക്കുകൾ ഇപ്രകാരമാണ്: “ചെറുപ്പത്തിലേ ഏറെ വായിച്ചു കൂട്ടി. നാലപ്പാട്ട് നാരായണ മേനോൻ എഴുതിയ *പാവങ്ങൾ* എന്നെ ഏറെ സ്വാധീനിച്ചിട്ടുണ്ട്. അമ്മാവന്റെ ലൈബ്രറിയിൽ കുട്ടികൾക്ക് വായിക്കാൻ കൊടുക്കാത്ത പുസ്തകങ്ങൾ ഏറെയുണ്ട്. ഉന്നത നിലവാരമുള്ളവ. നാലപ്പാട്ടുള്ളതുപോലെ ഒരു ലൈബ്രറി മറ്റൊരു വീട്ടിലും കണ്ടിട്ടില്ല. ഒന്നാംതരം കളക്ഷൻ. ഞാൻ അതെല്ലാമെടുത്തു വായിച്ചു. വായനയെല്ലാം കുട്ടിക്കാലത്തുതന്നെ അവസാനിച്ചു. *അനറ്റോളി ഫ്രാൻസ്, മോറിസ് മെറ്റർലിംഗ്, മാദം ബോവറി, അന്ന കരിനീന*....അന്ന് പന്ത്രണ്ട് വയസ്സാണ് പ്രായം.”[16] കുട്ടിക്കാലത്തു തന്നെ ഭാവനയെ കരുപ്പിടിപ്പിക്കാൻ പ്രാപ്തിയുള്ള വായനയ്ക്ക് കളമൊരുക്കാൻ ഗൃഹാന്തരീക്ഷത്തിനു കഴിഞ്ഞു. അതുപോലെ നിരവധി മനുഷ്യരേയും ബാല്യത്തിൽത്തന്നെ അടുത്തറിയാൻ മാധവിക്കുട്ടിക്ക് കഴിഞ്ഞു.

രണ്ട് തരക്കാർ

നാലപ്പാട്ട് വീട്ടിൽ രണ്ടു തട്ടിലുള്ള മനുഷ്യർ വരാറുണ്ടായിരുന്നു. ഫ്യൂഡൽ കാലഘട്ടത്തിന്റെ വേർതിരിവ് എഴുത്തുകാരി ചെറുപ്പത്തിലെ അനുഭവിച്ചറിഞ്ഞു. നാലപ്പാട്ട് തറവാട്ടിൽ മുണ്ടുവില്ക്കാനെത്തുന്ന പെരുമാൾ ചെട്ടിയെയും വേലായുധ മേനോനെയും ഉദാഹരണമായെടുക്കാം. പെരുമാൾ ചെട്ടി വില്ക്കുന്ന മുണ്ടുകളും മറ്റും യജമാനന്മാർ ഉടുത്തിരുന്നില്ല. അവർ വേലായുധൻ മേനോന്റെ വസ്ത്രങ്ങളായിരുന്നു ഉടുത്തത്. അതുപോലെ കളിപ്പാട്ടങ്ങളും റൂൾത്തടിയും മറ്റും ചില്ലറ സാമാനങ്ങളുമുണ്ടാക്കാൻ ആശാരിക്കുഞ്ചുവും പടിപ്പുരപോലെയുള്ള മേന്മയേറിയ ജോലി ചെയ്യാൻ കണ്ടാരനും. കമലയ്ക്ക് കൂടുതൽ അടുപ്പം കുഞ്ചുവിനോടും പെരുമാൾച്ചെട്ടിയോടുമായിരുന്നു. നാലപ്പാട്ടിലെത്താറുണ്ടായിരുന്ന നിസ്സാര മനുഷ്യരുമായിട്ടായിരുന്നു കമലയ്ക്ക് ബാല്യത്തിലെ ചങ്ങാത്തം.

സമൃദ്ധി

സമൃദ്ധിയുടെ നടുവിൽ സ്വപ്നം കണ്ടാണ് ഈ എഴുത്തുകാരി വളർന്നത്. പാരമ്പര്യത്തിന്റെ സ്വച്ഛത ഏറിയ അന്തരീക്ഷമായിരുന്നു അത്. നാലപ്പാട്ട് ഭവനത്തിലെ സ്ത്രീകളുടെ മുഴുവൻ പ്രാതിനിദ്ധ്യം 'അമ്മമ്മ' വഹിച്ചു. മുത്തശ്ശിമാർ നാമം ചൊല്ലിക്കൊണ്ടു ജീവിച്ചു. ബാല്യകാലത്തെ മുത്തശ്ശിമാരോടൊപ്പമുള്ള വളർച്ച പാരമ്പര്യത്തെപ്പറ്റിയും മാമൂലുകളെപ്പറ്റിയും കൂടുതലറിയുവാൻ മാധവിക്കുട്ടിക്ക് അവസരമൊരുക്കി. തറവാടിനെപ്പറ്റി ഓർമ്മിക്കുമ്പോൾ സുഖദമായ ചിത്രങ്ങളാണ് ഈ എഴുത്തുകാരിക്ക്. എന്നാൽ എം ടി വാസുദേവൻ നായരുടെ കൃതികളിലാകട്ടെ നാലുകെട്ടുകളിൽ ഫ്യൂഡലിസം അവശേഷിപ്പിച്ച ദുസ്സഹമായ ദുരഭിമാനം മാത്രമായിരുന്നു. 'കർക്കടകം,' 'ഒരു പിറന്നാളിന്റെ ഓർമ്മയ്ക്ക്' തുടങ്ങിയ എം ടിയുടെ കഥകൾ വേദന നിറഞ്ഞവയാണ്. ബന്ധനങ്ങൾ നിറഞ്ഞ ബന്ധങ്ങളെപ്പറ്റി എം ടി വാസുദേവൻ നായർ എഴുതിയപ്പോൾ ബന്ധങ്ങൾക്കുള്ളിൽ വ്യക്തിയെ അന്വേഷിക്കുകയായിരുന്നു മാധവിക്കുട്ടി. ദാരിദ്ര്യത്തിന്റെ യാതനാപൂർണ്ണമായ മുഖം എം ടി കാണുമ്പോൾ സമൃദ്ധിയുടെ അടിയിൽ സ്നേഹം അന്വേഷിക്കുകയായിരുന്നു മാധവിക്കുട്ടി.

ദാനധർമ്മങ്ങൾ

നാലപ്പാട്ട് ഭവനത്തെ ആശ്രയിച്ച് ജീവിച്ചിരുന്നവർ നിരവധിയാണ്. ഒരാഴ്ചയിൽ മുപ്പതോളം പേർ അവിടെ ഊണു കഴിക്കാൻ എത്താറുണ്ടായിരുന്നു. പ്രാന്തൻ താമി, വയറൻ രാമൻ നായർ, അന്ധനായ ഭാഗവതർ, പൊട്ടിപ്പെണ്ണ്, ധർമ്മാനന്ദനെന്ന കള്ള സന്ന്യാസി എന്നിവർ അതിൽ പ്രധാനികളായിരുന്നു. ദാനധർമ്മാദികൾക്കു പിന്നിലെ കഥാകാരിയുടെ കണ്ടെത്തൽ ഇതാണ്:"ഓരോ കുടുംബത്തെപ്പറ്റിയും പൊതുജനാഭിപ്രായം ഉയർത്താൻ ഇത്തരം അതിഥികൾ സഹായിച്ചു. അതുകൊണ്ടാവണം അന്നൊക്കെ ആരു വന്നാലും ഊണു കൊടുക്കാതെ മടക്കി അയക്കാൻ വീട്ടുകാർ വിസ്മരിച്ചത്."[17]

സ്ത്രീകളുടെ ചുമതല

നാലപ്പാട്ട് എല്ലാക്കാലത്തും വെപ്പുകാരുണ്ടായിരുന്നതുകൊണ്ട് സ്ത്രീകളാരുംതന്നെ പാചകനിപുണകളാകാൻ ശ്രമിച്ചില്ല. സ്ത്രീകളുടെ കടമകൾ ഭാരമേറിയവയായിരുന്നില്ല. വിളക്കുകൾക്കുള്ള തിരി തെറുക്കുക, സന്ധ്യക്ക് വിളക്കുകൾ കത്തിക്കുക, കൂവളത്തറമേലും പാമ്പിൻകാവിലും നാലുകോലായിലും തിരി കത്തിച്ചു വയ്ക്കുക, സന്ധ്യക്ക് നിലവിളക്കിനരികെ ഇരുന്ന് ആഴ്ചപ്പതിപ്പ് ഉറക്കെ വായിക്കുക, നെല്ലു പുഴുങ്ങാനായി മച്ചിൽനിന്ന് അളന്നെടുത്തു കൊടുക്കുക, പൂജാസാമഗ്രികൾ തേച്ചുവെളിപ്പിക്കുക - ഇപ്രകാരം സാരമില്ലാത്ത പ്രവൃത്തികൾ. ബാക്കിയെല്ലാം വേലക്കാരുടെ കടമകളായിരുന്നു. പ്രത്യേകം ചില എണ്ണകൾ ഉണ്ടാക്കു

മ്പോൾ മേൽനോട്ടം വഹിച്ചിരുന്നത് വീട്ടിലെ സ്ത്രീകൾത്തന്നെയായിരുന്നു. മറ്റുചില ജോലികൾ ഓരോരുത്തർ ഏറ്റെടുത്ത് ചെയ്തിരുന്നു. 'വല്യമ്മ' തന്നെയാണ് വറ്റലുകൾ ഉണ്ടാക്കിയിരുന്നത്. നെല്ല് പുഴുങ്ങലിന്റെ ചുമതല വഹിച്ചിരുന്നത് മുത്തശ്ശിയായിരുന്നു - അമ്മമ്മയുടെ അമ്മ. വൈകുന്നേരം ചായ ഉണ്ടാക്കാൻ ചെറിയമ്മയുടെ കടമയായിരുന്നു. സമീപത്ത് സ്ഥിതി ചെയ്തിരുന്ന അമ്പാഴത്തേൽ ഭവനത്തിൽ, നാലപ്പാട്ട് നാരായണ മേനോന്റെ രണ്ടാമത്തെ ഭാര്യയും മൂന്നു സഹോദരിമാരും മൂന്നു സഹോദരന്മാരുമായിരുന്നു താമസം. നായർ സമുദായത്തിന്റെ ബന്ധങ്ങളുടെ പരമ്പരയെ പലപ്പോഴും വിദേശികൾ നോക്കിക്കണ്ടത് ഹാസ്യാത്മകമായിട്ടാണല്ലോ.[18] എന്നാൽ മാധവിക്കുട്ടിയുടെ കൃതികളിൽ മാമൂലുകൾക്കെതിരെ ശക്തമായ തിരിച്ചടികളുണ്ടായിട്ടുണ്ടെങ്കിലും കഥകൾ വിളയുന്നൊരു മനസ്സിന് വളക്കൂറുണ്ടാക്കാൻ ബാല്യകാലത്തെ ബന്ധങ്ങളുടെ ചങ്ങലകൾ ഉപകരിച്ചിട്ടുണ്ട്.

കളികൾ

'ഇരുട്ടടി' എന്നു പേരുള്ള ഒരു പരിപാടിയായിരുന്നു നാലപ്പാട്ടെ കുട്ടികൾക്ക് ഇഷ്ടപ്പെട്ട കളി. ഫ്രെഞ്ച് വാർ, പുള്ളേ്യാൻ കുത്തിക്കളി, ഒളിച്ചുകളി, പഞ്ഞിയോട്ടം തുടങ്ങിയ കളികളും കളിച്ചിരുന്നു. നാടകാഭിനയം സ്ഥിരമായിരുന്നു. നാലപ്പാട്ട് നാരായണമേനോൻ തുള്ളൽക്കാരെയും കഥകളിക്കാരെയും തറവാട്ടിൽ വിളിച്ചുവരുത്തി വിശേഷ ദിവസങ്ങളിൽ കലകൾ അവതരിപ്പിച്ചിരുന്നു. "ശീതങ്കൻ തുള്ളലായിരുന്നു നാലപ്പാട്ടു വെച്ചു സന്ധ്യനേരത്ത് നടന്നത്."[19]

അതിഥി സൽക്കാരം

കലകൾക്കു പുറമേ അക്കാലത്തെ തല മുതിർന്ന നിരൂപകന്മാരും കവികളും നാലപ്പാട്ട് നാരായണ മേനോന്റെ അതിഥികളായി എത്താറുണ്ടായിരുന്നു. വള്ളത്തോൾ, കുട്ടികൃഷ്ണമാരാർ, ചേലനാട്ട് അച്യുതമേനോൻ, മുണ്ടശ്ശേരി, വി ടി ഭട്ടതിരിപ്പാട് തുടങ്ങിയവരെപ്പറ്റി *ബാല്യകാലസ്മരണ*കളിൽ മാധവിക്കുട്ടി രേഖപ്പെടുത്തിയിട്ടുണ്ട്. "ഞാൻ കുട്ടിയായിരുന്നപ്പോൾ ടെലിവിഷനും പൈങ്കിളി സാഹിത്യവും എന്റെ ഗ്രാമത്തിൽ ഉണ്ടായിരുന്നില്ല. അതുകൊണ്ടാവാം അതിഥി സൽക്കാരം ഒരു കലയാക്കി വളർത്തിയെടുക്കാൻ എല്ലാവരും പരമാവധി ശ്രമിച്ചിരുന്നു."[20] നാലപ്പാട്ട് വന്നെത്താറുള്ള അതിഥികൾ കുറഞ്ഞത് ഒരാഴ്ചയെങ്കിലും അവിടെ സന്തുഷ്ടിയോടെ തങ്ങാറുണ്ടായിരുന്നു. നാലപ്പാട്ടു നാരായണമേനോന്റെ സംഭാഷണ ചാതുരി ആസ്വദിച്ചുകൊണ്ട് അതിഥികൾ സമയം പോവുന്നതുപോലും അറിയാതെ മിക്ക സമയവും പൂമുഖത്തു വിശ്രമിച്ചു. പ്രശസ്തരായ അഭിഭാഷകർ, സാഹിത്യകാരന്മാർ, നയതന്ത്രജ്ഞർ, ഭിഷഗ്വരന്മാർ, ജ്യോത്സ്യന്മാർ തുടങ്ങിയവർ ഇതിൽ ഉൾപ്പെടും. അറിവിന്റെ ശാഖകൾ വായനയോടൊപ്പം വിപുലപ്പെടുത്താൻ ഇത് സഹായിച്ചിട്ടുണ്ടാവ

ണം. എന്നാൽ "എല്ലാത്തിലും പങ്കെടുത്ത അമ്മാവൻ ഒന്നിലും മുഴുകുകയില്ല."[21]

അയിത്തം

ക്ഷേത്രദർശനം നായർ സ്ത്രീകൾക്ക് പ്രധാനപ്പെട്ടതായിരുന്നു. വീട്ടിലെ പൂജ കൂടാതെ ഇടയ്ക്കിടയ്ക്ക് ഗുരുവായൂർ യാത്രയുമുണ്ടായിരുന്നു നാലപ്പാട്ടെ സ്ത്രീകൾക്ക്. പരിവാര സമേതമുള്ള യാത്രയ്ക്കിടയിലെ ഒരനുഭവം കഥാകാരി തന്റെ സ്മരണകളിൽ വിവരിച്ചിട്ടുണ്ട്. "ഒരിക്കൽ ഞാനും അമ്മയും വേലക്കാരുടെയൊപ്പം ഗുരുവായൂർക്ക് പോകുമ്പോൾ വൈലത്തൂരുവെച്ച് 'ഹോഹോ' എന്ന് ഉറക്കെ ശബ്ദിച്ചുകൊണ്ടു പോവുന്ന ഒരു ചെറിയ സംഘം മനുഷ്യരെ കണ്ടു. സംഘത്തിന്റെ തലവൻ ഷർട്ടില്ലാത്ത ഒരു തടിയനായിരുന്നു. അദ്ദേഹത്തിന്റെ വിസ്താരമുള്ള വായിൽനിന്നാണ് കർക്കശമായ ആ വിളി ഇടയ്ക്കിടെ ഉയർന്നിരുന്നത്. അമ്മമ്മ എന്റെ കൈ മുറുക്കിപ്പിടിച്ച് ഒരു മാവിന്റെ പിന്നിൽ ഒളിഞ്ഞു. വേലക്കാർ പരിഭ്രമം കൊണ്ടാവാം തെങ്ങിൻ കുഴിയിൽ കാൽ വഴുതി വീണു."[22] ഇത്തരത്തിൽ കാഴ്ചകൾ കണ്ടാണ് എഴുത്തുകാരി വളർന്നത്.

ആചാര വിശേഷങ്ങൾ

നാലപ്പാട്ടെ സ്ത്രീകൾ ഏകാദശി നോമ്പ് ശീലിച്ചു പോന്നു. അവിടെ താമസിക്കുമ്പോഴൊക്കെയും എഴുത്തുകാരിയും അവരോടൊപ്പം ഗോതമ്പ്ചോറും ചാമക്കഞ്ഞിയും ചെറുപയറു പുഴുക്കും കഴിച്ചു. ഏകാദശി നോറ്റിട്ട് ദ്വാദശി കുളിച്ച് തീർത്ഥം സേവിച്ചാൽ സകല പാപവും തീരുമെന്ന് നാലപ്പാട്ടുകാർ വിശ്വസിച്ചു. ഓരോന്നിനെയും ചുറ്റിപ്പറ്റി വിശ്വാസമുണ്ടായിരുന്നു. സന്ധ്യക്ക് ആദ്യനക്ഷത്രം കണ്ടുകഴിഞ്ഞാൽ മാത്രമേ അത്താഴം കുട്ടികൾക്ക് നല്കിയിരുന്നുള്ളൂ. അതുപോലെ പ്രസവം അടുത്തുവെന്ന് എല്ലാവർക്കും ബോദ്ധ്യമായാൽ ഗർഭിണിക്ക് ആവണക്കെണ്ണ കൊടുക്കുന്ന ഒരു സമ്പ്രദായം അന്ന് നടപ്പിലുണ്ടായിരുന്നു. നല്ല നക്ഷത്രമായ ഒരു ദിവസം തെരഞ്ഞെടുത്ത് അതിന്റെ തലേന്നാൾ വയറിളക്കും. മിക്കവാറും ആ വയറിളക്കത്തിന്റെ പിറ്റേദിവസം ഗർഭിണി പ്രസവിക്കുകയും ചെയ്യും. മാധവിക്കുട്ടി ഇതിനെപ്പറ്റി എഴുതിയത് ഇപ്രകാരമാണ്: "വൃശ്ചികമാസം ഉത്രാടം നാൾ പുലർന്നപ്പോൾ അമ്മയ്ക്ക് ആവണക്കെണ്ണ കുടിക്കേണ്ടി വന്നു. തിരുവോണത്തിനോ അവിട്ടത്തിനോ പ്രസവം നടക്കുമെന്ന് മുത്തശ്ശി പ്രസ്താവിക്കുകയും ചെയ്തു."[23] സ്ത്രീകൾ ഋതുമതികളായാൽ ഉടനെ നാലപ്പാട്ടെ വടക്കേ കോലായിലേക്ക് നീങ്ങും. പിന്നീട് മൂന്നു ദിവസക്കാലം അവിടെയാണ് കഴിഞ്ഞുകൂടുന്നത്. വീട്ടുജോലികൾ ചെയ്യാൻ തങ്ങൾക്ക് അനുവാദമില്ലാത്തതിനാൽ സമയം ചെലവഴിക്കാനായി അവർ പുസ്തകങ്ങൾ വായിക്കാറുണ്ടായിരുന്നു. ചങ്ങമ്പുഴയുടെ *രമണൻ*, കുമാരനാശാന്റെ *നളിനിയും ലീലയും*, കപ്പന കൃഷ്ണമേനോന്റെ നോവലുകൾ എന്നിവയ്ക്കു പുറമേ *ആത്മപോഷിണി*, *കൈര*

ളി, മഹിള മുതലായ പഴയ മാസികകളും അവർക്കു കൂട്ടായി. “തീണ്ടാരിയില്ലാത്തപ്പോഴും പുസ്തകങ്ങൾ വായിക്കുന്ന സ്ത്രീകൾ ആ നാട്ടിൽ ദുർല്ലഭമായിരുന്നു”[24] എന്നാണ് കഥാകാരിയുടെ നിഗമനം.

സസ്യജാലങ്ങൾ

മരങ്ങളും സസ്യങ്ങളും നാലപ്പാട്ടെ വീടിനുചുറ്റും സമൃദ്ധിയായി വളർന്നു. കീഴാർ നെല്ലി, തുമ്പ, മുക്കുറ്റി, പൂവാൻ കുറുന്തല, നിലം പന മുതലായ ഔഷധച്ചെടികളും കടലാവണക്ക്, കാട്ടുകൂവ, കാട്ടുള്ളി മുതലായ പാഴ്ച്ചെടികളും അവിടെ വളർന്നിരുന്നു. കർക്കിടകം ഒന്നാംതീയതി മുതൽ മാസം അവസാനിക്കുന്നതുവരെ നാലപ്പാട്ടെ മച്ചിന്റെ മുൻപിൽ ഒരാവണപ്പലകയ്ക്ക് മുകളിൽ ദശപുഷ്പങ്ങളും ചന്ദനവും വാൽക്കണ്ണാടിയും സിന്ദൂരവും വെള്ളം നിറച്ച ഓട്ടു കിണ്ടിയും വിളക്കും ശ്രീഭഗവതിയെ ആകർഷിച്ചു വരുത്തുവാനായി ഒരുക്കി വയ്ക്കാറുണ്ടായിരുന്നു. കുളി കഴിഞ്ഞു വന്നാലുടനെ മുക്കുറ്റി കൈയിലിട്ടു തിരുമ്മിക്കിട്ടുന്ന തവിട്ടു നിറത്തിലുള്ള ദ്രാവകംകൊണ്ട് ബാല്യത്തിൽ മാധവിക്കുട്ടി പൊട്ടുതൊട്ടു. നാലു പൂവുള്ള ഒരു മുക്കുറ്റിച്ചെടി കരസ്ഥമാക്കിയാൽ പരമഭാഗ്യമാണെന്ന് അവിടെയുള്ളവർ വിശ്വസിച്ചു.

ജന്തുജാലം

മനുഷ്യരും ജന്തുക്കളും യഥേഷ്ടം നാലപ്പാട്ട് വിഹരിച്ചിരുന്നു. മണ്ഡലികളും മൂർഖന്മാരും വടക്കൂറുകളും ചേരകളും മുറ്റത്തും പറമ്പിലും നിർബ്ബാധം സഞ്ചരിച്ചു. പാമ്പിനെ കൊല്ലുവാൻ ആരും മുതിർന്നില്ല. പാമ്പിനെ കൊന്നാൽ അതിന്റെ ശാപം സന്തതികൾക്കു കിട്ടുമെന്ന് എല്ലാവരും ഭയന്നു. നാലപ്പാട്ടു കുടുംബത്തിലെ ജന്തുജാലത്തെപ്പറ്റി മാധവിക്കുട്ടി എഴുതുന്നത് ഇപ്രകാരമാണ്: “നാലപ്പാടും പരിസരത്തും പല ജീവികളും ഞങ്ങളോടൊപ്പം ജീവിച്ചു. കിഴക്കെ മുറ്റത്തുണ്ടായിരുന്ന അമരപ്പന്തലിൽ ആയിരത്തോളം നീലവണ്ടുകൾ സദാസമയവും പറന്നുകൊണ്ടിരുന്നു. കുളത്തിലെ ചീങ്കണ്ണികൾ ഇടയ്ക്കിടയ്ക്ക് കരയ്ക്കു കയറി വെയിലിൽ കിടന്നു മയങ്ങി. ചുവരിൽ എട്ടുകാലികളും തേളുകളും ഇടയ്ക്കിടയ്ക്ക് പ്രത്യക്ഷപ്പെട്ടു. വേലിക്കൽ കീരിക്കുടുംബങ്ങളും. ഇവയുടെ നടുവിൽ യാതൊരു ശത്രുതാഭയവുമില്ലാതെ ഞങ്ങൾ ജീവിച്ചു.”[25] ഇത്തരം ഒരു ജീവിതത്തിനു പിന്നിൽ അഹിംസയുടെ ഒരു തത്ത്വശാസ്ത്രം കൂടിയുണ്ടായിരുന്നു. എല്ലാ ജീവജാലങ്ങളുടെ ആത്മാക്കളും ഒന്നുപോലെയാണെന്നും പല ആകൃതിയിലുള്ള പാത്രങ്ങളിൽ ഒഴിച്ചു വെച്ച വെള്ളം പോലെയാണെന്നും ഈ കഥാകാരി വിശ്വസിച്ചു. “നായിന്റെ ആകൃതിയിലുള്ള പാത്രങ്ങളിൽ ഒഴിച്ചുവെച്ചതും മനുഷ്യാകൃതിയിലുള്ളതിൽ ഒഴിച്ചതും ഒരേതരം ദ്രാവകം.”[26] സത്തയെപ്പറ്റിയുള്ള കാഴ്ചപ്പാട് സ്നേഹസങ്കല്പങ്ങളിൽ പലേടത്തും നായയുടെ ബിംബവുമായി കൂടിക്കുഴയാറുണ്ട്. സുരക്ഷിതത്വത്തിന്റെയും യജമാനഭാവത്തിന്റെയും സാന്നിദ്ധ്യ

മാവാം ഈ കല്പനയക്ക് മാറ്റു കൂട്ടുന്നത്. 'മൈ ഡോഗ്'[27] എന്ന കവിത ഓർക്കുക. സ്വന്തം ജീവിതത്തിലും 'അന്ന' എന്ന നായോടുള്ള അടുപ്പം അത് മരിച്ചപ്പോൾ കവിതയായി പുറത്തു വന്നതിൽനിന്ന് വ്യക്തമാണ്.

ഗാന്ധിജി

നാലപ്പാട്ട് ഭവനത്തിൽ ഗാന്ധിജിക്കുള്ള പ്രാധാന്യം ഏറെയായിരുന്നു. തക്കിളിയും നൂല്നൂല്പും അമ്മമ്മയുടെ ഒഴിവുസമയ പ്രവൃത്തിയായിരുന്നു. കഥാകാരിയും ജ്യേഷ്ഠനും കുട്ടികളായിരുന്നപ്പോൾ ജോലിക്കാരെ കൂടാതെ ഏഴുപേർ നാലപ്പാട്ടു വീട്ടിൽ പ്രധാനികളായിരുന്നു. അമ്മമ്മ, ചെറിയമ്മ, വലിയമ്മാവൻ, മുത്തശ്ശിമാർ മൂന്നുപേർ, പിന്നെ മഹാത്മാ ഗാന്ധിയും."[28] നാലപ്പാട്ടെ ആഭരണങ്ങൾ മുഴുവൻ ഗാന്ധിജിക്ക് സംഭാവനയായി നല്കിയിരുന്നു. വീട്ടിലെ എല്ലാ മുറികളിലും ഗാന്ധിജിയുടെ ചില്ലിട്ട ചിത്രം തൂങ്ങി. വീട്ടിലെ സ്ത്രീകൾ ഗുരുവായൂർക്ക് പോകുമ്പോൾ കൊണ്ടുപോയിരുന്ന സഞ്ചിയിൽ പോലും ഗാന്ധിജിയുടെ ചിത്രമായിരുന്നു.

ഭാവന

ഈ കഥാകാരി, യാഥാർത്ഥ്യത്തിൽനിന്ന് ഭാവനയിലേക്ക് പ്രവേശിക്കാൻ തുടങ്ങിയത് ബാല്യത്തിലാണ്. ഓരോ സംഭവങ്ങളുടെയും ദൃശ്യരൂപം പകർത്താനും ഒപ്പം അതിലൂടെ ഭാവനയിലേക്ക് അയഥാർത്ഥ കല്പനകൾ മെനഞ്ഞെടുക്കാനും അവർക്കു കഴിഞ്ഞിരുന്നു. ബാല്യാനുഭവങ്ങളിലെ ഈ സ്വപ്ന യാഥാർത്ഥ്യങ്ങൾ ആശാരി കുഞ്ചുവിനെപ്പറ്റിയുള്ള പരാമർശത്തിൽനിന്ന് വെളിവാകുന്നു: "ആശാരി കുഞ്ചു പൂഴിമണ്ണിൽ ഇല നിവർത്തി വെച്ചാണ് ഊണ് കഴിക്കുന്നത്. രണ്ടുകോരിക ചോറ് വെപ്പുകാരൻ ഇലയിൽ വിളമ്പിക്കൊടുക്കും. ഒരു വട്ടകപ്പുളി നാരങ്ങയുടെ വലിപ്പത്തിൽ ഒരു ഉരുള ഉരുട്ടി അതിന്റെ ഒരറ്റം മാത്രം സാമ്പാറിൽ മുക്കി കുഞ്ചു ആർത്തിയോടെ ഭക്ഷിച്ചു......ഇടയ്ക്ക് അടുപ്പിൽ ചുട്ട മുളകും കുഞ്ചു കടിച്ചു തിന്നു. ഊണു കഴിക്കുമ്പോഴൊക്കെ കുഞ്ചുവിന്റെ കണ്ണുകൾ നിറഞ്ഞൊഴുകി."[29] ആ ദൃശ്യം നോക്കിയിരിക്കുമ്പോൾത്തന്നെ സങ്കല്പ ശക്തിയോടെ മറ്റൊരു രംഗം കാണാനും ഈ എഴുത്തുകാരിക്കു കഴിയുന്നു. മുത്തശ്ശിമാരിൽനിന്നും വല്യമ്മമാരിൽനിന്നും കേട്ട കഥകളുടെ സ്വാധീനവും യാഥാർത്ഥ്യവും കൂടി ഇടകലർന്ന ഭാവനയാണത്: "നെല്ല് പുഴുങ്ങുമ്പോൾ ചരക്കിൽ നിന്നുയരുന്ന നീലപ്പുക ഇടയ്ക്കിടയ്ക്ക് അയാളുടെ രൂപത്തെ ആവരണം ചെയ്തു. അയാൾ കുടത്തിൽ നിന്നു വന്ന ജീവിയാണെന്ന് എനിക്കു പലപ്പോഴും തോന്നിയിരുന്നു."

ഭാഷ

നാലപ്പാട്ടു തറവാട്ടിലെ ബാല്യം അനുസ്മരിക്കുമ്പോഴും ആ പശ്ചാത്തലത്തിൽ കഥയെഴുതുമ്പോഴും കഥാകാരി ഉപയോഗിക്കാറുള്ള ഭാഷ

യുടെ തനിമ *ബാല്യകാലസ്മരണ*കളിലും *വർഷങ്ങൾക്കു മുമ്പ്* എന്ന കൃതിയിലും നിറഞ്ഞുനില്ക്കുന്നു. പുന്നയൂർക്കുളത്തെ വൈവിദ്ധ്യമുള്ള മനുഷ്യരുടെ സംസാര ഭാഷ സുവ്യക്തമായി കഥാകാരിയുടെ മനസ്സിൽ പതിഞ്ഞിരിക്കുന്നു. ഡയറിക്കുറിപ്പുകളോ രേഖകളോ പരിശോധിച്ച ശേഷമല്ല ഇവ എഴുതിയിട്ടുള്ളത്. ഭാഷയുടെ വേരോട്ടം സൂക്ഷിക്കുന്ന ഓർമ്മയാണ് മാധവിക്കുട്ടിയുടെ സർഗ്ഗാത്മകതയ്ക്ക് ആസ്പദം. 'സൈക്കോലിങ്ക്വസ്റ്റിക് തിയറി' അനുസരിച്ച് 'അഹം ബോധം' ഉണ്ടാകുന്നത് ബാല്യത്തിൽ ഭാഷ സംസാരിക്കാൻ കഴിയുന്നതോടെയാണ്. എന്നാൽ ആത്മകഥാ കഥനം നടത്തുമ്പോൾ ബാല്യസ്മരണകളുടെ ശേഖരത്തിൽ അതേ ഭാഷ വ്യക്തിക്ക് സ്വയം തിരിച്ചറിയാൻ കഴിയുന്നത് അഹം ബോധത്തിന്റെ തിരിച്ചറിവുകൊണ്ടാണ്.[30] ആത്മാർത്ഥതയും സത്യസന്ധതയും സ്മരണകളിൽ പുലർത്തുമ്പോൾ ഭാഷയും തനിമയുള്ളതായിത്തീരുന്നു.

കല്ക്കത്തയിലെ ബാല്യം: അച്ഛൻ

കവിതയിൽ കാണുന്ന കമലാദാസ് കല്ക്കത്തയിൽ വളർന്ന കമലയാണ് - മാധവിക്കുട്ടിയുടെ അപരവ്യക്തിത്വം. അത് അച്ഛനോട് കടപ്പെട്ടിരിക്കുന്നു. അക്കാലംകൂടി മനസ്സിലാക്കിയാലേ ബാല്യത്തിന്റെ മുഖം പൂർണ്ണമാവുകയുള്ളൂ. "അഭിപ്രായ സ്വാതന്ത്ര്യം അച്ഛനൊഴികെ മറ്റാർക്കും ഞങ്ങളുടെ കുടുംബത്തിൽ ഉണ്ടായിരുന്നില്ല. ഇത്രയധികം അടിമത്തം സഹിക്കേണ്ടി വന്നിട്ടുള്ള കുട്ടികൾ ഞങ്ങളുടെ പരിചിത ലോകത്തിൽ ഏറെ ഉണ്ടായിരുന്നില്ല."[31] കല്ക്കത്തയിലെ ബാല്യകാലത്തെപ്പറ്റി എഴുത്തുകാരിയുടെ സ്മരണയാണിത്. സ്നേഹപൂർണ്ണമായ ബാല്യം നിഷേധിക്കപ്പെടുന്നതിനാലുള്ള പകരംവെയ്പാണ് കമലാദാസിന്റെ സ്നേഹ കവിതകളുടെ പ്രമേയം എന്ന് പാശ്ചാത്യ നാട്ടിൽ നിന്നൊരു വ്യാഖ്യാനവും പുറത്തു വന്നു കഴിഞ്ഞു.[32]

വാൾഫോഡ്സ് മോട്ടോർ കമ്പനിയുടെ മാനേജിങ് ഡയറക്ടറായി കല്ക്കത്തയിൽ സമൃദ്ധിയുടെ നടുവിൽ കഴിയുമ്പോഴും ലളിതജീവിതം നയിക്കാൻ അച്ഛൻ (വി എം നായർ) കുട്ടികളെ ഉപദേശിച്ചു. മേശമര്യാദകളും പാശ്ചാത്യരീതിയിലുള്ള ചിട്ടവട്ടങ്ങളും കുട്ടികളെ പഠിപ്പിക്കാനും അദ്ദേഹം ശ്രദ്ധ വെച്ചു. തറവാട്ടു പാരമ്പര്യത്തോടൊപ്പം മാധവിക്കുട്ടിയിൽ നിഷേധ വാസന തലപൊക്കാനൊരു കാരണവും പാശ്ചാത്യ സമ്പ്രദായത്തിൽ മുഴുകാനുള്ള കല്ക്കത്തയിലെ ജീവിതമായിരുന്നു. 'കല്ക്കത്ത' അടിമത്തത്തിന്റെയും 'പുന്നയൂർക്കുളം' സ്നേഹ സ്വാതന്ത്ര്യത്തിന്റേയും പ്രതീകമായിരുന്നു ഈ എഴുത്തുകാരിക്ക്. സ്വന്തം നാട്ടിൽ സ്നേഹപൂർണ്ണമായ ബാല്യം മാധവിക്കുട്ടിക്ക് നിഷേധിച്ചിട്ടില്ല. എന്നാൽ കല്ക്കത്തയിൽ ഇഷ്ടങ്ങൾ ബലികഴിക്കപ്പെട്ടു. സൗന്ദര്യമുള്ള വസ്തുക്കളോട് അമിതമായ കമ്പമായിരുന്നു ഈ എഴുത്തുകാരിക്ക്. നിറങ്ങളോടുള്ള സവിശേഷമായ ആകർഷണം ഓർമ്മകളിലൂടെ കൃതികളിൽ സ്ഥാനം പിടിച്ചിട്ടുണ്ടല്ലോ. സമ്പന്നതയുടെ നടുവിൽ നിറപ്പകിട്ടുള്ള

വസ്ത്രങ്ങൾക്കു വേണ്ടി മുറവിളി കൂട്ടുമ്പോൾ അച്ഛന്റെ വാക്കുകൾ ഇപ്രകാരമായിരുന്നു: "ആമിക്ക് (അങ്ങനെയായിരുന്നു മാധവിക്കുട്ടിയുടെ സ്വന്തക്കാർ വിളിച്ചു വരുന്നത്) പട്ടുകുപ്പായം വേണെന്നോ? ആയ് ആയ് ഡിസ്ഗ്രേസ്ഫുൾ. നീ ആരടെ കുട്ടിയാ, നിന്റെ അച്ഛനും അമ്മയും പട്ട് ഉപയോഗിക്കില്ലല്ലോ? നിന്റെ അമ്മയെക്കണ്ട് പഠിക്ക്. അമ്മ ഖദർ സാരി മാത്രമല്ലേ ഉട്ക്കണെ? അമ്മ പട്ട്സാരി ഉടുക്കണത് നീ കണ്ടിട്ടുണ്ടോ? ആഡംബരഭ്രമം നന്നല്ല."[33] തന്റെ കുട്ടികൾ വിലകുറഞ്ഞതും പകിട്ടു കുറഞ്ഞതുമായ വസ്തുക്കൾ മാത്രമേ ഉപയോഗിക്കാൻ പാടുള്ളൂ എന്ന് അച്ഛൻ വിശ്വസിച്ചു. "ഞങ്ങൾക്ക് അനുവദിച്ചു തന്ന ജീവിതചര്യ തന്നെയായിരുന്നു അദ്ദേഹത്തിന്റെ മക്കളായി ജനിച്ചതിനുള്ള ശിക്ഷയും"[34] എന്ന് അടങ്ങാത്ത അമർഷത്തോടെയാവും രേഖപ്പെടുത്തിയത്.

വിദ്യാഭ്യാസം

വായനയുടെ കാര്യത്തിലും ചിന്തയുടെ കാര്യത്തിലും കല്ക്കത്തയിലെ ബാല്യകാലം ഈ എഴുത്തുകാരിയിൽ വരുത്തിയ മാറ്റം വലുതാണ്. *പോസ്റ്റ്* എന്ന വാരികയിലെ തുടർക്കഥകൾ ബാല്യത്തിൽ ആർത്തിയോടെ വായിക്കുമായിരുന്നു. നാലപ്പാട്ടു താമസിക്കുമ്പോൾ *മാതൃഭൂമി* ആഴ്ചപ്പതിപ്പിന് തന്റെ ജീവിതത്തിലുണ്ടായ പ്രാധാന്യം തന്നെ കല്ക്കത്തയിൽ വച്ച് *പോസ്റ്റ്* എന്ന അമേരിക്കൻ വാരിക സമ്പാദിച്ചെടുത്തതായി മാധവിക്കുട്ടി സമ്മതിക്കുന്നു.[35] നോർമ്മൽ റോക്വാൾ എന്ന ചിത്രകാരൻ വരച്ച മുഖചിത്രങ്ങളായിരുന്നു കഥാകാരിക്ക് ഏറെ ഇഷ്ടം. കുടുംബസങ്കല്പത്തിന്റെ മനോഹാരിതകൾ ആ ചിത്രകാരൻ പ്രദർശിപ്പിച്ചു. അച്ഛൻ, അമ്മ, മുത്തച്ഛൻ, മുത്തശ്ശി, ആൺകുട്ടി, പെൺകുട്ടി, ശിശു, പട്ടി, പൂച്ച, കുതിര, തത്ത - ഇവരെയെല്ലാം അദ്ദേഹം ചിലപ്പോൾ ഒരേ ചിത്രത്തിൽ നിരത്തിവയ്ക്കാറുണ്ടായിരുന്നു. അമേരിക്കക്കാരും ഇംഗ്ലീഷുകാരും ജപ്പാൻകാരും ജർമ്മൻകാരും ഇന്ത്യക്കാരും എല്ലാവരും തന്നെ ഒരേ കുടുംബത്തിൽപ്പെട്ടവരാണെന്ന അതിർവ്വരമ്പുകളില്ലാത്ത വിശ്വമാനവികത ഈ എഴുത്തുകാരി സമ്പാദിച്ചത് കല്ക്കത്തയിലെ ബാല്യത്തിലൂടെയാണ്.

കേരളത്തിന്റെ പാരമ്പര്യത്തിന് ഒരിക്കലും നിരക്കാത്തതായിരുന്നല്ലോ പാശ്ചാത്യ സംസ്കാരത്തിന്റെ ഉള്ളറകൾ. ഭാഷയുടെ പഠനത്തിനും കലാദ്ധ്യാപനത്തിനും പ്രത്യേക ഏർപ്പാടുകൾ എഴുത്തുകാരിക്ക് അച്ഛൻ ചെയ്തു കൊടുത്തു. മണിപ്പൂരി പഠിക്കാൻ ബ്രജഭാഷി എന്ന ഗുരുവും ഹിന്ദി പഠിപ്പിക്കാൻ മിശ്രയും വീട്ടിൽ വന്നു തുടങ്ങി. സൽക്കാര മുറിയിലെ പരവതാനി ചുരുട്ടി മാറ്റിയാണ് നൃത്തം പഠിച്ചത്. പിന്നീട് ചിത്രരചനയ്ക്കും അദ്ധ്യാപകനെ ഏർപ്പാടാക്കി.

സർഗ്ഗപ്രവർത്തനം

സ്വതന്ത്ര ചിന്ത വികസിപ്പിച്ചെടുക്കുന്നതിന് കല്ക്കത്തെയിലെ ബാല്യകാലത്തിലെ വിദ്യാഭ്യാസം ഉപകരിച്ചു. കവിതകൾ ഇംഗ്ലീഷിൽ എഴുതി

ത്തുടങ്ങിയതും കല്ക്കത്തയിൽ വച്ചാണ്. പതിനൊന്നു വയസ്സിനു ശേഷമുള്ള നാലു വർഷക്കാലം കല്ക്കത്തയിലെ ജീവിതം പാരമ്പര്യമൂല്യങ്ങളെ നിർദ്ധാരണം ചെയ്യുന്ന ചിന്തകളോടു കൂടിയായിരുന്നു: "പാപം നിഷ്കളങ്കതയിൽ നിന്നു ജനിക്കുന്നു എന്ന് പുരുഷന്മാരുണ്ടാക്കിയ തിയറി എന്നിൽ ചിന്താക്കുഴപ്പം സൃഷ്ടിച്ചു. സ്ത്രീ പുരുഷ ബന്ധത്തെപ്പറ്റിയും അതിന്റെ അടിസ്ഥാനമായ അനുരാഗത്തെപ്പറ്റിയും എനിക്കു പല സംശയങ്ങളും ഉണ്ടായിരുന്നു. പക്ഷേ, ആ സംശയങ്ങൾ നികത്തിയെടുക്കുവാൻ അമ്മമ്മയും മുത്തശ്ശിമാരും ഒട്ടും സഹായിച്ചില്ല."[36] കണ്ടെത്തലിന്റെ വഴിയായിരുന്നു വായനയും എഴുത്തും. ചോദ്യങ്ങൾക്ക് ഉത്തരം കണ്ടെത്താനുള്ള അന്വേഷണത്തിന്റെ ഭാഗമായിത്തീർന്നു സർഗ്ഗാത്മക പ്രവർത്തനം.

കല്ക്കത്തയിലെ ബാല്യത്തെപ്പറ്റി എഴുതിയ കഥകളാണ് മുത്തശ്ശിയില്ലാത്ത മാധവിക്കുട്ടിയുടെ കഥകൾ. നുണകൾ, ഗോസായിത്തന്ത, അലാവുദ്ദീന്റെ കഥ, ദൃക്സാക്ഷി, ദയ എന്ന വികാരം എന്നീ കഥകൾ നോക്കുക. വെപ്പുകാരൻ, അമ്മ, അച്ഛൻ, ജോലിക്കാരിൽ ആരെങ്കിലും – ഇത്രയുമായിരിക്കും കുട്ടിയോടൊപ്പം കഥാപാത്രങ്ങൾ. ഈ കഥകളിലെല്ലാം അച്ഛൻ ഭീതിയുടെ പ്രതീകമാണ് കുട്ടിക്ക്. പശ്ചാത്തലം കേരളീയമല്ല. (അവ എഴുതിയത് 1956 നും '58 നും ഇടയ്ക്ക് – 23 വയസ്സിനും 25 വയസ്സിനും ഇടയ്ക്ക് – ബോംബെയിൽ താമസിക്കുമ്പോഴായിരുന്നു.)

സംഘർഷം

ഗ്രാമവും നഗരവും തമ്മിലുള്ള പൊരുത്തപ്പെടായ്മകളിൽ നിന്നുള്ള സംഘർഷം ബാല്യത്തിൽത്തന്നെ കഥാകാരിയിൽ ഉണ്ടായിരുന്നു. ഗ്രാമം, നഗരത്തിന് പ്രയോജനപ്പെട്ടിരുന്നത് മാധവിക്കുട്ടിയുടെ സർഗ്ഗാത്മകതയിലായിരുന്നു. രണ്ടു വ്യക്തിത്വങ്ങളുടെ സംഘർഷത്തിൽ ക്ഷതം സംഭവിക്കാതെ ജീവിതത്തിലും കലയിലും വിജയം നേടാൻ കഴിഞ്ഞതിന്റെ പൊരുൾ എഴുത്തുകാരി അനാവരണം ചെയ്യുന്നതിങ്ങനെയാണ്. "നഗര ജീവിതത്തിൽനിന്നുള്ള നഷ്ടപ്പെടലായിട്ടാണ് നാട്ടിലെ ജീവിതം കണക്കാക്കിയത്. നഗരത്തിലുണ്ടായേക്കാവുന്ന അപകർഷതാബോധം മാറ്റിയെടുക്കണമെങ്കിൽ എനിക്ക് വർഷത്തിലൊരിക്കലെങ്കിലും നാട്ടിൽ പോയി സ്നേഹവതിയായ എന്റെ അമ്മമ്മയുടെ അടുത്ത് താമസിക്കണം. കാരണം, എന്റെ കുറ്റങ്ങളും കുറവുകളും എടുത്തു പറഞ്ഞുകൊണ്ടുള്ള ഒരു ചുറ്റുപാടായിരുന്നു കല്ക്കത്തയിൽ. നേരെ വിപരീതമാണ് നാട്ടിൽപോയാൽ. ഞാൻ അമ്മമ്മയുടെ കണ്ണിലുണ്ണിയായിരുന്നു. ഞാൻ ചെയ്തതെല്ലാം ശരിയാണെന്ന മട്ടിലാണ് അവർ എന്നോട് പെരുമാറിയത്. അതുകൊണ്ട് കല്ക്കത്തയിൽ എനിക്കു പറ്റിയിരുന്ന മുറിവുകളും ക്ഷതങ്ങളും മാറ്റിയെടുക്കുകയായിരുന്നു നാട്ടിലുള്ള അമ്മയും അമ്മാവനും വേലക്കാരും എല്ലാം ചെയ്തിരുന്നത്. അതുകൊണ്ടായിരിക്കണം ക്ഷതം കൂടാതെ ഞാൻ എന്റെ മാനസിക വളർച്ചയ്ക്ക് യാതൊരു വിഘ്നവും കൂടാതെ 'സർവൈവ്' ചെയ്തത്."[37] ഇങ്ങനെ ഒരു ലോകത്തു

നിന്നു മറ്റൊരു ലോകത്തേക്കുള്ള പലായനം വ്യക്തി ജീവിതത്തിലും കലാ ജീവിതത്തിലും അന്യോന്യം തുണയേകുന്നതായിരുന്നു. നഗരജീവിതത്തിൽ മലയാളിയായി തറവാടിത്തം കൊണ്ടു നടന്ന എഴുത്തുകാരിക്ക് ഏല്ക്കേണ്ടുന്ന മുറിവുകൾ ഉണക്കാൻ നാലപ്പാട്ടെ ഒരു ഗ്രാമജീവിതമുണ്ടായിരുന്നു. 'കമലാദാസി'ന് 'മാധവിക്കുട്ടി'യുടെ മനസ്സ് തുണയുണ്ടായിരുന്നു.

സ്ത്രീ സൗന്ദര്യം

ആണാണെങ്കിൽ അവനു ധനശേഷി വേണം. പെണ്ണാണെങ്കിൽ അവൾക്ക് അതിസൗന്ദര്യവും. ഈ രണ്ടു കരുക്കളില്ലാത്തവർക്ക് ഉത്തമ ദാമ്പത്യം നയിക്കാൻ സാദ്ധ്യമല്ലെന്ന് പഴയ ഫ്യൂഡൽ രാജാക്കന്മാർ വിശ്വസിച്ചു. സൗന്ദര്യത്തിനും ആഡംബരത്തിനും കുടുംബത്തിൽ ഏറെ പ്രാധാന്യം കല്പിച്ചിരുന്നത് നാലപ്പാട്ട് നാരായണമേനോനായിരുന്നു. സ്ത്രീ സൗന്ദര്യത്തിന്റെ മാദകഭാവത്തെപ്പറ്റി അദ്ദേഹത്തിന്റെ സങ്കല്പങ്ങൾ ലോകസാഹിത്യവുമായിട്ടുള്ള നിരന്തര സമ്പർക്കത്തിൽ നിന്നുണ്ടായതായിരുന്നു മാധവിക്കുട്ടിയുടെ ബാല്യത്തിലെ സ്ത്രീ സൗന്ദര്യ ചിന്തകൾക്ക് തുടക്കംകുറിക്കുന്നത് 'അമ്മായി' യാണ്. *രതി സാമ്രാജ്യം* എഴുതിയ നാലപ്പാട്ട് നാരായണമേനോന്റെ രണ്ടാം ഭാര്യ, കുട്ടിയോപ്പു എന്ന് എല്ലാവരും വിളിച്ചിരുന്ന 'അമ്മായി', അമ്പാഴത്തേൽ ബാലാമണിയമ്മ.

അമ്മമ്മയുടെ അഭിപ്രായവും അമ്മായിയുടെ അഭിപ്രായവും തമ്മിൽ ഒരിക്കലും പൊരുത്തപ്പെടാറില്ല. അമ്മായി പറയുന്ന കഥകൾ കേട്ടുകൊണ്ടിരുന്നാൽ പെൺകുട്ടികൾ കേടുവന്നുപോയേക്കാമെന്ന് അമ്മമ്മ പറയാറുണ്ടായിരുന്നത്രേ. അമ്മമ്മയുടെ ഉപദേശങ്ങൾ കേട്ടു ജീവിച്ചാൽ മുരടിക്കുമെന്ന് അമ്മായിയും പറയും. അസാമാന്യമായ ബുദ്ധിശക്തിയോ പാണ്ഡിത്യമോ ഒരു സ്ത്രീക്ക് ആവശ്യമില്ല തന്റെ ദാമ്പത്യം വിജയിപ്പിക്കാൻ എന്ന് മാധവിക്കുട്ടി മനസ്സിലാക്കിയത് ശരീരത്തിനും ശരീരത്താൽ അനുഭവിക്കേണ്ട സുഖങ്ങൾക്കും അമിത പ്രാധാന്യം കല്പിച്ചിരുന്ന അമ്മായിയിൽ നിന്നാണ്. അവരെപ്പറ്റി സ്മരണകളിൽ മാധവിക്കുട്ടി എഴുതി: "കൊഴുത്ത് ആകർഷകമായി കാണപ്പെട്ട ആ ശരീരം വീനസ്സിന്റെ പ്രതിമയെ ഓർമ്മിപ്പിച്ചു. കസവു ചൊട്ടികളുള്ള ചേന്ദമംഗലം മുണ്ടുകളും നേര്യതും മാത്രമേ അവർ ധരിച്ചിരുന്നുള്ളു. പണ്ടെങ്ങോ നായർ സ്ത്രീകൾ ഉപയോഗിച്ചിരുന്ന ഒന്നരകളുടെ പുതിയ പതിപ്പുകൾ തേടിപ്പിടിച്ച് അവർ അടിവസ്ത്രമായി ഉടുത്തു. ഞൊറിഞ്ഞെടുത്ത ആ ഒന്നരകൾക്കിടയിൽ വെളിപ്പെട്ടിരുന്ന കണങ്കാലുകളുടെ വെണ്മയും ചാരുതയും അവരെ പിന്തുടരാൻ അവസരമുണ്ടായവരെ വിസ്മയിപ്പിച്ചിരുന്നു. ആരാധനാപൂർവ്വം തന്നെ കടാക്ഷിക്കുന്നവരോട് നേരംപോക്കുകൾ പറഞ്ഞ് കുട്ട്യോപ്പു മധുര മധുരമായി പൊട്ടിച്ചിരിച്ചു............"[38] മാധവിക്കുട്ടിയുടെ മനസ്സിൽ ബാല്യം മുതൽക്കേ 'അമ്മായി'യുടെ പ്രകൃതം സ്വാധീനിച്ചിരുന്നു എന്ന് വ്യക്തമാണ്. പില്ക്കാല കൃതികളിൽ നിറഞ്ഞു നില്ക്കുന്ന രതിഭാവത്തിന്റെ

അബോധ പ്രേരണയിൽ 'അമ്മായി' സ്ഥാനം പിടിച്ചിരുന്നു.

നാലപ്പാടനും 'കുട്ട്യോപ്പു' വും തമ്മിലുള്ള ബന്ധത്തിന്റെ സൂക്ഷ്മതയിലേക്ക് എഴുത്തുകാരിയുടെ മനസ്സ് ഇറങ്ങിച്ചെന്നതു കൊണ്ടാവണം അവർ എഴുതിയത്: "തന്റെ ദാമ്പത്യം വിജയിപ്പിക്കുവാൻ അമ്മായി താനൊരു വിഡ്ഢിയാണെന്ന് അഭിനയിച്ച് അമ്മാവന്റെ ആത്മവിശ്വാസം വർദ്ധിപ്പിക്കുകയും അദ്ദേഹത്തെ സന്തോഷിപ്പിക്കുകയും ചെയ്തു."[39] പുരുഷന്റെ ആത്മവിശ്വാസം വർദ്ധിപ്പിക്കുന്ന സ്ത്രീക്ക് ബാഹ്യ സൗന്ദര്യത്തോടൊപ്പം ആന്തരിക ശോഭയും പ്രധാനമായി ഗണിച്ചിരുന്നു. മാധവിക്കുട്ടിയുടെ കൃതികളിലെ സ്ത്രീ, ഹൃദയം കൊണ്ടും ശരീരം കൊണ്ടും സ്ത്രീയായിരിക്കുന്നവളാണ് - സ്നേഹശക്തിയുള്ള സുന്ദരി.

സ്ത്രീത്വത്തിന്റെ കഥാകാരി

സ്ത്രീയുടെ ജീവിതമാണ് മാധവിക്കുട്ടിയുടെ കഥകളിലെല്ലാം വിഷയമായിട്ടുള്ളത്. സ്നേഹിക്കാനും സ്നേഹിക്കപ്പെടാനും അഭിലഷിക്കുന്ന സ്ത്രീ, അവളുടെ ജീവിതത്തിന്റെ വൈവിദ്ധ്യമാർന്ന അനുഭവങ്ങൾ കലയിലൂടെ പുനഃസൃഷ്ടിക്കപ്പെട്ടതാണ് ഈ രചനകൾ. കാലഗണന മറന്ന് ജീവിതചരിത്രത്തിന് സമാന്തരമായി ഒരടുക്ക് ഈ കഥകളിൽനിന്ന് രൂപപ്പെടുത്തുന്ന പക്ഷം കഥാകാരിയുടെ മാനസിക ജീവിതം സ്ഫടിക പ്രതീതിയോടെ അതിൽ ദർശിക്കാം.[40] സ്ത്രൈണ സ്വഭാവമുള്ള ഒരു എഴുത്തുകാരിയാണ് താനെന്ന് സ്വയം വിശേഷിപ്പിക്കുന്നതിന്റെ പൊരുൾ ഈ എഴുത്തുകാരിയുടെ രചനാശില്പത്തിലും പ്രമേയ സ്വീകരണത്തിലും വ്യക്തമാണ്. കവിതകളിൽ ഏറെ സ്പഷ്ടവുമാണ്. ആശാൻ വേൾഡ് പ്രൈസിന് കമലാദാസിന്റെ കാവ്യസമാഹാരം നിർദ്ദേശിച്ചുകൊണ്ട് ഫ്ളിന്റേഴ്സ് യൂണിവേഴ്സിറ്റി ഓഫ് സൗത്ത് ആസ്ട്രേലിയയിലെ ഡോക്ടർ എസ് സി ഹാരെക്സ് എഴുതി: "ഭൂതകാലം അടിച്ചേല്പിച്ച അടിമത്തത്തിൽനിന്ന് ലൈംഗികമായും ഗാർഹികമായും മോചനം നേടാൻ കുതിക്കുന്ന ഇന്ത്യൻ സ്ത്രീത്വത്തിന്റെ അന്തഃസംഘർഷമാണ് ശ്രീമതി കമലാദാസിന്റെ കവിതകളിൽ സ്പന്ദിക്കുന്നത്. കർക്കശങ്ങളായ ആചാരങ്ങളെയും മാമൂലുകളെയും വെല്ലുവിളിച്ചുകൊണ്ട് കാമത്തെയും പുരുഷ മേധാവിത്വത്തെയും അതിലംഘിച്ച് പുതിയ മിത്തുകൾ സൃഷ്ടിക്കുന്നതിലത്രേ അവരുടെ കവിതകൾ വൈഭവം പ്രകടിപ്പിച്ചിരിക്കുന്നത്."

സ്ത്രീ എന്ന നിലയിൽ അവളുടെ കടമകളും കർത്തവ്യങ്ങളും നിറവേറ്റിയപ്പോൾത്തന്നെ കലാകാരിയായ അവളുടെ സ്നേഹ സങ്കല്പങ്ങളോട് സംഘർഷത്തിലും വനിതാ എഴുത്തുകാരി ഏർപ്പെട്ടുകൊണ്ടിരിക്കുന്നു.[41] ഈ തത്ത്വം പ്രസക്തമാക്കുകയാണ് മാധവിക്കുട്ടിയുടെ രചനകൾ. ഈ എഴുത്തുകാരി കഥകളിലൂടെ പുനഃസൃഷ്ടിക്കുന്ന ജീവിതം സ്ത്രീകൾക്ക് പ്രാധാന്യം കൊടുത്തുകൊണ്ടുള്ളതാണ്. "ഒരു കവയിത്രി മാത്രമാകാൻ ഞാൻ ആഗ്രഹിക്കുന്നില്ല" എന്ന് പറയുന്ന *മാനസി* എന്ന നോവലിലെ കേന്ദ്ര കഥാപാത്രം ഒരു കാര്യംകൂടി കൂട്ടിച്ചേർക്കുന്നു: "ആരാ

ധിക്കപ്പെടുകയും സ്നേഹിക്കപ്പെടുകയും ചെയ്യുന്ന ഒരു സ്ത്രീയാവാനാണ് എനിക്ക് മോഹം."[42] കഥാപാത്രത്തിന്റെ ഈ മോഹമാവും മാധവിക്കുട്ടി എന്ന എഴുത്തുകാരിയുടെ 'അബോധത്തിൽ കുടികൊള്ളുന്നത്.'

സ്വയം വെളിവാക്കൽ

സാമൂഹ്യവും സാംസ്കാരികവുമായി പുരുഷന്മാർ കൈയടക്കിവച്ചിരിക്കുന്ന ഒരു വ്യവസ്ഥയിൽ സ്വന്തം വ്യക്തിത്വം പിടിച്ചു പറ്റാനുള്ള അഭിലാഷമാണ് "എനിക്ക് എന്റെ ശബ്ദത്തിൽ സംസാരിക്കണം: എനിക്ക് എന്റെ ശബ്ദത്തിൽത്തന്നെ സംസാരിക്കണം"[43] എന്ന് കവയിത്രികളെ ക്കൊണ്ട് പറയിപ്പിച്ചത്. "വേറൊന്നായും വേണ്ടാത്തതായും"[44] അവഗണിക്കപ്പെട്ടിരുന്ന സ്ത്രീക്ക് പുതിയ വഴികൾ കണ്ടെത്തേണ്ടി വന്നു; അവൾ നിലനില്ക്കുന്നു എന്ന ബോധമുണ്ടാക്കാൻ, അങ്ങനെയാവാം കമലാദാസ് ഉൾപ്പെടെയുള്ള വനിതാ എഴുത്തുകാരികൾ സ്വയം വെളിവാക്കുന്നതിന് കല സ്വീകരിച്ചത്.

പാരമ്പര്യ നിഷേധം

ഷോവൽട്ടറിന്റെ അഭിപ്രായത്തിൽ വനിതാ എഴുത്തുകാരികൾ പാരമ്പര്യത്തെ അനുകരിക്കുകയും അതിനെ ഉൾക്കൊള്ളുകയും അതിന്റെ സാമൂഹ്യ മൂല്യങ്ങളെ അനുവർത്തിക്കുകയും ചെയ്യുന്നു. പിന്നീട് അതിനെ നിഷേധിക്കുകയും ഒടുവിൽ ആത്മാന്വേഷണത്തിലൂടെ വിലക്കുകളിൽ നിന്നു സ്വതന്ത്രമായി വ്യക്തിത്വം കണ്ടെത്താനുള്ള ശ്രമവുമാണ് എഴുത്തുകാരി നടത്തുന്നത്.[45] കേരളത്തിന്റെ ഫ്യൂഡൽ പാരമ്പര്യം കൊടികുത്തി വാണിരുന്ന ഒരു കുടുംബത്തിൽ ജനിച്ചതിനാൽ പാരമ്പര്യത്തെ ഉൾക്കൊള്ളുന്ന മനസ്സ് ബാല്യത്തിൽത്തന്നെ മാധവിക്കുട്ടിയിലുണ്ടായിരുന്നു. കല്ക്കത്ത, ബോംബെ, ഡൽഹി എന്നിവിടങ്ങളിലെ ജീവിതരീതിയുമായി പില്ക്കാലത്ത് ഇഴുകിച്ചേരേണ്ടി വന്നപ്പോൾ പുതിയൊരു ജീവിതശൈലി രൂപപ്പെട്ടു. പാരമ്പര്യത്തോടുള്ള നിഷേധം മാധവിക്കുട്ടിയുടെ കൃതികളിൽ കഥാപാത്രങ്ങൾ ഏറ്റെടുക്കുന്നു. അവരുടെ പ്രവൃത്തികളിൽ നിഷേധം ആരോപിക്കുന്നതിന് ഒരു ഉദാഹരണം: "ചുറുചുറുക്കോടെ അവൾ കുറെ ഉള്ളി തൊലിച്ച് ഭംഗിയായി അരിഞ്ഞ് നെയ്യിൽ വറുത്തു. ഉള്ളി മൊരിഞ്ഞു വന്നപ്പോൾ അതിൽ അരിഞ്ഞു വെച്ച തക്കാളിയിട്ട് ഇളക്കി മസാലപ്പൊടി തൂവി കിണ്ടിയെടുത്തു."[46] പാചകം ചെയ്യുമ്പോൾ നാലപ്പാട്ട് ഉള്ളി ഉപയോഗിക്കുമായിരുന്നില്ല. അവർക്ക് ഉള്ളി പാപഭക്ഷണ പദാർത്ഥമാണ്. ആഢ്യത്വമുള്ള തറവാടുകളിലേക്ക് ഉള്ളിക്കു പ്രവേശനമില്ല. എന്നാൽ ഇവിടെ കഥാകാരി, കഥാപാത്രത്തെക്കൊണ്ട് ഉള്ളി പാചകപദാർത്ഥത്തിലൂടെ പാരമ്പര്യത്തോടുള്ള നിഷേധം കൂടി നടത്തുകയാണ്.

ആഢ്യത്വത്തിനെതിരെ തുറന്നടിച്ചതുപോലെ ചില കല്പനകളുണ്ട് മാധവിക്കുട്ടിയുടെ കൃതികളിൽ: (1) "എന്റെ വലിയമ്മാവൻ (നാലപ്പാട്ട്

നാരായണമേനോൻ) ഒരു 'സ്നോബ്ബാ'യിരുന്നു. ധനസ്ഥിതി ക്ഷയിച്ചവരെ അവരവരുടെ നിലയ്ക്ക് നിർത്തണമെന്ന് അദ്ദേഹം വിശ്വസിച്ചിരുന്നു."[47] (2) പാപം കഴുകിക്കളയുവാൻ ധനികർ പലപ്പോഴും വിലകൂടിയ വഴിപാടുകൾ നടത്താറുണ്ടായിരുന്നു. ഒരു കൊല നടന്നാൽ ആ വർഷത്തിൽത്തന്നെ ഒരു വലിയ ഉത്സവം നടക്കും. അതായിരുന്നു നിയമം. ഇത്തരം വഴിപാടുകളിൽനിന്നും സമ്പാദിക്കുന്ന ചില നികൃഷ്ടജീവികൾ ആ നാട്ടിൽ സുലഭമായിരുന്നു. അവർക്കറിയാമായിരുന്നു പാപത്തിന്റെ കച്ചവട വില."[48] ഒരേ പാരമ്പര്യത്തിന്റെ ധാരയായി വളർന്ന് കലാപക്കൊടി ഉയർത്തുകയാണിവിടെ മാധവിക്കുട്ടി. ധീരതയോടെ പ്രശ്നങ്ങളെ സമീപിക്കാനുള്ള സർഗ്ഗാത്മക വീര്യം ഈ എഴുത്തുകാരിക്കു സ്വതസിദ്ധമാണ്. ഒന്നിനേയും കൂസാതെ ബാല്യത്തിൽത്തന്നെ സ്വന്തം ഇഷ്ടങ്ങൾ അവർ തുറന്ന് പറഞ്ഞു. അങ്ങനെ തുറന്നു പറഞ്ഞത് തറവാട്ടിലെ പ്രായം ചെന്ന സ്ത്രീകളെ ചൊടിപ്പിച്ചെങ്കിലും വാത്സല്യത്തിന്റെ വർഷം ചൊരിഞ്ഞ് 'അതെല്ലാം കുട്ടിയുടെ ഭ്രാന്തായി' മാത്രം മറ്റുള്ളവർ ഗണിച്ചു.

സ്നേഹ ദാഹം

നല്ല തറവാട്ടിലെ സ്ത്രീകൾക്ക് പ്രേമത്തോട് അവജ്ഞയായിരുന്നു. 'പരിശുദ്ധപ്രേമം! എനിക്ക് അറയ്ക്കുന്നു ഇത് കേട്ടിട്ട്," – അമ്മമ്മ പലപ്പോഴും നീരസത്തോടെ അങ്ങനെ പറയാറുണ്ടായിരുന്നു. ആണും പെണ്ണും തമ്മിലുള്ള ബന്ധത്തിന് വ്യാഖ്യാനം അക്കാലത്ത് 'സ്നേഹ' ത്തിന്റെ ഭാഷയിൽ ആയിരുന്നില്ല. നിഷിദ്ധമായ ഒന്നായിരുന്നു സ്നേഹം. ഇത്തരം മൂല്യപ്രമാണങ്ങളിൽനിന്നാണ് "എന്റെ ഉള്ളിലെ ചോരപ്പുഴയുടെ വക്കത്തു നായാടിത്തളർന്ന രാജാവിനെപ്പോലെ നീ വിശ്രമിക്കുന്നു"[49] എന്ന വരികളിലേക്ക് ഈ എഴുത്തുകാരി നിഷേധത്തോടെ വളർന്നു കയറിയത്.

അടിമത്തത്തെ അംഗീകരിക്കാൻ മാധവിക്കുട്ടി തയ്യാറല്ല. പാരമ്പര്യ മൂല്യങ്ങൾ അടിച്ചേല്പിക്കുന്ന വിശ്വാസങ്ങളെ ചോദ്യം ചെയ്യുന്നത് ഈ അർത്ഥത്തിലാണ്. "പ്രാർത്ഥന ഇത്രയും സമയം ഡിമാന്റ് ചെയ്യുന്ന ഒരു ദൈവമാണെങ്കിൽ അത് യജമാനത്തമാണ്. എനിക്കത് അംഗീകരിക്കാൻ പ്രയാസമാണ്. എനിക്ക് സ്നേഹം മാത്രമേ അറിയൂ. ഭക്തി അറിയില്ല."[50] മാധവിക്കുട്ടിയുടെ ഈ വാക്കുകൾ സകല ഭാവങ്ങളും സ്നേഹത്തിൽ ലയിപ്പിക്കാനുള്ള സ്ത്രീയുടെ കരുത്താണ് പ്രകടമാക്കുന്നത്.

വീടും ശരീരവും

വീടും ശരീരവും കവിയുടെ സ്വത്താകുന്നത് പാരമ്പര്യവും സദാചാരമൂല്യങ്ങളും ബിംബവല്കൃതമാവുമ്പോഴാണ്. രണ്ടും കവിയെ തടവിലാക്കുകയാണ്. സാംസ്കാരികമായ വളർച്ചയുടെ പ്രതീകമായി വീടു നില്ക്കുമ്പോൾ സ്വപ്നം കാണാനുള്ള ശരീരം മറ്റൊരു വീടായിത്തീരുന്നു.[51] എഴുത്തുകാരിയുടെ ഈ തിരിച്ചറിവ് കൃതിയുടെ ഘടനയിൽ മാറ്റം വരുത്തുന്നു. വീട്ടിൽനിന്നും ശരീരത്തിൽനിന്നും പുറത്തുവരാനുള്ള അഭി

വാഞ്ഛ ഉൽക്കടമാകുമ്പോൾ സദാചാരമൂല്യങ്ങൾക്ക് അത് വെല്ലുവിളിയാകുന്നു. *മാനസി* എന്ന മാധവിക്കുട്ടിയുടെ കൃതിയിലെ സൈറസ് കണ്ടെത്തുന്ന ഉത്തരമിതാണ്: "ജീവിതമാറ്റം എന്നു വിളിക്കപ്പെടുന്ന ആർത്തവം നില്ക്കുന്നതാണ് സദാചാരപരമായ ഈ തലകീഴ് മറിയലിനു കാരണം."[52]

സ്ത്രീയുടെ ശരീരശാസ്ത്രപരമായ ബിംബവല്ക്കരണങ്ങൾക്ക് കൃതിയിൽ പ്രസക്തിയുണ്ട്. വിശേഷിച്ച് വനിതാ എഴുത്തുകാരികളുടെ രചനകളെ അപഗ്രഥിക്കാൻ ശരീരശാസ്ത്രസംബന്ധമായ തിരിച്ചറിവിന്റെ അനിവാര്യത 'ഫെമിനിസ്റ്റ് നിരൂപകർ' ഊന്നിപ്പറയുന്നു.[53] സാഹിത്യപരമായും സാമൂഹ്യപരമായുമുള്ള ഘടനയിൽ സ്ത്രീ ശരീരം എങ്ങനെ പ്രതിപാദിപ്പിക്കപ്പെടുന്നു എന്നത് പ്രധാനമാണ്. എഴുത്തിലെ ശരീരമാണ് ശരീരത്തെപ്പറ്റിയുള്ള എഴുത്തല്ല ഇതുകൊണ്ട് അർത്ഥമാക്കുന്നത്. സ്നേഹത്തെ ശരീരംകൊണ്ട് അന്വേഷിപ്പിക്കുമ്പോൾ ശരീരത്തിനാണോ സ്നേഹത്തിനാണോ മുൻതൂക്കം? വനിതാ എഴുത്തുകാരികളുടെ പരിധിയിൽപ്പെടുന്ന വിഷയമാണിത്.

മോചനം

സ്ത്രീത്വം തന്നെയാണ് മാധവിക്കുട്ടിയുടെ വിജയവും പരാജയവും. "സ്ത്രീത്വത്തിന്റെ നാനാമുഖമായ ദുഃഖങ്ങളെക്കുറിച്ച് ഇത്ര ആഴത്തിൽ പഠിച്ച മറ്റൊരു കഥാകൃത്തില്ല."[54] അവരുടെ മനുഷ്യസ്നേഹഭരിതമായ ഹൃദയവും അനുഭവജ്ഞാന സമ്പന്നമായ ബുദ്ധിയും കഥകൾക്ക് ജീവൻ നല്കി. ഈ ധീരസാഹസിക പരിശ്രമത്തിൽ അവർ സ്ത്രീയുടെ സമസ്ത ദുഃഖങ്ങളും തന്നിലേക്ക് ആവാഹിച്ചെടുത്ത് അനന്തരം അവയോരോന്നും സത്രീയുടെ മോചനത്തിനു വേണ്ടിയുള്ള പടവാളുകളാക്കി. 'കോംപസിഷൻ' എന്ന കവിതയിൽ കമലാദാസ് എഴുതി: "ചിന്നിത്തകരുവാനുള്ള സ്വാതന്ത്ര്യമാണ് എന്റെ ഏക സ്വാതന്ത്ര്യം."[55] ഭാര്യാഭർത്താക്കന്മാർക്ക് കവയിത്രിയുടെ ഉപദേശമാണിത്:

"ഭാര്യാഭർത്താക്കന്മാരേ!
ഇതാണ്, നിങ്ങൾക്കുള്ള എന്റെ ഉപദേശം
അന്യോന്യം ഭ്രാന്ത കല്പനകളെ അനുസരിക്കുക
ബോധവത്തായവയെ അവഗണിക്കുക
നിങ്ങളുടെ വീട് ഉല്ലാസപൂർണ്ണമായ നായ്ക്കൂടാക്കി മാറ്റുക"[56] - വ്യവസ്ഥാപിത സങ്കല്പങ്ങളോടുള്ള എഴുത്തുകാരിയുടെ വെല്ലുവിളി ദാമ്പത്യത്തെ നായ്ക്കൂടുകളാക്കി മാറ്റുകയാണ്.

ഒരു വീട് ഉടച്ചിട്ട് മറ്റൊരു വീട് നിർമ്മിക്കുകയായിരുന്നു ഈ എഴുത്തുകാരി. "അമ്മമ്മ ഫെമിനിസ്റ്റായിരുന്നില്ല. പക്ഷേ, വളരെയധികം 'ഫെമിനിൻ ആയിരുന്നു."[57] അതുകൊണ്ടാവണം ഭർത്താവിന്റെ സ്നേഹപ്രകടനങ്ങളിലും പരിചരണങ്ങളിലും അവർ സ്വർഗ്ഗം കണ്ടെത്തിയത്. അമ്മമ്മ വിധവയായതിനുശേഷമാണ് കമല ജനിച്ചത്. അതുകൊണ്ട് തന്നിലൂടെ അമ്മമ്മ സന്തോഷം കണ്ടെത്തി എന്ന് മാധവിക്കുട്ടി അഭിപ്രായപ്പെടുന്നു.

സ്വന്തം വ്യക്തിത്വാന്വേഷണവും വീട് എന്ന സങ്കല്പത്തിന്റെ നിർമ്മിതിയും ഒരേ രേഖയിലാണ് സ്ഥിതി ചെയ്യുന്നത്. വീട് എന്ന സങ്കല്പം ബാല്യാനുഭവങ്ങളിൽനിന്നാണ് തുടങ്ങുന്നത്. ആ അനുഭവങ്ങളാണ് അന്വേഷണത്തിന് ആധാരവും.[58] സർഗ്ഗഭാവനകളിലൂടെ സ്വന്തം തടവറയിൽനിന്ന് രക്ഷപ്പെടുകയും എഴുത്തുകാരി മനസ്സിൽ ഒരു വീട് സൃഷ്ടിക്കുകയും ചെയ്യുന്നു. പുനഃസൃഷ്ടിക്കപ്പെട്ട കലയുടെ വീട് പാരമ്പര്യവുമായി കലാപത്തിൽ ഏർപ്പെട്ടു. പുഴുവായി കൂട്ടിൽ കഴിഞ്ഞിരുന്ന ചിത്രശലഭം കൂടുപൊട്ടിച്ച് പുറത്തു കടക്കുന്നതുപോലെയായിരുന്നു യാഥാസ്ഥിതികമായ കുടുംബാന്തരീക്ഷത്തിൽനിന്ന് മോചിതയായ ഈ എഴുത്തുകാരിയുടെ രചനാ വ്യക്തിത്വം.

അനുഭവ മേഖല

ഒരു ഗ്രാമവും പല നഗരങ്ങളുമായി ചുറ്റിത്തിരിയുന്ന ഒരു ജീവിതമായിരുന്നു മാധവിക്കുട്ടിയുടേത്. വൈവിദ്ധ്യമുള്ള മനുഷ്യരും ജീവിതരീതിയും പ്രായഭേദവും വൈചിത്ര്യവും എഴുതാനുള്ള കരുക്കൾ കഥാകാരിക്ക് നല്കുകയായിരുന്നു. ബാഹ്യയാഥാർത്ഥ്യങ്ങൾ ജീവിതചര്യയെപ്പോലും മാറ്റിമറിച്ച ഘട്ടങ്ങളുണ്ടായിട്ടുണ്ട് അവരുടെ ജീവിതത്തിൽ. മഹാനഗരങ്ങളിൽ താമസിക്കുമ്പോൾ സ്വന്തം ഗ്രാമത്തിലേക്ക് വരാൻ കഴിഞ്ഞത് പലപ്പോഴും യുദ്ധഭീഷണിയും അസുഖകാരണങ്ങളുമായിരുന്നു. രണ്ടാം ലോകമഹായുദ്ധത്തിന്റെ ഭീതിയിൽ അച്ഛൻ അഞ്ചാം വയസ്സിൽ കമലയെ നാട്ടിലേക്കയച്ചു. കല്ക്കത്തയിൽനിന്ന് പുന്നയൂർക്കുളത്തെ എലിമെന്ററി സ്കൂളിലേക്കുള്ള വരവ് ബ്രിട്ടീഷ് ചിട്ടയിൽനിന്ന് നാടൻ അന്തരീക്ഷത്തിലേക്കുള്ള തിരിച്ചു വരവായിരുന്നു. ഒമ്പതാം വയസ്സിലും അത്തരം ഒരു തിരിച്ചു വരവുണ്ടായി – 1941 ൽ. അന്ന് തൃശൂരുള്ള ബോർഡിങ് സ്കൂളിലായിരുന്നു പഠിച്ചത്. അന്നാണ് ആദ്യകഥ എഴുതുന്നത്. 1941 ആഗസ്ത് 17 ന് *മാതൃഭൂമി* ബാലപംക്തിയിൽ പ്രസിദ്ധപ്പെടുത്തിയ 'അവളുടെ വിധി' – ആറാം ക്ലാസിൽ പഠിക്കുന്ന പന്ത്രണ്ട് വയസ്സുകാരി സമ്പന്നയായ സുമുഖി, ആ വിദ്യാലയത്തിലുള്ള ആശാസ്യ എന്ന ദരിദ്രബാലനിൽ അനുരക്തയായി നാടുവിടുകയും കല്യാണം കഴിക്കുകയും ചെയ്യുന്നതാണ് കഥ. ഒടുവിൽ നായിക പട്ടിണികിടന്ന് ഗത്യന്തരമില്ലാതെ കിണറ്റിൽ ചാടി ആത്മഹത്യചെയ്യുന്നു. ബാല്യഭാവനയായി തള്ളാമെങ്കിലും പ്രേമകാമനകൾക്ക് നിറംകൊടുക്കാനുള്ള ധൈര്യം പത്ത് വയസ്സിലേ കഥാകർത്രി ആർജ്ജിച്ചിരുന്നു എന്നുവേണം കരുതാൻ. പന്ത്രണ്ടു വയസ്സായപ്പോൾ വീണ്ടും കല്ക്കത്തയിലേക്ക്. പതിനഞ്ചു വയസ്സിനുശേഷം ബോംബെ, കല്ക്കത്ത, ഡൽഹി എന്നീ മഹാനഗരങ്ങളിൽനിന്ന് മൂന്നു തവണ പ്രസവത്തിനായി നാട്ടിലേക്ക്. പിന്നെ കൈക്കുഞ്ഞുങ്ങളുമായി നഗരങ്ങളിലേക്ക്. യാത്രയുടെയും അസ്ഥിരതയുടെയും നാളുകൾ കഥാകാരിക്ക് അനുഭവത്തിന്റെ വ്യത്യസ്ത മേഖലകൾ തുറന്നുകൊടുക്കുകയായിരുന്നു.

ബോംബെയിലെ ജീവിതം

1952 മുതൽ കഥാകാരി ബോംബെയിലാണ് താമസിച്ചത്. പതിനാറാം വയസ്സിൽ അമ്മയായി. കൈക്കുഞ്ഞുമായി ബോംബെയിലെ ദാദറിൽ ഹരി നിവാസ് എന്ന പ്രദേശത്ത് ഒരു വലിയ കെട്ടിടത്തിലെ 'നാലുമുറികളുള്ള ഒരു പക്ഷിക്കൂട്ടി'ൽ താമസമാക്കിയതു മുതൽ നിരന്തരം കഥകളെഴുതി. പതിനേഴു വയസ്സു മുതൽ ഇരുപത്തിരണ്ടു വയസ്സുവരെ നീണ്ടുനിന്ന ബോംബെയിലെ ജീവിതത്തിനിടയിൽ എഴുതിയ കഥകളാണ് അമ്മു, സ്മരണകൾ, പുഴ വീണ്ടും ഒഴുകി, യജമാനൻ, ചുവന്ന മാളിക, അന്ന് വെയിൽ ഏഴു മണിക്കേ മാഞ്ഞുള്ളൂ, മൂടിക്കെട്ടിയ ഒരു സായാഹ്നം, ഡോക്ടറുടെ മരണം, ഗ്യാൻചന്ദ്, തോണികൾ, കൂടുകൾ, കാളവണ്ടികൾ, ഒരു സ്നേഹത്തിന്റെ കഥ, പതിമൂന്നുവയസ്സായ മകൾ, സ്നേഹത്തിന്റെ വഴിയിൽ, കുട്ടിയും അച്ഛനും, അത്തറിന്റെ മണം, മൃഗതൃഷ്ണ, പുനഃസമാഗമം, പാതിവ്രത്യം, സ്നേഹിക്കപ്പെട്ട സ്ത്രീ, ദയ എന്ന വികാരം, അലാവുദ്ദീന്റെ കഥ, നുണകൾ, ഗോസായിത്തന്ത, ദൃക്സാക്ഷി, പ്രഭാതം, നെയ്പ്പായസം എന്നിവ. ഈ കഥകളിൽ മരണം തോല്പിച്ചതിനു ശേഷമേ കാമുകനോ കാമുകിയോ മറ്റൊരു പുരുഷനെയോ സ്ത്രീയെയോ തേടുന്നുള്ളു. സഹോദര സ്നേഹവും കുട്ടികളുടെ മനസ്സും ദാമ്പത്യ ബന്ധവുമാണ് വിഷയങ്ങൾ. മാതൃസങ്കല്പവും ഈ കാലയളവിലെഴുതിയ കഥകളിൽ വിഷയമാകുന്നുണ്ട്.

ഒരു സ്ത്രീ എഴുതിത്തുടങ്ങുന്നത് അമ്മയിൽനിന്നാണ് എന്ന് വെർജീനിയ വുൾഫ് അഭിപ്രായപ്പെടുന്നു[60] – ഈ സത്യത്തിലേക്ക് മാധവിക്കുട്ടിയുടെ രചനയും എത്തി നില്ക്കുന്നു. പതിനാറിനും ഇരുപതിനുമിടയിൽ രണ്ടു പുത്രന്മാരെ പ്രസവിച്ച് അമ്മയായി മാറിക്കഴിഞ്ഞിരുന്ന ഈ കഥാകാരി, 1954 കഴിഞ്ഞതോടെ രണ്ടു പുത്രന്മാരേയും ഉറക്കിക്കിടത്തി രാത്രിയുടെ നിശ്ശബ്ദയാമത്തിൽ സാഹിത്യ സൃഷ്ടി നടത്തുമായിരുന്നു. കുട്ടികളുടെ മനഃശാസ്ത്രം അപഗ്രഥിക്കുന്ന ശില്പഭംഗിയുള്ള കഥകൾ എഴുതുന്നതും ഈ കാലയളവിലാണ്.

ഇക്കാലത്തു തന്നെ സ്നേഹാന്വേഷണം കഥാകാരി കവിതകളിലൂടെ തുടങ്ങിക്കഴിഞ്ഞിരുന്നു. 'കാപ്റ്റീവ്' എന്ന കവിതയിൽ കമലാദാസ് എഴുതി:

"ഒരു പൊള്ളയായ സമ്മാനമാണെന്റെ സ്നേഹം;
പൊന്നു പൂശിയ ഒരു ശൂന്യ ഭാജനം;
കാഴ്ച വസ്തുവാകാൻ കൊള്ളാവുന്നത്;
മറ്റൊന്നുമല്ല............"[61] – 1950 ൽ ആദ്യ പ്രസവത്തിന് നാലപ്പാട്ട് തറവാട്ടിൽ പോയിരുന്നപ്പോഴുള്ള സ്മൃതികളുമായി കൂടിക്കുഴഞ്ഞാണ് സ്നേഹത്തെപ്പറ്റിയുള്ള ധാരണ കവിതയിൽ പിറക്കുന്നത്. ബാല്യാനുഭവങ്ങളും 'അമ്മമ്മ'യെ പറ്റിയുള്ള സ്മരണകളും നഗരത്തിലെ ഒറ്റപ്പെടലുകളും അക്കാലത്തെഴുതിയ കവിതകളിൽ കാണാൻ കഴിയും: "ഇപ്പോൾ ഞാൻ എന്റെ തന്നെ തടവുകാരിയാണ്"[62] – എന്ന് അവർ എഴുതിയതും ഇക്കാലത്താണ്.

ബോംബെയിലെ കഥാകാരിയുടെ ജീവിതം സ്വപ്നത്തകർച്ചയുടേതായിരുന്നു എന്നു തോന്നാം. ദാമ്പത്യത്തിലെ പൊരുത്തക്കേടുകൾ

കഥകളിൽ മാത്രമല്ല *മാനസി* എന്ന നോവലിലും പ്രകടമാണ്. ഭാര്യാഭർത്താക്കന്മാരുടെ പാതകൾ കൃതികളിൽ രണ്ടാണ്. ഒരാൾ സ്വപ്നത്തിലും മറ്റേയാൾ പ്രായോഗികതയിലും. കവയിത്രിയായ മാനസി സ്വയം സത്യങ്ങൾ തിരിച്ചറിയുന്നത് ഇപ്രകാരമാണ്: "അവരുടെ വിവാഹജീവിതം സന്തോഷപൂർണ്ണമായിരുന്നെങ്കിൽ - കൈപിടിച്ച് സന്ധ്യാസവാരിക്ക് കടൽപ്പുറത്തു കൊണ്ടുപോകുന്ന ഒരാളായിരുന്നു അദ്ദേഹമെങ്കിൽ - അവൾ രാത്രിയുടെ യാമങ്ങളിൽ കഥകളെഴുതുമായിരുന്നില്ല. ഭർത്താവിന്റെ ഓരത്ത് കിടന്ന് അദ്ദേഹത്തിന്റെ രോമാവൃതമായ മാറിൽ മുഖമമർത്തി കിളിക്കുഞ്ഞിനെപ്പോലെ അഭയം തേടുമായിരുന്നു."[63] മാനസി കവയിത്രിയായി മാറിയതെന്തുകൊണ്ടാണെന്ന് പറയുന്നതിന് മുന്നോടിയായിട്ടാണ് സന്തോഷപൂർണ്ണമായ വിവാഹ ജീവിതത്തിൽനിന്ന് നേടാൻ കഴിയുമായിരുന്ന കാര്യങ്ങൾ ഭാവന ചെയ്യുന്നത്. എന്നാൽ സന്തുഷ്ടമായ വിവാഹജീവിതത്തിന്റെ മറ്റേ പുറമോ? "അവൾ ഒരു കവയിത്രി ആകുമായിരുന്നില്ല; നൈരാശ്യത്തിന്റെ ചേറിൽനിന്ന് ഒരു ചുവന്ന താമരപോലെ അവളുടെ കവിത പൊട്ടിവിടരുമായിരുന്നില്ല"[64] - കവയിത്രിയുടേയും ഭാര്യയുടേയും ജീവിതത്തിനിടയിലെ ജയാപജയങ്ങളുടെ തുലനം ചെയ്യൽ അവരുടെ ദാമ്പത്യത്തിലേക്ക് ഇറങ്ങുമ്പോൾ ബോദ്ധ്യപ്പെടുത്തലായി മാറുന്നതും കാണാം. സ്വപ്നം കാണുന്ന ഭാര്യയുടെയും പ്രായോഗിക ബുദ്ധിയുള്ള ഭർത്താവിന്റെയും ദാമ്പത്യബന്ധം നിരവധി കൃതികളിൽ മാധവിക്കുട്ടി ചിത്രീകരിച്ചിട്ടുണ്ട്.

മാനസി എന്ന നോവലിലെ കഥാപാത്രം വിജയ്, മാനസിയോടു ചോദിക്കുന്നു:

"നിങ്ങൾ രണ്ടുപേരും നിങ്ങളുടെ വിവാഹജീവിതത്തിൽ സന്തുഷ്ടരല്ലെന്നാണോ മനസ്സിലാക്കേണ്ടത്?

"അല്ലല്ല. ഞങ്ങൾ സന്തുഷ്ടർ തന്നെ. ഒന്നുമില്ലെങ്കിലും ഞങ്ങൾ അസന്തുഷ്ടരല്ലെന്ന് എനിക്കറിയാം. പക്ഷേ, ഞങ്ങൾ ഇരുകൂട്ടരും യോജിച്ചവരല്ല. അദ്ദേഹം എപ്പോഴും അദ്ദേഹത്തിന്റെ ഫയലുകളുമായി കഴിഞ്ഞുകൂടുന്നു. എനിക്കാണെങ്കിൽ ആൾക്കാരുമായി ഇടപഴകുന്നതിലും വർത്തമാനം പറയുന്നതിലും അല്പമെങ്കിലും സ്നേഹിക്കപ്പെടുന്നതിലും.........."[65] വിരുദ്ധമായ മനോഭാവങ്ങളുടെ കഥകളാണ് മാധവിക്കുട്ടിയുടെ കഥാപ്രപഞ്ചത്തിലുള്ളതെന്ന് രണ്ടാം അദ്ധ്യായത്തിൽ വിശദമാക്കിക്കഴിഞ്ഞു. ഇതിനു കാരണം സ്വപ്നം കാണുന്ന ഭാര്യയും യാഥാർത്ഥ്യബോധം ഉൾക്കൊള്ളുന്ന ഭർത്താവും ദാമ്പത്യ ബന്ധത്തിൽ അകപ്പെട്ടതുകൊണ്ടാണ്. ബോംബെയിലെ എഴുത്തുകാരിയുടെ പതിനാറു വയസ്സു മുതൽക്കുള്ള ജീവിതം സ്വപ്നത്തിന്റെ മറ്റൊരു ലോകം കണ്ടെത്താൻ പ്രേരിപ്പിച്ചു.

പ്രേമദാഹം

മാധവിക്കുട്ടിയുടെ കഥകളിൽ പരമമൂല്യമായി കാണുന്ന സ്ത്രീയുടെ പ്രേമദാഹം സമൂഹത്തിന്റെ ഒരു പ്രത്യേക തട്ടിൽ കഴിയുന്ന സുഖലോലുപയായ സ്ത്രീയുടേതാണെന്ന് സംശയിക്കാം. കാമുകനുമായി കാർ

സവാരി നടത്തിയും ഭർത്താവിന്റെ ജോലിയുമായി ബന്ധപ്പെട്ട സല്ക്കാരങ്ങളിൽ പങ്കെടുത്തും കാലം കഴിയുന്ന മാധവിക്കുട്ടിയുടെ കഥകളിലെ ഉപരി മദ്ധ്യവർത്തികളായ 'സ്ത്രീ'കൾ അലസ നിമിഷങ്ങളെ ചിത്രശലഭങ്ങളെപ്പോലെ വേട്ടയാടുന്നവരല്ലേ എന്ന് വായനക്കാർക്ക് തോന്നാം. എന്നാൽ ഉപരിതലത്തിലെ സമൂഹ സ്ത്രീയുടെ പ്രേമം, അവൾ സമ്പന്നയായതിനാൽ, പ്രേമമല്ലാതാകുന്നില്ല. ഒരു കണക്കിനു നോക്കിയാൽ "ഇത്തരത്തിൽ ആഗ്രഹിക്കാനുള്ള പലതും ഉണ്ടായിട്ടും പ്രേമദാഹത്താൽ അസംതൃപ്തമായ ഒരു സ്ത്രീ ഹൃദയം 'പ്രേമയോഗാത്മകത'യുടെ ഭാവം ഉൾക്കൊള്ളുകയും ചെയ്യുന്നു"[66] - എന്ന് കെ രാഘവൻ പിള്ളയുടെ അഭിപ്രായം മാധവിക്കുട്ടിയുടെ കാര്യത്തിൽ വളരെ ശരിയാണെന്ന് കാണാം.

ബോംബെയിൽ താമസമാക്കിയ അൻപതുകളുടെ ആദ്യപകുതിയിൽ പതിനാറുകാരിയുടെ വിവാഹസ്വപ്നങ്ങൾ തകരുകയായിരുന്നു എന്ന് മുമ്പ് സൂചിപ്പിച്ചുവല്ലോ. ഉറക്കമരുന്നിന്റെ പേര് കടലാസിൽ എഴുതിക്കൊടുത്ത് തന്റെ ഭൃത്യനെ മരുന്ന്പീടികയിലേക്ക് മാധവിക്കുട്ടി അയച്ചതായി *എന്റെ കഥ*യിൽ പരാമർശമുണ്ട്.[67] മരണത്തിനും ജീവിതത്തിനും ഇടയിലൂടെയുള്ള ഒരു യാത്രയായിരുന്നു കഥാകാരിയുടേത്. അതിനു കാരണം അപക്വമായ ദാമ്പത്യ ധാരണകളും അതിന്റെ തകർച്ചയുമായിരുന്നു. "അപകടങ്ങളോട് അടുക്കാൻ വെമ്പുന്ന ഒരു മനസ്സാണ് എന്റേത്"[68] എന്ന് മാധവിക്കുട്ടി തുറന്ന് സമ്മതിക്കുന്നു. 20-ാം വയസ്സിൽ എഴുതിയ 'മൂടിക്കെട്ടിയ സായാഹ്ന'വും 23-ാം വയസ്സിൽ എഴുതിയ 'കാളവണ്ടി', 'ലോകം ഒരു കവയിത്രിയെ നിർമ്മിക്കുന്നു' തുടങ്ങിയ കഥകളും സഹയാത്രികരായ ദമ്പതിമാരുടെ ദാമ്പത്യത്തിലെ പ്രശ്നങ്ങളാണ് പുറത്തു കാട്ടുന്നത്. "തന്റെ സ്വന്തമായാൽ മാത്രമേ ഒന്നിനെ മനുഷ്യന് സ്നേഹിക്കാൻ കഴിയൂ എന്നായിരിക്കുമോ വാസ്തവം"[69] എന്ന് കഥാകാരി ചോദിക്കുന്നു. നിരാശയാണ് കഥകളിൽ നിഴലിക്കുന്നത്. സ്വന്തമാക്കാനുള്ള അടങ്ങാത്ത ആഗ്രഹവും നിരാശയും ഇക്കാലത്തെഴുതിയ കഥകളിൽ സ്പഷ്ടമായിരുന്നു. 'ദി ഡിസൻഡന്റ്ൻസ്' എന്ന കവിതയിൽ കമലദാസ് എഴുതി:

ആരും തന്റെ കുരിശിൽനിന്നും ഇറങ്ങി വരില്ല;
തന്റെ ക്ഷതങ്ങളെ നമുക്കു കാണിച്ചു തരില്ല;
വിമൂകതയിൽ വിനിഷ്ടനായ ഒരു ദേവനും സംസാരിക്കുകയില്ല;
ഒരു നഷ്ടപ്രണയവും നമ്മെ അവകാശപ്പെടുകയില്ല;
ഇല്ല, ഒരിക്കലും നാം വീണ്ടെടുക്കപ്പെടാൻ പോകുന്നില്ല;
നവീകരിക്കപ്പെടാനും."[70]

പിന്നോട്ടു നോക്കി വിലപിക്കാൻ ഈ എഴുത്തുകാരി തയ്യാറായിരുന്നില്ല. ജീവിതാവസ്ഥകളോട് പ്രതികരിക്കുന്ന മനസ്സായിരുന്നു കഥാകാരിക്ക്. അനുഭവങ്ങൾക്ക് വ്യാകരണം ചമയ്ക്കാൻ അവർ മുതിരുന്നില്ല. "യാതൊന്നിനും എന്റെ ഹൃദയത്തെ സ്പർശിക്കാൻ കഴിയില്ല. എന്റെ ഹൃദയം ശരീരത്തിൽനിന്ന് വേറിട്ട ഒരവയവം പോലെയാണ്. ഈ യാത്രയ്ക്കു പുറപ്പെടും മുമ്പ് വീട്ടിൽ വച്ചിട്ടുപോന്ന ഒരു വസ്തുപോലെ"[71]

– 'മാനസി' യുടെ ഈ ഭാഷണം എഴുത്തുകാരിയുടെ ആശയത്തെ പ്രതിനിധാനം ചെയ്യുന്നു. വിലപിക്കുന്നവരല്ല മാധവിക്കുട്ടിയുടെ നായികമാർ. മാധവിക്കുട്ടി പറയുന്നു : "ഐ ആം നോട്ട് എ സെന്റിമെന്റൽ പേഴ്സൺ. സെന്റിമെന്റലായിരിക്കുമ്പോൾ നമ്മൾ എപ്പോഴും ദുർബ്ബലരാണ്"[72]– ഹൃദയത്തിന്റെ കരുത്താണ് കഥാകാരിയുടെ ഈ വാക്യങ്ങളിൽ നിറയുന്നത്. കഴിഞ്ഞ കാലങ്ങളുടെ ഐശ്വര്യസമൃദ്ധിയിൽ ഒരു ക്ഷമാപണം നടത്തി അവയെ ലഘൂകരിച്ചു കാണാൻ മാധവിക്കുട്ടി ഒരുക്കമല്ല. മനോഹരമായ ഈ ലോകത്ത് സുന്ദരമായൊരു ജീവിതം ജീവിച്ചു തീർക്കാനുള്ള സന്തോഷമാണ് കവയിത്രിയായ കഥാകാരിക്കുള്ളത്.[73]

തീവ്ര വികാരങ്ങൾ അനുഭവിച്ച് മരണ ചിന്തയിലേക്ക് വഴുതി വീണപ്പോൾ കിട്ടിയ പോംവഴിയായിരുന്നു ഈ കഥാകാരിക്ക് സാഹിത്യ രചന. "എഴുതൂ, എഴുത്ത് നിങ്ങൾക്കു വേണ്ടിയാണ്. നിങ്ങൾ നിങ്ങൾക്കു വേണ്ടിയാണ്"[74] – വനിതാ എഴുത്തുകാരികൾക്ക് പ്രചോദനം ഏകാറുള്ള ഈ വരികൾ എഴുത്തുകാരിക്ക് തുണയായിരുന്നിരിക്കാം. എന്തായാലും ഒരു കാര്യം മാധവിക്കുട്ടി ഉറപ്പിച്ചു പറഞ്ഞു: "വിവാഹ ജീവിതത്തിലെ ഏറ്റവും സുന്ദരമായ ഘടകം എന്റെ കുട്ടികൾ തന്നെയാണ്."[75] കുട്ടികളിൽ അഭയം കൊള്ളുകയും അവരുറങ്ങുമ്പോൾ കഥാപാത്രങ്ങളിലൂടെ ഏകാന്തതയിൽ അക്ഷരങ്ങളായിത്തീരുകയും ചെയ്തുകൊണ്ടിരുന്നു ഈ എഴുത്തുകാരിയുടെ യൗവനം. ഭാവനയും കുട്ടികളുമാവാം സ്ത്രീയുടെ രക്ഷാസങ്കേതങ്ങൾ; നിരാശയെ ദൂരീകരിക്കുന്ന ഘടകങ്ങൾ. ഇവ എപ്രകാരമെന്ന് മാധവിക്കുട്ടി എന്ന എഴുത്തുകാരിയുടെ വ്യക്തിത്വമായി പരിണമിക്കുന്നതെന്ന് ഈ അദ്ധ്യായത്തിൽ അവസാന ഭാഗത്ത് ചർച്ച ചെയ്യുന്നുണ്ട്. ബോംബെ ജീവിതത്തിൽ എഴുത്തുകാരിയുടെ വിരസ നിമിഷങ്ങൾക്ക് മറ്റൊരാൾ കൂടി തുണയുണ്ടായിരുന്നു; 'കാർലോ'. ഈ കഥാപാത്രത്തെപ്പറ്റി മാധവിക്കുട്ടി എഴുതുന്നത് ഇപ്രകാരമാണ്: "ജീവിതം മുഷിഞ്ഞു തുടങ്ങുമ്പോൾ ഒരു സ്വപ്നലോകത്തിൽപ്പോയി തെല്ലിട വിശ്രമിക്കുന്നതു പോലെയായിരുന്നു അയാളുടെ അടുത്തേക്കുള്ള യാത്ര."[76]

കൽക്കത്തയിൽ

ബോംബെയിൽനിന്ന് കല്ക്കത്തയിലേക്ക് വരുമ്പോൾ തന്നെ മാധവിക്കുട്ടിയുടെ രചനകൾക്ക് സ്ത്രീ സ്വാതന്ത്ര്യത്തിന്റെ കരുത്ത് കൈവന്നിരുന്നു. മുപ്പതു വയസ്സുകാരികളുടെ ആത്മവേദനയെ തൊടാതെ വനിതാ എഴുത്തുകാരികൾ കടന്നു പോകാറില്ല എന്ന് കാതറീൻ മാൻസ് ഫീൽഡ്, ഡോറോത്തി പാർക്കർ, വെർജീനിയാ വുൾഫ് എന്നിവരുടെ നായികമാരെ ഉദാഹരിച്ചുകൊണ്ട് സിമൻ ദ ബൊവർ അഭിപ്രായപ്പെടുന്നു.[77] വിവാഹത്തിന്റെ ആദ്യ നാളുകൾ മധുരതരമായിരുന്നെങ്കിലും പിന്നീട് ദുരിതപൂർണ്ണമായി മാറുന്നു. സുരക്ഷിതത്വമാണ് പ്രേമബന്ധംകൊണ്ടോ വിവാഹബന്ധംകൊണ്ടോ സ്ത്രീ അർത്ഥമാക്കുന്നതെങ്കിലും പുരുഷന്റെ തണലായി മാറാൻ ക്രമേണ അവളെ അത് പ്രേരിപ്പിക്കുന്നു. ആ പ്രേരണ

സ്വാതന്ത്ര്യനിഷേധമായി മാറുമ്പോഴെല്ലാം സ്ത്രീ സ്വന്തം ജന്മത്തെപ്പറ്റി ബോധവതിയായി പിന്നോട്ടു തിരിഞ്ഞ് പുതിയൊരു കണ്ടെത്തൽ നടത്തുകയും ചെയ്യുന്നു.[78] ഇതിനെ ഫെമിനിസ്റ്റ് നിരൂപകർ സ്ത്രീത്വത്തിന്റെ ഉപസംസ്കാരമായി കരുതുന്നു.[79]

1958 മുതൽ 1962 വരെയുള്ള വർഷങ്ങൾ കല്ക്കത്തയിലായിരുന്നു കഥാകാരി ജീവിച്ചത്. ബോംബെയിൽനിന്ന് കല്ക്കത്തയിലേക്ക് വന്നപ്പോൾ ഏറെ എഴുതി. ഇരുപത്തിനാലു വയസ്സിനും 28 വയസ്സിനും ഇടയിൽ എഴുതിയ രണ്ടു ഡസൻ രചനകളിൽ കേരളീയ അന്തരീക്ഷത്തിലുള്ള കഥകളായിരുന്നു കൂടുതൽ. മരണഗന്ധം മണക്കുന്ന കഥകൾ അവയിലുണ്ടായിരുന്നു. 1958 ൽ എഴുതിയ 'പട്ടങ്ങൾ' എന്ന കഥയിലെ നായികയേയും 'ചതി'യിലെ ലേഡി ഡോക്ടറേയും ഇരുപത്തഞ്ചു വയസ്സ് തികയുന്നതിനു മുമ്പ് കഥാകാരി കല്ക്കത്തയിൽ വച്ച് സൃഷ്ടിച്ചതാണ്. 'പക്ഷിയുടെ മണം', 'കല്യാണി', 'നീട്ടിവെച്ച മധുവിധു','ഇടനാഴികളിലെ കണ്ണാടികൾ', 'ചതുരംഗം','സൂര്യൻ', 'സ്വതന്ത്ര ജീവികൾ','തരിശുനിലം','വെറുമൊരു ലഹരി പദാർത്ഥം', എന്നീ കഥകൾ കല്ക്കത്തയിൽനിന്ന് ഡൽഹിയിലേക്ക് താമസം മാറ്റുന്നതുവരെ എഴുതിയ കൃതികളിൽ ചിലതുമാത്രം. സ്ത്രീയുടെ മനസ്സ് അനാവരണം ചെയ്യുന്നതിൽ 'തരിശു നിലം', മാധവിക്കുട്ടിയുടെ കഥാപ്രപഞ്ചത്തിൽ കേന്ദ്രസ്ഥാനത്തു നില്ക്കുന്നു. 'അത് കഥയല്ല. അത് ജീവിതത്തിൽനിന്നും അജ്ഞാതമായി ഉരുത്തിരിഞ്ഞ ഒരു വൈകാരിക ശില്പമത്രേ'[80]- എന്ന നിരൂപകന്റെ ഭാഷ്യം ഇവിടെ പ്രസക്തമാണ്. സ്ത്രീത്വത്തിന്റെ വൈകാരികവും ആത്മീയവുമായ ദുരവസ്ഥകളാകെ തരിശുനിലമെന്ന പ്രതീകത്തിൽ വ്യഞ്ജിപ്പിക്കപ്പെട്ടിരിക്കുന്നു.

കല്ക്കത്തയിലെ മുഖം നഷ്ടപ്പെടുന്ന ജീവിതത്തിൽ സ്വന്തം അസ്തിത്വം അന്വേഷിക്കുന്ന 'കല്യാണി'യും ജീവിതത്തിൽനിന്ന് മരണം അന്യയാക്കുന്ന 'പക്ഷിയുടെ മണ'ത്തിലെ യുവതിയും കല്ക്കത്തയിൽ വച്ചാണ് രൂപപ്പെട്ടത്. അക്കാലത്ത് എഴുതിയ കഥകളാണ് 'കുളക്കോഴികൾ', 'എന്റെ സ്നേഹിത അരുണ', 'ദൈവങ്ങൾ', 'കുറച്ചു മണ്ണ്', 'വേനലിന്റെ ഒഴിവ്', 'ദാഹം', 'മന്ത്രവാദിയുടെ മകൾ', 'ചുവന്ന പാവാട,' തുടങ്ങിയവ. ഇത്തരം കഥകളിൽ ബാല്യസ്മൃതികളും ഗ്രാമാന്തരീക്ഷവും നാടൻ കഥാപാത്രങ്ങളും പ്രത്യക്ഷപ്പെടുന്നു. ഈ കഥാകാരി ഒരേ സമയം അനുഭവിക്കുകയും പ്രതിഷേധിക്കുകയും ചെയ്യുന്നു. എല്ലായ്പ്പോഴും വൈകാരിക സംഘർഷത്തിന്റെ ഫലമായി പ്രതിഷേധിക്കാനുള്ള ശക്തി നേടിയെടുക്കുന്നു. അതുകൊണ്ട് ദൈനംദിന ജീവിതത്തിലേക്ക് കണ്ണുപായിക്കാതെ സ്ത്രീ പുരുഷ ബന്ധത്തിന്റെ ആഴങ്ങളിൽ സ്വയം തിരയാനുള്ള ശ്രമമാണ് മാധവിക്കുട്ടിയുടെ കൃതികൾ നടത്തുന്നത്. സ്ഥലകാല ചരിത്രങ്ങളോടുള്ള എഴുത്തുകാരന്റെ ആഭിമുഖ്യമില്ലായ്മ കാരണം സമൂഹത്തിൽനിന്നും വ്യക്തി ബഹിഷ്കൃതനാകുമെന്ന ഒരു സിദ്ധാന്തത്തിന് ആധുനിക ലോകത്ത് പ്രസക്തി ഏറി.[81] ആത്മബോധത്തോടെ ഒറ്റപ്പെടുകയും അതിന്റെ ഫലമായി വൈയക്തികമായ ഒറ്റപ്പെടലിനെ ആത്മബോ

ധത്തിന്റെ ഉപാധിയായി പ്രദർശിപ്പിക്കുകയും ചെയ്യുന്ന ഒരു സമ്പ്രദായമല്ല മാധവിക്കുട്ടിയുടേത്. ഒറ്റപ്പെടലിന്റെ 'പ്രദർശന' സ്വഭാവം സ്നേഹാന്വേഷണിയായ ഈ കഥാകാരിയുടെ മലയാള കഥകളിൽ കുറവാണ്.

ജീവിതാനുഭവങ്ങളിൽനിന്ന് രക്ഷപ്പെടുവാൻ സാഹിത്യകാരൻ ഒരിക്കലും ശ്രമിക്കരുത് എന്ന പക്ഷത്തായിരുന്നു മാധവിക്കുട്ടി. 'സാഹിത്യകാരന്റെ ഒന്നാമത്തെ കടമ അവനവനെത്തന്നെ ഒരു ബലിമൃഗമാക്കുകയാണ്'[82] എന്ന് ഈ എഴുത്തുകാരി വിശ്വസിച്ചു. ബലിമൃഗമാകുമ്പോൾ പോലും സ്ത്രീ അവളുടെ അടിസ്ഥാന ധർമ്മത്തിൽനിന്ന് വ്യതിചലിക്കുന്നുമില്ല. കഥാകാരിയുടെ സ്ത്രീകഥാപാത്രങ്ങൾക്കെല്ലാം ഈ ഗുണമുണ്ട്. സ്വപ്നം കാണുകയും പ്രതികരിക്കുകയും ചെയ്യുന്നുണ്ടെങ്കിലും ഭർത്താവിനെ അവർ ഉപേക്ഷിക്കുന്നില്ല. "വൈകാരികമായി ഞാൻ ഒരു കഴുതയാണ്. അവർ സ്വയം പറഞ്ഞു. മറ്റൊരു പുരുഷനു വേണ്ടി എനിക്ക് അദ്ദേഹത്തെ എന്തായാലും ഉപേക്ഷിക്കാൻ കഴിയുകയില്ല. അഥവാ ഞാൻ വീണ്ടും വിവാഹിതയാവുമെങ്കിൽ മന്ത്രകോടിയുടെ ഭാഗമായി എന്നോടൊപ്പം അദ്ദേഹവും പുതിയ ഭർതൃഗൃഹത്തിലേക്കു വരും"[83] എന്ന മാധവിക്കുട്ടിയുടെ 'മാനസി' വെളിവാക്കുന്നു. മാനസിയുടെ ഭർത്താവാകട്ടെ ദാമ്പത്യത്തിൽ എല്ലാം ഉൾക്കൊള്ളാനാവുന്ന ഒരു പ്രായോഗികവാദിയും. *മാനസി* എന്ന നോവലിലെ മറ്റൊരുദാഹരണം മാധവിക്കുട്ടിയുടെ ദാമ്പത്യജീവിതത്തിലും പ്രസക്തമാണ്: "ഭർത്താവിനോടൊപ്പം കഴിയുമ്പോൾ ഒരിക്കലും മുഖംമൂടികൾ അണിയേണ്ട ആവശ്യം അവൾക്കുണ്ടായിരുന്നില്ല; അവൾ എങ്ങനെയായിരുന്നോ അങ്ങനെതന്നെ അദ്ദേഹം സ്വീകരിക്കുന്നു. അവളുടെ വിചിത്രമായ ഇഷ്ടാനിഷ്ടങ്ങളും പാരുഷ്യമേറിയ ശാഠ്യബുദ്ധിയും അദ്ദേഹം സ്വീകരിച്ചു."[84] ഇത്തരം ആഖ്യാനം മാധവിക്കുട്ടിയുടെ പല കഥകളിലും ആവർത്തന സ്വഭാവം കൈവരിക്കുന്നതായി കാണാം.

ഡൽഹിയിലേക്ക്

1963 മുതൽ 1967 വരെ മാധവിക്കുട്ടി ഡൽഹിയിലായിരുന്നു. കല്ക്കത്തയിൽനിന്നും ഭർത്താവിന് (മാധവദാസ്) സ്ഥലംമാറ്റം കിട്ടി ഡിഫൻസ് കോളനിയിലും പിന്നെ ലജപത് നഗറിലും താമസിച്ചു. സൗത്ത് എക്സ്റ്റൻഷനിലാണ് ഒടുവിൽ താമസിച്ചത്. ഈ നഗര ജീവിതത്തിനിടയിൽ എഴുതിയ പ്രധാനപ്പെട്ട കഥകൾ 'മഞ്ഞ്', 'പരുന്തുകൾ','തണുപ്പ്','നാവികവേഷംധരിച്ച കുട്ടി' എന്നിവയാണ്. ബാല്യാനുഭവങ്ങളുടെയും ഗ്രാമീണതയുടെയും കഥകൾ അക്കാലത്ത് ഏറെ എഴുതി. 'മീനാക്ഷിയേടത്തി', 'ഉച്ച','വളകൾ', 'ജാനു ദൽഹിയിൽ', 'പവിഴമാല' 'വേലായുധന്റെ ഭാര്യ', 'ശീട്ട്', 'രോമക്കുപ്പായം', 'മുത്തശ്ശി','അമ്മ', 'മുത്തശ്ശൻ', 'പുക', എന്നിവ അവയിൽ ഉൾപ്പെടുന്നു. ഈ കഥകളിൽ എല്ലാത്തിനും ഉറവിടം ബാല്യാനുഭവങ്ങളാണ്. കഥാപാത്രങ്ങൾ ബാല്യത്തിൽ കണ്ടു പഴകിയവരുടെ അംശങ്ങൾ ഉൾച്ചേർന്നവരാണ്.

മരണത്തെപ്പറ്റിയുള്ള കഥകളും അക്കാലത്ത് മാധവിക്കുട്ടി എഴുതി. 'കാലൊച്ച' എന്ന കഥയിൽ ഇപ്രകാരമാണ്, ആത്മഗതം: "എന്നിട്ടും എന്തുകൊണ്ട് മറ്റാർക്കും കേൾക്കാത്ത ഒരു കാലൊച്ച കേൾക്കുമ്പോൾ ഞാനിങ്ങനെ രോമാഞ്ചം കൊള്ളുന്നു". ഈശ്വരാ എനിക്കു മാപ്പു തരൂ"[85] മരണത്തിന്റെ കാലൊച്ചയ്ക്ക് ശ്രദ്ധിച്ചിരിക്കുന്ന നായികയുടെ വാക്കുകളാണിവ. 'തണുപ്പ്', 'പച്ചപട്ടുസാരി', എന്നീ കഥകളും മരണത്തിന്റെ സ്പർശമുള്ളവയാണ്. 1965-66 കാലഘട്ടത്തിൽ ഈ കഥാകാരി വെല്ലിങ്ടൻ ഹോസ്പിറ്റലിൽ 'മരണത്തെ കാത്തുകിടക്കുന്ന ഒരു രോഗിണിയായി'[86] മാറി. അതുകൊണ്ടാവും അക്കാലത്ത് എഴുതിയ കഥകളിൽ മരണത്തിന്റെ സ്വരം കേൾക്കാൻ കഴിയുന്നത്.

ഈശ്വരനോടുള്ള അഭിനിവേശത്തിന്റെ സമമാണ് സ്ത്രീക്ക് പുരുഷനോടുള്ള പ്രേമത്തിന്റെ വൈകാരികമായ അനുഭവം.[87] ഇതിന്റെ മറ്റൊരു പകർപ്പാണ് ശ്രീകൃഷ്ണനോട് അക്കാലത്ത് കഥാകാരിക്ക് തോന്നിയിരുന്ന അഭിനിവേശം. 34-ാം വയസ്സിൽ ബോംബെയിലേക്ക് വീണ്ടും താമസം മാറ്റിയതിനുശേഷം എഴുതിയ കൃതികളിൽ രാധാകൃഷ്ണ സങ്കല്പത്തിന്റെ കാവ്യധാര കണ്ടെത്താം. 1968 ൽ എഴുതിയ 'രാധയുടെ കത്ത്'; കൃഷ്ണസങ്കല്പത്തിൽ സ്ത്രീയുടെ ആസക്തി വിരിയുന്നൊരു കഥയാണ്. 'ഈയാംപാറ്റകൾ', 'ഇല്ല കൃഷ്ണാ ഞാൻ എന്നും നിന്റേതാണ്'[88] എന്ന വാക്യത്തോടെയാണ് അവസാനിക്കുന്നത്. 1970 ൽ എഴുതിയ 'കൂത്തുപാവ'യിൽ കൃഷ്ണനിൽ അർപ്പിക്കപ്പെടുന്ന സ്ത്രീയാണ് വിജയം. 'രാധ' എന്ന കവിതയിൽ കമലാദാസ് എഴുതി:

"അല്ലയോ കൃഷ്ണാ ഞാനുരുകുന്നു, ഉരുകുന്നു, ഉരുകുന്നു, ഒന്നും അവശേഷിക്കുന്നില്ല. നീയൊഴിച്ച്......."[89] - മാധവിക്കുട്ടിയുടെ സ്നേഹ സങ്കല്പത്തിൽ സ്ത്രീക്ക് തന്റെ പുരുഷൻ ഈശ്വരനാണ്; ശ്രീകൃഷ്ണനാണ്. അയാളിലുള്ള ശ്രീകൃഷ്ണനെയാണ് അവൾ സ്നേഹിക്കുന്നത്. സ്ത്രീ പുരുഷ സ്നേഹത്തിന്റെ ഉദാത്ത സങ്കല്പങ്ങൾ രാധാകൃഷ്ണ സംയോഗത്തിലൂടെ നെയ്തെടുക്കുകയായിരുന്നു അക്കാലത്ത് എഴുത്തുകാരി. സ്വപ്നം കുട്ടിയോടും പുരുഷനോടുമുള്ള സ്നേഹത്തിന്റെ സംയോജിത രൂപമായിരുന്നു അക്കാലത്തെ കൃഷ്ണ സങ്കല്പം. പില്ക്കാലത്ത് മാധവിക്കുട്ടി അഭിപ്രായപ്പെട്ടു: "എന്റെ പിന്നാലെയുണ്ടായിരുന്ന അദൃശ്യമായ ആ ശക്തി, കൃഷ്ണ സങ്കല്പം ഇപ്പോൾ എന്നെ പിന്തുടരാറില്ല. എനിക്കീയിടെയായി അതിലുള്ള വിശ്വാസം നശിച്ചു."[90]

വീണ്ടും ബോംബെയിൽ

1968 ൽ മാധവിക്കുട്ടി ബോംബെയിലേക്ക് താമസം മാറ്റി. കടൽത്തീരത്ത് കാഡെൽ റോഡിലെ വസതിയിൽ താമസിച്ച കാലത്തെപ്പറ്റി കഥാകാരി ഇങ്ങനെ എഴുതി: "രാത്രിയിൽ കടലിന്റെ അലർച്ച എന്റെ നിദ്രയെ നിശ്ശേഷം ദൂരീകരിച്ചു. പനിപിടിച്ചവളെപ്പോലെ അസ്വസ്ഥയായിത്തീർന്നു. ആ വീട്ടിൽ രാത്രിയിൽ ഞാൻ കവിതകളെഴുതി...."[91] കടലിന്റെ സ്വാധീനം

ഈ എഴുത്തുകാരിയുടെ കൃതികളിൽ പ്രകടമാണ്. നദി, കാറ്റ്, സൂര്യൻ, കടൽ ഇങ്ങനെയുള്ള പ്രകൃതി പ്രതിഭാസങ്ങളിൽ മാധവിക്കുട്ടിയെ ഏറ്റവും പ്രചോദിപ്പിക്കുന്നത് കടലാണ്. അവർ അഭിപ്രായപ്പെടുന്നു: “കടൽ എനിക്ക് വാസ്തവമായിട്ട്, ശാരീരികമായിട്ടു കൂടി അനുഭവപ്പെട്ടിട്ടുള്ള ഒരു പ്രതിഭാസമാണ്. പ്രത്യേകിച്ച് വേലിയേറ്റമുണ്ടാവുമ്പോൾ. അപ്പോൾ എഴുതാൻ മാത്രമേ സാധിക്കൂ.”[92] കഥാസന്ദർഭങ്ങളേക്കാൾ ഭാവത്തിന് പ്രാധാന്യം നല്കി, കവിതയോടടുപ്പിക്കുന്ന കഥകൾ അക്കാലത്താണ് രചിച്ചത്.

1970 നുശേഷം മാധവിക്കുട്ടി എഴുതിയ കഥകൾ പൊട്ടിത്തെറിയുടെ സ്വഭാവമുള്ളതായിരുന്നു. മൂന്നാമത്തെ പ്രസവം 31-ാം വയസ്സിൽ കഴിഞ്ഞതോടെ ശാരീരികാസ്വാസ്ഥ്യം ഏറിയിരുന്നു. 36-ാം വയസ്സിൽ ‘565-ാം’ നമ്പർ മുറിയിലെ രോഗിണിയായി’ മാറുകയായിരുന്നു കഥാകാരി. ഇക്കാലത്ത് എഴുതിയ കൃതികളിൽ ഒരു ഏറ്റുപറച്ചിലിന്റെ സ്വഭാവം പ്രകടമാണ്. *പ്രേമത്തിന്റെ വിലാപകാവ്യം*, എന്ന സമാഹാരത്തിന്റെ പേരു തന്നെ അക്കാലത്തെ കഥാകാരിയുടെ മാനസികാവസ്ഥയുടെ സൂചനയാണ്. പലപ്പോഴായി ജീവിതത്തിന്റെ ഇരുണ്ട നൈരാശ്യം ഈ എഴുത്തുകാരിയെ മരണം എന്ന പ്രമേയത്തെക്കുറിച്ച് എഴുതാൻ പ്രേരിപ്പിച്ചു.

മരണസാന്നിദ്ധ്യം

ഇരുപത്തിരണ്ടാം വയസ്സിലും മുപ്പത്തിരണ്ടാം വയസ്സിലും മരണത്തെ അഭിമുഖമായി കണ്ട നിമിഷങ്ങൾ മാധവിക്കുട്ടിയുടെ ജീവിതത്തിലുണ്ട്. ഇരുപതോടടുത്ത പ്രായത്തിൽ മനഃശാസ്ത്ര പ്രശ്നങ്ങളായിരുന്നു. ഇരുപത്തിരണ്ടാം വയസ്സിൽ ടൈഫോയ്ഡ് പിടിപെട്ടു. പിന്നീട് മുപ്പത്തിരണ്ടാം വയസ്സിൽ മരണത്തെ മുന്നിൽ കണ്ടു. ആ നിമിഷങ്ങൾ മാധവിക്കുട്ടി വിവരിച്ചത് ഇപ്രകാരമാണ്: “ശസ്ത്രക്രിയയുടെ തുന്നൽ അവസാനിക്കുന്നതിനു മുമ്പ് എനിക്ക് ബോധം വീണു. ഇടത്തെ മൂക്കിൽ ഉണ്ടായിരുന്ന ഓക്സിജൻ ട്യൂബ് വഴുതി വീഴാറായിരുന്നുവെന്നു തോന്നുന്നു. എന്റെ കഴുത്തിൽ മണ്ണ്പോലെ പരുത്ത കരങ്ങൾകൊണ്ട് ഒരാൾ പൊക്കുന്നതായി എനിക്കു തോന്നി. ജീവനോടുള്ള ഒരു മടക്കം ഒരു ആന്റീ ക്ലൈമാക്സ് ആയി എനിക്കു തോന്നി. എന്തെന്നാൽ മരണത്തിന് സന്നദ്ധമായിരുന്നു.”[93] – ഈ സന്നദ്ധത സ്വാതന്ത്ര്യവുമായി ബന്ധപ്പെട്ടതാണ്. എഴുത്തുകാരിയുടെ സ്വാതന്ത്ര്യ സങ്കല്പം ഇതാണ്: “എനിക്കു സ്വതന്ത്രയാകാൻ കഴിയുമ്പോൾ ഈ കൂരയല്ല, മറിച്ച് ഈ ദിവ്യ പ്രപഞ്ചമാകെ എന്റെ വീടാക്കാൻ കഴിയുമ്പോൾ എന്റെ ശരീരത്തിന്റെ സങ്കുചിതത്വത്തിലേക്ക് മടങ്ങിവരാൻ ഞാൻ ആഗ്രഹിച്ചില്ല.”[94] ഈ വരികൾ മരണത്തെ അതിജീവിച്ച എഴുത്തുകാരിയുടെ മനസ്സാണ് വെളിവാക്കുന്നത്.

മൂന്നാമത്തെ പ്രാവശ്യവും ഹൃദ്രോഗത്തെത്തുടർന്ന് 565-ാം നമ്പർ മുറിയിൽ എത്തിയപ്പോൾ മാധവിക്കുട്ടി എഴുതി: “പോയ തവണ അസുഖമുണ്ടായപ്പോഴും ഞാൻ ഇതേ മുറിയിൽ തന്നെയായിരുന്നു. അതു

കൊണ്ട് ഇത് വീട്ടിലേക്കുള്ള ഒരു തിരിച്ചുവരവാണ്."[95] വീട് എന്ന സങ്കല്പം മൃത്യുവുമായി ബന്ധപ്പെട്ടാണ് മാധവിക്കുട്ടിയുടെ പല കഥകളിലും നിലകൊള്ളുന്നത്. നാലപ്പാട്ടെ പലരുടേയും മരണകാരണം ദീനമായിരുന്നില്ല. മരിക്കാറായി എന്ന് മരിക്കാൻ പോകുന്നവർ പ്രവചിക്കും. എന്നിട്ട് ഏകാദശി നോക്കും. ദ്വാദശി നാളിൽ കുളിച്ച് തീർത്ഥം സേവിച്ച് ശാന്തിയോടെ മരിക്കാൻ കിടക്കും. ഏകാദശി എന്ന വാക്ക് കലണ്ടറിൽ കാണുമ്പോൾ എഴുത്തുകാരി അസ്വസ്ഥയാകാറുണ്ട്.[96] മരണം ഒരു ആചാരംപോലെയാണ് ഈ എഴുത്തുകാരിയുടെ ബാല്യത്തിൽ കടന്നു വന്നത്. മരണത്തെപ്പറ്റിയുള്ള അറിവ് മനുഷ്യന്റെ ജീവിതയാത്രയുടെ പരിണാമത്തിലെ ആദ്യത്തെ നാഴികക്കല്ലാണ്. നാലപ്പാട്ട് നാരായണ മേനോന്റെ അമ്മയുടെ - വല്യമ്മ - മരണം, 'ചെറിയോപ്പു' വിന്റെ പെൺമക്കളുടെ മരണം എന്നിവ മാധവിക്കുട്ടിയുടെ ബാല്യത്തിൽ മരണ ഭീതിയുണ്ടാക്കി. ടൈഫോയിഡിന്റെ രോഗാണുക്കളെ പരത്തുന്ന ഈച്ചകളെയായിരുന്നു ബാല്യകാലത്ത് കമലയ്ക്ക് ഭയം. നാലപ്പാട്ട് അഞ്ചാം പുരയിലും ചായ കൂട്ടുന്ന കിഴക്കേ അറയിലും മൂളിക്കൊണ്ട് പറന്നു കളിക്കാറുണ്ടായിരുന്ന ഈച്ചകളെ കഥാകാരി ഇങ്ങനെ വിലയിരുത്തുന്നു: "ആ ചിറകുകളിൽനിന്ന് ഉത്ഭവിച്ച മർമ്മരം മരണത്തിന്റെ ധ്വനിയായി എനിക്ക് തോന്നിപ്പോയി. മരണത്തെപ്പറ്റി ഞാൻ ചോദിച്ച ചോദ്യങ്ങൾ അമ്മയെ അസ്വസ്ഥയാക്കി. *മരണഭയം* എന്നു പേരുള്ള ഒരു പുസ്തകം അന്ന് അമ്മമ്മ വായിക്കുന്നുണ്ടായിരുന്നു."[97] ബോംബെയിൽ താമസിക്കുന്നതിനിടയ്ക്ക് ടൈഫോയ്ഡ് പിടിപെട്ട് 22-ാം വയസ്സിൽ ആശുപത്രിയിൽ കിടക്കേണ്ടി വന്നിട്ടുണ്ട് - 1956 ൽ. അക്കാലത്ത് എഴുതിയ 'മലഞ്ചെരിവുകളിൽ', 'നരിച്ചീറുകൾ പറക്കുമ്പോൾ', 'നീർമാതളത്തിന്റെ പൂക്കൾ' തുടങ്ങിയ കഥകളിൽ മരണത്തിന്റെ സ്പർശം കാണാം. "എനിക്ക് ആരും ചാവണത് ഇഷ്ടമല്ല" എന്ന് പറയാറുള്ള കമല ആശുപത്രിയിലിരുന്ന് എഴുതി: "ഒരു കാല് ജീവിക്കുന്നവരുടെ ലോകത്തും മറ്റേ കാല് മരിച്ചവരുടെ ലോകത്തും ചവിട്ടുക എന്നതാണ് ഒരു മനുഷ്യന് ജീവിക്കാൻ കഴിയുന്ന ഏറ്റവും പൂർണ്ണമായ നില. അപ്പോൾ ആ വ്യക്തിക്കു സമനില കിട്ടുന്നു."[98]

മരണം ഒരു ശത്രുവായി കടന്നുവരികയും കീഴടങ്ങാതെ ഒടുവിൽ അലൗകിക മിത്രമാവുകയും ചെയ്യുന്നു.[99] ആത്മബന്ധത്തിന്റെ കഥകളാണ് മരണം വിഷയമായ കഥകളിലൂടെ ഈ എഴുത്തുകാരി അനുഭവിപ്പിക്കുന്നത്. മരണത്തിന്റെ പ്രത്യക്ഷവല്ക്കരണമല്ല അതിന്റെ സാമീപ്യം നിമിത്തമുള്ള ജീവിത മരണങ്ങൾക്കിടയിലുള്ള കഥകളിലാണ് ഈ കഥാകാരി ഏറെ മികവു പുലർത്തുന്നത്. 'പക്ഷിയുടെ മണം' എന്ന കഥ തന്നെ ഇതിന് ഉദാഹരണം. ജീവിത രതിക്കും മരണത്തിനും ഇടയ്ക്കുള്ള കവിയുടെ പദാവലികളാണ് 'ആത്മഹത്യ' എന്ന കമലാദാസിന്റെ കവിതയിൽ കാണാൻ കഴിയുന്നത്:

"ആത്മാവില്ലെങ്കിൽ

എന്റെ ശരീരം നഗ്നമാകും;
ശരീരമില്ലെങ്കിലോ,
എന്റെ ആത്മാവ് നഗ്നമാകും"[100]

മരണത്തിലും വൈരുദ്ധ്യം

ശരീരവും ആത്മാവും പരസ്പര പൂരക ഘടകങ്ങളായിത്തീരുകയാണ്. സ്ത്രീയെ സംബന്ധിച്ചിടത്തോളം ശരീരം പ്രധാന ഘടകമാണ്. പ്രസവിക്കാനുള്ള ശാരീരിക ഘടന സ്ത്രീകൾക്കുമാത്രമാണുള്ളത്. അതുകൊണ്ടുതന്നെ പുരുഷനും സ്ത്രീയും തമ്മിൽ മനഃശാസ്ത്രപരമായ വ്യത്യാസങ്ങളുമുണ്ട്.[101] ജീവിതാസക്തി ഏറെയുള്ളത് സ്ത്രീകൾക്കാണ്. സ്നേഹ നിരാകരണത്താൽ മരണ കാംക്ഷയിലേക്ക് കഥാകാരി പോകുന്നുണ്ടെങ്കിലും മരണത്തെ വരിക്കാൻ അവരുടെ അബോധമനസ്സിന് ത്രാണിയില്ല. 'പക്ഷിയുടെ മണം' തന്നെ എടുക്കാം. കേടായ ലിഫ്റ്റിനുള്ളിൽ ഒറ്റപ്പെട്ട് അന്യലോകത്തേക്ക് അവൾ എത്തുന്നുവോ എന്നത് കഥയിൽ പ്രസക്തമല്ല. അവളുടെ ശാരീരികമായ മരണം ഇവിടെ യുക്തിപരമായ ഒരു പരിസമാപ്തി മാത്രമേ ആകുന്നുള്ളു. മരണവുമായി മുഖത്തോടു മുഖമുള്ള അവളുടെ കൂടിക്കാഴ്ചയാണ് ഇതിലെ ഏറ്റവും പ്രധാനപ്പെട്ട വിഷയം.

മരണത്തെ തേടിച്ചെല്ലുന്ന യുവതിക്ക് മരിക്കാൻ ഇഷ്ടമില്ല. ഇതൊരു വൈരുദ്ധ്യമാണ്. എഴുത്തുകാരിയുടെ വ്യക്തിത്വത്തിലുള്ള വൈരുദ്ധ്യം ജീവിതാരംഭം മുതൽ തുടർന്നുകൊണ്ടിരിക്കുന്നതാണ്. ജീവിതാസക്തിയും മരണവും തമ്മിലുള്ള അബോധത്തിലെ പിടിമുറുക്കത്തിൽ ദുരന്തം വരിക്കുകയല്ലാതെ പൂർണ്ണവിരാമമിട്ട് ജീവിതത്തെ തള്ളാൻ കഥാകാരി മടികാട്ടുന്നു. മരണത്തിൽപ്പോലും ജീവിതാസക്തി പ്രകടമാക്കുന്ന വരികളാണ്; 'എ റിക്വസ്റ്റ്' എന്ന കവിതയിൽ കമലാദാസ് എഴുതിയത്:

"ഞാൻ മരിച്ചാൽ മാംസാസ്ഥികൾ ദൂരെയെറിയരുത്,
പകരം, അവ കൂട്ടി വയ്ക്കുക.
അവയുടെ ഗന്ധത്തിലൂടെ അവ പറയട്ടെ;
ഈ ഭൂമിയിൽ
ജീവിതത്തിന് എന്ത് മൂല്യമുണ്ടായിരുന്നുവെന്ന്;
അന്ത്യത്തിൽ
സ്നേഹത്തിന് എന്തു വിലയുണ്ടായിരുന്നുവെന്ന്."[102]

വൈരുദ്ധ്യമുള്ള വ്യക്തിത്വത്തിന് മാത്രമേ ഇതിനു കഴിയൂ. ഒരു ലോകം മറ്റൊരു ലോകത്തിന് തുണയായിത്തീരുന്നത് ഈ എഴുത്തുകാരിയെ ആസ്പദമാക്കി ചിന്തിക്കുമ്പോൾ പ്രസക്തമാവുന്നു. ജീവിതത്തിൽനിന്ന് മരണത്തിലേക്കും മരണത്തിൽനിന്ന് ജീവിതത്തിലേക്കും ഭാവനാപരമായ പലായനം രചനാതന്ത്രമായി മാധവിക്കുട്ടി വികസിപ്പിച്ചെടുത്തിരിക്കുന്നു. മാധവിക്കുട്ടിയുടെ കഥകളിൽ പരിഹാസം കുറവാണ്. അതിന്റെ സ്ഥാനത്ത് ജീവിതമരണങ്ങളുടെ അർത്ഥത്തിൽ കണ്ണു

നട്ടുള്ള ഒരു ഐറണിയാണ് കാണുന്നത്. അതിൽ കൃപയുണ്ട്. ഒരു സ്ത്രീ, ഒരു ഭീകരനായ ഒരു മനുഷ്യന്റെ സാന്നിദ്ധ്യത്തിൽ പരിചയമില്ലാത്ത ഒരു വൻകെട്ടിടത്തിലെ ഒരു മുറിയിൽ നീണ്ട നേരം ഭയപ്പെട്ടിരിക്കുന്നതിനു ശേഷം രക്ഷപ്പെട്ട് നേരെ പോകുന്നത് ഒരിക്കലും ഇനി തുറക്കാത്ത കേടായ ലിഫ്റ്റിലേക്കാണെന്നത് ഒരു ഐറണിയാണ്.[103]

മരണത്തിലൂടെ ഒരു കണ്ടെത്തൽ

സ്നേഹം ലഭിക്കാതിരുന്നാൽ മാത്രമേ കഥാകാരിക്ക് മരണത്തോട് ആഭിമുഖ്യമുള്ളൂ. സ്നേഹാന്വേഷണത്തിലാണ് ജീവിതം അർപ്പിക്കപ്പെട്ടിരിക്കുന്നതുതന്നെ. 'ആത്മഹത്യ' എന്ന കവിതയിൽ കമലാദാസ് എഴുതി:

"അല്ലയോ സമുദ്രമേ, എനിക്കു മടുത്തു;
ലളിതമാകാൻ ഞാനാഗ്രഹിക്കുന്നു;
സ്നേഹിക്കപ്പെടുവാൻ ഞാനഭിലഷിക്കുന്നു;
ഇനി,
സ്നേഹം ലഭിച്ചില്ലെങ്കിലോ
മരിക്കാനാണെന്റെ കാമന"[104] - ഇതേ മരണാഭിമുഖ്യമാണ് സിൽവിയാ പ്ലാത്ത്. 'ലേഡി ലസാറസ്സ്' എന്ന കവിതയിലെഴുതിയത്:

"മരണം
എല്ലാത്തിനേയുംപോലെ ഒരു കലയാണ്.
ഞാനത് ഭംഗിയായി നിർവ്വഹിക്കുന്നു.
ഞാനത് നരകംപോലെ അനുഭവിക്കുകയും ചെയ്യുന്നു.
ഞാനത് ഉണ്മയായി സ്പർശിക്കുന്നു.
ഞാനൂഹിക്കുന്നു.
ഞാനൊരു വിളിക്കായ് കാത്തിരിക്കുന്നുവെന്ന്
നിങ്ങൾ പറയുമെന്ന്."[105] - ഒരാൾ സ്നേഹം ലഭിച്ചില്ലെങ്കിൽ മാത്രം മരിക്കാൻ ആഗ്രഹിക്കുന്നു. മറ്റൊരാൾ മരണത്തെ വരവേല്ക്കാൻ തയ്യാറെടുത്തിരിക്കുന്നു. ഈ രണ്ട് മരണാഭിമുഖ്യത്തിലും കാണുന്ന സൃഷ്ടിയുടെ മറ്റൊരു പരമാർത്ഥമുണ്ട്. സ്ത്രീകൾക്ക് വിഭ്രാന്തികളെ സ്പഷ്ടമാക്കാൻ കഴിയുകയില്ല. അവർ ശാരീരികമായി അതിനെ സഹിക്കുന്നു.[106] ഈ സഹനമാണ് സ്വന്തം കൃതികളിലൂടെ അവർ എഴുതിത്തീർക്കുന്നത്. എന്നാൽ മൂന്നാമതും മരണം വാതില്ക്കൽ മുട്ടിവിളിച്ചപ്പോൾ എഴുത്തുകാരിക്ക് പൊട്ടിത്തെറിക്കാനാവാതെ വന്നു. ആ പൊട്ടിത്തെറി ജീവിതത്തിലും മരണത്തിലുമായി കാലൂന്നി നില്ക്കുന്ന കഥാകാരിയെക്കൊണ്ട് ഇപ്രകാരം ചിന്തിപ്പിച്ചു. "ഈ രണ്ടു ലോകങ്ങളിൽ ഒന്നു തെരഞ്ഞെടുക്കുക ബുദ്ധിമുട്ടാണ്. മറ്റൊരുമാർഗ്ഗമാണെനിക്കുണ്ടായിരുന്നതെങ്കിൽ, നിഴലുകളുടേതായ മറ്റൊരവ്യക്ത ലോകമോ, ഒരു ചന്ദ്രലോകമോ അങ്ങനെ ഏതെങ്കിലും സ്ഥലമോ എനിക്കുണ്ടായിരുന്നെങ്കിൽ ഞാനിപ്പോൾ അങ്ങോട്ടു പോകുമായിരുന്നു. മറ്റു രണ്ടു ലോകങ്ങളും - ജിവിക്കുന്നവരുടേയും മരിച്ചവരുടേയും - നശിക്കട്ടെ ; നശിച്ചു പോവട്ടെ"[107] -

മരണം വാതില്ക്കൽ മുട്ടിയപ്പോൾ അതിനെ വരിക്കാൻ കഴിയാതെ മാധവിക്കുട്ടി എഴുതിയ വരികളാണിവ. ഏറ്റുപറച്ചിലിലൂടെ നിസ്സഹായാവസ്ഥയ്ക്ക് ഒരു പരിഹാരം കാണാൻ കഥാകാരി ആഗ്രഹിക്കുന്നു. അയഥാർത്ഥത്തിൽനിന്ന് യാഥാർത്ഥ്യത്തിലേക്കുള്ള കഥാകാരിയുടെ 'പലായനം' 1977 നുശേഷമാണ് എന്നത് പ്രത്യേകം ശ്രദ്ധിക്കേണ്ടതുണ്ട്.

'എന്റെ കഥ': ആത്മാംശമുള്ള സ്മരണകൾ

ഇരുപത്തിയേഴ് അദ്ധ്യായമുള്ള *എന്റെ കഥ* 1971 സെപ്തംബർ 5 മുതൽ *മലയാളനാട്ടിൽ* പ്രസിദ്ധപ്പെടുത്തി. 1972 മാർച്ച് 26 ന് പത്രാധിപരുടെ ക്ഷമാപണത്തോടെ തല്ക്കാലത്തേക്ക് നിർത്തിവച്ചു. 1973 ൽ തൃശൂർ, കറന്റ് ബുക്സ് പുസ്തകരൂപത്തിൽ പ്രസിദ്ധപ്പെടുത്തി. പതിനാല് വിദേശഭാഷകളിലേക്ക് പരിഭാഷപ്പെടുത്തിയിട്ടുള്ള ഈ കൃതി 1974 ജനുവരി മുതൽ ബോംബെയിൽനിന്നും *ദ കറന്റ് വീക്ലി* ഖണ്ഡശ: പ്രസിദ്ധപ്പെടുത്തി. 1977 ൽ *സ്റ്റെർലിങ് പബ്ലിഷേഴ്സ്* ഈ കൃതി പുസ്തകരൂപത്തിൽ പുറത്തിറക്കി. പ്രേമത്തിന്റെ വിലാപപാരവശ്യത്തോടെയുള്ള ഒരു കൊടുങ്കാറ്റഴിച്ചു വിടലാണ് വനിതാ എഴുത്തുകാരുടെ ഏറ്റുപറച്ചിൽ ധ്വനിയുള്ള കൃതികളിൽ കാണാൻ കഴിയുന്നത്.[108] അത്തരത്തിലൊരു കൃതിയായി *എന്റെ കഥ*യെ അപഗ്രഥിക്കാം.

അനുഭവത്തിന്റെയും ഭാവനയുടെയും സൃഷ്ടിയാണ് *ആത്മകഥ* എന്ന അഭിപ്രായത്തിന് മുൻതൂക്കം കൊടുക്കാവുന്ന കൃതിയാണിത്. ഗുരുതരമായ അസുഖം ബാധിച്ച് മൂന്നാം പ്രാവശ്യം ആശുപത്രിയിൽ എത്തിയ ശേഷമാണ് ഈ കൃതി എഴുതുന്നതെന്ന് *എന്റെ കഥ*യുടെ ആമുഖ അദ്ധ്യായമായ 'ഒരു കുരുവിയുടെ ദുരന്ത'ത്തിൽ മാധവിക്കുട്ടി പ്രസ്താവിച്ചിരിക്കുന്നു: "ഭാവിയുടെ ഭാരമില്ലാത്ത ഒരാൾക്ക് മാത്രം എഴുതാൻ കഴിയുന്ന വിധത്തിൽ, ഓരോ വാക്കും ഒരു അനുരഞ്ജനമാക്കി ഞാനെഴുതുന്നു. ഞാനിതിനെ കവിത എന്ന് വിളിക്കാനിഷ്ടപ്പെടുന്നു."[110] മാധവിക്കുട്ടി ആമുഖത്തിൽ എഴുതിയപോലെ *എന്റെ കഥ* ആത്മാംശം കലർന്ന ഒരു സാഹിത്യകൃതിയാണ്. അടുക്കും ചിട്ടയുമില്ലാത്ത സംഭവക്രമീകരണവും കാലസൂചനയില്ലായ്മയും - ഉദാഹരണത്തിന് ജനനം, ഓരോ സ്ഥലത്തുമെത്തിപ്പെടുന്ന കാലം - *എന്റെ കഥ*യെ ഭാവതലത്തോടാണ് അടുപ്പിക്കുന്നത്. മാധവിക്കുട്ടിയുടെ കഥകളുടെ ആത്മാവും അവരുടെ തന്നെ ആത്മാവും വേർതിരിച്ചു കാണുന്നത് വളരെ ബുദ്ധിമുട്ടാണ്. കഥകളിലെ ആശയാവർത്തനത്തിന്റെ ഒരു കാരണം അതാവാം. ഉയർന്ന നിലവാരത്തിലുള്ള സത്യസന്ധതയുടെ ഒരു ലക്ഷണമാണ് ഈ ആവർത്തനം എന്ന് മനഃശാസ്ത്രജ്ഞനായ നിരൂപകൻ[111] അഭിപ്രായപ്പെടുന്നു. പതിനാറാം അദ്ധ്യായത്തിൽ (ബലിമൃഗങ്ങൾ) സമുദായവും സദാചാരമൂല്യങ്ങളുമാണ് വിഷയം. പിന്നീടുള്ള അദ്ധ്യായങ്ങളും ഏഴും എട്ടും അദ്ധ്യായങ്ങളും സ്മരണയുടെ മട്ടാണ് കൈക്കൊണ്ടിരിക്കുന്നത്.

മലയാളത്തിൽ വിവാദമുണ്ടാക്കാൻ *എന്റെ കഥ*യ്ക്ക് എന്തുകൊണ്ട്

കഴിഞ്ഞു എന്ന ചോദ്യത്തിന് ആത്മകഥാ സാഹിത്യത്തെപ്പറ്റിയുള്ള പഠനത്തിൽ ഡോക്ടർ കെ എം ജോർജ് എഴുതിയത് ഇപ്രകാരമാണ്: "ഈ കഥയെ തികച്ചും അസാധാരണമാക്കുന്ന ഘടകം മാധവിക്കുട്ടി എന്ന സ്ത്രീയുടെ രഹസ്യജീവിതത്തിന്റെ മറനീക്കലാണ്. ഇത്ര വിചിത്രമായ ലൈംഗികാനുഭവങ്ങളും ഇത്ര ഉഗ്രമായ വിമർശനങ്ങളും സൂക്ഷ്മമായ വിലയിരുത്തലുകളും ഇത്ര ധീരമായ അനാച്ഛാദനങ്ങളും വേറെ ഏതെങ്കിലും കൃതിയിൽ ഉണ്ടെന്നും തോന്നുന്നില്ല. മറ്റു ഭാഷകളിലും ഏറെ ഉണ്ടാകാൻ തരമില്ല."[112] മാധവിക്കുട്ടിയുടെ ജീവിതംപോലെ തന്നെ അസാധാരണമായിരുന്നു അവരുടെ കൃതികളും. യാഥാസ്ഥിതികമായ മൂല്യ പ്രമാണങ്ങളിൽ ബാല്യം കഴിച്ചു കൂട്ടിയ ആ തറവാടിയായ സ്ത്രീയുടെ ധീരതയെ അതേ തലമുറയിലുള്ള എഴുത്തുകാരും അംഗീകരിക്കുന്നു. തോല്വി സമ്മതിക്കുന്ന മട്ടിൽത്തന്നെ ടി പത്മനാഭൻ രേഖപ്പെടുത്തി: "ഒരെഴുത്തുകാരന് അവശ്യം ഉണ്ടായിരിക്കേണ്ട സിദ്ധികളിലൊന്നാണ് ധീരത. 1955 നുശേഷം അതു ചിലപ്പോൾ എന്നെ കൈവെടിഞ്ഞിട്ടുണ്ട്. ......മാധവിക്കുട്ടിയെ നോക്കി എത്ര തവണ ഞാൻ അസൂയപ്പെട്ടിട്ടുണ്ട്...... എന്തൊരു ധീരത."[113]

ഒന്ന് തീർച്ചയാണ്. *എന്റെ കഥ*യെ കാലം അംഗീകരിച്ചു. മലയാളിയുടെ അന്തഃകരണത്തിലേക്ക് ചാട്ടുളി പോലെ വന്നു വീണ ആ കൃതി കേരളീയ സ്ത്രീയുടെ മൗഢ്യത്തിന്റെ മറ നീക്കാൻ ഉപകരിച്ചു. വനിതാ എഴുത്തുകാരുടെ ശ്രേണിയിൽ ഒന്നാം നിരയിൽ പുരുഷ മേധാവിത്വത്തിനു നേരെ വെല്ലുവിളി ഉയർത്തിക്കൊണ്ട് *എന്റെ കഥ* പുറത്തു വന്നപ്പോൾ ഒരു വിമർശകൻ എഴുതി: "സിമോങ് ദെ ബോവറിനോട് അവരുടെ ആത്മകഥ കലാസൃഷ്ടിയാണോ എന്ന് ഒരാൾ ചോദിച്ചു. അവർ മറുപടി പറഞ്ഞത് ഇങ്ങനെയാണ്, 'ആ വാക്ക്, കലാസൃഷ്ടിയെന്നത് - പബ്ലിക്ക് പാർക്കിലെ വൈരസ്യമാർന്ന പ്രതിമയാണ് എന്നെ ഓർമ്മിപ്പിക്കുന്നത്. കലാസൃഷ്ടിയല്ല ഇത്. പക്ഷേ, ഇതെന്റെ ജീവിതമാണ്; എല്ലാ ഉൾത്താപങ്ങളും വേദനകളും പ്രകമ്പനങ്ങളും നിറഞ്ഞ എന്റെ ജീവിതം. മാധവിക്കുട്ടിയും ഇതു തന്നെ പറഞ്ഞേക്കും."[114] കൃതിയെ കൊഴുപ്പിക്കാൻ രതിബിംബങ്ങൾ ചേർക്കുന്നത് വിലകുറഞ്ഞ ഒരേർപ്പാടാണെന്ന് മറ്റൊരു ഉത്തരേന്ത്യൻ പണ്ഡിതയും എഴുതി.[115] എന്നാൽ എഴുത്തുകാരിയുടെ വ്യാഖ്യാനങ്ങൾക്കോ അനുബന്ധ കുറിപ്പുകൾക്കോ *എന്റെ കഥ*യിൽ പ്രസക്തിയില്ല. യഥാർത്ഥജീവിതമായാലും ഭാവനാസൃഷ്ടമാണെങ്കിലും അതിൽ അമർഷം കൊള്ളുന്ന സ്ത്രീയുടെ മനസ്സ് മലയാളികൾക്ക് അപരിചിതമാണ്. കണ്ണാടി നോക്കുന്നതുപോലും ദുരഭിമാനമായി കരുതിയിരുന്ന തറവാട്ടിലെ പെണ്ണ് ഇങ്ങനെയൊക്കെ ആരേയും കൂസാതെ വകവയ്ക്കാതെ ചിന്തിക്കുകയും പറയുകയും പെരുമാറുകയും ചെയ്യുന്നതുകണ്ട് വന്നേരിയിലെ വേണ്ടപ്പെട്ട സ്ത്രീകൾ പോലും കണ്ടും കാണാതെയും ഓരോന്നു പറഞ്ഞുപരത്തി. *എന്റെ കഥ* കൂടി ആയപ്പോൾ എല്ലാമായി. കഥാകാരിയെ അടുത്തറിയാമായിരുന്ന പി ഭാസ്കരനുണ്ണി എഴുതുന്നു: "യഥാർത്ഥ

ത്തിൽ അതൊരു യഥാർത്ഥ കഥയാണോ? ആത്മകഥയെന്ന ലേബൽ അതിനു കൊടുത്തിട്ടുണ്ട്. സാമാന്യദൃഷ്ടിയിൽ ആണെന്നു സമ്മതിക്കാമെങ്കിലും അതിൽ ചിത്രീകരിച്ചപോലെ ജീവിക്കുന്ന ഒരു സ്ത്രീയല്ല കമലയെന്ന് ആർക്കും ധൈര്യമായി പറയാൻ കഴിയും."[116] – ഒരുപക്ഷേ, വിലക്കുകളും നിയന്ത്രണങ്ങളും കപടമായ ആചാരങ്ങളും ധാരണകളും വച്ചു പുലർത്തുന്ന ഇന്ത്യൻ സ്ത്രീത്വത്തിനെതിരേ ക്ഷോഭിച്ച് ഹൃദയാലുവായ ഒരു സ്ത്രീയുടെ മനസ്സിന്റെ ആഴമേറിയ തലങ്ങളിലെ രോഷ പ്രകടനമാവാമത്. പില്ക്കാലത്ത് മാധവിക്കുട്ടി *എന്റെ കഥ*യെപ്പറ്റി ഇപ്രകാരം രേഖപ്പെടുത്തി: "സെക്സിനോടുള്ള എന്റെ വൈരാഗ്യം രേഖപ്പെടുത്തുകയായിരുന്നു എന്റെ ലക്ഷ്യം. അത് സെക്സിനോടുള്ള എന്റെ അടങ്ങാത്ത അഭിനിവേശമാണെന്ന് പലരും തെറ്റിദ്ധരിച്ചു. ഒരു എഴുത്തുകാരിയായ സ്ത്രീയെ സംബന്ധിച്ചിടത്തോളം സ്വന്തം ജീവിതത്തിൽ പൂർത്തിയാക്കാതെ അവളെന്തൊക്കെ വിട്ടുകളഞ്ഞാലും എഴുത്തിന്റെ കാര്യത്തിൽ അവയൊക്കെ പൂർത്തീകരിക്കാൻ അവൾ നിർബ്ബന്ധിതയാണ്."[117]

മാധവിക്കുട്ടി എന്ന എഴുത്തുകാരിയുടെ ആത്മത്യാഗത്തിന്റെ തിരുമുറിവായ *എന്റെ കഥ* എഴുത്തുകാരിയുടെ കുടുംബബന്ധത്തെ ശിഥിലമാക്കുമെന്ന് ധരിക്കാത്തവർ വിരളമായിരുന്നു. എന്നാൽ വിസ്മയം ഉളവാക്കുന്നതായിരുന്നു ആ ദാമ്പത്യം. ഡോക്ടർ കെ എം ജോർജ് എഴുതുന്നു: "സാധാരണക്കാരെ അമ്പരപ്പിക്കുന്ന തരം പ്രേമപരീക്ഷണങ്ങൾ നിറഞ്ഞ ഒരു ജീവിതമാണ് മാധവിക്കുട്ടിയുടേത്. ഭർത്താവായ ദാസിനോട് ചിലപ്പോൾ അടുത്തും പലപ്പോഴും അകന്നും പോകുന്ന അനുഭവങ്ങൾ വായിക്കുമ്പോൾ ചിലപ്പോഴെല്ലാം കെട്ടുപൊട്ടിയില്ലേ എന്നു തോന്നിക്കുമെങ്കിലും ഏതോ അദൃശ്യമായ ശക്തി ആ ബന്ധം തകർക്കാതെ തകർത്തിരിക്കുന്നതായി ബോദ്ധ്യപ്പെടും."[118] – ഈ ബോദ്ധ്യപ്പെടൽ നേരിട്ടുള്ള അനുഭവത്തിന്റെ വെളിച്ചത്തിൽ എഴുതിയതാവാം. കഥകാരിതന്നെ സമ്മതിക്കുന്നുണ്ട് : "എന്റെ മനോഭാവമോ, സെക്സിനെക്കുറിച്ചുള്ള തുറന്ന രചനകളോ എന്റെ ഭർത്താവിൽ തെല്ലും അമ്പരപ്പുണ്ടാക്കിയില്ല......"[119]– എഴുത്തുകാരിയുടെ ഭർത്താവ് സ്രഷ്ടാവിന്റെ സ്വാതന്ത്ര്യത്തെ എല്ലായ്പ്പോഴും വിലമതിക്കാറുണ്ട്. അദ്ദേഹം (മാധവദാസ്) ഭാര്യയെപ്പറ്റി എഴുതി: "ഞാൻ കമലയുടെ വ്യാപാരങ്ങൾ യഥാർത്ഥമാണെന്ന് കരുതുന്നില്ല. എനിക്ക് അസൂയയുമില്ല. അവൾക്ക് ഇതെല്ലാം അനുഭവങ്ങളാണ്; തന്റെ പുസ്തകങ്ങൾക്കുള്ള അസംസ്കൃത സാധനങ്ങൾ. ഒരെഴുത്തുകാരന് സ്വാതന്ത്ര്യമുണ്ടായിരിക്കണം."[120] കുടുംബ ജീവിതത്തിൽ ഒരെഴുത്തുകാരി എന്ന നിലയിൽ പരിപൂർണ്ണ സ്വതന്ത്രയാണ് മാധവിക്കുട്ടി. പി ഭാസ്കരനുണ്ണി രേഖപ്പെടുത്തുന്നു: "ഏതു സംഭാഷണത്തിനിടയിലും ദാസേട്ടന്റെ കാര്യം പറയുകയും ചില നേരങ്ങളിൽ തന്റെ ഓർമ്മപ്പിശകിനെക്കുറിച്ച് പരാതിപ്പെട്ട് ദാസേട്ടനോട് എല്ലാ കാര്യങ്ങളും ഇപ്പോഴും നല്ല നിശ്ചയമാണെന്ന് പറയുകയും അതെന്താ ദാസേട്ടാ അല്ലെങ്കിൽ അങ്ങനെയല്ലേ ദാസേട്ടാ എന്ന് ഭവനത്തിലെ ഏതോ മുറിയിലി

രിക്കുന്ന ഭർത്താവുമായി എപ്പോഴും ചങ്ങാത്തമുറപ്പിക്കുകയും ചെയ്യുന്നതു കണ്ടപ്പോൾ മലയാളിയായ ഈ സ്ത്രീയെക്കുറിച്ചാണല്ലോ ഇവിടെ ചിലർ അപരാധം പറഞ്ഞു പരത്തിയതെന്ന് ഞാൻ ഓർത്തുപോയി."[121] - പി കെ രവീന്ദ്രനാഥ് എഴുതി: "നേരിൽ കാണുമ്പോൾ ഭാര്യയും ഭർത്താവും തമ്മിലുള്ള ബന്ധം ദൃഢമാണ്. ഇഷ്ടമുള്ളത് എഴുതാനുള്ള സ്വാതന്ത്ര്യം 'ദാസേട്ടൻ' 'ആമി'ക്ക് നല്കിയിരിക്കുന്നു"[122] - മാധവിക്കുട്ടിയുമായി അടുത്തു പരിചയമുള്ളവരുടെ ലേഖനങ്ങളിലും അനുഭവക്കുറിപ്പുകളിലും കാണാൻ കഴിയുന്നത് സുദൃഢമായൊരു ദാമ്പത്യത്തിന്റെ ഉടമയാണ് കഥാകാരി എന്ന വസ്തുതയാണ്.

മാധവിക്കുട്ടിയുടെ രചനാരീതിയുടെ സവിശേഷത തന്നെ സങ്കല്പവും യാഥാർത്ഥ്യവും തമ്മിലുള്ള കൂടിച്ചേരലാണ്. കണ്ടുകൊണ്ടിരിക്കെത്തന്നെ യാഥാർത്ഥ്യത്തിൽനിന്ന് സങ്കല്പത്തിലേക്കും അതുപോലെ മറിച്ചുമുള്ള ഭാവ പ്രയാണമാണ്, കഥകളിലും കവിതകളിലും കണ്ടെത്താനാവുന്നത്. സ്മരണകളിലും കഥകളിലും കവിതകളിലും നോവലുകളിലും കുറിപ്പുകളിലും കാണപ്പെടുന്ന ജീവിതത്തിൽനിന്നും വ്യത്യസ്തമായി കവിതകളെ വലയം ചെയ്തുകൊണ്ട് അസ്പഷ്ടതയുടെ ഒരു നേരിയ മാന്ത്രിക മണ്ഡലമുണ്ട്. ആത്മകഥയിലും ചെറുകഥകളിലുമായി അവർ ആവിഷ്കരിച്ച സമൂർത്തമായ അനുഭവങ്ങളുടെ ഇടക്കണ്ണികളായി നില്ക്കുന്ന അവ്യക്തവും സാമാന്യവുമല്ലാത്ത ഒരനുഭവതലത്തെ സാക്ഷാൽക്കരിക്കാൻ ശ്രമിക്കുന്നതുകൊണ്ടാണ് ഇത് സംഭവിക്കുന്നതെന്ന് മാധവിക്കുട്ടിയുടെ കവിതകളുടെ ആമുഖത്തിൽ കാണുന്നു.[123] ജീവിതവും കലാസൃഷ്ടിയും തമ്മിൽ ബന്ധമുണ്ട്. എന്നാൽ സ്വജീവിതത്തിന്റെ പകർത്തലായിരുന്നില്ല മാധവിക്കുട്ടി ഉൾപ്പെടുന്ന പുതിയ എഴുത്തുകാരുടെ രചനാ രീതി. മാധവിക്കുട്ടി തന്നെ പറയുന്നു: "യഥാർത്ഥ ജീവിതത്തിൽ ഭയക്കുന്നവയെയാണ് നാം സ്വന്തം സൃഷ്ടിയിലൂടെ നേരിടുന്നത്. ജീവിതത്തിൽ ആഗ്രഹിക്കുന്നതും എന്നാൽ ലഭിക്കാത്തവയുമാണ് നാം എഴുത്തിലൂടെ നേടുന്നത്. നമ്മിൽ ഭയം ജനിപ്പിക്കുന്നവയെപ്പറ്റി എഴുതി ഭയം ഇല്ലാതാക്കുകയും ചെയ്യാറുണ്ട്."[124] ജീവിതത്തിൽ നേരിടാൻ ഭയക്കുന്നവയെ നേരിടലാണ് *എന്റെ കഥ*യിലൂടെ ഈ എഴുത്തുകാരി സാദ്ധ്യമാക്കിയിരിക്കുന്നത്. എഴുത്തിലൂടെയുള്ള കലാപം: സ്വന്തം വ്യക്തി ജീവിതത്തിൽ ക്ഷതങ്ങൾ ഏല്പിക്കുന്നുമില്ല. ചെറുപ്പം മുതൽക്കു തന്നെ ഇങ്ങനെ രണ്ടു ലോകങ്ങൾ എഴുത്തുകാരി സ്വായത്തമാക്കിക്കഴിഞ്ഞിരുന്നു.

രണ്ടു ലോകങ്ങൾ

നമുക്ക് ഓരോരുത്തർക്കും ഒരു സങ്കല്പലോകവും തൊട്ടടുത്ത ഒരു യഥാർത്ഥലോകവുണ്ടായിരിക്കും. യഥാർത്ഥലോകത്തു നിന്ന് സംഭരിച്ചെടുത്ത ഊർജ്ജം സങ്കല്പലോകത്തിലും, സങ്കല്പലോകത്തു നിന്ന് സംഭരിച്ചെടുത്ത ഊർജ്ജം യഥാർത്ഥലോകത്തിലും ഉപകരിക്കപ്പെടുമെന്ന് ഈ

കഥാകാരി മനസ്സിലാക്കി.[125] – ഈ രണ്ടു ലോകങ്ങൾ ബാല്യം മുതൽക്കു തന്നെ എഴുത്തുകാരിയുടെ മനസ്സിൽ പതിയാൻ കാരണം രണ്ടു ജീവിത രീതികളിലും രണ്ടു ദേശങ്ങളിലും കാലൂന്നി ജീവിച്ചതുകൊണ്ടായിരുന്നു. രണ്ടു ഭാഷ സംസാരിക്കുകയും രണ്ട് ആചാരങ്ങൾ തുടരുകയും രണ്ടു ലോകങ്ങൾ സ്വന്തമാക്കുകയും ചെയ്തു. ഇതിലേതായിരുന്നു യഥാർത്ഥം? ഏതായിരുന്നു അയഥാർത്ഥം? നാലപ്പാട്ടു താമസിക്കുന്ന കാലത്ത് കല്ക്കത്ത ഒരു പഴയ സ്വപ്നംപോലെ മെല്ലെ മാഞ്ഞുകൊണ്ടിരുന്നു. കല്ക്കത്തയല്ല യാഥാർത്ഥ്യം നാലപ്പാട്ടു തന്നെ യാഥാർത്ഥ്യം എന്ന് അന്നൊക്കെ കഥാകാരിക്കു തോന്നിയിരുന്നു.[126]

ബാല്യത്തിൽ ചെന്നെത്തുന്ന അന്വേഷണങ്ങളിൽ ഒന്നു കൂടിയുണ്ട് – പാരമ്പര്യത്തിൽനിന്ന് ലഭിച്ച ഊർജ്ജം. "ബാലാമണിയമ്മയ്ക്ക് നാലപ്പാടന്റെ *കണ്ണുനീർത്തുള്ളി*യാണ് പൈതൃകമായി ലഭിച്ചതെങ്കിൽ മാധവിക്കുട്ടിക്കു *കണ്ണുനീർത്തുള്ളി*യും *രതിസാമ്രാജ്യ*വും പൈതൃകമായി ലഭിച്ചുവെന്നാണ് പറയേണ്ടി വരുന്നത്. *കണ്ണുനീർത്തുള്ളി* വികാരത്തിന്റെ പ്രതീകമാണെങ്കിൽ *രതിസാമ്രാജ്യം* വിജ്ഞാനത്തിന്റെ ലോകമാണ്. പക്ഷേ, മാധവിക്കുട്ടിയുടെ രതിസാമ്രാജ്യത്തിൽ പോലും വിചാരത്തേക്കാൾ വികാരത്തിനാണ് മുൻതൂക്കം."[127]

സ്നേഹത്തിന്റെ ശക്തി ശരീരവും മനസ്സും ഒന്നുപോലെ ആവശ്യപ്പെടുന്നു. പരിപൂർണ്ണ സ്നേഹംകൊണ്ടും സ്നേഹത്തിനുവേണ്ടിയുള്ള ബലിയർപ്പിക്കൽകൊണ്ടും ഒരിക്കലും പാതിവ്രത്യഭംഗം സംഭവിക്കുകയില്ലെന്ന് കഥാകാരി വിശ്വസിക്കുന്നു. "സ്നേഹം തപസ്സാണ്. തപസ്സിന്റെ അന്ത്യമായ സായുജ്യവും അതുതന്നെ."[128] സ്ഥിരസ്നേഹത്തിനു വേണ്ടിയുള്ള അന്വേഷണം ഒടുവിൽ വ്യർത്ഥമാണെന്നു മനസ്സിലാക്കിയപ്പോൾ സ്നേഹസങ്കല്പത്തോട് വ്യത്യസ്ത വീക്ഷണമാണ് കഥാകാരി വച്ചുപുലർത്തിയത്. കഥാകാരി പറയുന്നു: "സ്ഥിരസ്നേഹം, അങ്ങനെയൊരു സങ്കല്പം കവികളും കഥാകാരന്മാരുമൊക്കെ ലോകത്ത് മിനുക്കിയെടുത്തിട്ടുണ്ട്. എനിക്കതിൽ വിശ്വാസമില്ല. സ്ഥിരമായ ഒരു ഭാവം, ഒരു വികാരം അതിൽ ഞാൻ വിശ്വസിക്കുന്നില്ല....... സ്നേഹത്തിനുമാത്രം ഒരു നിലനില്പുണ്ട്; എന്നേക്കും അതു നിലനില്ക്കും, ഒരു നിത്യതയുണ്ട് എന്നു പറഞ്ഞ് എനിക്കു വിശ്വസിക്കാൻ സാധിക്കില്ല."[129]

സർഗ്ഗാത്മകമൂല്യവും സന്മാർഗ്ഗമൂല്യവും

മാധവിക്കുട്ടി മലയാള കഥകളിലൂടെ ആവിഷ്കരിച്ച സൗന്ദര്യമൂല്യങ്ങൾക്കുള്ള പ്രസക്തി അതിന്റെ സന്മാർഗ്ഗ മൂല്യങ്ങൾക്കു ബാധകമായിരുന്നോ എന്ന് അന്വേഷിക്കേണ്ടതുണ്ട്. കാരണം, നമ്മുടെ വനിതാ എഴുത്തുകാർ കാത്തുസൂക്ഷിച്ച ഒന്ന് സന്മാർഗ്ഗമൂല്യമായിരുന്നല്ലോ. 'സൂര്യൻ', 'തരിശു നിലം', 'സ്വതന്ത്ര ജീവികൾ', 'രാത്രിയിൽ' മുതലായ കഥകൾ സമൂഹദൃഷ്ടിയിൽ സൗന്ദര്യമൂല്യവും സർഗ്ഗാത്മകമൂല്യവും തമ്മിൽ പൊരുതുന്നതായി തോന്നും. എന്നാൽ ഈ പോര് സാഹിത്യത്തിന്

സന്മാർഗ്ഗമൂല്യം ഉണ്ടായേ തീരു എന്ന ആശയത്തെപ്പിടിച്ചുള്ളതായിരിക്കും. മാധവിക്കുട്ടിയുടെ പ്രേമഭാവനയെ ലളിതാംബിക അന്തർജ്ജനത്തെപ്പോലൊരു കഥാകർത്രിയും സമൂഹത്തിലെ മറ്റു പലരും അംഗീകരിച്ചെന്നുവരികയില്ല. സൗന്ദര്യമൂല്യത്തെ സന്മാർഗ്ഗമൂല്യത്തിന്റെ പര്യായമായി മാധവിക്കുട്ടി കണക്കാക്കുന്നില്ല എന്നതാണ് സത്യം. ഇവിടെ ഓസ്കാർവൈൽഡിനെപ്പോലെയുള്ള കഥാകാരന്മാരെ നാം സ്മരിച്ചുപോവും. *എന്റെ കഥ*യിൽ മാധവിക്കുട്ടി എഴുതി: "സമുദായം അംഗീകരിച്ചിട്ടുള്ള സദാചാര നിയമങ്ങളെ ഞാൻ വകവയ്ക്കാത്തതിന് പല കാരണങ്ങളുമുണ്ട്. നശ്വരമായ മനുഷ്യശരീരമാണ് ഈ സദാചാരത്തിന്റെ അടിത്തറ. അനശ്വരമായ മനുഷ്യാത്മാവിൽ, അല്ലെങ്കിൽ അതു കണ്ടറിയുവാൻ കെല്പില്ലെങ്കിൽ മനുഷ്യമനസ്സിലെങ്കിലും കെട്ടിപ്പടുത്തതാവണം ഉത്തമവും വന്ദനീയവുമായ സദാചാരം എന്ന് ഞാൻ വിശ്വസിക്കുന്നു."[130] ഈ അഭിപ്രായം മലയാളത്തിന് അന്യമല്ല.

"ജീവനെന്താട്ടെ മാംസം കളങ്കം
താവിടാഞ്ഞാൽ സദാചാരമായി" - ചങ്ങമ്പുഴ കൃഷ്ണപിള്ളയുടെ *സ്പന്ദിക്കുന്ന അസ്ഥിമാട*ത്തിലെ ഈ വരികൾ മാധവിക്കുട്ടിയുടെ ആദർശം തന്നെയല്ലേ പ്രഖ്യാപിക്കുന്നത്.

വ്യക്തിത്വം

വെർജീനിയ വുൾഫ് *സ്വന്തമായി ഒരു മുറി* എന്ന കൃതിയിൽ എഴുതി: "എഴുതുന്ന സ്ത്രീ അവളുടെ അമ്മയിലൂടെ പിന്നിലേക്കു ചിന്തിക്കുന്നു."[131] കമലദാസിനെപ്പറ്റി പറയുകയാണെങ്കിൽ ഭാവിയുമായി ഈ എഴുത്തുകാരിയുടെ വിവാഹ നിശ്ചയം നടന്നു കഴിഞ്ഞിരിക്കുന്നു. നിങ്ങളോടല്ല നിങ്ങളുടെ തലമുറകളോടാണ് അവർ സംഭാഷണം നടത്തുന്നത്. "ആ, ബോധം തന്റെ മനസ്സിൽ ഉള്ളതുകൊണ്ട് മാത്രമാണ് നിങ്ങളിൽ ചിലർ എറിയുന്ന കല്ലുകൾ അയാളുടെ ശരീരത്തെ നോവിക്കുമ്പോഴും അയാൾ നിശ്ശബ്ദനാവാത്തത്."[132] - എന്ന് 'അയാളെ' സ്വന്തം പ്രതിനിധിയായി നിർത്തിക്കൊണ്ട് മാധവിക്കുട്ടി തന്നെ പറയുന്നത്. എഴുത്തുകാരിയും അനുവാചകനും തമ്മിലുള്ള പൊരുത്തക്കേടിന് ഈ കഥാകാരിയുടെ ദ്വിമുഖ വ്യക്തിത്വമാണ് കാരണം. മാധവിക്കുട്ടി എഴുതി: "കല്ലോ കളിമണ്ണോ അല്ല ഒരു കവിയുടെ അസംസ്കൃത വസ്തു. കവിയുടെ വ്യക്തിത്വമാണ് അത്."[133] ഈ കവി വ്യക്തിത്വം കാവ്യത്തിൽ ലയിച്ചിരിക്കുന്നത് കമലാദാസ് എഴുതിയതുപോലെ മധുരപലഹാരത്തിലെ മധുരമായിട്ടാണ്.

"പ്രമേഹ രോഗി
മധുരപലഹാരത്തെയെന്ന പോലെ
നിന്റെ മക്കൾ നിരന്തരം
നിന്റെ സ്നേഹത്തെ ഓർക്കുന്നു.[134]

പ്രമേഹ രോഗികൾക്ക് മധുരം വിലക്ക് കല്പിക്കുന്നു. മുഴുവൻ നുണയാൻ നല്കാത്ത വ്യക്തിത്വത്തിന്റെ ഒരു നിഗൂഢത അതിലുണ്ട്. വൈരു

ദ്ധ്യത്തിൽനിന്ന് ജനിക്കുന്ന ഈ നിഗൂഢതയാണ് കാല്പനിക ഭാവത്തിൽ നിന്ന് മാധവിക്കുട്ടിയെ വേർതിരിക്കുന്നതും ആധുനികതയോട് അടുപ്പിക്കുന്നതും.

രണ്ടു ലോകങ്ങളിലും അമ്മ

അമ്മയും മക്കളും തമ്മിലുള്ള ബന്ധമാണ് കഥാകാരിയും കൃതികളും തമ്മിലുള്ളത്. മാധവിക്കുട്ടി സമ്മതിക്കുന്നു; "സ്ത്രീയുടെ കരുത്ത് അവൾ അമ്മയാണെന്നതു തന്നെ. അവളുടെ ജന്മസ്വഭാവം തന്നെ അതാണ്. എന്നുവച്ചാൽ അവൾക്കുമാത്രമേ മാപ്പുകൊടുക്കാൻ സാധിക്കൂ."[135] - സ്ത്രീയുടെ വൈവിദ്ധ്യമുള്ള മുഖങ്ങൾ കൃതികളിലൂടെ ആവിഷ്കരിച്ച എഴുത്തുകാരി ഒടുവിൽ എത്തിച്ചേരുന്നത് സ്രഷ്ടാവിന്റെ പരിവേഷമുള്ള അമ്മയിലാണ്. കാമുകി, ഭാര്യ, അമ്മ ഇവരിൽ ലോകത്തെ സ്വാധീനിക്കാൻ കഴിയുന്നതും അമ്മയ്ക്കാണെന്ന് കഥാകാരി വിശ്വസിക്കുന്നു. അമ്മ സൃഷ്ടികർത്താവാണ്. തന്റെ കൃതികളിൽ ചീത്തയാളുകളെ ചിത്രീകരിച്ചിട്ടുണ്ടെങ്കിലും അവരോട് അമ്മയ്ക്ക് തോന്നാറുള്ള വൈകാരികമായ അടുപ്പമാണുള്ളതെന്ന് മാധവിക്കുട്ടി പറയുന്നു. "പ്രസവ മുറിയിൽ കയറിയിട്ട് കിടക്കുന്ന മാതിരിയായിരിക്കും ഞാൻ എഴുതാൻ തുടങ്ങുമ്പോൾ"[136] - സൃഷ്ടികർത്താവ് എന്ന നിലയിൽ കഥാപാത്രങ്ങളോടുള്ള ബന്ധം അമ്മയുടേതായതുകൊണ്ടാവാം അങ്ങനെ കഥാകാരി എഴുതിയത്. സൃഷ്ടിക്കുന്ന കഥാപാത്രങ്ങൾക്ക് അമ്മയുടെ രൂപമോ രക്തസാമ്യമോ ഉണ്ടാകാതെ തരമില്ലല്ലോ. പൊക്കിൾക്കൊടി ബന്ധം അമ്മയ്ക്കുമാത്രമേ മക്കളുമായിട്ടുള്ളു.

അമ്മയ്ക്കു മക്കൾ തുണയാകുന്നതുപോലെ ഈ എഴുത്തുകാരിക്കും സ്വന്തം കൃതികൾ തണലാകുന്നു. അസാധാരണമായൊരു മാനസികാവസ്ഥയിൽനിന്ന് ഉടലെടുത്ത കൃതികൾ എഴുത്തുകാരിയുടെ കാവ്യ വ്യക്തിത്വത്തിന്റെ സന്തതികളാണ്. അവയെ പുത്രനിർവ്വിശേഷമായിട്ടാണ് മാധവിക്കുട്ടി കണക്കാക്കുന്നത്. "എന്റെ കവിതയാണ് എന്റെ ആശ്രയം. ഒരു സാധാരണ സ്ത്രീ അല്ലാത്തതുകൊണ്ടാവാം എന്റെ കാഴ്ചപ്പാടുകൾ ഇങ്ങനെയൊക്കെയാകുന്നത്. ഞാൻ തീർച്ചയായും ഒരസാധാരണ സ്ത്രീയാണ്. അതിൽ സംശയമില്ല. കാരണം, ഒരു സ്ത്രീ എന്നതിലുപരി ഞാൻ ഒരെഴുത്തുകാരിയാണ്. എന്റെ എല്ലാ സാദ്ധ്യതയും ഒരു എഴുത്തുകാരിയുടേതാണ്."[137] വ്യക്തി ജീവിതത്തിൽ മൂന്നു പുത്രന്മാരെയും ആ 'അമ്മ' വളർത്തി വലുതാക്കി മാതൃധർമ്മം അനുഷ്ഠിച്ചു കഴിഞ്ഞു. അവർ വിവാഹിതരായി അവരവരുടെ ജീവിതം നയിക്കുമ്പോൾ കവി വ്യക്തിത്വം രചനയുമായി കൂടുതൽ അടുക്കുന്നു. അതുകൊണ്ടാണ് തന്റെ എല്ലാ ബാദ്ധ്യതയും ഒരു എഴുത്തുകാരിയുടേതാണെന്ന് പറയുവാൻ സങ്കോചം കാണിക്കാത്തത്. സ്ത്രീയുടെ മാത്രം ആന്തരിക ഭാവം മാതൃത്വമാണെന്ന് തിരിച്ചറിയുന്ന എഴുത്തുകാരി സ്ത്രീകൾക്ക് മാത്രം സിദ്ധമായ അപൂർവ്വതയെ വെളിവാക്കുന്നു. ദ്വിമുഖ വ്യക്തിത്വം കൊണ്ടു മാത്രം

കഴിയുന്നതാണിത്. പ്രമേഹ രോഗിയും മധുരപദാർത്ഥവും തമ്മിലുള്ള ബന്ധമായി അനുവാചകനും എഴുത്തുകാരിയും മാറുന്നതും അതുകൊണ്ടാണ്.

അമ്മ

"രചന ഒരു സൃഷ്ടിയാണ്. സ്ത്രീകൾക്കാണ് അത് എളുപ്പം സാധിക്കുന്നത്. പുരുഷന്റെ രചനകളാകട്ടെ ബൃഹത്താണ്. പക്ഷേ, എമ്പാടും ചെളി നിറഞ്ഞ ആഴമില്ലാത്ത കുളങ്ങളാണ്. ഒരു സ്ത്രീ തന്റെ അടുക്കളയിൽ കസേരയിൽ മലർന്നിരിക്കുമ്പോഴും അവളുടെ സ്വത്വത്തിന്റെ അഗാധതകളിലേക്ക് അവൾ ആന്തരികമായി പര്യടനം നടത്തുകയായിരിക്കും. രചന അവളെ സംബന്ധിച്ചിടത്തോളം തന്നെത്തന്നെയുള്ള കണ്ടെത്തലിന്റെ മറ്റൊരു മാർഗ്ഗമായിത്തീരുന്നു. പുരുഷൻ സ്വയം കണ്ടെത്താൻ വിരളമായേ ശ്രമിക്കാറുള്ളു. അവർ എല്ലായ്പ്പോഴും മറ്റുള്ളവരെ കണ്ടെത്തുന്നതിൽ സംതൃപ്തിയടയുന്നു. ഒരു സ്ത്രീ നോവൽ എഴുതുമ്പോൾ സ്വയം അന്യയാകുകയും തുടർന്ന് പുതിയ ഒരു 'ഐഡന്റിറ്റി' സൃഷ്ടിക്കുകയും ചെയ്യുന്നു. പൂർത്തിയാകുന്ന ഓരോ പുസ്തകവും ഒരു പ്രസവം പോലെ അവളെ മാറ്റത്തിന് വിധേയമാക്കുന്നു. അവൾ വീണ്ടും സ്വയം കണ്ടെത്തുകയും അവളെത്തന്നെ പുനർ രൂപവല്ക്കരിക്കുകയും ചെയ്യുന്നു. ഇങ്ങനെ തുടരെത്തുടരെ എഴുതുന്നതോടെ വിവിധങ്ങളായ അവതാരങ്ങളാണ് താൻ കൈക്കൊള്ളുന്നതെന്നും അങ്ങനെ മനസ്സിനെ ശുദ്ധമാക്കുകയാണ് ചെയ്യുന്നതെന്നും അവളറിയുന്നു"[138] – മാധവിക്കുട്ടിയുടെ വ്യക്തിത്വത്തിലെ സ്ത്രൈണാംശം ഇപ്രകാരമാണ് പുറത്തു വരുന്നത്. പല മുഖമുള്ള കുട്ടികളെ സൃഷ്ടിക്കുക വഴി അമ്മ സ്വയം കൃതാർത്ഥത നേടുകയും ചെയ്യുന്നു. ജീവിതത്തിലും സൃഷ്ടിയിലും അമ്മയായി മാറുന്ന 'സ്ത്രീ'യാണ് മാധവിക്കുട്ടി എന്ന കമലാദാസ്. അവരുടെ കഥകളെ അപഗ്രഥിച്ചു പഠിക്കുമ്പോൾ ആ കലാകാരിയുടെ മനോഘടനയുടെ സങ്കീർണ്ണതകളും രചനാശില്പത്തിന്റെ സങ്കീർണ്ണമായ സൗന്ദര്യതലങ്ങളും ഒരുപോലെ നാം മനസ്സിലാക്കുന്നു. അപൂർവ്വമായ ഇത്തരം 'അടഞ്ഞ വ്യക്തിത്വ'ങ്ങൾ (covert personalities) സാഹിത്യത്തിലേ ഉണ്ടാകാറുള്ളു. മാധവിക്കുട്ടിയുടെ അടഞ്ഞ വ്യക്തിത്വത്തെ ഒന്ന് തുറന്നു കാണാൻ ശ്രമിക്കുകയായിരുന്നു ഈ പ്രബന്ധത്തിൽ.

അടിക്കുറിപ്പുകൾ

1. ജയചന്ദ്രൻ ടി എൻ- ടി പത്മനാഭൻ, *കഥയുടെ പിന്നിലെ കഥ,* പുറം 146, 1975, സാഹിത്യപ്രവർത്തക സഹകരണ സംഘം, കോട്ടയം.
2. ജയചന്ദ്രൻ, ടി എൻ.-എം. ടി വാസുദേവൻ നായർ, *കഥയുടെ പിന്നിലെ കഥ,* പുറം 93, 1975, സാഹിത്യപ്രവർത്തക സഹകരണ

സംഘം, കോട്ടയം.

3. ലേഖ - എം ടി വാസുദേവൻ നായരുടെ കഥാപ്രപഞ്ചം, പുറം 112, 1982, ഡോക്ടർ ഓഫ് ഫിലോസഫി ബിരുദത്തിനു വേണ്ടി സമർപ്പിച്ച പ്രബന്ധം, മലയാള വിഭാഗം, കേരള സർവ്വകലാശാല.
4. പത്മനാഭൻ ടി - ഗോട്ടി, *ടി പത്മനാഭന്റെ തെരഞ്ഞെടുത്ത കഥകൾ,* പുറം 244, 1971, കറന്റ് ബുക്സ്, തൃശൂർ.
5.. പത്മനാഭൻ ടി -ഞാനെന്തിനെഴുതുന്നു, ആമുഖം, *ടി പത്മനാഭന്റെ തെരഞ്ഞെടുത്ത കഥകൾ*, 1971, കറന്റ് ബുക്സ്, തൃശൂർ.
6. ലേഖ - എം ടി വാസുദേവൻ നായരുടെ കഥാപ്രപഞ്ചം, പുറം 282, 1982 ഡോക്ടർ ഓഫ് ഫിലോസഫി ബിരുദത്തിനു വേണ്ടി സമർപ്പിച്ച പ്രബന്ധം, മലയാള വിഭാഗം, കേരള സർവ്വകലാശാല.
7. Read, Herbert - *The meaning of art,* P.31, 1949, Pelican Books. "The essential difference between art and sentimentality: sentimentality is a release, but also a loosing, a relaxing of emotions; art is a release, but also a bracing. Art is the economy of feeling; it is emotion cultivating good form."
8. അച്യുതൻ എം - *ചെറുകഥ ഇന്നലെ ഇന്ന്,* പുറം 292, 1973, സാഹിത്യ പ്രവർത്തക സഹകരണ സംഘം, കോട്ടയം.
9. ജയചന്ദ്രൻ ടി എൻ - മാധവിക്കുട്ടി, *കഥയുടെ പിന്നിലെ കഥ*, പുറം 140, 1975, സാഹിത്യപ്രവർത്തക സഹകരണ സംഘം, കോട്ടയം.
10. മാധവിക്കുട്ടി - *ബാല്യകാലസ്മരണകൾ*, 1987, ഡി സി ബുക്സ്, കോട്ടയം.
11. മാധവിക്കുട്ടി - *വർഷങ്ങൾക്ക് മുമ്പ്,* 1989, കറന്റ് ബുക്സ്, തൃശൂർ.
12. മാധവിക്കുട്ടി - *എന്റെ കഥ,* പുറം 29, അഞ്ചാം പതിപ്പ്, 1986, കറന്റ് ബുക്സ്, കോട്ടയം.
13. മാധവിക്കുട്ടി - *വർഷങ്ങൾക്ക് മുമ്പ്,* പുറം 43, 1989, കറന്റ് ബുക്സ്, തൃശൂർ.
14. മാധവിക്കുട്ടി - *ബാല്യകാലസ്മരണകൾ*, പുറം 140, 1987, ഡി സി ബുക്സ്, കോട്ടയം.
15. അതിൽത്തന്നെ പുറം 196.
16. രാജീവ്കുമാർ, എം - നീർമാതളത്തിന്റെ ഓർമ്മയ്ക്ക്, *കേരളകൗമുദി* ഓണം വിശേഷാൽപ്രതി, 1990.
17. മാധവിക്കുട്ടി - *ബാല്യകാലസ്മരണകൾ,* പുറം 70, 1987, ഡി സി ബുക്സ്, കോട്ടയം.
18. Jeffrey, Robin - The decline of the nayar dominance, P.106, Vikas Publishing House, New Delhi. "Nayars became increasingly aware that seen in relation to the standards of Hinduism in the rest of India, their marriage customs appeared scandalous and comic."
19. മാധവിക്കുട്ടി - *ബാല്യകാലസ്മരണകൾ,* പുറം 99, 1987, ഡി സി ബുക്സ്, കോട്ടയം.

20. അതിൽത്തന്നെ പുറം 43
21. അതിൽത്തന്നെ പുറം 45
22. അതിൽത്തന്നെ പുറം 51
23. അതിൽത്തന്നെ പുറം 128
24. അതിൽത്തന്നെ പുറം 13
25. അതിൽത്തന്നെ പുറം 35
26. മാധവിക്കുട്ടി - ഒരേ ഒരു സത്ത, *ഇരുപതാം നൂറ്റാണ്ടിലേക്ക്,* പുറം 28, 1984, സാഹിത്യപ്രവർത്തക സഹകരണ സംഘം, കോട്ടയം.
27. Das, Kamala - My dog, collected poems Vol I, P.20, 1984, Navakerala Printers, Trivandrum.
".........the children are all grown up
And gone, only the dog sleeps between us now."
28. ---------- of mother, childhood and all, Indian Literature XXIX, No.2, P.111, 1986.
"When we went there as children, the Nalapat house had seven occupants, not counting the servants. My grand mother, my Ammini, my grand uncle the poet, my great grand mother her two sisters and Mahatmaji."
29. മാധവിക്കുട്ടി - *ബാല്യകാലസ്മരണകൾ,* പുറം 26, 1987, ഡി സി ബുക്സ്, കോട്ടയം.
30. Eakin, John Paul - Fictions in autobiography studies in the arts of self-Invention, P.8, 1985, Princeton University Press, Princeton, New Jersey.
"phycholinguistic theory suggests that a sense of self emerges with moment of language in early childhood, autobiographical writing could be seen to be a second acuisition of language, a second coming into being of self, a self-conscious self-consciousness."
31. മാധവിക്കുട്ടി - *ബാല്യകാലസ്മരണകൾ,* പുറം 20, 1987, ഡി സി ബുക്സ്, കോട്ടയം.
32. Blamires, Harry (ed.) - Guide to twentieth century literature in English, p.32, 1983, Hethen, London.
33. മാധവിക്കുട്ടി - *വർഷങ്ങൾക്കു മുമ്പ്,* പുറം 46, 1989, കറന്റ് ബുക്സ്, തൃശൂർ.
34. മാധവിക്കുട്ടി - *ബാല്യകാലസ്മരണകൾ,* പുറം 94, 1987, ഡി സി ബുക്സ്, കോട്ടയം.
35. അതിൽത്തന്നെ പുറം 139.
36. മാധവിക്കുട്ടി - *എന്റെ കഥ*, പുറം 68, അഞ്ചാം പതിപ്പ്, 1986, കറന്റ് ബുക്സ്, കോട്ടയം.
37. രാജീവ്കുമാർ എം - *നീർമാതളത്തിന്റെ ഓർമ്മയ്ക്ക്"* - *കേരള കൗമുദി* ഓണം വിശേഷാൽപ്രതി, 1990.

38. മാധവിക്കുട്ടി - *വർഷങ്ങൾക്കു മുമ്പ്,* പുറം 177, 1989, കറന്റ് ബുക്സ്, തൃശൂർ.
39. അതിൽതന്നെ പുറം 178.
40. രാജീവ്കുമാർ എം - ആമുഖം, മാധവിക്കുട്ടി - *എന്റെ ചെറുകഥകൾ,* പുറം XVIII, 1985 , മാതൃഭൂമി പ്രിന്റിങ് ആന്റ് പബ്ലിഷിങ് കമ്പനി, കോഴിക്കോട്.
41. Showalter, Elaine - *A Literature of their own : British women novelists from Bronte to Lessing*, P.35, 1978, Virago Press, London.
"…….Like the feminine novelists these contemporary writers are concerned with conflicts between art and love, self fulfilment and duty. Like the feminists they are aware of their place in a political system and their connectedness to to other women."
42. മാധവിക്കുട്ടി - *മാനസി,* പുറം 37, രണ്ടാം പതിപ്പ് 1988, പ്രഭാത് ബുക്ഹൗസ്, തിരുവനന്തപുരം.
43. Janeway, Elizabeth - Women in Literature, Harvard guide to contemporary American writing ed.by Daniel Hoffman, P.358, 1981, Oxford.
"I want to speak in my voice !
I want to speak in my real voice."
44. De Beauvoir, Simone - *The second sex*, trans. and edited by H.M. Parshley, P.27, 1953, Alden Press, London.
"It becomes necessary for woman to explore the ways of the world that has evolved through the ages, in the hands of the male sex which has put them into the humiliating position of 'the other' or 'the inessential."
45. Showalter, Elaine - *A Literature of their own: British women novelists from Bronte to Lessing*, P.13, 1978, Virago Press, London.
"first there is a prolonged phase of imitation of the prevailing modes of dominant tradition, and 'internalization' of its standards of art and its views on social roles. Second, there is a phase of protest againts these standards and values and 'advocacy' of minority rights and values including a demand for autonomy. Finally, there is a phase of self-discovery, a turning inward freed from some of the dependency of opposition, a search for identity."
46. മാധവിക്കുട്ടി - *മാനസി,* പുറം 220, രണ്ടാം പതിപ്പ് 1988, പ്രഭാത് ബുക്ക് ഹൗസ്, തിരുവനന്തപുരം.
47. മാധവിക്കുട്ടി - *എന്റെ കഥ,* പുറം 67, അഞ്ചാം പതിപ്പ് 1986, കറന്റ് ബുക്സ്, കോട്ടയം

48. മാധവിക്കുട്ടി - *ബാല്യകാലസ്മരണകൾ*, പുറം 100, രണ്ടാം പതിപ്പ് 1989, ഡി സി ബുക്സ്, കോട്ടയം
49. മാധവിക്കുട്ടി - *പ്രേമത്തിന്റെ വിലാപകാവ്യം*, എന്റെ ചെറുകഥകൾ (ഒന്നാം ഭാഗം) പുറം 276, 1985, മാതൃഭൂമി പ്രിന്റിങ് & പബ്ലിഷിങ് കമ്പനി, കോഴിക്കോട്.
50. രാജീവ്കുമാർ എം - നീർമാതളത്തിന്റെ ഓർമ്മയ്ക്ക്, കേരളകൗമുദി ഓണം വിശേഷാൽ പ്രതി, 1990
51. Brewster, Anne - *The freedom to decompose : the poetry of Kamala Das,* Journal of Indian writing in English vol.8, Jan - July 1980, Nos. 1-2, PP 98-107.
"The different constallations of imagery stand out as central moving forces in the work. The image of the house and that of the body define the two worlds the poet moves within, they complement each as instrument of imprisonment which confine the body and the imagination to a certain structure, and as a means of liberation. The building represents this structure as a cultural or moral system whereas the body symbolises the organic medium that houses the consciousness and the morality of the human being."
52. മാധവിക്കുട്ടി - *മാനസി*, പുറം 58, രണ്ടാം പതിപ്പ് 1988, പ്രഭാത് ബുക് ഹൗസ്, തിരുവനന്തപുരം.
53. Showalter, Elaine - *Feminist criticism in the wilderness, critical inquiry,* P.190, 1981, winter.
"The study of biological imagery in women's writing is useful and important as long as we understand that factors other than anatomy are involved in it. Ideas about the body are fundamental to understanding how women conceptualize their situation in society, but there can be no expression of the body which is unmediated by linquistic, social and literary structures. The difference of women's literary practice, therefore, must be sought in the body of her writing and not the writing of her body."
54. വാസുദേവൻ നായർ, കളർക്കോട് - *തരിശുനിലത്തിന്റെ കഥകൾ*, പുറം 95, 1974, നാഷണൽ ബുക്സ്റ്റാൾ, കോട്ടയം.
55. Das, Kamala - Composition, *collected poems* Vol.I, P.119, 1984, Navakerala Printers, Trivandrum.
"My only freedom being the freedom to decompose."
56. Ibid P.117.
"Husband and wives.
here is my advice to you,
obey each other's Crazy Commands,

ignore the sane.
Turn your home into a merry
dog - house."

57. മാധവിക്കുട്ടി - *ബാല്യകാലസ്മരണകൾ,* പുറം 104, രണ്ടാം പതിപ്പ് 1989, ഡി സി ബുക്സ്, കോട്ടയം.
58. Gurr, Andrew - *Writers in exile the identity of home in modern literature*, P.10, 1981, the Harvester Press, Sussex.
"The search for identity and the construction of a vision of home amount to the same thing. Typically the home is set in the past, in memories of childhood, as a 'rechrche' for the 'temps perdu', that home of memory, which is the only basis for a sense of identity which the exited writer can maintain."
59. Das Kamala- The impertinent non-conformist, Eve/s weekly, P.59, 1980, Sept.6.
"Pupae like a golden moth breaking the conventional mould to free myself to discover the true core of my being."
60. Showalter, Elaine - Feminist criticism in the wilderness, critical inquiry, P.203, 1981, winter.
"Virginia Woolf says in 'A room of one's own', that a woman writing thinks back through her mothers."
61. Das, Kamala - Captive, *collected poems* Vol.I, P.81, 1984, Navakerala Printers, Trivandrum.
"My love is an empty gift, an
empty container, good for show,
nothing else."
62. Ibid.
".....I am
now my own Captive."
63. മാധവിക്കുട്ടി - *മാനസി,* പുറം 11, രണ്ടാം പതിപ്പ്, 1988, പ്രഭാത് ബുക്ഹൗസ്, തിരുവനന്തപുരം.
64. അതിൽത്തന്നെ
65. അതിൽത്തന്നെ പുറം 15
66. രാജീവ്കുമാർ, എം (എഡിറ്റർ) രാഘവൻ പിള്ള, കെ. ഡോ: (ആമുഖപഠനം), *അന്തർജ്ജനം മുതൽ അഷിത വരെ,* പുറം 11, 1984, പരിധി പബ്ലിക്കേഷൻസ്, തിരുവനന്തപുരം.
67. മാധവിക്കുട്ടി - *എന്റെ കഥ,* പുറം 94, അഞ്ചാം പതിപ്പ് 1986, കറന്റ് ബുക്സ്, കോട്ടയം.
68. മാധവിക്കുട്ടി - *ബാല്യകാലസ്മരണകൾ,* പുറം 125, 1987, ഡി സി ബുക്സ്, കോട്ടയം.
69. മാധവിക്കുട്ടി - കാളവണ്ടികൾ, *മാധവിക്കുട്ടിയുടെ കഥകൾ,* പുറം 111.

70. Das, Kamala - The Descendants, *collected poems* Vol.I, P.144, 1984, Navakerala Printers, Trivandrum.
"or show his wounds to us, no God lost in
Silence shall begin to speak, no lost love
Claim us, no we are not going to be
Ever redeemed, or made new."
71. മാധവിക്കുട്ടി - *മാനസി,* പുറം 46, രണ്ടാം പതിപ്പ് 1988, പ്രഭാത് ബുക്ക്ഹൗസ്, തിരുവനന്തപുരം
72. രാജീവ്കുമാർ എം - *നീർമാതളത്തിന്റെ ഓർമ്മയ്ക്ക്,* കേരളകൗമുദി ഓണം വിശേഷാൽപ്രതി, 1990
73. Das, Kamala - I have lived beautifully Debonair, Vol.III, No.5, P.41, 1974 May.
"........look at my maker if all that is
possible with no apology for my past
exuberances, no extenuations, for deep
inside I know well that I have lived beautifully in this beautiful world."
74. Cixous, Helene - The Lough of the Medusa in new French feminisms an anthology, Elain Marks and Isabella de courtivon (eds.), P.186, 1986, The Harvest Press, Great Britain.
"Write! writing is for you, you are for you;
your body is yours, take it."
75. Das, Kamala - I believe, Savvy P.17, 1990 December.
"The nicest thing of my marriage has been my children."
76. മാധവിക്കുട്ടി - *എന്റെ കഥ,* പുറം 128, അഞ്ചാം പതിപ്പ് 1986 കറന്റ് ബുക്സ്, കോട്ടയം
77. De Beauvoir, Simone - *The second Sex*, Trans. and edited by H.M. Parshely, P.461, 1953, Alden Press, London.
"All sincere women writers have noted the melancholy in the heart of the women of thirty; it is a trait common to the heroines of Katherine Mansfield, Dorothy Parker and Virginia Woolf. They sing gaily at the beginning of married life, but later on they manifest a distress."
78. Greene, Gayle And Kahn, Coppelia - Making a difference: feminist literary criticism, P.50, 1985, Methuen, London.
"The outcome of this Elaine Showalter notes, is that each generation of women writers, has found itself, in a sense, without a history forced to rediscover the past a new, forging again and again the consciousness of their sex."
79. Showalter, Elaine - A literature of their own; British women

novelists from Bronte to Lessing, P.11, 1978, Virago Press, London.
"The female subculture."

80. വാസുദേവൻ നായർ, കളർകോട്-*തരിശു നിലത്തിന്റെ കഥകൾ,* പുറം 74, 1974, നാഷണൽ ബുക്സ്റ്റാൾ, കോട്ടയം

81. Gurr, Andrew - Writers in exile the identity of home in modern literature, P.10, 1981. The Harvester Press, Sussex.
"Conscious of his (her) lack of affinity with his time, his place and history. He is alienated in his own society. The exile then becomes all attributes of self consciousness, individualism and isolation."

82. മാധവിക്കുട്ടി - *എന്റെ കഥ*, പുറം 115, അഞ്ചാം പതിപ്പ് 1986, കറന്റ് ബുക്സ്, കോട്ടയം

83. മാധവിക്കുട്ടി - *മാനസി,* പുറം 21, രണ്ടാം പതിപ്പ് 1988, പ്രഭാത് ബുക് ഹൗസ്, തിരുവനന്തപുരം

84. അതിൽത്തന്നെ പുറം 43 - 44

85. മാധവിക്കുട്ടി - കാലൊച്ച, *എന്റെ ചെറുകഥകൾ* (ഒന്നാം ഭാഗം), പുറം 275, 1985, *മാതൃഭൂമി* പ്രിന്റിങ് ആന്റ് പബ്ലിഷിങ് കമ്പനി, കോഴിക്കോട്.

86. മാധവിക്കുട്ടി - *എന്റെ കഥ*, പുറം 163, അഞ്ചാം പതിപ്പ് 1986, കറന്റ് ബുക്സ്, കോട്ടയം.

87. Honing, Edwine and Williams, Oscar (eds.) - The major metaphysical poets of the sevententh century, P.23, 1963, Washington Square Press, New York.
"The aspiration of love of God is equivalent, as an emotional experience, to the aspiration for the love of women."

88. മാധവിക്കുട്ടി - ഈയാംപാറ്റകൾ, *എന്റെ ചെറുകഥകൾ* (രണ്ടാം ഭാഗം), പുറം 328, 1985, മാതൃഭൂമി പ്രിന്റിങ് ആന്റ് പബ്ലിഷിങ് കമ്പനി, കോഴിക്കോട്

89. Das, Kamala - Radha, *collected poems* Vol.I, P.68, 1984, Navakerala Printers, Trivandrum.
"O Krishna, I am melting, melting, melting Nothing remains but You."

90. മാധവിക്കുട്ടി - രാജീവ്കുമാർ എം - (ആമുഖം) മാധവിക്കുട്ടി - *എന്റെ ചെറുകഥകൾ,* 1985, മാതൃഭൂമി പ്രിന്റിങ് ആന്റ് പബ്ലിഷിങ് കമ്പനി, കോഴിക്കോട്.

91. മാധവിക്കുട്ടി-*എന്റെ കഥ,* പുറം 173, അഞ്ചാം പതിപ്പ് 1986, കറന്റ് ബുക്സ്, കോട്ടയം

92. രാജീവ്കുമാർ എം, *നീർമാതളത്തിന്റെ ഓർമ്മയ്ക്ക്*, കേരളകൗമുദി ഓണം വിശേഷാൽ പ്രതി, 1990.

93. മാധവിക്കുട്ടി - *എന്റെ കഥ,* പുറം 144, അഞ്ചാം പതിപ്പ് 1986, കറന്റ് ബുക്സ്, കോട്ടയം.
94. അതിൽത്തന്നെ
95. അതിൽത്തന്നെ പുറം 7
96. മാധവിക്കുട്ടി - *എന്റെ കഥ,* പുറം 15, അഞ്ചാം പതിപ്പ് 1986
97. അതിൽത്തന്നെ പുറം 204
98. മാധവിക്കുട്ടി-*എന്റെ കഥ,* പുറം 15, അഞ്ചാം പതിപ്പ് 1986, കറന്റ് ബുക്സ്, കോട്ടയം
99. Jan Smuts, Christian - Waltwhitman a study in the evolution of personality, P.119, 1973, Detroit.
"Death is not the enemy vanquished, but the mystic friend recognised at last."
100. Das, Kamala - The suicide, *collected poems* Vol.I, P.70, 1984, Navakerala Printers, Trivandrum.
"Bereft of soul
My body shall be bare.
Bereft of body
My soul shall be bare."
101. Kegan Gardiner, Judith - On female identity and writing by women, critical enquiry, P.350, 1981, winter.
"Psychologist Erikson, talkes of 'inner space' as being unique to the female structure which is the basic biological and psychological difference between the sexes."
102. Das, Kamala - A Request, *collected poems* Vol.I, P.63, 1984, Navakerala Printers, Trivandrum.
"When I die
Do not throw
The meat and bones away
But pile them up
And let them tell
By their smell
what life was worth
on this earth
what love was worth
In the end."
103. രാജീവ്കുമാർ, എം (എഡിറ്റർ) - രാഘവൻപിള്ള, കെ ഡോ. (ആമുഖപഠനം) *അന്തർജ്ജനം മുതൽ അഷിത വരെ,* പുറം 25, 1984 ഫെബ്രുവരി, പരിധി പബ്ലിക്കേഷൻസ്, തിരുവനന്തപുരം
104. Das, Kamala - The suicide, *collected poems* Vol.I, P.70, 1984, Navkerala Printers, Trivandrum.

"O sea, I am fed up
I want to be simple
I want to be loved
And
If love is not to be had
I want to be dead, just dead."

105. Plath, Sylvia - Lady lazarus, Arial, P.9, 1965, Faber and faber Ltd., London.
"Dying,
Is an art, like everything else
I do it exceptionally well.
I do it so it feels like hell.
I do it so it feels real
I guess you could say I've a call."

106. Guber, Susan - The blank page and the issues of female creativity, critical inquiry, P.243, 1981, winter.
"Women do not manage to articulate their madness : They suffer it directly in their body."

107. മാധവിക്കുട്ടി - *എന്റെ കഥ,* പുറം 15, അഞ്ചാം പതിപ്പ് 1986, കറന്റ് ബുക്സ്, കോട്ടയം

108. Raphel, R- Kamala Das : The pity of it, Indian Literature P.133, XXII 3, 1973.
"Most of these feminine confessors burst into a storm of erotic self pity."

109. Eakin, John Paul - Fiction in autobiography studies in the art of self-invention, P.6, 1985, University Press, Princeton, New Jersey.
"Autobiography is both the art of memory and the art of the imagination."

110. മാധവിക്കുട്ടി - *എന്റെ കഥ,* പുറം 7, രണ്ടാം പതിപ്പ് 1986, കറന്റ് ബുക്സ്, കോട്ടയം.

111. ബഷീർ, എം എം (എഡിറ്റർ) - രമേശ് എസ് പി (മാധവിക്കുട്ടി - പക്ഷിയുടെ മണത്തിലൂടെ) *നവീനകഥ,* പുറം 32, 1977, സാഹിത്യ പ്രവർത്തക സംഘം, കോട്ടയം.

112. ഡോ. ജോർജ്, കെ എം - *മലയാളത്തിലെ ആത്മകഥകൾ,* ജീവചരിത്ര സാഹിത്യം, പുറം 340, 1982, നാഷണൽ ബുക്സ്റ്റാൾ, കോട്ടയം.

113. ജയചന്ദ്രൻ, ടി എൻ - ടി പത്മനാഭൻ, കഥയുടെ പിന്നിലെ കഥ, പുറം 158, 1975, സാഹിത്യപ്രവർത്തക സഹകരണ സംഘം, കോട്ടയം.

114. കൃഷ്ണൻ നായർ, എം - സാഹിത്യവാരഫലം, *മലയാളനാട് വാരിക,* 1973 മാർച്ച് 18.

115. Rao, Vimala - Kamala Das the limits of over-exposure in studies in contemporary Indo-English verse, a collection of critical essays on female poets, A.N. Dwivedi (ed), p.94, 1987, Prakash book dept., Barielly.
"A medley of sexual images thrown in together for the sake of effect, which after all turns out to be a cheap one."

116. ഭാസ്കരനുണ്ണി, പി - മാധവിക്കുട്ടി, *അന്തർജ്ജനം മുതൽ മാധവിക്കുട്ടി വരെ*, പുറം 245, 1987, സാഹിത്യ പ്രവർത്തക സഹകരണ സംഘം, കോട്ടയം

117. Das, Kamala - I believe, Savvy, P.16, December 1990.
"I began writing the way I did because I wanted to write away my disgust for sex. People thought I was sex-obsessed. But it was only me trying to get over my fear, my hesitation. A women writer, whatever she leaves incomplete in her life she feels compelled to complete in her writings.

118. ജോർജ്, കെ എം ഡോ. - *മലയാളത്തിലെ ആത്മകഥകൾ,* ജീവചരിത്ര സാഹിത്യം, പുറം 178, 1982, നാഷണൽ ബുക്സ്റ്റാൾ, കോട്ടയം.

119. Das, Kamala - I believe, Savvy, P.16, December 1990.
"I don't think my attitude or writing about sex has in any way embarassed my husband."

120. മാധവദാസ് - മാധവിക്കുട്ടിയും മലയാള നാടും ടൈംസ് വാരികയിൽ, *മലയാള നാട്* വാരിക, 1977 ജനുവരി 30 (1976 ഡിസംബർ 27 *ടൈം* പ്രസിദ്ധപ്പെടുത്തിയ *Breaking the Sex Barriers* എന്ന ഗ്രന്ഥത്തിന്റെ പരിഭാഷ).

121. ഭാസ്കരനുണ്ണി, പി. - മാധവിക്കുട്ടി, *അന്തർജ്ജനം മുതൽ മാധവിക്കുട്ടി വരെ,* പുറം 243.

122. Ravindranath, P K - Oh! Kamala Asia Week. No.46, P.32, 1976.
"The contrast between the obvious closenes between husband and wife and what she writes of him never ceases to fascinate readers"

123. മാധവിക്കുട്ടി - രവികുമാർ, കെ എസ് (ആമുഖക്കുറിപ്പ്), *എന്റെ കവിത,* പുറം 12, 1985, പുസ്തക പ്രസാധക സംഘം, പന്തളം.

124. മാധവിക്കുട്ടി - കഥകളുണരുന്ന മനസ്സുമായി, *കുങ്കുമം* വാരിക, പുറം 6, 1991, ജനുവരി 13.

125. മാധവിക്കുട്ടി - *ബാല്യകാലസ്മരണകൾ,* പുറം 191, 1987, ഡി സി ബുക്സ്, കോട്ടയം.

126. അതിൽത്തന്നെ പുറം 143.

127. ഡോ. ജോർജ്, കെ എം - ജീവചരിത്ര സാഹിത്യം, പുറം 339, 1982 നാഷണൽ ബുക്സ്റ്റാൾ, കോട്ടയം

131. Showalter, Elaine - Feminist criticism in the wilderness, P.203, 1981, critical inquiry.

"Virginia woolf, says in 'A Room of one's own', a woman writing thinks back through her mother."

132. മാധവിക്കുട്ടി - *എന്റെ കഥ,* പുറം 115, അഞ്ചാം പതിപ്പ് 1986, കറന്റ് ബുക്സ്, കോട്ടയം.

133. Das, Kamala - *My Story*, P.139, 1977, Sterling publishers.
"A poet's raw material is not stone or clay, it is her personality."

134. കമലാദാസ് - പ്രമേഹ രോഗികൾ, *1988 ലെ തെരഞ്ഞെടുത്ത കവിതകൾ,* പു.46, 1989, ഡി സി ബുക്സ്, കോട്ടയം

135. രാജീവ്കുമാർ, എം. - നീർമാതളത്തിന്റെ ഓർമ്മയ്ക്ക്, കേരള കൗമുദി ഓണം വിശേഷാൽപ്രതി, 1990

136. അതിൽത്തന്നെ

137. Das, Kamala - I believe, Savvy, P.25, December 1990.
"What I really want to hold is my poetry my veiw point can only be different because I am not a normal woman. I have been totally abnormal, there's no doubt it. Because more than a woman I am a writer, and all my responses are that of a writer, a creator."

138. Ibdi P.26
"Writing is creation. It comes easy to us, women. Some bitter male critics state that women have a narrow vision, that they lack the experience necessary for serious writing. Does a woman know much of commerce or politics they ask. What they do not know is that women's writing are like borewells: deep. They yield clear, sweet water. Men's writing are like large, shallow ponds, all muddied. A women perches on a stool in her kitchen and travels inwards, into the very depth of her being.Writing becomes another way of comprehending herself. Men rarely attempt to discover themselves, they are satisfied in discovering others. A women, when writing a novel, takes herself apart and then creates a new identity. Each completed book changes her as each child birth undergone effects a change in her. She rediscovers, and she reshapes herself. She knows that as she writes on and on she picks up different avataras, perfecting her mind and her emotional climate."

അനുബന്ധം 1

ഉന്മാദം- അത് മറ്റൊരു രാജ്യം

[1986 ൽ മാധവിക്കുട്ടി റേഡിയോയ്ക്കുവേണ്ടി എഴുതിയ അപ്രകാശിതമായ നാടകം]

നാന്ദി

ഉന്മാദം?

- അത് മറ്റൊരു രാജ്യമാണ്.
- അധികം വിദൂരമല്ലാത്ത രാജ്യം.
- അതിന്റെ കടൽത്തീരങ്ങളിൽ വിളക്കുകൾ കത്താറില്ല.

കനത്ത മൗഢ്യം കടത്തുവഞ്ചിയിൽ നിങ്ങളെ അവിടെ എത്തിച്ചാൽ അവിടത്തെ പാറാവുകാർ നിങ്ങളോട് വസ്ത്രങ്ങളൂരാൻ കല്പിക്കും. തുണികൾ, പിന്നീട് ഇറച്ചിയും എല്ലും എല്ലാം നിങ്ങൾ ഉപേക്ഷിക്കും. അവിടത്തെ ഏക നിയമം സ്വാതന്ത്ര്യമാണ്. അവിടത്തെ നാട്ടുനടപ്പും സ്വാതന്ത്ര്യം. വിശന്നാൽ നിങ്ങളുടെ ആത്മാവും പിച്ചിക്കീറിത്തിന്നും...... പക്ഷേ, ഇരുണ്ട ആ തീരത്ത് നിങ്ങളൊരിക്കൽ ചെന്നെത്തിയാൽ പിന്നീട് മടങ്ങരുതേ, ദൈവത്തെയോർത്ത്, ഞങ്ങളുടെ അടുത്തേക്ക് മടങ്ങരുതേ.

•

യുവതി : അച്ഛന് ചോറ് വിളമ്പട്ടെ? മണി എട്ടായി.

വൃദ്ധൻ : അനന്തപത്മനാഭൻ എന്താണിത്ര വൈകിക്കുന്നത്? ഇന്ന് ഓഫീസിൽനിന്ന് മടങ്ങുവാൻ വൈകുമെന്ന് അവൻ നിന്നോട് പറഞ്ഞിരുന്നുവോ?

യുവതി : എന്നോടൊന്നും പറഞ്ഞില്ല. അല്ലെങ്കിലും എന്നോടെന്ത് പറയുവാൻ? ഞങ്ങൾ തമ്മിൽ മനസ്സു തുറന്ന് സംസാരിച്ചിട്ട് എത്ര കാലമായി! എന്താണ് എന്നോട് മിണ്ടാത്തത് എന്ന് ചോദിക്കുമ്പോഴൊക്കെ പറയും ജോലിത്തിരക്കാണെന്ന്.

വൃദ്ധൻ : അതെ അമ്മിണി അവന് ജോലിത്തിരക്കാണ്. അവൻ മാനേജിങ് ഡയറക്ടറുടെ സ്വന്തം സ്റ്റെനോ ആണ്. ഏത് മീറ്റിങ്ങിലും ആര് സംസാരിച്ച കാര്യങ്ങളും ഒരു വാക്ക് പോലും ചോർത്തിക്കളയാതെ പകർത്തിവെക്കേണ്ടത് അവന്റെ ചുമതലയാണ്. ഒരു സ്റ്റെനോവിന്റെ ജോലി ഭാരമുള്ള ജോലിയാണ്. ഇന്ന് ഓഫീസിൽ വല്ല മീറ്റിങ്ങും നടക്കുന്നുണ്ടാവാം. അതാണ് അനന്തപത്മനാഭൻ മടങ്ങാൻ വൈകുന്നത്.

അമ്മിണി : അനന്തപത്മനാഭൻ! സ്വന്തം മകനെ എല്ലായ്പ്പോഴും ഇങ്ങനെ വിളിക്കണോ?.... തൃശൂരൊന്നും ഒരച്ഛനും മകനെ ഇട്ടപേര് വിളിക്കില്യ. അപ്പൂന്നോ ഉണ്ണീന്നോ വിളിക്കും. അച്ഛൻ വിളിക്കണത് കേട്ടാൽ തോന്നും സാക്ഷാൽ മഹാവിഷ്ണൂനെ വിളിക്ക്യാണെന്ന്. എന്റെ കല്യാണം കഴിഞ്ഞ് നാല് കൊല്ലായി. ഇപ്പപ്പൂ ഈ തിരുവിതാംകൂറുകാരുടെ സമ്പ്രദായങ്ങളൊന്നും എനിക്ക് മനസ്സിലായിട്ടില്യ.

അച്ഛൻ : നാലല്ല, അഞ്ച്. വരുന്ന മേടത്തിൽ അഞ്ചു വർഷം തികയും. തൃശൂര് പൂരം കാണാൻ പോയി മടങ്ങിയപ്പോൾ അവൻ നിന്നെപ്പറ്റി വിസ്തരിച്ചു പറഞ്ഞു. ഒന്നും മറച്ചു വെച്ചില്ല. അനന്തപത്മനാഭൻ അങ്ങനെയാണ്. ഒന്നും മറച്ചു വെയ്ക്കില്ല. അമ്മയില്ലാതെ വളർന്ന കുഞ്ഞാണെ ങ്കിലും ഞാൻ അവനെ ലാളിച്ച് കേട് വരുത്തിയെന്ന് ആരും പറയില്ല. നേരെ മറിച്ച് അവന്റെ കൂട്ടുകാരോ? ശങ്കുപ്പിള്ള സാറിന്റെ രണ്ടാമത്തെ മകൻ ഭാസ്കരൻ. അവൻ ചാരായം കുടിച്ച് കുടുംബത്തിൽ വഴക്കുണ്ടാ ക്കുന്നു. ആ തള്ളയ്ക്ക് മനശ്ശാന്തിയുണ്ടോ? ഇല്ല. പിന്നെ ഔസേപ്പച്ചന്റെ മകനോ? ആ എല്ലിച്ച രവി? അവന്റെ കഥ പറയാതിരിക്കയാണ് ഭേദം. ഒന്നും രണ്ടും തവണയല്ല പത്ത് തവണ ലോക്കപ്പിൽ കിടന്നിരിക്കുന്നു അവൻ. കണ്ണിൽപ്പെടുന്നതൊക്കെ മോഷ്ടിക്കും. പക്ഷേങ്കിൽ ഒരു ഭാഗ്യമുണ്ട്. ഔസോപ്പച്ചന് ഇതൊന്നും കാണേണ്ടി വന്നില്ല. മഹോദരം പിടിച്ച് അങ്ങ് മരിച്ചു. ലിറ്റർ കണക്കിനാണ് വെള്ളം പമ്പ് ചെയ്തു വയറ്റിൽനിന്ന് എടുത്തിരുന്നത്.

അമ്മിണി : മരിക്കുന്നതും ഒരു ഭാഗ്യാ. എനിക്ക് എന്നും തോന്നും. ഒന്ന് മരിച്ചു കിട്ട്യാ മതീന്ന്.

അച്ഛൻ : നിനക്ക് മരിക്കേണ്ട പ്രായമൊന്നുമായിട്ടില്ല അമ്മിണീ. നിനക്ക് എത്ര വയസ്സായി? ഇരുപത്തിനാലോ? അതൊ ഇരുപത്തിമൂന്നോ?

അമ്മിണി : ഇരുപത്തി മൂന്ന്. പക്ഷേ, എന്നെ കണ്ടാൽ ഒരൻപതു വയസ്സിന്റെ ക്ഷീണം തോന്നിക്കില്ല്യേ? കല്യാണം കഴിച്ച് വരുമ്പൊ എന്നെ കാണാൻ എന്ത് ഭംഗ്യായിരുന്നു. ഇപ്പോഴൊ?

അച്ഛൻ : നിനക്ക് ക്ഷീണമുണ്ട്.

അമ്മിണി : ഞാൻ അന്നൊക്കെ ഒരു സുന്ദരിയായിരുന്നു അല്ലേ അച്ഛാ.

അച്ഛൻ : അതെ നീയൊരു സുന്ദരിയായിരുന്നു. ഗുരുവായൂർ ക്ഷേത്രത്തിന്റെ നടയിൽ കസവു സാരിയും ചുറ്റി തലയിൽ പൂമാലയും കെട്ടി നീ നില്ക്കുന്നതു കണ്ടപ്പോൾ ഞാനതിശയിച്ചു. എന്റെ മരുമകൾ സാക്ഷാൽ മഹാലക്ഷ്മി തന്നെയെന്ന് തോന്നിപ്പോയി. നിന്നെ കണ്ടാൽ പൂജപ്പുരക്കാരൊക്കെ അന്തംവിട്ടുകളയും എന്നെനിക്കു തോന്നി.

അമ്മിണി : ഉവ്വൊ?

അച്ഛൻ : ഉവ്വ്. നീ തിരുവനന്തപുരത്തു വന്നപ്പോൾ എത്ര ആളുകളാണ് എന്നോട് പറഞ്ഞത് അനന്തപത്മനാഭൻ ഭാഗ്യവാനാണെന്ന്.

അമ്മിണി : ആ സൗന്ദര്യം എങ്ങനെ മറഞ്ഞു? എന്റെ നിറം തന്നെ ഇരുണ്ടു. എനിക്ക് ഈയിടെയായി കണ്ണാടിയിൽ നോക്കാൻ പേടിയാ. എന്റെ കവിളൊട്ടി അച്ഛാ. എന്റെ മുടി ആകെ കൊഴിഞ്ഞു. എനിക്ക് ക്ഷയരോഗമുണ്ടോ? എന്താ അച്ഛാ ഞാനിങ്ങനെ പരോശായത്?

അച്ഛൻ : നീ നല്ലപോലെ ഭക്ഷണം കഴിക്കുന്നില്ല. നീ എനിക്കും അനന്തപത്മനാഭനും പാലും മൊട്ടയും തരും. പക്ഷേ, അതൊന്നും നീ കഴിക്കുന്നില്ല.

അമ്മിണി : എനിക്ക് പാലെന്തിന്? ഞാൻ ജീവിച്ചിരിക്കുന്നത് ആർക്കു വേണ്ടിയാ? ഞാൻ മരിച്ചാൽ അനന്തേട്ടന് ഒരു തിരുവിതാംകൂറുകാരിയെത്തന്നെ കല്യാണം കഴിക്കാം.

അച്ഛൻ : അമ്മിണീ നീ ഇപ്രകാരം സംസാരിക്കരുത്. അനന്തപത്മനാഭൻ അത്തരത്തിലുള്ള ഒരാളാണെന്ന് നീ ഒരിക്കലും ശങ്കിക്കരുത്. അവൻ എന്റെ മകനാണ്. അവന്റെ അമ്മ മരിക്കുമ്പോൾ എനിക്ക് വയസ്സ് മുപ്പത്താറാണ്. എത്ര എത്ര ആലോചനകൾ വന്നു എനിക്ക്! ഞാൻ വഴങ്ങിയില്ല. ഒരു രണ്ടാനമ്മയെ വീട്ടിൽ കയറ്റുവാൻ ഞാൻ ഒരുങ്ങിയില്ല. അവനും എന്നെപ്പോലെയാണ്. നിന്നെ കാണുന്നതുവരെ അവൻ ഒരു സ്ത്രീയുടെ മുഖത്തു നോക്കിയിരുന്നില്ല. നിന്നെ കണ്ടപ്പോഴാണ് അവൻ വിവാഹത്തെപ്പറ്റി ചിന്തിച്ചു തുടങ്ങിയത്. അവൻ പറഞ്ഞു

സ്ത്രീധനവും വേണ്ട, ഭൂമിയും വേണ്ട. ആ പെൺകൊച്ചിനെ കല്യാണം കഴിച്ചു തരാൻ പറഞ്ഞാൽ മതി. നിന്നെ നിന്റെ അച്ഛന്റെ മരുമകൻ ആ കൃഷിക്കാരൻ നിന്നെയെങ്ങാൻ ധൃതിയിൽ കെട്ടിക്കൊണ്ടു പോയാലോ എന്ന് അവൻ ഭയന്നു. (ചിരിക്കുന്നു)

അമ്മിണി : ശെരിയാ. അപ്പോട്ടന് അതേന്ന് മോഹം. ചിങ്ങമാസത്തില് കല്യാണം നടത്തണംന്ന് അമ്മയെ നിർബ്ബന്ധിച്ചേർന്നു..... അപ്പഴാണ് അനന്തേട്ടനായി പരിചായതും കല്യാണം കഴിക്കലും ഒക്കെ ഉണ്ടായത്. അമ്മയ്ക്ക് വല്യ സന്തോഷായി. സ്ഥിരായ ഉദ്യോഗാണ്. കാണാനും യോഗ്യൻ. പിന്നെ ബന്ധുക്കള് പറഞ്ഞേരുന്നു തിരുവിതാകൂറുകാരെ വിശ്വസിക്കണ്ടാന്ന്. അത് അസൂയോണ്ട് പറയണതാ എന്ന് അമ്മ പറഞ്ഞു. എന്റെ ജാതകത്തില് കേസരിയോഗണ്ട്. അതോണ്ടാ ഇത്രവേഗം കല്യാണം കഴിഞ്ഞത് എന്ന് അമ്മ പറഞ്ഞു.

അച്ഛൻ : നീ ഭാഗ്യവതിയാണ്. അതിന് സംശയമില്ല. അനന്തപത്മനാഭൻ ഒരു സാധാരണ കൊച്ചനല്ല. അവൻ ഓഫീസിൽ പോവും. വീട്ടിൽ വരും. കൂട്ടുകാരില്ല, കള്ളുകുടിയില്ല, ശീട്ടുകളിയില്ല, ഒരു കന്നത്തരവുമില്ല. ആ ജങ്ഷനിൽ വൈകുന്നേരം പോയി നോക്കിയാൽ കാണാം അവന്റെ പ്രായക്കാര് സിഗരറ്റും വലിച്ച് നില്ക്കുന്നത്. ഒരു കൂട്ടം വായ്നോക്കികൾ.

അമ്മിണി : അച്ഛാ നോക്കൂ, ആ തൂണിന്റെ പിന്നിൽ, ഞാൻ പറഞ്ഞ നരി വീണ്ടും വന്നിരിക്കുന്നു. ഇപ്പോഴെങ്കിലും അച്ഛന് വിശ്വാസമാവും. അതാ അത് തല കുലുക്കുന്നു. അത് ചിരിക്കുന്നതുപോലെ തോന്നുന്നു. അച്ഛാ, ഇപ്പോഴെങ്കിലും അച്ഛന് മനസ്സിലാവും ഞാൻ നുണ പറയുക അല്ലായിരുന്നു എന്ന്.

അച്ഛൻ : അമ്മിണീ നീ വീണ്ടും ആ നരിക്കഥ പറഞ്ഞു തുടങ്ങിയോ? എനിക്കൊന്നും കാണാനില്ല. ഡോക്ടർ എത്ര തവണ നിന്നോട് പറഞ്ഞിരിക്കുന്നു, നിന്റെ ഞരമ്പുകൾ തളർന്നതുകൊണ്ട് ഇതെല്ലാം നിന്റെ തോന്നൽ മാത്രമാണെന്ന്. നിന്റെ ആരോഗ്യം മെച്ചപ്പെട്ടാൽ നീ പിന്നീട് നരിയെയും കാണില്ല പുലിയെയും കാണില്ല.

അമ്മിണി : അച്ഛാ, അച്ഛാ. ഇത് തോന്നലല്ല. ഞാൻ പലപ്പോഴും അതിനെ കാണുന്നു. കൈനീട്ടിയാൽ എനിക്കതിനെ തൊടാം. അത് എന്നെ എല്ലായ്പ്പോഴും പിന്തുടരുകയാണ്. ചിലപ്പോൾ അതിന്റെ ശ്വാസംവലി എനിക്ക് കേൾക്കാം.

അച്ഛൻ : അസംബന്ധം. നീ അവിടേക്ക് നോക്കാതെ എനിക്ക്

കുറച്ച് ചോറ് വിളമ്പിത്തരൂ. എനിക്ക് ഉറക്കം വന്നു തുടങ്ങി.

അമ്മിണി : ശരി, അച്ഛൻ ഇരിക്കൂ. അച്ഛനു വേണ്ടി തീയ്യലും ഞാൻ ഉണ്ടാക്കിയിട്ടുണ്ട്.

അച്ഛൻ : അത് ഞാൻ നിന്നെ പഠിപ്പിക്കേണ്ടി വന്നു.

അമ്മിണി : പക്ഷേ, മലബാർ പാചകം എനിക്കറിഞ്ഞിരുന്നു. വറത്തെരിശ്ശേരി എനിക്ക് ഉണ്ടാക്കാൻ അറിയാം. കാളനും ഓലനും ഇഞ്ചിത്തയിരും ഉണ്ടാക്കാനറിയും. അച്ഛാ, വാസ്തവത്തിൽ മലബാറിന്റെ സൗന്ദര്യം തിരുവിതാകൂറിന്നില്ല. അവിടെ ഞങ്ങളുടെ പൂമുഖത്ത് പാരിജാതവും പവിഴമല്ലിയും എലഞ്ഞീം പൂത്തു നിന്നിരുന്നത് അച്ഛൻ ഓർക്കുന്നുണ്ടോ? സന്ധ്യക്ക് എന്ത് വാസനയായിരുന്നു. അവിടെ എണ്ണതേച്ച് കുളത്തിൽ കുളിച്ചാൽ എല്ലാ ക്ഷീണോം മാറും. എനിക്ക് എത്ര നല്ല മുടിയായിരുന്നു. ഇപ്പോഴൊ? തൃശ്ശൂർള്ളോർക്ക് എന്നെക്കണ്ടാൽ മനസ്സിലാവില്യ. എത്ര തവണ ഞാൻ അനന്തേട്ടനോട് പറഞ്ഞു ഒരാഴ്ചയ്ക്ക് ലീവെടുത്തു എന്നെ തൃശ്ശൂർക്ക് കൊണ്ടുവാൻ! കേൾക്കണ്ടേ? എനിക്ക് അമ്മയെ കാണാൻ എന്ത് മോഹമാണ്.

അച്ഛൻ : ഞാനവനോട് പറയാം.

അമ്മിണി : ഇന്ന് പറയണ്ട. നാളെ രാവിലെ നല്ല നേരം നോക്കി പറഞ്ഞാൽ മതി...... അച്ഛൻ ഇരിക്കൂന്നേയ്. ചോറ് തണുക്കണ്ട.

അച്ഛൻ : നിന്റെ പാചകം അതിവിശേഷമാണ്.

അമ്മിണി : അച്ഛൻ പറയുന്നതുപോലെ അനന്തേട്ടൻ പറയാറില്ല. എന്തു കൊടുത്താലും തിന്നും. ഞാനൊരു മനുഷ്യസ്ത്രീയാണെന്നും അനന്തേട്ടൻ മറന്നു. കല്യാണം കഴിഞ്ഞ് വന്ന കാലത്ത് എന്നെ ജീവനായിരുന്നു. ഇന്ന് നേരെ വിപരീതാ. എന്നും കലഹം. ഇന്നലെ അനന്തേട്ടൻ എന്നെ ചീത്ത പറഞ്ഞപ്പോൾ നരിക്ക് അത് തീരെ പിടിച്ചില്ല. അനന്തേട്ടനെ അത് കൊല്ലുമെന്ന് എനിക്ക് തോന്നി. അതിന്റെ നോട്ടം കണ്ടപ്പോൾ.

അച്ഛൻ : നരിയല്ല. വെറും ഭാവനയാണ്. നിന്റെ മാനസിക ദൗർബല്യംകൊണ്ട് നീ ജന്തുക്കളെ കാണുകയാണ്.

അമ്മിണി : നേര് പറയൂ. എനിക്ക് ഭ്രാന്താണോ? ഡോക്ടർ എനിക്ക് ഭ്രാന്താണെന്ന് പറഞ്ഞുവൊ?

അച്ഛൻ : ഭ്രാന്തില്ല.

അമ്മിണി : ഭ്രാന്തില്ലെങ്കിലാണ് എനിക്ക് അത്ഭുതം. എന്റെ അമ്മയ്ക്ക് മുഴുത്ത ഭ്രാന്തായിരുന്നു. ഒടുല് ചങ്ങലയ്ക്കിട്ടു. മുറീല്

ഒരല് കൊണ്ടുവന്ന് വെച്ച് അമ്മമ്മേ ചങ്ങലയ്ക്കിട്ടു. അപ്പോട്ടനാ ചങ്ങലയ്ക്കിട്ടത്.

അച്ഛൻ : ഇക്കാര്യം അവനറിയ്യോ?

അമ്മിണി : ആർക്ക്? അനന്തേട്ടനോ? ഉവ്വ്. ഞാൻ ഇന്നലെ പറഞ്ഞു കൊടുത്തു.

അച്ഛൻ : അവൻ എന്തേ പറഞ്ഞത്?

അമ്മിണി : ഒന്നും പറഞ്ഞില്ല.

(ജനലിൽക്കൂടി ആകാശം നോക്കിക്കൊണ്ടു നിന്നു.)

വാതില്ക്കൽ മുട്ട്.

അച്ഛൻ : അവൻ വന്നു.

അമ്മിണി : അയ്യോ ആകെ നനഞ്ഞുവല്ലൊ.

ആഗതൻ : കുടയെടുക്കാൻ മറന്നു. ഇവിടെ മഴ പെയ്തില്ല അല്ലേ?

അമ്മിണി : ഞങ്ങൾ കേട്ടില്ല.

അച്ഛൻ : എന്തേ ഇത്ര വൈകിയത്?

അനന്ത : ഡയറക്ടർ ബോർഡിന്റെ മീറ്റിങ് ഉണ്ടായിരുന്നു.

അച്ഛൻ : എത്ര പേരുണ്ടായിരുന്നു?

അനന്ത : എട്ടുപേർ. മാനേജിങ് ഡയറക്ടറെ കൂട്ടിയാൽ ഒൻപതു പേർ.

അച്ഛൻ : പത്ത്. നീയുമുണ്ടായിരുന്നല്ലൊ അനന്തപത്മനാഭാ.

അനന്ത : ഞാനൊ? എന്നെ ആര് കണക്കിലെടുക്കും? ഞാൻ വെറുമൊരു സ്റ്റെനോഗ്രാഫർ. ടൈപ്പ് റൈറ്റിങ് മെഷീന്റെ ഒരു extension. Godrej typewriter ന്റെ extension..... ഒരവയവം. രമേശൻ ഒളിംപിയയുടെ അവയവം. മിസ് രാധാലക്ഷ്മി സ്മിത് കറോണയുടെ extension.

അച്ഛൻ : അങ്ങനെ അവനവനെത്തന്നെ കൊച്ചാക്കാൻ നീ ശ്രമിക്കരുത്. ഒരു സ്റ്റെനോവിന്റെ ചുമതലകൾ പ്രാധാന്യമുള്ളവയാണ്. മീറ്റിങ്ങുകളുടെ മിനിറ്റ്സ് എഴുതണം. കോപ്പികളെടുക്കണം. സംശയിക്കണ്ട. ഒരു സ്റ്റെനോ പ്രധാനപ്പെട്ട ഒരു ഘടകം തന്നെയാണ്.

അനന്ത : സ്റ്റെനോ. അച്ഛൻ സ്റ്റെനോ ആയിരുന്നതുകൊണ്ട് എന്നെയും സ്റ്റെനോ ആക്കി. എന്നെ കോളേജിലയച്ച് പഠിപ്പിച്ചിരുന്നുവെങ്കിൽ ഞാൻ ഇപ്പോൾ സ്വന്തമായൊരു ബങ്കളാവിൽ താമസിക്കുമായിരുന്നു. സ്വന്തം കാറിൽ സഞ്ചരിക്കുമായിരുന്നു.

അച്ഛൻ : അതൊക്കെ ആവർത്തിച്ചാവർത്തിച്ച് എന്നോട് കലഹിക്കണ്ട. എന്റെ കഴിവിനനുസരിച്ച് ഞാൻ നിന്നെ വളർത്തി. പഠിപ്പിച്ചു. ജോലി മേടിച്ചു തന്നു. നിന്റെ അമ്മ മരിച്ചപ്പോൾ എന്റെ വയസ്സ് എത്രയായിരുന്നുവെന്ന് നിനക്കറിയാമോ?

അനന്ത : മുപ്പത്താറ്.

അച്ഛൻ : എനിക്ക് വേറെ കല്യാണം കഴിക്കാമായിരുന്നു. ആലോചന വരാതെയുമല്ല. പിന്നെ ഞാനെന്തു ചെയ്തു?

അനന്ത : കല്യാണം കഴിച്ചില്ല.

അച്ഛൻ : ആ. അതുതന്നെ. ഞാൻ കല്യാണം കഴിച്ചില്ല. നിന്നെ ആരും വ്യസനിപ്പിക്കരുതെന്നു എനിക്ക് നിർബ്ബന്ധമുണ്ടായിരുന്നു. പക്ഷേ, ഇന്ന് നിനക്ക് എന്നോട് നന്ദികേട് തോന്നുന്നില്ല. നന്ദിയുമില്ല. സ്നേഹവുമില്ല. എന്നെ നിനക്കിനി ആവശ്യമില്ല.

അമ്മിണി : എന്നെയും ആവശ്യമില്ല (തേങ്ങിക്കരയുന്നു)

അനന്ത : ഇന്ന് രണ്ടാളും കൂടിയാണല്ലൊ എന്നെ എതിർക്കുന്നത്!

അമ്മിണി : അനന്തേട്ടന് രാധാലക്ഷ്മിയോടാണ് സ്നേഹം. അവൾ അനന്തേട്ടനായി ശൃംഗരിച്ച്.

അനന്ത : ഛേയ്. നിർത്ത്. വിവാഹിതകളായ മാന്യ സ്ത്രീകളെപ്പറ്റി അനാവശ്യം പറയരുത്.

അമ്മിണി : അവളാണ് മാന്യസ്ത്രീ. ഞാൻ പിന്നെ ആരാണ്? എന്നെ തെരുവിൽനിന്ന് പിടിച്ചു കൊണ്ടു വന്നതല്ലല്ലോ. ഗുരുവായൂര് വെച്ച് താലി കെട്ടീട്ടല്ലേ എന്നെ കൊണ്ടുവന്നത്.

(അച്ഛൻ ചുമയ്ക്കുന്നു)

അനന്ത : അച്ഛൻ അഗസ്ത്യ രസായനം കഴിക്കാറില്ലേ?

അച്ഛൻ : മരുന്നു തീർന്നു.

അനന്ത : അമ്മിണി, അച്ഛന്റെ മരുന്നു തീർന്നു എന്ന് നീ എന്തുകൊണ്ട് എന്നോട് പറഞ്ഞില്ല?

അമ്മിണി : ഞാൻ മറന്നു.

അനന്ത : മറന്നു! ഇതൊക്കെ മറക്കാൻ പാടുണ്ടോ? അച്ഛന് അഗസ്ത്യ രസായനമില്ലെങ്കിൽ അച്ഛന്റെ ചുമ വർദ്ധിക്കില്ലേ? നിനക്ക് എന്താണിവിടെ ജോലി- അച്ഛനെ ശുശ്രൂഷിക്കുകയല്ലാതെ? നീ എന്താണ് ഇവിടെ ചെയ്യുന്നത്. രാവിലെ മുതൽ രാത്രി വരെ? നിന്റെ സൗന്ദര്യം കണ്ട് നിന്നെ ഷോക്കേസിൽ വെയ്ക്കാമെന്ന് കരുതിയല്ല ഞാനിവിടെ കൊണ്ടുവന്നത്.

അമ്മിണി : എന്നെ ചീത്ത പറയരുത് അനന്തേട്ടാ. (തേങ്ങിക്കരയുന്നു)

അച്ഛൻ : അനന്തപത്മനാഭാ നീ പോയി ചൂടുവെള്ളത്തിൽ കുളിക്ക്. ജലദോഷം പിടിക്കണ്ട. അവളെ കരയിക്കണ്ട. പാവം പിടിച്ച പെണ്ണ്. നാടും വീടും വിട്ട് നിന്റെ കൂടെ എറങ്ങിത്തിരിച്ച പെണ്ണ്. അവളെ കരിയിപ്പിക്കരുത്.

അമ്മിണി : അച്ഛാ ഞാൻ പറഞ്ഞില്ലേ നരിക്ക് ഇതൊന്നും പിടിക്കത്തില്ല എന്ന്. അത് തുറിച്ചു നോക്കുന്നു. അതിന്റെ

ശ്വാസോച്ഛ്വാസം കടലിന്റെ ഇരമ്പം പോലെ.

അനന്ത : പിന്നെയും വന്നോ നിന്റെ നരി? എനിക്കും ഇതൊക്കെ കേട്ട് ഇരുന്നാൽ ഭ്രാന്ത് പിടിക്കും. അച്ഛന് ഇടയ്ക്ക് നടക്കാൻ പോയ്ക്കൂടെ? വാതിലും ജനലും അടച്ച് ഈ പെണ്ണിന്റെ വർത്തമാനവും കേട്ടു കൊണ്ടിരുന്നാൽ അച്ഛനും ഭ്രാന്തു പിടിക്കും. പുറത്തു നടക്കാൻ പോയ്ക്കൂടെ?

അച്ഛൻ : നിനക്കറിയില്ലേ എനിക്ക് സ്വന്തമായി ഒരു കുടയില്ല എന്ന്. ഞാനെങ്ങിനെ ഈ മഴക്കാലത്ത് നടക്കാൻ പോവും?

അനന്ത : ഞാൻ കുളിക്കട്ടെ. നിങ്ങൾക്ക് രണ്ടാൾക്കും വട്ടാണ്.

അമ്മിണി : അച്ഛാ....

അച്ഛൻ : എന്താ അമ്മിണി?

അമ്മിണി : ജനലിന്റെ പുറത്ത് നല്ല നിലാവ്. അച്ഛന് കാണണൊ?

അച്ഛൻ : മൂക്കത്ത് കണ്ണടയില്ല.

അമ്മിണി : കണ്ണട ഞാൻ കുളിമുറിയിൽ കണ്ടു. ഞാൻ കണ്ണട കൊണ്ടുവന്ന് തരട്ടെ?

അച്ഛൻ : വേണ്ട. എനിക്ക് നിലാവ് നോക്കാൻ താല്പര്യമില്ല.

അമ്മിണി : അനന്തേട്ടനും നിലാവ് കാണാൻ ആഗ്രഹമില്ല. ഞാനങ്ങ നെയല്ല. നിലാവ് ഉള്ള രാത്രീലൊക്കെ ഞാൻ വീട്ടിലെ മുറ്റത്ത് നടക്കാറുണ്ട്. വെളുത്ത പൂഴീല് പൂക്കള് വീണു കിടക്കണ പൂഴീല്. ഞങ്ങളുടെ വീട്ടിലെ മുറ്റം. ഒരു കിണ്ണ ത്തിലെ പഞ്ചാരപ്പായസം പോലെയാണ്. വെളുത്തിട്ട്. എനിക്ക് അങ്ങോട്ട് പോവാൻ കലശലായ മോഹം. അച്ഛൻ അനന്തേട്ടനോട് പറയൂ ഒരാഴ്ചത്തെ ലീവെടു ക്കാൻ.

വൃദ്ധൻ : നീ പ്രാർത്ഥിക്കൂ. ചെങ്കള്ളൂർ ക്ഷേത്രത്തിൽപ്പോയി പ്രാർത്ഥിക്കൂ. എന്നാൽ വീട്ടിൽ പോവാനുള്ള ആഗ്രഹം സാധിക്കും. വലിയ ശക്തിയുള്ള ശിവനാണ്.

അമ്മിണി : അനന്തേട്ടൻ വന്നു.

അനന്ത : ഞാൻ കുളിക്കുന്നില്ല എന്നുവെച്ചു. തലവേദന. ഇനി കുളിച്ച് അത് പനിയാക്കണ്ട എന്നു കരുതി.

അനന്ത : കഴിക്കാം. ഞാൻ അമ്മിണിക്ക് ഒരു ടിക്കറ്റ് വാങ്ങിയിട്ടുണ്ട്- തൃശൂർക്ക് പോവാൻ. നാളത്തെ രാവിലത്തെ വണ്ടി. ഏഴ് നാല്പത്തഞ്ച്. എന്റെ ആപ്പീസിലെ ഗണേശന്റെ ഭാര്യ തൃശൂർക്ക് പ്രസവിക്കുവാൻ പോവുകയാണ്. അവരെ കൂടി അമ്മിണിയും പോവട്ടെ.

അമ്മിണി : അനന്തേട്ടൻ ഇല്ലാതെ ഞാൻ പോവില്ല.

അനന്ത : പോവണം. ഞാൻ ടിക്കറ്റ് വാങ്ങിക്കഴിഞ്ഞു.

അമ്മിണി : അച്ഛാ ഒന്ന് പറയൂ എന്നെ നാളെ അയക്കേണ്ടെന്ന്.

എനിക്ക് അനന്തേട്ടനെ പിരിഞ്ഞ് പോവാൻ വയ്യ.

അച്ഛൻ : അനന്തപത്മനാഭാ

അനന്ത : അച്ഛൻ ഇതിൽ തലയിടരുത്. അമ്മിണി തിരിച്ചു പോയേ തീരൂ. ഒരു Change അവൾക്ക് ആവശ്യമാണ്. ഡോക്ടർ പറഞ്ഞു അവൾക്ക് ഒരു change അത്യാവശ്യമാണെന്ന്. ഞാനെവിടെ അയയ്ക്കും? അവൾക്ക് അമ്മയെ കാണാൻ ആഗ്രഹമുണ്ട്. അതുകൊണ്ട് ഞാൻ അവളെ തൃശ്ശൂർക്ക് അയയ്ക്കാമെന്ന് തീരുമാനിച്ചു.

അമ്മിണി : ഞാൻ പോവില്ല. ഞാൻ തനിച്ച് പോവില്ല.

അനന്ത : നീ തനിച്ച് പോവും.

അച്ഛൻ : നാളെത്തന്നെ വേണോ?

അനന്ത : നാളെത്തന്നെ പോണം. എന്റെ ക്ഷമ നശിച്ചിരിക്കുന്നു. എനിക്കും വേണം ഒരു വിശ്രമം. ഒരു change ഇല്ലെങ്കിൽ ഞാൻ ഭ്രാന്തു പിടിച്ചു മരിക്കും. രാത്രിയിലും ഇവൾ ഉറങ്ങുന്നില്ല. പിറുപിറുത്തുകൊണ്ടേയിരിക്കും. നരിയോട് വർത്തമാനം പറയുകയാണത്രെ. എനിക്ക് കുറച്ച് ഉറങ്ങ ണം. അവൾ പോയേ തീരൂ. ഞാൻ പോയി കിടക്കട്ടെ.

അച്ഛൻ : അമ്മിണി നീ തർക്കിക്കണ്ട. വേഗം നിന്നെ മടക്കിക്കൊ ണ്ടുവരാൻ ഞാൻ അവനോട് പറയാം. നീ പോയി ഉറങ്ങൂ. ഞാനും പോവട്ടെ. കുറച്ചു നേരം കഴിഞ്ഞ് അമ്മിണിയുടെ കാൽവെപ്പുകൾ കേൾക്കാം.

അമ്മിണി : അതെ നരീ, നരിക്കുട്ടി, ഞാൻ ഒളിച്ചോടിപ്പോവ്വാണ്. എനിക്ക് നാട്ടിൽ പോവാൻ വയ്യ. ഞാനെങ്ങിനെ പോവും തനിച്ച്? അനന്തേട്ടന് എന്നെ സ്നേഹമില്ലെന്ന് അവ രൊക്കെ മനസ്സിലാക്കും. അത് വയ്യ. അത് മാനക്കേടാണ്. ഞാൻ എങ്ങോട്ടെങ്കിലും പോവുകയാണ്. ഇനി എന്നെ കാണാൻ അനന്തേട്ടന് സാധിക്കില്ല.... എന്ത് നീയും വരുന്നെന്നോ? ശരി. നീ വരൂ എന്റെ കൂടെ. നീയെങ്കിലും എന്നെ സ്നേഹിക്കുന്നുണ്ടല്ലോ. നമുക്ക് ഒന്നിച്ച് പോവാം. ഈ ലോകം എത്ര വലുതാണ്. ഈ പൂജപ്പുരയുടെ നൂറിരട്ടി വലുതാണ് ലോകം. നമുക്ക് എവിടെയെങ്കിലും ജീവിക്കാം. നിലാവും നോക്കി ഇരിക്കാം.

(വാതിൽ കൊട്ടിയടയ്ക്കുന്നതിന്റെ ശബ്ദം.)

അനുബന്ധം : 2

മാധവിക്കുട്ടി : ജീവിതരേഖ

1932 : മാർച്ച് 31 ന് (1107 മീനം 18) വ്യാഴാഴ്ച തൃശ്ശിവപ്പേരൂർ ചാവക്കാടു താലൂക്കിൽ പുന്നയൂർക്കുളം ഗ്രാമത്തിൽ നാലപ്പാട്ടുവീട്ടിൽ ബാലാമണിയമ്മയുടെയും വി എം നായരുടെയും പുത്രിയായി 'കമലമ്മ' ജനിച്ചു. അച്ഛൻ കല്ക്കത്തയിൽ വാൽഫോഡ് ട്രാൻസ്പോർട്ട് കമ്പനിയുടെ ചുമതല വഹിക്കുന്ന ഉയർന്ന ഉദ്യോഗസ്ഥൻ. അങ്ങനെ ബാല്യം കല്ക്കത്തയിൽ.

1938–39 : കല്ക്കത്തയിലെ സെന്റ് സെസിലിയാസ് സ്കൂളിൽ ചേർന്നെങ്കിലും രണ്ടാം ലോകമഹായുദ്ധം പൊട്ടിപ്പുറപ്പെട്ടപ്പോൾ പുന്നയൂർക്കുളത്തേക്കു വന്നു. അവിടെ എലിമെന്ററി സ്കൂളിൽ ചേർന്നു.

1940–41 : തിരിച്ച് കല്ക്കത്തയിൽ ചെന്നെങ്കിലും ടേം കഴിഞ്ഞതിനാൽ സ്കൂളിൽ ചേരാൻ സാധിച്ചില്ല. വീട്ടിൽ ട്യൂഷന് ഏർപ്പാടായി.

1942–43 : വീണ്ടും കേരളത്തിലേക്ക്. തൃശൂരുള്ള സെന്റ് ജോസഫ് ലാറ്റിൻ കോൺവെന്റിൽ ഒരു വർഷം പഠിച്ചു. ആദ്യത്തെ കഥ എഴുതി. കുറച്ചുനാൾ വീട്ടിൽ നിന്നു.

1944 : വീണ്ടും കൽക്കത്തയിലേക്ക്. അവിടെ സെന്റ് ജോൺസ് ഡയോസിയൻ സ്കൂളിൽ വിദ്യാഭ്യാസം.

1947 : ജൂൺ 22 *മാതൃഭൂമി* ആഴ്ചപ്പതിപ്പിൽ ആദ്യകഥ 'സ്ത്രീ' പ്രസിദ്ധപ്പെടുത്തി.

1949 : ഫെബ്രുവരി 5 ന് കാളിപുറേത്തു തറവാട്ടിലെ (അമ്പാഴത്തെ) മാധവദാസ് കമലയെ വിവാഹം ചെയ്തു. അതോടെ കമലാദാസ് ബോംബെയിൽ റിസർവ്വ് ബാങ്ക് ഉദ്യോഗസ്ഥനായ മാധവദാസിനോടൊപ്പം താമസമാക്കി.

1950 : ആദ്യ പ്രസവത്തിന് നാട്ടിലേക്ക്. മൂത്ത മകൻ മോനു.
1951 : മടങ്ങി ബോംബെയിലേക്ക്. ദാദറിൽ താമസം.
1952 : വീണ്ടും കുറെക്കാലം പുന്നയൂർക്കുളത്ത് നാലപ്പാട്ടു വീട്ടിൽ.
1953 : മടങ്ങി ബോംബെയിലേക്ക്. മാനസിക പ്രശ്നങ്ങൾ.
1954 : രണ്ടാം പ്രസവത്തിന് നാട്ടിൽ. രണ്ടാമത്തെ മകൻ ചിന്നൻ.
1955 : ആദ്യ കഥാസമാഹാരം പുറത്തിറങ്ങി - *മതിലുകൾ.*
1959 : മാധവദാസിന് കല്ക്കത്തയിലേക്ക് സ്ഥലം മാറ്റം. ഒപ്പം കമലാദാസും കല്ക്കത്തയിൽ താമസം.
1961 : ഡൽഹിയിലേക്ക് താമസം മാറ്റി.
1963 : ഡൽഹിയിൽ ഡിഫൻസ് കോളനിയിൽ താമസം. പി ഇ എൻ അവാർഡ് ലഭിച്ചു.
1965 : മൂന്നാം പ്രസവത്തിന് നാട്ടിലേക്ക്. മൂന്നാമത്തെ മകൻ ജയസൂര്യൻ.
1966 : തിരിച്ച് ഡൽഹിയിൽ. അസുഖം. വെല്ലിങ്ടൺ ഹോസ്പിറ്റലിൽ അഡ്മിറ്റു ചെയ്തു.
1967 : *തണുപ്പ്* എന്ന ചെറുകഥാസമാഹാരത്തിന് കേരള സാഹിത്യ അക്കാദമി അവാർഡ്.
1968 : ബോംബെയിലേക്ക് താമസം മാറ്റി. കാഡൽ റോഡിസെ വസതിയിൽ.
1969 : ബോംബെയിലെ സചിവാലയത്തിനു പിന്നിലെ ഏഴുനിലക്കെട്ടിടത്തിലേക്ക് താമസം മാറ്റി.
1970 : അസുഖം. ചികിത്സ. മരണത്തെ മുഖാമുഖം കണ്ട നിമിഷങ്ങൾ.
1971 : *എന്റെ കഥ* എഴുതിത്തുടങ്ങി.
1974 : *എന്റെ കഥ* പുസ്തക രൂപത്തിൽ പുറത്തുവന്നു.
1977 : കേരളത്തിലെ ടൂറിസത്തിന്റെ സാദ്ധ്യതകളെപ്പറ്റി പഠിക്കാൻ കേന്ദ്ര സർക്കാർ നിയോഗിച്ച വിദഗ്ദ്ധ സമിതിയിലെ അംഗം.
1979 : തിരുവനന്തപുരത്തു നിന്ന് പ്രസിദ്ധപ്പെടുത്തിയ *പമ്പരം* മാസികയുടെ പത്രാധിപ.
1980 : തിരുവനന്തപുരത്ത് സ്ഥിരതാമസം.
1981 : ചിൽഡ്രൻസ് ഫിലിം സൊസൈറ്റി പ്രസിഡന്റ്.
1983 : ചിൽഡ്രൻസ് ഫിലിം സൊസൈറ്റി സ്ഥാനം രാജിവച്ചു. ശ്രീലങ്ക സന്ദർശിച്ചു.
1984 : ലോകസഭാ തിരഞ്ഞെടുപ്പിൽ തിരുവനന്തപുരത്ത് സ്ഥാനാർ=ത്ഥിയായി. പരാജയപ്പെട്ടു.
1985 : ആശാൻ വേൾഡ് പ്രൈസ്, കേന്ദ്ര സാഹിത്യ അക്കാദമി അവാർഡ് എന്നിവ നേടി- *കളക്ടഡ് പൊയംസ്* എന്ന കവിതാ സമാഹാരം.
1986 : സാഹിത്യത്തിനുള്ള നോബൽ സമ്മാനത്തിന് സ്വീഡിഷ് അക്കാദമി പേര് നിർദ്ദേശിച്ചു.

1987 : ഡോക്ടറേറ്റ് ബിരുദം. കേരള ഫോറസ്റ്ററി ബോർഡ് ചെയർപേഴ്സൺ.

1988 : *വേനലിന്റെ ഒഴിവിന്* ടെലിഫിലിം ആയി. രുഗ്മിണിക്കൊരു പാവക്കുട്ടി *രുഗ്മിണി* എന്ന പേരിൽ കെ പി കുമാരൻ ചലച്ചിത്രമാക്കി. നല്ല കഥയ്ക്കുള്ള സംസ്ഥാന ചലച്ചിത്ര അവാർഡ്.

1990 : കേരള ശിശുക്ഷേമസമിതി അംഗം.

1992 : കേരളസാഹിത്യ അക്കാദമി അംഗം.

അനുബന്ധം : 3

മാധവിക്കുട്ടിയുടെ കൃതികൾ

കഥാസമാഹാരങ്ങൾ:

മതിലുകൾ, 1955, കറന്റ് ബുക്സ്, തൃശൂർ
പത്തുകഥകൾ, 1958, കറന്റ് ബുക്സ്, തൃശൂർ
നരിച്ചീറുകൾ പറക്കുമ്പോൾ, 1960, സാഹിത്യ പരിഷത്ത് കോ-ഓപ്പറേറ്റീവ് സൊസൈറ്റി, എറണാകുളം
തരിശുനിലം, 1962, കറന്റ് ബുക്സ്, തൃശൂർ
എന്റെ സ്നേഹിത അരുണ, 1963, കറന്റ് ബുക്സ്, തൃശൂർ
ചുവന്ന പാവാട, 1964, കറന്റ് ബുക്സ്, തൃശൂർ
പക്ഷിയുടെ മണം, 1964, കറന്റ് ബുക്സ്, തൃശൂർ
തണുപ്പ്, 1967 കറന്റ് ബുക്സ്, തൃശൂർ
രാജാവിന്റെ പ്രേമഭാജനം, 1969 കറന്റ് ബുക്സ്, തൃശൂർ
പ്രേമത്തിന്റെ വിലാപകാവ്യം, 1971 കറന്റ് ബുക്സ്, തൃശൂർ
മാധവിക്കുട്ടിയുടെ കഥകൾ, 1982, ഡി സി ബുക്സ്, കോട്ടയം
എന്റെ ചെറുകഥകൾ (രണ്ടു ഭാഗങ്ങൾ), 1985, മാതൃഭൂമി പ്രിന്റിങ് ആന്റ് പബ്ലിഷിങ് കമ്പനി, കോഴിക്കോട്
പലായനം, 1990, കറന്റ് ബുക്സ്, തൃശൂർ
സ്വാതന്ത്ര്യസമരസേനാനിയുടെ മകൾ, 1991, പൂർണ്ണ പബ്ലിക്കേഷൻസ്, കോഴിക്കോട്
നെയ്പ്പായസം, 1991, പി കെ ബ്രദേഴ്സ്, കോഴിക്കോട്

കവിതാസമാഹാരങ്ങൾ:

എന്റെ കവിത, 1985, പുസ്തക പ്രസാധക സംഘം, പന്തളം

ഭയം എന്റെ നിശാവസ്ത്രം, 1986, മാതൃഭൂമി പ്രിന്റിങ് ആന്റ് പബ്ലിഷിങ് കമ്പനി, കോഴിക്കോട്
കമലാദാസിന്റെ തെരഞ്ഞെടുത്ത കവിതകൾ, 1991, മൾബറി പബ്ലിക്കേഷൻസ്, കോഴിക്കോട്

നോവലുകൾ

മാധവിക്കുട്ടിയുടെ മൂന്നു നോവലുകൾ, 1977, നവധാര പബ്ലിഷിങ് കോ-ഓപ്പറേറ്റീവ് സൊസൈറ്റി, തിരുവനന്തപുരം
മാനസി, 1978, പ്രഭാത് ബുക് ഹൗസ്, തിരുവനന്തപുരം
മനോമി, 1988, കറന്റ് ബുക്സ്, തൃശൂർ
ചന്ദനമരങ്ങൾ, 1988, കറന്റ് ബുക്സ്, കോട്ടയം, കോട്ടയം
കടൽമയൂരം, 1989, കറന്റ് ബുക്സ്, കോട്ടയം

ആത്മകഥ/സ്മരണകൾ

എന്റെ കഥ, 1973, കറന്റ് ബുക്സ്, തൃശൂർ
ബാല്യകാലസ്മരണകൾ, 1987, ഡി സി ബുക്സ്, കോട്ടയം
വർഷങ്ങൾക്കു മുമ്പ്, 1989, കറന്റ് ബുക്സ്, തൃശൂർ
ഡയറിക്കുറിപ്പുകൾ, 1992, കറന്റ് ബുക്സ്, കോട്ടയം
നീർമാതളം പൂത്തകാലം, 1993, ഡി സി ബുക്സ്, കോട്ടയം

ലേഖനസമാഹാരം:

ഇരുപതാം നൂറ്റാണ്ടിലേക്ക്, 1984, സാഹിത്യ പ്രവർത്തക സഹകരണ സംഘം, കോട്ടയം

ആനുകാലികങ്ങളിൽ വന്നവ

കരുവിയുടെ ദുരന്തം, മലയാളനാട് ഓണപ്പതിപ്പ്, 5 സെപ്തംബർ 1971
ആത്മകഥയെന്ന ശവക്കല്ലറ, മലയാളനാട് വാർഷിക വിശേഷാൽ പ്രതി, 1972
എന്റെ ലോകം, മലയാളനാട് വാരിക, 28 നവംബർ 1976
കഥകളുണരുന്ന മനസ്സുമായി, കുങ്കുമം വാരിക, (രണ്ടു ലക്കങ്ങളിൽ) 13 ജനുവരി - 27 ജനുവരി 1991

മാധവിക്കുട്ടിയുടെ കഥകൾ ഉൾപ്പെടുന്ന സമാഹാരങ്ങൾ

പതിനൊന്നു കഥകൾ, സമ്പാദകൻ : ജോൺ സാമുവൽ, 1976, ഡി സി ബുക്സ്, കോട്ടയം
കഥ - 75, സമ്പാദകൻ: എം എം ബഷീർ, 1977, സാഹിത്യപ്രവർത്തക സഹകരണ സംഘം, കോട്ടയം

നവീനകഥ, സമ്പാദകൻ എം എം ബഷീർ, 1977, സാഹിത്യ പ്രവർത്തക സഹകരണസംഘം, കോട്ടയം

1983 ലെ തെരഞ്ഞെടുത്ത കഥകൾ, സമാഹരണം: ജോൺ സാമുവൽ, 1984, ഡി സി ബുക്സ്, കോട്ടയം

അന്തർജ്ജനം മുതൽ അഷിത വരെ, എഡിറ്റർ: എം രാജീവ്കുമാർ, 1984, പരിധി പബ്ലിക്കേഷൻസ്, തിരുവനന്തപുരം

1984 ലെ തെരഞ്ഞെടുത്ത കഥകൾ, സമാഹരണം: പി ജി സോമനാഥൻ നായർ, 1986, ഡി സി ബുക്സ്, കോട്ടയം

കഥോത്സവം, സമ്പാദകർ : സ്റ്റോറി സൊസൈറ്റി, 1986, വിദ്യാർത്ഥിമിത്രം ബുക്ഡിപ്പോ, കോട്ടയം

ഭൂമിയുടെ മനസ്സിൽ, പ്രണയ കവിതകളുടെ സമാഹരണം, എഡിറ്റർ: ഷെൽവി, 1986, മൾബറി ബുക്സ്, കോഴിക്കോട്

1987 ലെ തെരഞ്ഞെടുത്ത കഥകൾ, സമാഹരണം : സക്റിയ, 1989, ഡി സി ബുക്സ്, കോട്ടയം

1988 ലെ തെരഞ്ഞെടുത്ത കവിതകൾ, 1989, ഡി സി ബുക്സ്, കോട്ടയം

1988 ലെ തെരഞ്ഞെടുത്ത കഥകൾ, സമാഹരണം: സ്കറിയ സക്കറിയ, 1989, ഡി സി ബുക്സ്, കോട്ടയം

പ്രിയപ്പെട്ട കഥകൾ, സമാഹരണം: ഷെൽവി, 1989, മൾബറി ബുക്സ്, കോഴിക്കോട്

30 ഇന്ത്യൻ കവയിത്രികൾ, എഡിറ്റർ: സച്ചിദാനന്ദൻ, 1990, ബോധി പബ്ലിഷിങ് ഹൗസ്, കോഴിക്കോട്

100 വർഷം 100 കഥ, എഡിറ്റർമാർ: കെ അയ്യപ്പപണിക്കർ, എം കെ സാനു, നരേന്ദ്രപ്രസാദ്, 1991, ഡി സി ബുക്സ്, കോട്ടയം

കഥകൾ പ്രണയത്തിന്റെയും; മരണത്തിന്റെയും, എഡിറ്റർ: വി ആർ സുധീഷ്, 1992, ബോധി പബ്ലിഷിങ് ഹൗസ്, കോഴിക്കോട്

Works by Kamala Das

Based On The Year Of Publication

Poetry: Collections

Summer in Calcutta, 1965, Everest Press, New Delhi.

The Descendants, 1967, Writers Workshop, Calcutta.

The Old playhouse and other poems, 1973, Orient Longman, Madras.

Collected Poems (Vo.I), 1984, The Navakerala Printers, Trivandrum.

The Best of Kamala Das, 1991, Bodhi Publishing House, Kozhikode.

Prose: Fiction

Alphabet of Lust (Novel), 1976, Orient Paperbacks, New Delhi.

My Story, 1976, Sterling, New Delhi.

A Doll for the Child Prostitute, (Collection of Short Stories), 1977, India Paperbacks, New Delhi.

Padmavathy the harlot and other short stories, 1992, Sterling, New Delhi.

Anthologies in which her (poems/short stories) are included:

Asian P.E.N. Anthology Vol.I, Ed. Sionil Jose, 1966, Solidarity, Manila.

Modern Indian Poetry in English, An Anthology and a Credo,

Ed.P.Lal, 1969, Writers,Workshop,Calcutta.
Indian Poetry in English 1947-72, Ed.British Nandy, 1972, Oxford and IBH, New Delhi.
Indian Poetry in English Today, Ed. Pritish Nandy,1973, Sterling, New Delhi.
Modern Indian Poetry, Ed. Pritish Nandy, 1974, Arnold Heinemann, New Delhi.
New Writing in India, Ed. Adil Jusswalla, 1974, Penguin, Harmondsworth.
An Anthology of Indo-English Poetry, Ed.Gauri Deshpande, 1974, Hindi Pocket Books, Delhi.
Modern Indian Short stories, Ed. Suresh Kohli, 1974, Arnold Heinemann, New Delhi.
Women Poets of India, Ed.Pranab Bandyopadhyay, 1977, United Writers, Calcutta.
Love Poetry, Ed. Pritish Nandy, 1979, Vikas, New Delhi.
Tonight this savage Rite, Ed. Pritish Nandy, 1979, Arnold Heinemann, New Delhi.
Peacocks among Patriarchs, Contemporary Indian English Verse, Ed. Chirantan Kulshrestha, 1980. Arnold Heinemann, New Delhi.
Reflection Twenty one Indian Short stories, Ed. Roman Basu, 1989, Sterling, New Delhi.
Anthology of World Literature by Women 1875-1975, Ed. Marian Arkin and Barban Scholar, 1991, University of NewYork, Longman.
Padmavathy the harlot and other Short stories, 1992, Sterling, New Delhi.

Articles

'Replies to the Questionnaire', The Miscellany, P.32, April 1969.
'The motif in the Mirror,' Quest, P.48, May-June 1971.
'Why not more than One Husband!' Eve's Weekly, XXVI, 19,p.35, 6 May 1972.
'I studied All Men' , Love and Friendship, Ed. Khushwant Singh, pp.13-16, 1973, Sterling, New Delhi.
'The Young Man with the pitted Face', Opinion, p.31, August 1973.

'The She-Mouse Returns Home', Imprint, p.19, October 1973.
'Frigidity and the Sepia-tainted Photograph', Opinion, p.30, 27 November 1973.
'Only Those Above 55, Obsessed with Sex' The Current Weekly, p.22, 26 January 1974.
'My Grandmother', Imprint, pp.37-39, March 1974.
'The Gift of Roses', The Indian P.E.N., pp.4-5, April-May 1974.
'I have Lived Beautifully', Debonair, III, 5, pp.40-41, 15 May 1974.
'What Women Expect out of Marriage And what they Get', Femina, pp.20.21, 5 July 1974.
'Sex: Mindless Surrender or Humming Fiesta?, Femina, P.19, 6 June 1975.
'My mother at Sixty Six', The Indian P.E.N., 41, July 1975.
'Leaves of Grass on the Kerala Coast', Span, pp.24-25, October 1975, rept. January 1985.
'The Sea Lounge', Debonaire, pp.18-19, February 1976.
'Kalyani', Quest, pp.79-82, 100, March-April 1976.
'The Uninvited Poet', Blitz, 30 April 1977.
'Of Bathrooms and Civilizations', Pamparam, I, p.4, February 1979.
'The Red Carpet of My Blood', Pamparam, I p.4, September 1980.
'I believe', Savvy, p.11, December 1990.
'Poets Cannot afford feet that hurt', Malayalam Literary Survey, Vol.XIV No.I, pp.9-12, January-March 1992.

Works (Books/Articles) on Kamala Das

Bernard, John - 'Review of Summer in Calcutta', The journal of Commonwealth Literature, 5 July 1966.

Blackwell, Fritz - 'Krishna motifs in the poetry of Sarojini Naidu and Kamala Das', The journal of South Asia Literature, 1977-78.

Blamires, Harry (Ed.) - Guide to twentieth Century Literature in English, 1983, Hethuen, London.

Brewster, Anne - 'The Freedom to Decompose': The poetry of Kamala Das', Journal of Indian writing in English, Vol. VIII No.1-2, Jan - July 1980.

Chaddah, R P - 'The women Indo-English poets', Commonwealth quarterly , Vol.I No.6, December 1977.

Chavan, Sunanda P. - 'The Fair Voice', 1984. Sterling, New Delhi.

Daruwalla, Keki - 'Not Eqipoised Enough', The Indian Literary Review. pp.70-73, Vol.III No.2, April 1985.

Chavan, Sunanda P. -Two Decades of Indian Poetry in English 1960-80, 1981, Vikas Publishers, New Delhi.

Das, Bijay Kumar - Modern Indo-English Poetry, 1982, Prakash Book Depot., Bereilly.

Das, Bijay Kumar - 'Indian Poetry in English' , The illustrated Weekly of India, CIII 24, June 27 - July 3, 1982.

de, Souza, Eunice - 'Kamala Das, Gauri Deshpande, Mamtha Kalia' Quest, pp.84-87, Jan. - February 1972.

de Souza, Eunice - 'Kamala Das', Osmanaia Journl of English Studies, pp.19-27, XIII, September 1977.

Dwivedi, A N - Indo-Anglian Poetry, 1979, Kitab Mahal, Allahabad.

Dwivedi, A N -Kamala Das and her poetry, pp.297-316, 1983, Doaba House, Delhi.

Elias, M - 'Kamala Das and Nayar Heritage', Journal of Indian writing in English, pp.15-24, Vol.No.2, July 1978.

Exekiel, Nissim - 'A note on Kamala Das', contemporary poets of the English Language, Ed.Rosalie Murphy, 1970, St. James Press, Chicago.

Ganguly, Shailaja - 'Kamala Das', Femina, pp.48-53, 8-22 October 1984.

Gokak, Vinayak Krishna - The Golden Treasury of Indo-Anglian Poetry, 1970, Sahitya Akademi, New Dehi.

Gowda, H H Abbiah - 'Contemporary Indian verse in English', Indian Literature of the past fifty years , 1970, Mysore University Golden Jubilee volume, Mysore.

Goyal, Bhagwats - Culture and Commitment : Aspects of Indian Literature in English, 1984, Shalabh Book House, Meerut.

Goyal, Bhagwats 'Perfected passions : The love poetry of Kamala Das and Judhithwright', The Literary Half Yearly, pp.116-130, Vol.XX, 1979.

Harrex, S C - 'Small Scale Reflections on Indian English Language Poetry,' The journal of Indian Writing in English, pp.28-38, April-June 1966.

Harrex, S C And O'Sullivan Vincent - 'Kamala Das' A selection with essays on her work - A review by John Oliver Perry of Tufts University, World Literature Today, A Literary Quarterly, pp.348-349, spring 1978, University of Oklahama.

Hess, Linda - Post Independence Indian Poetry in English', Quest, 49, pp.37-38, April-June 1966.

Iyengar, K R S- 'How Major is our Literature of the last fifty years?' Indian Literature of the past fifty years,1970, Mysore University Golden Jubilee Volume , Mysore.

Iyengar, K R S-The New Poetry Ed. William Walsh, Reading in Commonwealth Literature, 1973, Clarendon, Oxford.

Jaggi, Satya Dev-'Review of Summer in Calcutta', Thought, pp.17-

18, 16 April 1966.

Jussawalla, Ferose - 'Kamala Das: The Evolution of the Self', Journal of Indian writing in English, pp.54-61, Vol.X No.1 & 2, Jan. - July 1982.

Kallinikova, Elene J - Indian English Literature, Trans. Virendra Pal Sharma, 1982, Vimal Prakashan, Ghaziabad.

Kannan Lakshmi - 'Beyond just sighs and thighs', Eves Weekly, pp.49-53, XIII, 1980.

Kannan Lakshmi - Feminine and Androgynous Voices: Contemporary Englsih Verse by Indian Woman, The Journal of Indian Writing in English, pp.50-59, Vol.VII No.2, July 1979.

Kaur, Iqbal - Illusion and Reality, The autobiographical Confession in Kamala Das's My Story - A semiotic study (un published) Dissertation submitted for the degree of M.Phil, 1981, Department of Anthropological Lingustics, Punjab University.

Kaur, Iqbal - Tying and untying the text - My story, 1991, Bahri Publishers, New Delhi.

King, Bruce - Modern Indian Poetry in English, 1987, Oxford University Press, Oxford.

Kohli, Devindra - 'Virgin Whiteness' : An Interpretation of the poetry of Kamala Das, The Literary Criterion, pp.64-79, Vol.VII 4, Summer 1967.

Kohli, Devindra - 'Kamala Das' : Indian writers series, 1975, Arnold Heinemann, New Delhi.

Kohli, Devindra - 'The Crystal Glance of Love : Judith wright as Love poet', The Journal of Commonwealth Literature, pp.42-52, III 4, June 1971.

Kohli, Suresh - 'The poetic craft of Kamala Das', Thought, pp.17-18, 16 March 1968.

Kohli, Suresh - 'A Direct Tone', A review of the Descendants, Thought, p.16, 28 September 1968.

Kohli, Suresh - 'Feminine sensibility at work : A study of some Indo-English women poets', Indian and Foreign Review, pp.19-20, I March 1971.

Kohli, Suresh - 'Women Poets - A generation Gap', Times Weekly, P.6, 5 September 1971.

Kohli, Suresh - 'Kamala Das', Youth Times, pp.37-41, 6 September 1974.

Kotokoy, P C- Indo-English Poetry, 1969, Gauhati University, Gauhati.

Krishna, Srinivas - 'Kamala Das Poems', The Hindu, 20 August 1985.

Krishnanand and Shyamala S. - Studies in Indo-Anglian Literature, 1980, Prakash Book Depot., Borivali.

Lal,P - 'Indian writing in English Since Independence', The Ilustrated Weekly of India, 29 January 1967.

Machwe, Prabhakar - 'Prominent Women writers in Indian Literature after Independence', The Journal of South Asian Literature, pp.145-149, XII, Spring Summer 1977.

Mc Cutchion, Davic - Critical essays on Indian writing in English, writers workshop, 1971, Calcutta.

Mahapatra, Sitakant - 'Poetry for our time', The Indian P.E.N. 42, pp. 1-4, October 1976

Malhotra, M L - Bridges of Literature, 1971, Sunanda Publications, Ajmer.

Mukherjee, Meenakshi - 'Between births', Indian writing Today, Vol.IV, Jan - March 1970.

Mukherjee, Meenakshi - 'Landmarks in post Independent Indo-Anglican Literature', The Indian P.E.N.39, April 1973.

Mukherjee, Meenakshi - 'The mystery of Feminine sensibility', Eve's Weekly 33, 1979.

Nabar, Vrinda - 'A view of Kamala Das' Perspectives on Indian Poetry in English, pp.158-168, 1984, Abinav Publications, New Delhi.

Naik, M K - A History of Indian Literature, 1982, Sahithya Akademi, New Delhi

" - A History of Indian Literature, 1982, Sahithya Akademi, New Delhi

" - Dimensions of English Literature, 1984, sterling Publishers, New Delhi.

" - 'Echo and Voice in Indian Poetry in English', Journal of Karnataka University, pp.104-116, Vol.XIII, 1969.

" - Indian response to poetry in English, 1970, Macmillan, Madras.

" - Perspective on Indian Poetry in English, 1984, Abinav Publications, New Delhi.

Nandy, Pritish - 'Indian Poetry in English': The Dynamics of a new sensibility, Indian Literature, pp.9-19, March 1971.

Narasimhaiah, C D - The swan and the Eagle, Indian Institute of advanced study, 1969, Simla.

Narasingh, Srivastava - 'Some Indian Women Poets in English', Indian Literature, pp.67-78, Vol.XVII 4, 1975.

Narayan A Shyamala - 'A note on Kamala Das My Story, Commonwealth Quarterly III, pp.148-153, Dec. 1978.

Parthasarathy, R- Indian Englsih verse : The making of a Tradition, pp.40-52, 1981, Alien Voice Print House, Lucknow.

Patel, Gieve - 'Review of Summer in Calcutta', Quest, pp.103-104 No.47, October-December 1965.

Paul C Varghese - Essays on Indian writings in English, 1974, N.V. Publications, Bombay.

Paul C Varghese - Problems of the Indian Creative writer in English, 1971, Somaiya Publications, Bombay.

Peeradina, Saleem - 'Review of a Doll for the Child Prostitute', Time Weekly, June 1977.

Pillai, Meera - 'Review of the old playhouse and other poems', The Indian P.E.N., pp.19-21, 39, 12 Dec.1973.

Pillai, Nita - 'Review of Summer in Calcutta', Poetry India, pp.63-65, I, Jan - March 1966.

Prasad, Madhusudan - Living English Poets, An Anthology of Critical Essays, 1989, sterling publishers, New Delhi.

Radha, K Dr.- Kamala Das - Kerala writers in English series, vol.VIII, 1986, Macmillan, Madras.

Raghavan, Surekha - The concept of exile and its representation in the works of Kamala Das, Bharathi Mukherji and Ruth Prawar Jhabavala, (unpublished) A dissertation submitted in partial fulfilment of the requirement for the degree of M.A. in commonwealth Literature in the School of English. 1990, University of Leeds.

Rahman, Anisur - Expressive forms in the poetry of Kamala Das, 1981. Abhinav Publications, New Delhi.

Raizada, Haris - 'The confessional note in the poetry of Kamala Das', Indian Poetry in English, 1983, Parrimal Prakashan.

Rajendran, A V - A stylistic Analysis of the poetry of Kamala Das, unpublished M.Litt. dissertation, February 1982, CIEFL, Hyderabad.

Ramakrishnan, E V - 'Death-Life's obscure Parallel : Review of Kamala Das's 'The collected poems', Indian Literature, pp.254-259, vol.XXIX No.5, 1979.

Ramakrishnan, E V - 'Kamala Das as confessioal poet', The Journal of Indian writing in English, pp.29-34, Vol.V No.1, January 1977.

Ram, Atma - 'An interview with Kamala Das', Quest II, pp.41-42, August, 1977.

Rao, Bhargavai . P - Kamala Das and Silvia Plath A study in confessional poetry, unpublished dissertation, 1979, Osmania University.

Rao, Vepa - 'Review of Alphabet of Lust', Hindustan Times Weekly, Sunday July 1977.

Rao, Vimala - 'Poetry of Kamala Das Limits of overexposure; Commonwealth Quarterly, 5, December 1980.

Raphel, R - 'Kamala Das : the pity of it', Indian Literature, pp.127-137, XXII No.3, 1979.

Ravindranath, P.K. - 'Oh! Kamala', Asia Week, pp.30-33, No.46, 1976.

Remedios, Richard - 'An interview with Kamala Das', Imprint, pp.57-60, July 1982.

Sah, Subhaschandran - Modern Indo-Anglian Love Poetry, 1971, writers workshop, Calcutta.

Sah, Subhaschandran -'The dance of eunuchs', Insight, 1972, writers workshop, Calcutta.

Saradhi, K P - 'Gauri Deshpande, Roshan Alkazi and Kamala Das', Journal of India writing in English, 1974.

Sharma, I K - 'Mary and Meera, A study of Kamala Das, Commonwealth Quarterly, Vol.III, March 1979.

Singh, Kripal - 'Kamala Das and the problems with composition', The Journal of Indian writing in English, pp.1-10, Vol.VII No.1, Jan 1979.

Sivaramakrishnan, M - 'Contemporary Indian poetry in English : An approach', opinion, pp.39-57, IV, I July 1974.

Sivaramakrishnan, M - 'Curio and Archetype : Modernity in Indo-Anglian poetry', The Indian P.E.N.41, pp.1-5, Jan 1975.

Srinath, C N - 'Contemporary Indian Poetry in English, The Literary Criterior, pp.55-56, VIII 2 Summer 1967.

Srivastava, Avadesh K - Alien Voice : Perspective on commonwealth Literature, 1981, Print House, Lucknow.

Subramaniam, Bhamini - Images of Experience: The poetry of Kamala Das, (unpublished) M.Phil dissertation, 1989,

S N D T women's University, Bombay.

Syal, Pushpinder - 'The Poetry of Kamala Das' , Research Bulletin, Punjab University, pp.61-73, VIII, April 1977.

Thyagaraman, S K - 'The future of Indo-Anglian poetry's, Journal of Madurai University, 5 Dec.1976.

Varma, Monica - Facing Four, 'on Kamala Das, Sunita Namjoshi, Gouri Deshpande and Bharathi Sarabhai, 1973, writers workshop, Calcutta.

Varma, Srikant (Ed.) - Poetry festival India, 1985, Indian Council of Cultural relations, New Delhi.

Vasudeva, Uma - 'A liberated woman', Review of My story, Indian Book Chronicle, August 16, 1976.

Warriyar Shobha - 'Kamala Das Controversial as Ever', Eve's Weekly, pp.37.38, February 4-10 1984.

Walsh, William - Commonwealth Literature, 1973, Oxford University Press.

Williams, H M - Indo-Anglian Literature 1800-1970 A Survey, 1976, Orient Longman, Madras.

ഗ്രന്ഥസൂചി

അച്യുത മേനോൻ, സി - *വായനയുടെ ഉതിർ മണികൾ,* ഡി സി ബുക്സ്, കോട്ടയം, 1979.

അച്യുത മേനോൻ, സി - *വായനയുടെ കനികൾ,* പ്രഭാതം പ്രിന്റിങ് ആന്റ് പബ്ലിഷിങ് കമ്പനി ലിമിറ്റഡ്, തിരുവനന്തപുരം.

അച്യുതൻ എം - *ചെറുകഥ - ഇന്നലെ ഇന്ന്,* സാഹിത്യ പ്രവർത്തക സഹകരണ സംഘം, കോട്ടയം, 1973.

അച്യുതൻ എം - *വിവേചനം,* കറന്റ് ബുക്സ്, തൃശൂർ, രണ്ടാം പതിപ്പ്, 1967.

അപ്പൻ, കെ പി - *കലഹവും വിശ്വാസവും,* ലിറ്റിൽ പ്രിൻസ് പബ്ലിക്കേഷൻസ്, കോട്ടയം, 1984.

അപ്പൻ, കെ പി - *ക്ഷോഭിക്കുന്നവരുടെ സുവിശേഷം,* എൻ ബി എസ്., കോട്ടയം, രണ്ടാം പതിപ്പ്, 1979.

അയ്യപ്പപ്പണിക്കർ, കെ - *അയ്യപ്പപ്പണിക്കരുടെ ലേഖനങ്ങൾ* 1950 - 80, ഡി സി ബുക്സ്, കോട്ടയം, 1982.

ആഷാ മേനോൻ - അവതാരിക, *പ്രതിഭാസംഗമം,* പി കെ ബ്രദേഴ്സ്, കോഴിക്കോട്, 1985.

കുമാരപിള്ള, ജി - അവതാരിക, *കാരൂരിന്റെ കഥകൾ* (ഒന്നാം ഭാഗം), സാഹിത്യപ്രവർത്തക സഹകരണ സംഘം, കോട്ടയം, 1978.

കൃഷ്ണൻ നായർ എം - *ഏകാന്തതയുടെ ലയം,* പ്രഭാതം പ്രിന്റിങ് ആന്റ് പബ്ലിഷിങ് കമ്പനി, തിരുവനന്തപുരം, 1984.

കൃഷ്ണപിള്ള, എൻ- *കൈരളിയുടെ കഥ,* സാഹിത്യ പ്രവർത്തക സഹകരണ സംഘം, കോട്ടയം, മൂന്നാം പതിപ്പ്, 1980.

കൃഷ്ണപിള്ള, എൻ-*തെരഞ്ഞെടുത്ത പ്രബന്ധങ്ങൾ,* എൻ ബി എസ്,

കോട്ടയം, 1971.

കൃഷ്ണപിള്ള, കുറ്റിപ്പുഴ - *കുറ്റിപ്പുഴയുടെ തെരഞ്ഞെടുത്ത ഉപന്യാസങ്ങൾ,* സാഹിത്യ പ്രവർത്തക സഹകരണ സംഘം, കോട്ടയം, 1969.

കൃഷ്ണപിള്ള, കുറ്റിപ്പുഴ -*മലയാള കഥകൾ,* ദി എഡ്യൂക്കേഷൻ സപ്ളൈസ് ഡിപ്പോ, പാലക്കാട്, 1956.

കൃഷ്ണവാര്യർ, എൻ വി - അവതാരിക, *തെരഞ്ഞെടുത്ത കഥകൾ;* പൊൻകുന്നം വർക്കി, സാഹിത്യ പ്രവർത്തക സഹകരണ സംഘം, കോട്ടയം, 1964.

ഗുപ്തൻ നായർ, എസ് - അവതാരിക, *എസ് കെ പൊറ്റെക്കാട്ടിന്റെ ചെറുകഥകൾ* (മൂന്നാം ഭാഗം), മാതൃഭൂമി പ്രിന്റിങ് ആന്റ് പബ്ലിഷിങ് കമ്പനി, കോഴിക്കോട്, 1981.

ഗുപ്തൻ നായർ, എസ് - *ആധുനിക സാഹിത്യം,* സാഹിത്യ പ്രവർത്തക സഹകരണ സംഘം, കോട്ടയം, പത്താം പതിപ്പ് 1980.

ഗോവിന്ദൻ എം - *എം ഗോവിന്ദന്റെ ഉപന്യാസങ്ങൾ,* സാഹിത്യ പ്രവർത്തക സഹകരണ സംഘം, കോട്ടയം, 1986.

ഗോവിന്ദൻകുട്ടി നായർ, ഉള്ളാട്ടിൽ - *പതിനൊന്നു കഥകൾ,* ദക്ഷിണ ഭാരതി ഹിന്ദിപ്രചാരസഭ, എറണാകുളം, 1962.

ചന്ദ്രശേഖര വാര്യർ, എം. എസ്- ആമുഖം, *ഇ വി കൃതികൾ* (ഒന്നാം ഭാഗം), ഡി സി ബുക്സ്, കോട്ടയം 1970.

ജെഫ്രി റോബിൻ, ഡോ. - *നായർ മേധാവിത്വത്തിന്റെ പതനം,* കറന്റ് ബുക്സ്, തൃശൂർ, 1979.

ജോസഫ് മുണ്ടശ്ശേരി - *മുണ്ടശ്ശേരികൃതികൾ* (ഒന്നും രണ്ടും മൂന്നും വാല്യങ്ങൾ, കറന്റ് ബുക്സ്, 1981.

തരകൻ കെ എം - *മലയാള നോവൽ സാഹിത്യ ചരിത്രം,* സാഹിത്യ അക്കാദമി, തൃശൂർ, 1978.

തോമസ് മാത്യു, എം - *ദന്തഗോപുരത്തിലേക്ക് വീണ്ടും,* സാഹിത്യ പ്രവർത്തക സഹകരണ സംഘം, കോട്ടയം, 1985.

തോൻ - *കലയും ജനതയും,* സി പി ശ്രീവല്ലഭ മേനോൻ, ബോംബെ, 1946.

ദാമോദരൻ, കെ - *സാഹിത്യനിരൂപണം,* പ്രഭാതം പ്രിന്റിങ് ആന്റ് പബ്ലിഷിംഗ് കമ്പനി, തിരുവനന്തപുരം, 1963.

ധർമ്മരാജ് അടാട്ട് ഡോ. (എഡിറ്റർ) - *അഗ്നിവീണ,* പുരോഗമന സാഹിത്യ സംഘം, മാവേലിക്കര, 1989.

നരേന്ദ്രപ്രസാദ് - *ആധുനികതയുടെ മദ്ധ്യാഹ്നം,* പൂർണ്ണാ പബ്ലിക്കേഷൻസ്, കോഴിക്കോട്, 1984.

നരേന്ദ്രപ്രസാദ് - *ഭാവുകത്വം മാറുന്നു,* എൻ ബി എസ്., കോട്ടയം, 1975.

നരേന്ദ്രപ്രസാദ് - *നിഷേധികളെ മനസ്സിലാക്കുക,* എൻ ബി എസ് കോട്ടയം, 1980.

നായർ, കെ കെ എൻ - *നവോത്ഥാനം,* വിദ്യാർത്ഥിമിത്രം ബുക്ക് ഡിപ്പോ, കോട്ടയം, 1979.

പണിക്കർ ജി എൻ - *നോവൽ നമ്മുടേയും അവരുടേയും,* സാഹിത്യ പ്രവർത്തക സഹകരണ സംഘം, കോട്ടയം, 1990.

പുരോഗമന സാഹിത്യ കമ്മിറ്റി - *പുരോഗമന സാഹിത്യം എന്തിന്,* കോട്ടയം, 1946.

പോൾ, എം പി - *ചെറുകഥാപ്രസ്ഥാനം,* സാഹിത്യ പ്രവർത്തക സഹകരണ സംഘം, കോട്ടയം, മൂന്നാം പതിപ്പ് 1953.

പോൾ എം പി - *സാഹിത്യ വിചാരം,* സാഹിത്യ പ്രവർത്തക സഹകരണ സംഘം, കോട്ടയം, 1953.

ബാലകൃഷ്ണപിള്ള എ - *കേസരിയുടെ സാഹിത്യ വിമർശനങ്ങൾ,* സാഹിത്യ പ്രവർത്തക സഹകരണ സംഘം, കോട്ടയം, 1984.

മാത്തൻ തരകൻ, പുത്തൻകാവ് - *സാഹിത്യവേദി,* ഏഷ്യൻ ബുക്സ്റ്റാൾ, പത്തനംതിട്ട, 1965.

മീരാക്കുട്ടി, പി - *അകലക്കാഴ്ചകൾ,* എൻ ബി എസ്, കോട്ടയം, 1973.

മുഹമ്മദ്, എൻ പി - *മാനുഷ്യകം,* സാഹിത്യപ്രവർത്തക സഹകരണ സംഘം, കോട്ടയം, 1981.

മേനോൻ, എം എസ് - *ഹൃദയ സംവാദം,* കറന്റ് ബുക്സ്, തൃശൂർ, 1973.

മോഹൻ തമ്പി, ഡോ. - *പ്രതികരണങ്ങൾ,* ചിന്താ പബ്ലിഷേഴ്സ്, തിരുവനന്തപുരം, 1980.

രവികുമാർ കെ എസ് - ആമുഖ പഠനം, *100 വർഷം 100 കഥ,* ഡി സി ബുക്സ്, കോട്ടയം, 1991.

രാജകൃഷ്ണൻ, വി - *മൗനം തേടുന്ന വാക്ക്,* എൻ ബി എസ്, കോട്ടയം, 1981.

രാജകൃഷ്ണൻ വി - *രോഗത്തിന്റെ പൂക്കൾ,* എൻ ബി എസ്, കോട്ടയം, 1979.

രാമചന്ദ്രൻ നായർ - *രേഖാരൂപം,* സാഹിത്യ പ്രവർത്തക സഹകരണ സംഘം, കോട്ടയം, 1970.

രാമൻ മേനോൻ, പുത്തേഴത്ത് - *പ്രകാശനാളങ്ങൾ,* ദക്ഷിണഭാഷാ ബുക്ക് ട്രസ്റ്റ്, തൃശൂർ 1963.

ലീലാവതി, എം - *നവതരംഗം,* പൂർണ്ണാ പബ്ലിക്കേഷൻസ്, കോഴിക്കോട്, 1976.

ലേഖ - *എം ടി വാസുദേവൻ നായരുടെ കഥാലോകം,* ഡി സി ബുക്സ്, കോട്ടയം, 1984.

വാസുദേവൻ നായർ എം ടി - *കാഥികന്റെ കല,* ഡി സി ബുക്സ്, കോട്ടയം, 1984.

വാസുദേവൻ നായർ, എം ടി - *കാഥികന്റെ പണിപ്പുര,* പൂർണ്ണാ പബ്ലിക്കേഷൻസ്, കോഴിക്കോട്, അഞ്ചാം പതിപ്പ്, 1978.

വിശ്വനാഥൻ നായർ ആർ - *പ്രജാപതിയുടെ പറുദീസ,* എൻ ബി എസ്. കോട്ടയം, 1981.

വേലായുധൻ പിള്ള, പി വി ഡോ. - *അറിവും അനുഭൂതിയും* എൻ ബി എസ് കോട്ടയം, 1987.

ശങ്കരൻ നമ്പൂതിരിപ്പാട്, ഇ.എം. - *മാർക്സിസവും മലയാള സാഹിത്യവും,* ചിന്താ പബ്ലിഷേഴ്സ്, തിരുവനന്തപുരം, 1974.

ശങ്കരൻ നമ്പൂതിരിപ്പാട് ഇ എം - *സമൂഹം, ഭാഷ, സാഹിത്യം,* ചിന്ത പബ്ലിഷേഴ്സ്, തിരുവനന്തപുരം, 1981.

ശരത്ചന്ദ്രൻ കെ പി - *കേവലസൗന്ദര്യം എന്ന മിഥ്യ*, എൻ ബി എസ്, കോട്ടയം, 1979.

ശരത്ചന്ദ്രൻ കെ പി - *നോവലുകളിലൂടെ*, എൻ ബി എസ്, കോട്ടയം, 1973.

ഷൺമുഖദാസ്, എം - *പടിഞ്ഞാറൻ സാഹിത്യ ചർച്ചകൾ,* സാഹിത്യ പ്രവർത്തക സഹകരണ സംഘം, കോട്ടയം, 1973.

സത്യനാഥ് - *കല ശാസ്ത്രീയ യുഗത്തിൽ,* കറന്റ് ബുക്സ്, തൃശൂർ, 1957.

സർദ്ദാർകുട്ടി, ഇ- *പുരോഗമന സാഹിത്യ നിരൂപണം*, ഭാഷാ ഇൻസ്റ്റിറ്റ്യൂട്ട്, തിരുവനന്തപുരം 1981.

സ്കറിയ സക്കറിയ - അവതാരിക, *1986 ലെ തെരഞ്ഞെടുത്ത കഥകൾ,* ഡി സി ബുക്സ്, കോട്ടയം, 1986.

സാനു, എം കെ - *അവധാനം,* ഡി സി ബുക്സ്, കോട്ടയം, 1984.

ഹരികുമാർ എം കെ - *മനുഷ്യാംബരാന്തങ്ങൾ,* എൻ ബി എസ്, കോട്ടയം, 1989.

ഹരിശർമ്മ എ ഡി - *മലയാള സാഹിത്യം*, ശ്രീ നരസിംഹവിലാസം, ബുക്ക് ഡിപ്പോ. തുറവൂർ, 1959.

ഹരിഹരൻ, പൂഞ്ഞാർ - *സാഹിത്യം : വീക്ഷണവും വിലയിരുത്തലും,* ചിന്ത പബ്ലിഷേഴ്സ്, തിരുവനന്തപുരം, 1988.

ഹൃദയകുമാരി ബി - *കാല്പനികത,* ഡി സി ബുക്സ്, കോട്ടയം, 1990.

English Books

Allen, Walter - *The Short Story in English,* Clarendon Press, London, 1981.

Babb, Howard S - *Essays in Stylistic Analysis,* Harcourt Brace Jovanorich, U.S.A., 1971.

Baumer, Franklin L - *Intellectual Movements in Modern European History,* Macmillan, London, 1965.

Bates, H.E. - *Modern Short Story: A Critical Survey*, Thomas Nelson and Sons Ltd., New York, 1941.

Beachcroft, T.O.- *English short story,* British Book Centre, London, 1964.

de Beauvoir, Simone - *The Second Sex* Trans. and edited by H.M. Parshley, Alden Press, London, 1953.

Beck, Robert N.- *Perspective in Philosophy: A Book of Reading*, Holt Rinchart and Winston, London, 1961.

Betteelheim, Bruno - *Uses of enchantment ; The meaning and importance of family tales,* vintage Books, New York, 1976.

Blackmur, R.P. - *Language as Gesture,* Oxford University Press, London, 1934.

Bodkin, Maud - *Archetypal patterns in Poetry*, Oxford University Press, London, 1934.

Bowra, C.M. - *Romantic Imagination,* Oxford University Press, London, 3rd edition, 1961.

Brombert, Victor (Ed.) - *The intellectual Hero : Studies in French Novel* 1880 - 1955, University of Chicago Press, 1974.

Burgum, Edwin Berry - *The Novel and the World's Dilema*, Vintage Books, New York, 1947.

Campbell, Joseph - *The Hero with a Thousand Faces,* Princeton University Press, New Jersey, 1971 repr. of 1949.

Carpenter, Jack and Neumeyer, Peter - *Elements of fiction: Introduction to the Short story,* WMC Beown Comp., London, 1974.

Cassirer, E. - *Language and Myth,* trans. Sussane Langer, Dover Publications, London, 1946.

Cohn, Dorrit - *Transparent Minds*, Princeton University Press, New Jersey, 1978.

Dobrenkov, V.I. - *Neo - Freudians in search of 'Truth',* Progress Publishers, Moscow, 1976.

Eakin, John Paul - *Fictions in Autobiography Studies in the Art of Self-Invention,* Princeton University Press, New Jersey, 1985.

Eagleton, Terry - *Marxism and Literary Criticism,* Mathuen Co.Ltd., London, 1976.

Edel, Leon - *The Psychological Novel: Its Principles and Structure,* Folcroft, 1970 repr. of 1907.

Feder, Lillian - *Ancient Myth in Modern Poetry,* Princeton University Press, New Jersey, 1971.

Forester, E.M. - *Aspects of the Novel,* Har Brace J. New York, 1979.

Fox, Ralph - *The Novel and the people,* Eagle Publishers, Baton Rouge, 1944.

Frazer, James George - *The Golden Bough : a Study in Magic and Religion,* Albridged edition, MacMillan, London, 1954 repr. of 1922.

Fredman, Ralph - *The Lyrical Novel,* Princeton University Press, New Jersey, 1963.

Freud, Sigmund - *An Outline of Psychoanalysis*, trans. James Strachey, Hogarth Press, London, 1949.

Freud, Sigmund - *Collected Papers,* trans. Joan Riviere, Hogarth Press, London 1915.

Freud, Sigmund - *Introductory Lecturers on Psychoanalysis,* trans. Joan Rivere, Hogarth Press, London, 1952.

Freud, Sigmund - Leonardo da Vinci : *A Study in Psycho-Sexuality,* trans.A.A. Brill, Modern Library, New York, 1938.

Freud, Sigmund - *The Basic writings of Sigmund Freud,* trans.A.A. Brill, Modern Library, New York, 1947.

Frust, Lilian R - *Romanticism in Perspective,* Mathuen Co.Ltd., London, 1969.

Frye, Northrop - *Anatomy of Criticism,* Princeton University Press, New Jersey, 1957.

Greene, Gaycle and Khan, Coppelia - *Making a difference : Feminist Literary Criticism,* Methuen Co.Ltd., London, 1985.

Gurr, Andrew - *Writers in exile the identity of home in modern Literature*, The Harvester Press, Sussex, 1981.

H'Enkle, Roger B - *Reading the Novel,* Harper and Row Publishers, New York, 1977.

Hildick, Wallace - *13 Types of Narrative,* Macmillan, London, 1968.

Honing, Edwin and Williams Oscar (eds.) - *The major metaphysical poets of the Seventeenth Century,* Washington square Press, New York, 1963.

Howe, Irving - *Beyond the New Left*, Horizen, New York, 1972.

Howe, James - *The making of style,* Chilton Book Company, New York, 1972.

Hudson, W H - I*ntroduction to the Study of Literature*, Lall Book Depot, Ludhiana, 1967.

Janeway, Elizabeth - *Women in Literature*, *Harvard Guide to Contemporary American Writing* ed.Daniel Hoffman, Oxford University Press, London, 1981.

Jan Smuts, Christian - Walt Whitman, *A Study in the evolution of personality,* Detroit, England, 1973.

Jeffrey, Robin - *The Decline of the Nayar Dominance,* Vikas Publishing House, New Delhi, 1976.

Jhanji, Rekha - *Aesthetic Meaning* , Ajanta Publications, Delhi, 1980.

Joce, Meeks Jones - *Jengian Psychology in Literary Analysis,* University Press of America, 1979.

Jung, Carl Gustav - *An Introduction to Jung's psychology* - ed. Fordham, Frieda, Penguin Books, 1956 repr. of 1953.

Jung, Carl Gustav - *Introduction to a Science of Mythology,* trans. R.F.C. Hull, Routledge and Kegan Paul, London, 1951.

Jung, Carl Gustav - *Psychological Types,* trans. H. Godwin Baynes, International Library of Philosophy and Scientific Method, London, 1923.

Jung, Carl Gustav - *Psychology and Literature*, trans. R.F.C. Hull, ARK edition, London, 1984.

Jung, Carl Gustav - *The modern man in search of a soul,* trans. W.S. Dell and Cary F. Baynes, Kegan Paul, London, 1966 repr. of 1933.

Kermode, Frank - *The Romantic Image,* Routledge and Kegan Paul, London, 1957.

Kirk, G.S. - Myth : *It's meanings and functions in Ancient and other cultures,* Cambridge University Press, London, 1970.

Langer, Susanne K. - *Feeling and Form,* Cambridge University Press, London, 1953.

Langer, Susanne K. - *Philosophy in a new Key : A study in the symbolism of reason,* Rite & Art, Harward University Press, New York, 1951.

Lewis, C. Day - *The Poetic Image,* Jonathan Cape, London, Fourth Impression, 1949.

Lewis, Wyndham - *Men without Art,* Russell, London, 1964, repr. of 1954.

Liddel, Robert - *Some Principles of Fiction,* Greenwood, London, 1974, repr. of 1954.

Lubbock, Percy - *The Craft of Fiction,* Jonathan Cape, London, 1954.
Lucas, F.L. - Style, cassell and company Ltd., Johannesburg, 8th edition 1974.
Luka'cs, George - *The Historical Novel,* Hazell Watson and Viney Ltd., Great Britain, 1962.
Maughem, William Somerset - *Point's of View*, Greenwood, London, 1969 repr. of 1959.
Medina, Angel - *Reflection Time and the Novel,* Routledge and Kegan Paul Ltd., London., 1979.
Mill, John Stuart - *The Subject of Women,* Everyman, London, 1929.
Muir, Edwin - *The Structure of the Novel,* Allied Publishers, Delhi, 1966.
O'Conner, Frank - *The Lonely Voice*, Cuala Press, Ireland, 1932.
Pain, Barry - *Short Story, art and craft of letters* R. West, New York, 1973.
Perrine, Laurence - *Story and Structure,* HarBraceJ., New York, Fifth Edition, 1978.
Read, Herbert - *The meaning of art,* Pelican Book, New York 1949.
Reid, Ian - *The Short Story,* Methuen Co. Ltd., London, 1977.
Shaw, Valerie - *Short Story,* A Critical introduction, Longman, England, 1983.
Showalter, Elaine - *A Literature of their own : British Women novelists from Bronte to Lessing,* Virago Press, London, 1978.
Spearman, Diamon - *The Novel and the Society,* Routledge and Kegan Paul Ltd., London, 1966.
Spender, Stephen - *The Struggle of the Modern,* Arno Press, New York, 1953.
Stratchey, Ray - *The Cause: A Short History of the Women's Movement in Great Britain,* G. Bells and Sons, London, 1928.
Sudranu, Jean - *The Sea, the City and Clock: A Study of Symbolic form in the Novels of Viriginia Woolf,* Columbia University Press, New York, 1950.
Tindall, William York - *The Literary Symbol,* Columbia University Press, New York, 1955.
Vickery, John B (ed.) - *Myth and Literature: Contemporary theory and Practice,* Nebraska Press, Lincoln, 1966.
Ward, A C - *Aspect of Modern Short Story,* Folcroft, 1974 repr. of 1946.

Webster, Brendas - *Yeats: A Psychoanalytic Study,* Macmillan, London, 1974.

Wellck Rene & Warren Austin - *Theory of Literature,* Penguin, 1966.

Whitehead, A.N. - *Symbolism : Its meaning and effect,* Cambridge University Press, London, 1928.

Wilson, Colin - *The Craft of Fiction,* Pan Books Ltd., London, 1975.

Wilson, Edmund - Triple Thinkers, John Lehmann Ltd., London, 1952.

www.ingramcontent.com/pod-product-compliance
Lightning Source LLC
LaVergne TN
LVHW101428051026
849519LV00005BC/1914
* 9 7 8 9 3 8 8 4 8 5 4 3 2 *